స్వేచ్ఛ

ఆదిలోనూ - అంతంలోనూ

జిడ్డు కృష్ణమూర్తి

తెలుగు సేత : నాచికేతుడు (మద్దాలి వేంకటాచలం)

పరిష్కరణ : అబ్బూరి ఛాయాదేవి

విశాలాంధ్ర పబ్లిషింగ్ హౌస్

SWECCHA - aadilonu anthamlonu

Telugu translation of "The First and Last Freedom" *by J. Krishnamurti*

Translator : Late Nachikethudu (Maddali VenKataChalam)

Revised by : Abburi Chaya Devi

For the Original English Text
© 1974 Krishnamurti Foundation Trust Ltd., England.

For the Telugu Translation
© 2012 Krishnamurti Foundation India

'Vasanta Vihar', 124 / 126, Greenways Road,
CHENNAI - 600 028.
E-mail: publication@kfionline.org

No. of Copies : 1000

Past Editions : 2002, 2004, 2007, 2009

5th Editon : March, 2014

PRICE : ₹ 225/-

Sole Distributors:

VISALAANDHRA PUBLISHING HOUSE,

Giriprasad Bhavan, Nagole, G.S.I. Post

Bundlaguda, Hyderabad - 068.   Ph: 24224458 / 59.

E-mail : visalaandhraph@yahoo.com, www.visalaandhraph.net

VISALAANDHRA BOOK HOUSE

Abids, Sultan Bazar & Bandlaguda (Nagole) - Hyderabad,
Vijayawada, Visakhapatnam, Guntur, Anantapur, Hanmakonda,
Tirupathi, Kakinada, Karimnagar, Ongole, Srikakulam, Nallagonda,
Khammam, Kadapa.

Printed at : *Visalaandhra Vignana Samithi, Hyderabad.*

తొలిపలుకు

మనిషి ఏకకాలంలో రెండు లోకాల్లో జీవించే ఉభయచరం. ఆ రెండు లోకాలూ - దత్తమైన, స్వయంకృతమైన, జీవ చైతన్యాలతో కూడిన భౌతిక ప్రపంచమూ, సంకేతాలతో కూడిన ప్రపంచమూ. మనం ఆలోచించటంలో ఎన్నోరకాల సంకేత విధానాలను వాడుతూ ఉంటాం - భాష, గణితం, చిత్రాలు, సంగీతం, సంస్కారవిధులు. అటువంటి సంకేత విధానాలు లేనట్లయితే, ఏ కళగాని, విజ్ఞాన శాస్త్రంగాని, న్యాయశాస్త్రంగాని, తత్త్వశాస్త్రంగాని మనకుండేవికావు. అసలు నాగరికతకి ప్రాతిపదికలే ఉండేవి కావు: ఇంకో విధంగా చెప్పాలంటే, మనం జంతువులమే అయివుండేవాళ్లం.

అందుచేత సంకేతాలు అనివార్యమైనవి. కానీ సంకేతాలు ప్రమాదకరమైనవి కూడా - ఇది మనకాలం చరిత్రలోనూ, అన్ని యుగాల చరిత్రలోనూ బాగా సుస్పష్టం అయింది. ఉదాహరణకి, ఒకవైపున విజ్ఞానశాస్త్రరంగం, మరోవైపున రాజకీయరంగం, మతం. ఒకరకమైన సంకేతాల కనుగుణంగా ఆలోచిస్తూ, ప్రతిస్పందిస్తూ ప్రకృతి సిద్ధమైన ప్రాథమిక శక్తుల్ని కొంతవరకు అవగాహన చేసుకుని, మన అధీనంలోకి తీసుకున్నాం. కొంతవరకు ఇంకోరకమైన సంకేతాల కనుగుణంగా ఆలోచిస్తూ, ప్రతిస్పందిస్తూ, ఇవే శక్తులను సామూహిక హత్యలకూ, సాముదాయక ఆత్మహత్యలకూ సాధనాలుగా ఉపయోగిస్తున్నాం. మొదటి విషయంలో, భౌతిక జీవనంలో ఎదురయే వాస్తవాల కనుగుణంగా వివరణాత్మకమైన సంకేతాలను బాగా ఎంచుకుని, జాగ్రత్తగా విశ్లేషించి, వాటిని అభివృద్ధికరంగా వినియోగించటం జరిగింది. రెండవ విషయంలో, మానవ జీవనంలో ఎదురయే వాస్తవాలకు సరిపడని సంకేతాలను మొదట్లో ఎంచుకోవటం, వాటిని పూర్తిగా విశ్లేషించకపోవటం, ఎదురైన పరిస్థితుల కనుగుణంగా పునస్సూత్రీకరించకపోవటం జరిగింది. అంతకన్నా ఘోరం, తప్పుదారి పట్టించే ఈ సంకేతాలకు ప్రతిచోటా అనవసరపు ప్రాముఖ్యాన్ని ఇవ్వటం జరిగింది - చిత్రంగా, అసలు వాస్తవాలకన్న అవే మరింత వాస్తవికమైనవన్నట్లు. మతపరమైన, రాజకీయపరమైన విషయాలకీ, సంఘటనలకీ మాటలు కొంతవరకు మాత్రమే వర్తిస్తాయని అనుకోవటమే కాకుండా, విషయాల్నీ, సంఘటనల్నీ మాటలకే ప్రత్యేక ఉదాహరణలుగా తీసుకోవటం జరిగింది.

ఇంతవరకూ, మనకు అత్యంత ప్రాముఖ్యం కావనుకున్న రంగాల్లో మాత్రమే సంకేతాలను వాస్తవికంగా వాడటం జరుగుతోంది. మనకి ప్రగాఢమైన భావోద్వేగం కలిగే ప్రతి సందర్భంలోనూ సంకేతాలను కావాలని అవాస్తవికంగా ఉపయోగించటమే కాక, ఆరాధనాపూర్వకంగానూ, ఉన్మాదపూరితంగానూ కూడా ఉపయోగించటం జరుగుతోంది. తత్ఫలితంగా, పశుప్రాయులైనవాళ్లు పట్టలేని ఆగ్రహంతోగాని,

భీతితోగాని, క్షణికోద్రేకంలోగాని చేసే దుష్కార్యాలను మనం క్రూరాతిక్రూరంగా దీర్ఘకాలంపాటు చేయగలుగుతున్నాం. సంకేతాలను ఉపయోగించటం, ఆరాధించటం వల్లనే మనుషులు ఆదర్శవాదులు కాగలుగుతున్నారు. ఆదర్శవాదులవటం మూలంగా, వాళ్ళు పశువుల్లో అప్పుడప్పుడు కలిగే లాలసత్వాన్ని రోడ్స్, జె.పి.మోర్గన్ వంటివారి మహత్తర సామ్రాజ్యవాదంగానూ, జంతువులలో మధ్యమధ్య పొడచూపే కలహప్రియత్వాన్ని స్టాలిన్ సిద్ధాంతంగానూ, లేదా, స్పెయిన్ దేశపు న్యాయవిచారణా విధానంగానూ, జంతువులు అప్పుడప్పుడు తమ స్థలాలపై చూపే అనురక్తిని బుద్ధిపూర్వకమైన జాతీయోన్మాదంగానూ మార్చగలుగుతున్నారు. జంతువులలో అప్పుడప్పుడు కనిపించే దయాస్వభావాన్ని ఎలిజబెత్ ఫ్రై, వాన్సాదపోల్ (**Vincent de paul**) వంటివారి యావజ్జీవ దాన తత్పరతగానూ, జంతువులు తమ సహచరాల పట్లా, తమ పిల్లల పట్లా అప్పుడప్పుడు చూపించే అనురాగాన్ని సహేతుకమైన నిరంతర పరస్పర సహకారంగానూ మార్చి, ప్రపంచాన్ని ఇంతవరకు విధ్వంసకరమైన ఆదర్శవాదం ఫలితాల నుంచి రక్షించగలిగారు, సంతోషం. ఇంకా ఇలాగే ప్రపంచాన్ని రక్షిస్తూ ఉండగలరా? ఈ ప్రశ్నకి సమాధానం ఇవ్వలేం. మనం చెప్పగలిగినదల్లా, జాతీయతా - ఆదర్శవాదుల చేతుల్లో అణ్వాస్త్రం ఉండటంతో, సహకార, దయాధర్మ - ఆదర్శవాదులకు సానుకూలంగా ఉండే పరిస్థితులు తీవ్రంగా క్షీణించాయి.

ఎంత ఉత్తమ పాకశాస్త్ర గ్రంథమైనా, అది అతి నికృష్ట భోజనానికి కూడా ప్రత్యామ్నాయం కాలేదు. ఈ వాస్తవం కావలిసినంత స్పష్టంగా తెలుస్తూనే ఉంది. అయినప్పటికీ, యుగయుగాలుగా అత్యంత గంభీర తత్త్వవేత్తలూ, మహాపండితులైన నిశిత ధర్మశాస్త్రజ్ఞులూ తమ శబ్ద నిర్మాణాలనే వాస్తవాలుగా పరిగణించే పొరపాటు నిరంతరంగా చేస్తూనే ఉన్నారు. లేదా, అసలు విషయాలకన్న ఎలాగో వాటి సంకేతాలే ఎక్కువ వాస్తవికమైన వాటిగా ఊహించటం వారు చేసిన మరింత మహాపరాధం. వారి శబ్దారాధనకు అసమ్మతి లేకపోలేదు. ''భావం జీవాన్నిస్తుంది, మాట హత మారుస్తుంది'' అన్నారు సెయింట్ పాల్. ''అయినా, ఎందుకు? దేవుడు, దేవుడంటూ ఎందుకు గోలపెడతారు?'' అని ప్రశ్నిస్తూ, ''దేవుని గురించి మీరు చెప్పేదంతా అసత్యం'' అన్నాడు ఎఖార్ట్. ప్రపంచానికి మరోవైపున మహాయాన సూత్రాల్లో ఒకదాని గ్రంథకర్త, ''సత్యం మీ అంతట మీరు గ్రహించవలసినది కనుకనే బుద్ధుడు సత్యాన్ని ఎన్నడూ బోధించలేదు'' అని రూఢిగా చెప్పాడు. అటువంటి ప్రవచనాలు తీవ్ర విద్రోహకరమైనవని భావించి మర్యాదస్తులు వాటిని అలక్ష్యం చేశారు. శబ్దాలకూ, చిహ్నాలకూ చిత్రమైన, ఆరాధనాపూర్వకమైన ఔన్నత్యాన్ని ఆపాదించటం నిరాటంకంగా కొనసాగింది. మతాలు క్షీణించాయి; కానీ, మత విశ్వాసాలను సూత్రీకరించటం, వితండవాదాలపై విశ్వాసాన్ని విధించటం అనే పాత అలవాటు నాస్తికులను కూడా పట్టుకుని విడవకుండా ఉండిపోయింది.

ఈ మధ్య కొన్ని సంవత్సరాలుగా తర్కశాస్త్రజ్ఞులూ, శబ్దార్థ శాస్త్రజ్ఞులూ మనుషుల ఆలోచనా విధానంలో ఉపయోగించే సంకేతాలను చాలా సమగ్రంగా

విశ్లేషించారు. భాషాశాస్త్రం ఒక విజ్ఞానశాస్త్రం అయింది. బెంజమిన్ వోర్ఫ్ దీనికి భాషాతత్త్వశాస్త్రం అని నామకరణం చేశాడు. ఇదంతా చాలా మంచికే, కానీ ఇది చాలదు. తత్త్వశాస్త్రం, శబ్దార్థశాస్త్రం, భాషాశాస్త్రం, భాషాతత్త్వశాస్త్రం - ఇవన్నీ కేవలం మేధకి సంబంధించిన శాస్త్రాలు మాత్రమే. వస్తువులకూ, ప్రక్రియలకూ, సంఘటనలకూ శబ్దాలు వర్తింపజేసే విధానాల్లో ఏవి సరియైనవి, ఏవి సరియైనవి కావు, ఏవి అర్థవంతమైనవి, ఏవి అర్థవంతమైనవి కావు అనే విషయాన్ని వారు విశ్లేషిస్తారు. అంతేకాని, దానికన్న ఎంతో ఎక్కువ ప్రధానమైన సమస్యని - ఒకవైపున మనిషి యొక్క మానసిక, భౌతిక సమగ్రతకీ, మరోవైపున సమాచార, సంకేత లోకాలకీ ఉన్న సంబంధం విషయంలో ఏ విధమైన మార్గమూ సూచించరు.

ప్రతి భూభాగంలోనూ, ప్రతి చారిత్రిక కాలంలోనూ ఈ సమస్యను పదేపదే స్త్రీ పురుషులు వ్యక్తిగతంగానే పరిష్కరించారు. ఈ వ్యక్తులు మాట్లాడినప్పుడుగాని, రాసినప్పుడుగాని, ఏ వ్యవస్థల్నీ సృష్టించలేదు - ఎందుచేతనంటే, ఏ వ్యవస్థ అయినాసరే, సంకేతాలనే అతి గంభీరంగా తీసుకోవటానికీ, అసలు వాస్తవాలకన్న వాటిని వ్యక్తంచేసే శబ్దాలపట్లే ఎక్కువ శ్రద్ధ వహించటానికీ శాశ్వతమైన ఆకర్షణ ఉంటుందని వారికి తెలుసు. వారి ఆశయం సిద్ధంగా ఉన్న వివరణలనివ్వటంగాని, సర్వరోగ నివారిణులనివ్వటంగాని ఎన్నటికీ కాదు; ఎవరి వ్యాధుల్ని వారు కనిపెట్టి, స్వయంగా వాటిని నివారించుకునేందుకు ప్రోత్సహించటం, మనిషి సమస్యా, దాని పరిష్కారమూ దర్శనమయే చోటికి చేరుకుని ప్రత్యక్షంగా అనుభవం పొందమని ప్రోత్సహించటం మాత్రమే.

కృష్ణమూర్తిగారి రచనల నుంచీ, 'రికార్డ్' అయిన ప్రసంగాల నుంచీ ఏర్చికూర్చిన ఈ సంపుటంలో, మానవుని ప్రధాన సమస్యకు స్పష్టమైన వర్తమాన భాష్యమూ, దానితోబాటు, దాన్ని పరిష్కరించేందుకు గల ఏకైక మార్గంలో - తనంతట స్వయంగా తానే పరిష్కరించుకునేందుకు ఆహ్వానమూ పాఠకునికి లభిస్తాయి. అనేకమంది గతిలేక నమ్ముకున్న సాముదాయక పరిష్కారాలు సరిపడేవి ఎన్నటికీ కావు. మనలో అంతర్గతంగానూ, ప్రపంచంలోనూ ఉన్న దుస్థితినీ, గందరగోళాన్నీ అవగాహన చేసుకోవటానికి, ముందుగా మనలో స్పష్టత ఏర్పడాలి. ఆ స్పష్టత సరియైన వివేచన వల్లనే లభిస్తుంది. ఈ స్పష్టతని వ్యవస్థీకరించలేం. ఎందుచేతనంటే , ఇది ఇంకొకరితో వినిమయం చేసుకునేందుకు వీలు లేనటువంటిది. వ్యవస్థీకరించబడిన సామూహిక యోచన కేవలం పునశ్చరణ చేసేదే. మాటల్లో నిశ్చితంగా చెప్పినందువల్ల స్పష్టత కలగదు. అది తన్ను తాను ప్రగాఢంగా తెలుసుకొని ఉండటంవల్లనూ, సరియైన వివేచనవల్లనూ కలుగుతుంది. సరియైన వివేచన అనేది మేధని అభివృద్ధిపరచటం వల్లగానీ, ఒక పద్ధతిని - అదెంత యోగ్యమైనదైనా, ఉన్నతమైనదైనా - దాన్ని అనుసరించటం వల్ల గానీ రాదు. సరియైన వివేచన స్వీయజ్ఞానం వల్లనే కలుగుతుంది. మిమ్మల్ని మీరు అవగాహన చేసుకోనిదే మీ ఆలోచనకి ఆధారమే ఉండదు; స్వీయజ్ఞానం లేనిదే మీరు ఆలోచించేది సత్యం కాదు.

ఈ ప్రధాన విషయాన్నే కృష్ణమూర్తిగారు ఇందులోని ప్రతి భాగంలోనూ వివరించారు.

''మానవుల మీదే ఆశ ఉంది - మీమీదా, నామీదా. అంతేకాని, సమాజంమీదా, వ్యవస్థలమీదా, వ్యవస్థిత మతాలమీదా కాదు''. ''వ్యవస్థితమతాలూ, వారి మధ్యవర్తులూ, వారి పవిత్ర గ్రంథాలూ, వారి వితండవాదాలూ, వారి అధికార పరంపరలూ, సంస్కార విధులూ మౌలిక సమస్యకి ఇచ్చే పరిష్కారం అసత్యమైనది మాత్రమే.''

''భగవద్గీతనిగాని, బైబిల్‌నిగాని, ఏదో చైనీస్ పవిత్ర గ్రంథాన్నిగాని మీరు ఉదాహరిస్తూంటే, మీరు నిజానికి వాటిని పునశ్చరణ చేస్తున్నట్లే, అంతేకదా? మీరు పునశ్చరణ చేసేది సత్యం కాదు. అది అసత్యం; ఎందుచేతనంటే, సత్యాన్ని పునశ్చరణ చేయటం కుదరదు.'' అసత్యాన్ని పెంచవచ్చు, ప్రతిపాదించవచ్చు, పునశ్చరణ చేయవచ్చు, కానీ సత్యాన్ని మాత్రం కాదు. సత్యాన్ని పునశ్చరణ చేస్తే అది సత్యమే కాదింక; అందుచేత పవిత్ర గ్రంథాలకు ప్రాముఖ్యం లేదు. మనిషి తన అస్తిత్వానికి మూలమయిన అనంత సత్యాన్ని చేరుకోవటం స్వీయజ్ఞానం వల్లనే సాధ్యమవుతుంది తప్ప, ఇతరుల సంకేతాలలో విశ్వాసం ఉండటం వల్లకాదు. ఏవో కొన్ని సంకేత విధానాలు సంతృప్తికరమైనవి, అత్యుత్తమమైనవనే నమ్మకం దారి చూపించటం విముక్తికి కాదు, చరిత్రలోకీ, మరికొన్ని గత విపత్తులలోకీ మాత్రమే. ''నమ్మకం తప్పనిసరిగా వేరుచేస్తుంది. మీకో నమ్మకం ఉన్నా, లేదా, ఓ ప్రత్యేకమైన నమ్మకంలో మీరు రక్షణ కోసం అన్వేషిస్తున్నప్పుడూ ఇంకోరకం నమ్మకం ఉన్నవారినుంచి మిమ్మల్ని వేరు చేస్తుంది. వ్యవస్థిత విశ్వాసాలన్నీ ఈ విభజన మీదే ఆధారపడ్డాయి'', వారు ప్రబోధించేది సౌభ్రాతృత్వమే అయినప్పటికీ. సమాచారం, సంకేతాలు - ఈ రెండు లోకాలతోనూ తనకు గల సంబంధాల్లోని సమస్యని విజయవంతంగా పరిష్కరించుకున్న మనిషికి ఏ నమ్మకాలూ ఉండవు. వాస్తవజీవితంలో ఎదురయే సమస్యల విషయంలో అతడు కొన్ని ఊహలతో వ్యవహరించినప్పటికీ, వాటిని పరికరాలుగానో, సాధనాలుగానో పరిగణిస్తాడు గాని, వాటికంతకన్న విలువనివ్వడు. అతడికి తోటిమానవులతోనూ, వారి వాస్తవిక స్థితితోనూ ప్రేమపూర్వకమైన, అంతర్దృష్టితో కూడిన ప్రత్యక్షానుభవాలు ఉంటాయి. ఈ నమ్మకాలనుంచి తన్నుతాను రక్షించుకోవటానికే కృష్ణమూర్తిగారు ''ఏ పవిత్ర సాహిత్యాన్నీ- 'భగవద్గీత'నిగాని, 'ఉపనిషత్తు'ల్నిగాని చదవలేదు.'' మిగిలినవాళ్ళం పవిత్ర గ్రంథాలను కూడా చదవం; మన అభిమాన వార్తాపత్రికల్నీ, సచిత్రపత్రికల్నీ, అపరాధ పరిశోధక కథల్నీ చదువుతాం. అంటే అర్థం, వర్తమాన సంక్షోభాన్ని ప్రేమతో, అంతర్దృష్టితో సమీపించటానికి బదులు ''సూత్రాలతోనూ, విధానాలతోనూ'' - అవి కూడా నికృష్టమైన వాటితోనే సమీపిస్తాం. కానీ, ''సద్భావంతో ఉన్నవారు సూత్రాలను స్వీకరించకూడదు''. ఎందుచేతనంటే, సూత్రాలు తప్పనిసరిగా ''గుడ్డిగా ఆలోచించటానికే దారితీస్తాయి. సూత్రాలకు అలవాటుపడటం దాదాపు విశ్వజనీన మయినది. అది అనివార్యమే. ఎందువల్లనంటే, ''మనం పెరిగిన పద్ధతంతా ''ఎలా''

ఆలోచించాలి అనికాక, ''ఏమని'' ఆలోచించాలి అనే దానిమీద ఆధారపడి ఉంది. మనమందరం ఏదో ఒక వ్యవస్థకి - కమ్యూనిస్ట్, క్రిస్టియన్, ముస్లిమ్, హిందూ, బౌద్ధ, లేదా ఫ్రాయిడియన్ వ్యవస్థకి చెంది, దాని సూత్రాలను ఆచరించే సభ్యులమనే నమ్మకంతో పెరుగుతాం. తత్ఫలితంగా ''సరికొత్తగా ఉత్పన్నమయే సమస్యని మీరు పాతపద్ధతి ప్రకారమే ప్రతిస్పందిస్తారు. అందుచేత, మీ ప్రతిస్పందనలో ఔచిత్యంగానీ, నవ్యతగానీ, స్వచ్ఛతగానీ ఉండదు. ఒక కేథలిక్‌గాగానీ, కమ్యూనిస్ట్‌గాగానీ ప్రతిస్పందిస్తున్నారంటే, మీరు ఒక ఆలోచనా విధానాన్ని అనుసరిస్తున్నారు. లేదూ? అందుచేత మీ ప్రతిస్పందనకి ప్రాముఖ్యం లేదు. అందువల్ల, ఈ హిందూ, ముస్లిమ్, బౌద్ధ, క్రిస్టియన్ అనేదే కదా సమస్య సృష్టిస్తున్నది?'' ''ఇప్పుడు రాజ్యాన్ని ఆరాధించటం కొత్తమతం అయినట్లుగా, ఇదివరకు ఒక భావాన్ని ఆరాధించటం పాతమతం.'' ఒక సమస్యకి మీ ప్రతిస్పందన మీ పాత ప్రభావాల ప్రకారం జరిగినట్లయితే, ఆ కొత్తసమస్యని మీ ప్రతిస్పందన అవగాహన చేసుకోనివ్వదు. అందుచేత చేయవలసినదేమిటంటే, ''కొత్తసమస్యని ఎదుర్కోవటానికి తనకున్న వాటిని మొత్తం వదిలించుకుని, తన నేపథ్యాన్ని పూర్తిగా తొలిగించుకుని, అప్పుడు సరికొత్తగా సమస్యని ఎదుర్కోవాలి.'' అంటే, సంకేతాలను వితండవాదాల స్థాయికి పెరగనివ్వకుండా ఉండటమేకాక, ఏ వ్యవస్థనీ తాత్కాలిక సౌకర్యంగా తప్ప పరిగణించకూడదు. ఈ సూత్రాలలో నమ్మకంగానీ, ఆ నమ్మకాల ప్రకారం తీసుకున్న చర్యగానీ మన సమస్యకి పరిష్కారాన్ని సూచించలేవు.'' ''మనల్ని మనం సృజనాత్మకంగా అవగాహన చేసుకోవటం ద్వారానే సృజనాత్మకమైన ప్రపంచం, ఆనందమయమైన ప్రపంచం, భావాలు లేని ప్రపంచం ఉండటానికి సాధ్యమవుతుంది.'' భావాలు లేని ప్రపంచం ఆనందమయంగా ఉంటుందనటం ఎందువల్లనంటే, మనుషులు అనుచితమైన చర్య తీసుకునేలా నిర్బంధం చెయ్యటానికి అధికారయుతంగా ప్రభావితం చేసే శక్తులుండవు. అటువంటి ప్రపంచంలో అత్యంత ఘోరమైన నేరాలను సమర్థించేందుకూ, మహాదారుణాలను వివరణాత్మకంగా హేతుబద్ధం చేయటానికీ ఉపయోగపడే బూటకపు వితండవాదాలూ ఉండవు.

ఎలా ఆలోచించాలో అని కాక, ఏమని ఆలోచించాలో నేర్పే విద్యావిధానానికి మతగురువులూ, యజమానులూ ఉండే పరిపాలనావర్గం కావలసివస్తుంది. కానీ, ''ఎవరినైనా ఒక మార్గాన్ని అనుసరించేలా చేయాలన్న భావమే సంఘవిరుద్ధమైనదీ, ఆధ్యాత్మిక విరుద్ధమైనదీను.'' ఆ విధంగా నాయకత్వం వహించినవారికి అధికారవాంఛ తీరుతుంది; వారిని అనుసరించినవారికి నిశ్చితంగా, సురక్షితంగా ఉండాలన్న ఆకాంక్ష తీరుతుంది. 'గురువు' ఒకవిధమైన మత్తుమందు అవుతాడు. అయితే ఎవరైనా ప్రశ్నించవచ్చు ''మీరు చేస్తున్నదేమిటి? మీరు మా 'గురువు' లా ప్రవర్తించటం లేదా?'' అని. అందుకు కృష్ణమూర్తిగారు ''నిశ్చయంగా, నేను మీ 'గురువు' లా ప్రవర్తించటం లేదు, ఎందుచేతనంటే, ప్రప్రథమంగా నేను మీకేవిధమైన తృప్తినీ ఇవ్వటంలేదు. మీరు అనుక్షణం, అనుదినం ఏంచేయ్యాలో నేను చెప్పటం లేదు. నేను మీకు కేవలం ఏదో

సూచిస్తున్నాను; మీరు స్వీకరిస్తే స్వీకరించండి, లేకపోతే వదిలెయ్యండి, అది మీమీద ఆధారపడి ఉంటుంది, నా మీద కాదు. మీనుంచి నేనేమీ ఆశించటం లేదు- మీ ఆరాధననిగాని, మీ ముఖస్తుతినిగాని, మీ దూషణనిగాని, మీ దేవుళ్లనిగాని. నేను చెప్పేది వాస్తవం, స్వీకరిస్తే స్వీకరించండి, లేకుంటే వదిలెయ్యండి. మీలో చాలామంది వదిలేస్తారు, దానికి కారణం తెలిసిన విషయమే - అందులో మీకు తృప్తి లభించదు కనుక.''

ఇంతకీ, కృష్ణమూర్తిగారు మనకి కచ్చితంగా ఇచ్చేదేమిటి? మనకిష్టమయితే తీసుకునేదీ, లేకుంటే బహుశా మనం విడిచిపెట్టటానికే సిద్ధమయేదీ ఏమిటి? మనం గమనించినట్లుగా అదొక నమ్మకాల వ్యవస్థ కాదు, వితండవాదాల జాబితా కాదు, తయారుచేసి సిద్ధంగా ఉంచిన కొన్ని అభిప్రాయాలూ, ఆదర్శాలూకాదు. అది నాయకత్వం కాదు, ధ్యానం కాదు, ఆధ్యాత్మిక దర్శకత్వం కాదు, ఉదాహరణ కూడా కాదు. అది సంస్కారవిధి కాదు, చర్చి కాదు, నియమావళి కాదు, ఉద్ధారణ కాదు, ఆవేశాన్ని కలిగించే పిచ్చివాగుడు కాదు.

అది బహుశా స్వీయశిక్షణా? కాదు; ఎందుచేతనంటే, స్వీయశిక్షణ మన సమస్యా పరిష్కారానికి మార్గం కాదన్నది కఠోరసత్యం. పరిష్కారాన్ని కనుక్కోవటానికి మనస్సు యథార్థాన్ని స్వీకరించటానికి సిద్ధంగా ఉండాలి, ఏవిధమైన పూర్వాభిప్రాయాలుగాని, ప్రతిబంధకాలుగాని లేకుండా, ఉన్న బాహ్య, అంతర్గత ప్రపంచాలు రెండింటినీ ఎదుర్కోగలగాలి. (దైవసేవే పరిపూర్ణస్వేచ్ఛ. దాన్ని తిరగేస్తే, పరిపూర్ణస్వేచ్ఛే దైవసేవ.) క్రమశిక్షణ పొందినంతలో మనస్సు మౌలికంగా పరివర్తన చెందదు. ఆ 'నేను' పాతదే. పగ్గంతో కట్టి ఉండి, నిగ్రహంలో ఉన్నదంతే.

స్వీయశిక్షణ కూడా కృష్ణమూర్తిగారు ఇవ్వనివాటిలో చేరుతుంది. అలా అయితే, ఆయన ఇచ్చేది ప్రార్థన అయి ఉంటుందా? సమాధానం మళ్లీ, కాదనే. ''ప్రార్థన మీరు కోరినదానికి సమాధానాన్ని ఇవ్వవచ్చు; కానీ, ఆ సమాధానం మీ అంతశ్చేతనలోనుంచే రావచ్చు, లేదా, మీ కోరికలన్నీ దాచిపెట్టిన భాండారం నుంచి రావచ్చు. ఆ సమాధానం దేవుని స్వరం మాత్రం కాదు.'' కృష్ణమూర్తిగారు ఇంకా ఇలా అంటారు, ''మీరు ప్రార్థించినప్పుడు ఏం జరుగుతుందో గమనించండి, ఏవో కొన్ని మాటల్ని నిరంతరం జపం చేయటం ద్వారా, మీ ఆలోచనలను నిగ్రహించటం ద్వారా మనస్సు ప్రశాంతంగా అవుతుంది, అవదా? కనీసం, చైతన్యంగా ఉన్న మనస్సు అయినా ప్రశాంతంగా అవుతుంది. క్రైస్తవులలాగ మోకరిస్తారు, లేదా హిందువులలాగ ఆసనం వేసుకుని కూర్చుని పదేపదే జపం చేస్తూ ఉంటారు. ఆ జపం వల్ల మనస్సు ప్రశాంతంగా అవుతుంది. ఆ ప్రశాంతతలో ఏదో ఒక సూచన లభిస్తుంది. మీ ప్రార్థన ప్రకారం వచ్చిన ఆ సూచన అంతశ్చేతన నుంచి వచ్చి ఉండవచ్చు, లేదా, మీ జ్ఞాపకాలకి ప్రతిస్పందన కావచ్చు, కానీ, నిశ్చయంగా, అది యథార్థవాణి మాత్రంకాదు. యథార్థవాణి మీ వద్దకు రావాలి, దాన్ని బతిమాలలేరు, ప్రార్థించలేరు. పూజ, భజన లాంటివి చేసిగాని. పుష్పాంజలి అర్పించిగాని, సమాధానపరిచిగాని, మిమ్మల్ని మీరు నిరోధించుకునిగాని,

ఇతరులను అనుకరించిగాని ఆ యథార్థవాణిని మభ్యపెట్టి మీ చిన్న పంజరంలోకి రప్పించుకోలేరు. మనస్సుని జపం ద్వారా ప్రశాంతంగా ఉంచి, ఆ ప్రశాంతతలో వచ్చే సూచనలు గ్రహించే యుక్తి ఒకసారి నేర్చుకున్నాక- ఆ సూచనలు రావటం ఎక్కడినుంచో పూర్తిగా తెలుసుకోగలిగి ఉంటే తప్ప - మీరు అందులో చిక్కుకుపోయి, సత్యాన్వేషణకి బదులు ప్రార్థనే ప్రత్యామ్నాయమయే ప్రమాదం ఉంటుంది. మీరు కోరుకున్నది మీరు పొందుతారు; కాని అది సత్యం కాదు. మీరు కోరితే, ప్రార్థిస్తే, మీకు లభిస్తుంది, అయితే అందుకు చివరికి ఫలితం అనుభవిస్తారు.''

ప్రార్థన నుంచి యోగందాకా వెడితే, కృష్ణమూర్తిగారు ఇవ్వనివాటిలో యోగాన్ని కూడా చేర్చాలి. ఎందుచేత నంటే, యోగం అంటే ఏకాగ్రత, ఏకాగ్రత అంటే వేరుచేయటం. ''మీరు ఎంచుకున్న ఒక భావంమీద ఏకాగ్రత సాధించటంతో, తక్కినవాటిని తరిమి వెయ్యటానికి ప్రతిఘటన అనే గోడ కట్టుకుంటారు.'' సామాన్యంగా మనం ధ్యానం అనుకునేది ఇలా ''మనం ఎంచుకున్న భావం మీద ఏకాగ్రత సాధించటం, ప్రతిఘటనను అలవరచుకోవటం మాత్రమే.'' అయితే, మిమ్మల్ని ఆ విధంగా ఎంచుకునేలా చేసేదేమిటి? ''ఇది మంచిది, నిజమైనది, ఉన్నతమైనది, తక్కినవి కావు అనుకునేలా చేసేదేమిటి? మీ ఎంపిక సంతోషం మీదనో, ప్రతిఫలం మీదనో, విజయం మీదనో ఆధారపడి ఉంటుంది, నిశ్చయంగా; లేదా, మీ నిబద్ధతకీ సంప్రదాయానికీ ప్రతిక్రియ మాత్రమే కావచ్చు. ఇంతకీ అసలు మీరు ఎంచుకోవటం ఎందుకు? ప్రతి ఆలోచననీ ఎందుకు పరీక్షించరు? మీకు ఎన్నిటిలోనో ఆసక్తి ఉన్నప్పుడు ఒక్కదాన్నే ఎందుకు ఎంచుకుంటారు? మీకు ఆసక్తి కలిగించే ప్రతిదాన్నీ ఎందుకు పరీక్షించరు? ప్రతిఘటన సృష్టించేందుకు బదులు ఒకే భావం మీదా, ఒకే అభిరుచి మీదా ఏకాగ్రత నిలిపేందుకు బదులు, ప్రతి అభిరుచినీ అది ఏర్పడిన వెంటనే పరీక్షించవచ్చును కదా? ఇంతకీ, మీలో ఎన్నో అభిరుచులు ఏర్పడ్డాయి, ఎన్నో ముసుగులున్నాయి - చేతనంగానో, అచేతనంగానో. వాటిలో ఒక్కదాన్నే ఎంచుకుని, తక్కినవన్నిటినీ వదిలిపెట్టెయ్యటం ఎందుకు? వాటిని వదిలించుకోవటానికి జరిపే పోరాటంలో మీ శక్తులన్నిటినీ వ్యయం చేసి, తద్వారా ప్రతిఘటననీ, పోరాటాన్నీ, ఘర్షణనీ సృష్టిస్తారు. అలాకాకుండా, వచ్చిన ప్రతి ఆలోచననీ పరిశీలిస్తే - 'ప్రతి' ఆలోచననీ, ఏవో కొన్ని ఆలోచనలను మాత్రమే కాదు - అప్పుడు బహిష్కరణ అనేది ఉండదు. కానీ, ప్రతి ఆలోచననీ పరీక్షించటం ప్రయాసతో కూడిన సంగతి. ఎందుచేత నంటే, ఒక ఆలోచనని గమనిస్తూంటే మరొకటి వస్తుంది. కానీ, వాటిమీద అధికారం చెలాయించ కుండా, వాటిని సమర్థించకుండా తెలుసుకుంటూ ఉంటే మీరే చూస్తారు - ఒక ఆలోచనని కేవలం గమనిస్తూన్నప్పుడు మరో ఆలోచన అడ్డురాదు. మీరు దాన్ని దూషించటంగాని, పోల్చటంగాని, అంచనా వెయ్యటంగాని చేసినప్పుడే ఇతర ఆలోచనలు ప్రవేశిస్తాయి.''

''నీపై విచారణ జరుగకుండ నుండవలె నన్నచో నీవు విచారణ జరుపకుము'' అన్న క్రైస్తవ సూక్తి-మనం ఇతరులతో వ్యవహరించటానికి వర్తించినంతగానూ మనతో

మనం వ్యవహరించటానికి కూడా వర్తిస్తుంది. తీర్మానించటం, పోల్చటం, ఖండించటం ఉన్నప్పుడు మనస్సు నిష్పక్షపాతంగా ఉండదు. అందువల్ల సంకేతాల, విధానాల నిరంకుశత్వం నుంచి స్వేచ్ఛ లభించదు, గతం నుంచీ, పరిసరాల నుంచీ తప్పించుకునే మార్గం ఉండదు. ముందుగానే నిర్ణయించుకున్న ఉద్దేశంతో అంతర్ముఖులైనా, ఏవో కొన్ని సంప్రదాయవిధుల ప్రకారంగాని, ఏవో అర్థరహితమైన సూత్రాల ప్రకారంగాని ఆత్మపరీక్ష చేసుకున్నా - ఇవేవీ మనకు సహాయం చెయ్యవు, చెయ్యలేవు. కృష్ణమూర్తిగారన్నట్లు, జీవితంలో ఇంద్రియాతీతమైన స్వాభావికత ఉంది, అదే ''సృజనాత్మక వాస్తవికత'' - గ్రహించే మనస్సు 'అప్రమత్తమైన ఉదాసీన స్థితి' లోనూ, 'తటస్థంగా తెలుసుకునే స్థితి' లోనూ మాత్రమే దాని స్వభావం ఆవిష్కారమవుతుంది. తీర్పు చెప్పటం, పోల్చటం మూలంగా ద్వైతస్థితిలో చిక్కుకోవటం అనివార్యం. ఇష్టాయిష్టాలు లేకుండా తెలుసుకోవటమే మనల్ని ద్వైతస్థితిలో లేకుండా, వైరుధ్యాలమధ్య సానుకూలత, సంపూర్ణ అవగాహన, సంపూర్ణప్రేమ ఉండే స్థితికి చేర్చగలదు... మీరు ప్రేమిస్తే, మీరు చెయ్యదలచుకున్నది చేయవచ్చు. కానీ, మీరు చేయదలచినదాన్ని గానీ, మీకు ఇష్టం లేకుండా చేయదలచినదాన్ని గానీ ఏవో సంప్రదాయ పద్ధతులకీ, అభిప్రాయాలకీ ఆదర్శాలకీ, నిషేధాలకీ లొంగి చేస్తూన్నట్లయితే మీరెన్నటికీ ప్రేమించరు. మీరు చేయదలుచుకున్న దేమిటో, మీరు ఏం కోరాలో, ఏం కోరకూడదో చెప్పే సంకేత విధానానికి మీ ప్రతిక్రియలేమిటో ఇష్టాయిష్టాలు లేకుండా తెలుసుకోవటంలోనే విముక్తి కలిగించే ప్రక్రియ ప్రారంభం కావాలి. అహంలోని పొరలన్నిటినీ, అంతశ్చేతనలోని వాటినికూడా చొచ్చుకొనిపోతునప్పుడే ప్రేమా, అవగాహనా ఏర్పడతాయి. అయితే, అవి మనకు సామాన్యంగా పరిచితమైనవి కాకుండా, వేరేస్థాయికి చెందినవి. జీవితంలో అనుక్షణం, అన్ని పరిస్థితుల్లోనూ ఇలా ఇష్టాయిష్టాలు లేకుండా తెలుసుకుంటూ ఉండటం ఒక్కటే ప్రయోజనకరమైన ధ్యానం. తక్కిన అన్ని రకాల యోగాలూ ఆత్మశిక్షణ ఫలితంగా కలిగే గుడ్డి ఆలోచనకు గాని, స్వయం ప్రేరితమైన పరమానందానికిగాని, కృత్రిమ 'సమాధి' కిగాని దారి తీస్తాయి. 'సృజనాత్మక వాస్తవికత' నుంచి వచ్చే అంతర్గత స్వేచ్ఛే నిజమైన విముక్తి.'' ఇదొక వరం కాదు. అది ఆవిష్కరణ కావాలి, అనుభవంలోకి రావాలి. అది మిమ్మల్ని మీరు కీర్తించుకోవటానికి మీ కోసం మీరు సంచితం చేసుకున్న ఆస్తి కాదు. ఉన్న స్థితి అది, నిశ్శబ్దంలా - అందులో ఏదో అవుతూండటం ఉండదు, అందులో సమగ్రత ఉంటుంది. ఈ సృజనాత్మకత వ్యక్తం కావాలని కోరకపోవచ్చు; బాహ్యంగా రూపుదిద్దుకోవాలనుకునే ప్రతిభ కాదిది. మీరు గొప్ప కళాకారులు కానక్కరలేదు; మీకు ప్రేక్షకులు అవసరం లేదు; వీటిని మీరు కోరుకుంటే, అంతర్గత సత్యాన్ని మీరు కనుక్కోలేరు. అది వరమూ కాదు, ప్రతిభావిశేషం కాదు; దీన్ని కనుక్కోవాలి - కామం, ద్వేషం, అజ్ఞానం, లౌక్యం, స్వయంగా ఏదో అవాలనే తపన - వీటి నుంచి ఆలోచన స్వేచ్ఛగా ఉన్నప్పుడే, ఈ అవినాశకరమైన నిధిని కనుక్కోవచ్చు. సరియైన వివేచన, ధ్యానం ద్వారా దీన్ని అనుభవం పొందాలి. ఇష్టాయిష్టాలు లేకుండా తన్నుతాను తెలుసుకోవటం, విధ్వంసకరమైన మన

కృత్రిమత్వం అట్టడుగున ఉన్న సృజనాత్మక వాస్తవికతకీ, మనం అజ్ఞానం, జ్ఞానం అని భ్రమపడే మరోరకం అజ్ఞానం మరుగున ఉన్న ప్రశాంతమైన వివేకానికీ దారి తీస్తుంది. జ్ఞానం సంకేతాలతో కూడిన వ్యవహారం. అది తరచుగా వివేకానికీ, అనుక్షణం కావలసిన స్వీయ ఆవిష్కారానికీ అడ్డు తగులుతుంది. వివేకంలోని ప్రశాంత స్థితికి చేరుకున్న మనస్సు ''తన అస్తిత్వాన్ని తెలుసుకుంటుంది, ప్రేమించటం ఏమిటో తెలుసుకుంటుంది. ప్రేమ వ్యక్తిగతమైనది కాదు, వ్యక్తిగతం కానిదీ కాదు. ప్రేమ ప్రేమే, నిర్వచించరానిది, దీన్ని చేర్చకుండా ఉందనీ, దీన్ని చేర్చిందనీ మనస్సు వర్ణించరానిది, ప్రేమ దానికదే అనంతం; అది యథార్థమైనది, అది పరమమైనది, అది అపరిమితమైనది.''

– ఆల్డస్ హక్స్లీ

ఇంతవరకు తెలుగులో వెలువడిన జిడ్డు కృష్ణమూర్తి రచనలు

	రూ.
1. కృష్ణమూర్తితత్వం – పరిచయ సంపుటం	110
2. శ్రీలంక సంభాషణలు	20
3. ధ్యానం	30
4. విద్య అందు జీవితమునకుగల ప్రాధాన్యత	50
5. మన జీవితాలు – జిడ్డు కృష్ణమూర్తి వ్యాఖ్యానాలు-1	150
6. మన జీవితాలు – జిడ్డు కృష్ణమూర్తి వ్యాఖ్యానాలు-2	120
7. స్వీయజ్ఞానం	75
8. స్వేచ్ఛ (ఆదిలోనూ – అంతంలోనూ)	100
9. నీవే ప్రపంచం	50
10. గరుడయానం	60
11. ఈ విప్లవం అంతరంగంలో	125
12. ఏకైక విప్లవం	120
*13. గతం నుండి విముక్తి	
*14. ఈ విషయమై ఆలోచించండి	
*15. ముందున్న జీవితం	

*ఈ గుర్తు గలవి స్టాకులో లేవు.

ప్రతులకు:

కృష్ణమూర్తి ఫౌండేషన్, ఇండియా

చెన్నై – 600 082.

విశాలాంధ్ర పబ్లిషింగ్ హౌస్

హైదరాబాద్ – 500 001.

ఇందులో...

ప్రశ్నోత్తరాలు

★ ★ ★

అధ్యాయం-I

ఉపోద్ఘాతం

మనం ఒకరినొకరు బాగా తెలిసినవాళ్ళమయినప్పటికీ, ఒకరి కొకరు తెలియ బరచుకోవటం చాలా కష్టం. నేను ఉపయోగించిన మాటలు మీకు వేరే అర్థాన్ని ఇయ్యవచ్చు. మనం, మీరూ నేనూ ఒకే స్థాయిలో ఏకకాలంలో కలిసినప్పుడే అవగాహన అనేది కలుగుతుంది. అటువంటిది జనం మధ్య, భార్యాభర్తల మధ్యా, ఆప్తమిత్రుల మధ్యా ఆప్యాయత ఉన్నప్పుడే సాధ్యమవుతుంది. అదే నిజమైన సమ్మేళనం. మనం ఒకే స్థాయిలో ఒకే సమయంలో కలుసుకున్నప్పుడే తక్షణం అవగాహన కలుగుతుంది.

ఒకరికి ఒకరు సులభంగా, ఫలప్రదంగా, కచ్చితమైన చర్య జరిగేలా తెలియ జేయటం చాలా కష్టం. నేను సులభమైన మాటలనే వాడుతున్నాను. సాంకేతిక పదాల్ని వాడటం లేదు. ఎందుచేతనంటే, మన కఠిన సమస్యల్ని పరిష్కరించటానికి ఎటువంటి సాంకేతిక వివరణమూ సహాయపడబోదని అనుకుంటున్నాను. కనుక, మానసిక శాస్త్రానికి సంబంధించినవిగానీ, విజ్ఞాన శాస్త్రానికి సంబంధించినవిగానీ, ఎటువంటి సాంకేతిక పదాల్నీ వాడబోవటం లేదు. అదృష్టవశాత్తూ, నేను మానసికశాస్త్ర గ్రంథాలనుగానీ, మత గ్రంథాలనుగానీ ఏవీ చదవలేదు. మన దైనందిన జీవితంలో వాడే సామాన్యమైన, సులభమైన మాటలనే వాడుతూ, ఆ మాటల ద్వారానే ప్రగాఢమైన అర్థాన్ని మీకు తెలియజేయాలనుకుంటున్నాను; కానీ, ఎలా వినాలో మీకు తెలియనట్లయితే అది చాలా కష్టమవుతుంది.

వినటం అనే కళ ఒకటి ఉంది. ఎవరైనా నిజంగా వినగలగాలంటే, వారి వారి పక్షపాతాలనీ, పూర్వ సూత్రీకరణలనీ, దైనందిన కార్యకలాపాలనీ విడిచిపెట్టెయ్యాలి, లేదా పక్కకి తోసిపెట్టాలి. మీరు గ్రహించాలనే మనస్సుతో ఉన్నట్లయితే విషయాలు సులభంగా అర్థమవటానికి వీలవుతుంది. మీరు దేనిమీదైనా నిజమైన శ్రద్ధ చూపించినట్లయితే, దాన్ని మీరు వింటారు. కానీ, దురదృష్టవశాత్తూ, మనలో చాలా మంది ప్రతిఘటన అనే ఒక తెర ద్వారా వింటూ ఉంటారు. మన పక్షపాతాలు - మత సంబంధమైనవిగాని, ఆధ్యాత్మికమైనవిగాని, మానసికమైనవిగాని, విజ్ఞానశాస్త్ర సంబంధమైనవిగాని - అవన్నీ ఒక తెరలా మన కడ్డుగా ఉంటాయి; లేదా, నిత్యజీవితంలో మనకి గల చింతలూ, కోరికలూ, భయాలూ, అవే తెరలా అడ్డుగా ఉంటాయి. ఇటువంటి తెర వెనుకనుంచి మనం వింటాం. కనుక, నిజానికి మన సందడినే, మన గొడవనే మనం వింటూ ఉంటాంగాని చెప్పేదాన్ని వినం. మన శిక్షణనీ, మన పక్షపాతాల్నీ, మన ఇష్టాల్నీ, మన ప్రతిఘటననీ తోసివేసి, శబ్దవివరణకి అతీతంగా పోయి వినటం, తక్షణమే అవగాహన చేసుకోవటం అత్యంత కష్టం. అదో కష్టం ఉంటుంది మనకి.

ఈ ప్రసంగంలో మీ మామూలు ఆలోచనకీ, నమ్మకానికీ వ్యతిరేకంగా ఏదైనా ఉన్నట్లయితే, ఊరికే వినండి. ప్రతిఘటించకండి. మీదే సరియైనది కావచ్చు, నేను చెప్పేదే తప్పు కావచ్చు. కానీ, వినటం వలన, కలిసి పరిశీలించటం వలన సత్యం ఏమిటో తెలుసుకోగలం. సత్యం ఇతరులు మీకియ్యగలిగింది కాదు. మీ అంతటా మీరే దాన్ని కనుక్కోవాలి. కనుక్కోవటానికి సూటిగా గ్రహించగలిగే మానసిక స్థితి ఉండాలి. ప్రతిఘటనగాని, ఒక రక్షణగాని, ఒక శరణంగాని ఉన్నప్పుడు సూటిగా గ్రహించటం ఉండదు. ఉన్న స్థితిని తెలుసుకుని ఉండటం ద్వారానే అవగాహన కలుగుతుంది. ఉన్నస్థితిని, సత్యమైనదాన్ని, వాస్తవమైనదాన్ని అవరోధించకుండా, ఖండించటంగాని, సమర్థించటంగాని చెయ్యకుండా తెలుసుకోవటమే వివేకానికి ప్రారంభం. మన పైన ఉన్న ప్రభావాల్నీ మన పక్షపాతాల్నీ అనుసరించి వ్యాఖ్యానం చేయటం, అనువదించటం ప్రారంభించినప్పుడు సత్యం మనకు దొరకదు. ఇంతకీ, అదొక పరిశోధనవంటిది. ఒక వస్తువును చూసినప్పుడు, అది ఎటువంటిదో, అది వాస్తవంగా ఎలా ఉందో తెలుసుకోవటానికి పరిశోధన కావాలి. మీరు మీ మానసిక ప్రవృత్తులను అనుసరించి అనువదించకూడదు. అలాగే, మీరు ఉన్న స్థితిని కచ్చితంగా చూడగలిగి, పరీక్షించగలిగి, తెలుసుకుని ఉన్నట్లయితే, అప్పుడు సమస్య పరిష్కారమయినట్లే. ఈ ప్రసంగాలన్నింటిలోనూ మనం చేసే ప్రయత్నం అదే. ఉన్న స్థితిని మీకు చూపిస్తాను; అంతేకాని, నా భ్రమని అనుసరించి అనువదించటంలేదు. మీరు కూడా మీ పూర్వరంగాన్నీ, శిక్షణనీ అనుసరించి అనువదించటంగాని, వ్యాఖ్యానించటంగాని చేయకూడదు.

అయితే, ప్రతి విషయాన్నీ ఉన్నది ఉన్నట్లుగా తెలుసుకొని ఉండటం సాధ్యం కాదా? అక్కడ నుంచి ప్రారంభిస్తే నిశ్చయంగా ఒక అవగాహన కలుగుతుంది. ఉన్న స్థితిని అంగీకరించటం, తెలుసుకుని ఉండటం, దాన్ని అర్థం చేసుకోవటంతో పోరాటం ముగుస్తుంది. నేను అసత్యవాదినని నేను తెలుసుకున్నప్పుడు, అది వాస్తవిక విషయమని నేను గుర్తించినప్పుడు పోరాటం ఆగిపోతుంది. తను ఎలా ఉన్నాడో దాన్ని అంగీకరించటం, తన స్థితిని తాను తెలుసుకుని ఉండటం, అంటే, వివేకం ప్రారంభమైనట్లే, అవగాహన ఆరంభమయినట్లే. అది మిమ్మల్ని కాలం నుంచి విముక్తి చేస్తుంది. కాలాన్ని - కాలం అంటే కాలక్రమానుసారం అనే భావంలో కాకుండా - ఒక సాధనంలా, ఒక మానసిక ప్రక్రియలా, మనోగతిలా తీసుకొచ్చినట్లయితే - అది వినాశకరం అవుతుంది, గందరగోళాన్ని సృష్టిస్తుంది.

కనుక, ఉన్నస్థితిని ఖండించకుండా, సమర్థించకుండా, ఏకీభావం లేకుండా గుర్తించినప్పుడు దాన్ని అవగాహన చేసుకోగలం. ఎవరైనా తానొక ప్రత్యేక అవస్థలో, ఒక ప్రత్యేక స్థితిలో ఉన్నట్లు తెలుసుకోవటమే విముక్తి కలగటానికి మొదలు. కానీ, తన స్థితినీ, తన పోరాటాన్నీ గుర్తించినవాడు, తానున్న స్థితికి భిన్నంగా ఇంకేదో అవటానికి ప్రయత్నిస్తాడు; ఆ ప్రయత్నమే అలవాటుగా పరిణమిస్తుంది. కాబట్టి, ఉన్నస్థితిని పరీక్షించటానికీ, వాస్తవమైనదాన్ని ఏమీ వంకర చేయకుండా, ఏమీ వ్యాఖ్యానం చెయ్యకుండా చూసి తెలుసుకుని ఉండటానికీ మనం సంకల్పించామన్న సంగతిని మనం

మనస్సులో ఉంచుకుందాం. ఉన్న స్థితిని తెలుసుకుని ఉండి, దాన్ని వెంబడించాలంటే అసాధారణ సునిశితత్వం కలమనస్సు, అసాధారణ మృదుత్వం కల హృదయం అవసరం. ఎందుచేతనంటే, ఉన్న స్థితి నిరంతరం చలిస్తూ ఉంటుంది, మార్పు చెందుతూ ఉంటుంది. మనస్సు ఒక నమ్మకానికిగాని, ఒక తెలిసినదానికిగాని కట్టుబడి ఉన్నట్లయితే, అది ఉన్న స్థితిని అనుసరించటం మానేస్తుంది, ఉన్న స్థితి యొక్క త్వరిత గమనాన్ని అనుసరించలేకపోతుంది. ఉన్న స్థితి స్థాణువులా చలనం లేనిది కాదు, ఇది నిశ్చయం - అది నిరంతరం చలనంతో ఉంటుంది. బహు జాగ్రత్తగా మీరు పరీక్షించినట్లయితే, ఆ విషయాన్ని మీ అంతట మీరే చూడగలరు. దాన్ని అనుసరించటానికి అతి చురుకైన మనస్సు, అతి మృదువైన హృదయం అవసరం. కానీ, మనస్సు చలనం లేకుండా ఉన్నప్పుడు, ఒక నమ్మకంలో, ఒక పక్షపాతంలో, ఒక ఏకీభావంలో స్థిరంగా చిక్కుకుని ఉన్నప్పుడు మనస్సు చురుకుగానూ, హృదయం మృదువుగానూ ఉండలేవు. మనస్సు, హృదయం ఎండిపోయి ఉంటే, ఉన్న స్థితిని సులభంగా, చురుకుగా అనుసరించలేవు.

వ్యక్తిగతంగానే కాక, సామూహికంగా కూడా సంఘర్షణ, గందరగోళం, దుఃఖం ఉన్నాయన్న విషయం అందరికీ తెలిసినదే. దానికి విపరీతమైన చర్చ, విశేషమైన శబ్దవిపులీకరణం అవసరం లేదనుకుంటాను. అది భారతదేశంలోనే కాదు, చైనాలోనూ, అమెరికాలోనూ, ఇంగ్లండులోనూ, జర్మనీలోనూ, ప్రపంచమంతటా అన్ని దేశాల్లోనూ ఒకే రీతిగా ఉంది. ఎక్కడ చూసినా గందరగోళమే, పెరిగిపోతున్న దుఃఖమే. అది ఒక్క జాతికి సంబంధించినది మాత్రమే కాదు. అది ప్రత్యేకంగా ఇక్కడే అని లేదు, ప్రపంచమంతటా ఉంది. తీవ్రమైన బాధ అపారంగా ఉంది. అది వ్యక్తిగతంగానే కాక, సామూహికంగా ఉంది. కాబట్టి, అది ప్రపంచానికొక మహావిపత్తు. దాన్నొక భూభాగానికి గానీ, ఒక వర్ణపుజాతికి గాని పరిమితం చేయటం అర్థరహితమైన విషయం - ఎందుచేతనంటే, వ్యక్తిగతమూ, ప్రపంచవ్యాప్తమూ అయిన ఈ బాధయొక్క ప్రాముఖ్యాన్ని మనం పూర్తిగా అర్థం చేసుకోవటంలేదన్నమాటే. ఈ గందరగోళ పరిస్థితిని మనం తెలుసుకున్నాక ఈ రోజున మన ప్రతిస్పందన ఏమిటి? ఏమిటి మన ప్రతిక్రియ?

రాజకీయంగా, సాంఘికంగా, మతపరంగా దుస్థితి ఉంది. మన మానసిక అస్తిత్వమంతా గందరగోళంలో ఉంది. నాయకులందరూ - రాజకీయ, మత నాయకులందరూ మనకి నిరాశ కలిగించారు. గ్రంథాలన్నీ వాటి అర్థాన్ని కోల్పోయాయి. భగవద్గీతని చూడండి, బైబిల్‌ని చూడండి, లేదా, రాజనీతి శాస్త్రం మీదగాని, మనస్తత్వ శాస్త్రం మీద గాని రాసిన అత్యాధునిక గ్రంథాన్ని గాని చూడండి; వాటి స్వతస్సిద్ధమైన గుణాన్ని, సత్యగుణాన్ని నష్టపోయాయని మీరు గమనిస్తారు. అవన్నీ కేవలం శబ్దాలుగా మాత్రం మిగిలాయి. ఆ శబ్దాలను పునశ్చరణ చేసే మీరే గందరగోళంలో, అనిశ్చిత స్థితిలో ఉన్నారు. కేవలం పునశ్చరణ వల్ల ఎటువంటి లాభమూ లేదు. కనుక, శబ్దాలకీ, గ్రంథాలకీ విలువ పోయింది.

అంటే, మీరు బైబిల్‌ని గానీ, మార్క్స్‌ని గానీ, భగవద్గీతని గానీ ఉదాహరించి నప్పుడు, ఉదాహరిస్తున్న మీరే అనిశ్చితంగానూ, గందరగోళంతోనూ ఉండటం వల్ల

పునశ్చరణ అసత్యమవుతోంది. ఎందుచేతనంటే, అందులో రాసినది కేవలం ప్రచార మవుతోంది. ప్రచారం సత్యం కాదు. కనుక మీరు పునశ్చరణ చేస్తున్నప్పుడు మీ అస్తిత్వాన్ని మీరే గ్రహించటంలేదు. మీ గందరగోళాన్ని అధికారపూరితమైన శబ్దాలతో కప్పిపుచ్చుతున్నారు. కానీ, మనమిప్పుడు ప్రయత్నించేది ఉదాహరణలతో కప్పిపుచ్చటం కాక, ఈ గందరగోళాన్ని అవగాహనచేసుకోవటమే. కనుక, దీనికి మీ ప్రతిక్రియ ఏమిటి?

ఈ అసాధారణమైన అరాజకత్వానికీ, ఈ గందరగోళానికీ, జీవితంలోని అనిశ్చిత స్థితికీ మీ ప్రతిక్రియ ఏమిటి? నేను చర్చిస్తున్నప్పుడు మీరు తెలుసుకుంటూ ఉండండి. నా మాటల్ని కాక మీలో చురుకుగా ఉన్న ఆలోచనని అనుసరించండి. మనలో చాలా మందికి ప్రేక్షకులుగా ఉండటమే అలవాటయింది కానీ, ఆటలో పాల్గొనటం మాత్రం కాదు. మనం పుస్తకాలు చదువుతాం, కానీ, మనం ఎప్పుడూ పుస్తకాలు రాయం. అది మన సంప్రదాయం అయిపోయింది; మన జాతికే కాదు, విశ్వమంతా వ్యాపించిన అలవాటు అది - ప్రేక్షకులుగా ఉండటం, ఫుట్‌బాల్ ఆటని చూసి సంతోషించటం, బహిరంగోపన్యాసాలనిచ్చే రాజకీయ వేత్తల్నీ, వక్తల్నీ చూసి ఆనందించటం. మనం కేవలం బయటనుంచి చూసేవాళ్లమే కాని, మనకి సృజనాత్మక శక్తి లేకుండా పోయింది. కాబట్టి, మన శక్తి కొద్దీ గ్రహించి ఇందులో పాల్గొనటానికి ప్రయత్నిద్దాం.

కనుక, ఇప్పుడు మీరు కేవలం చూస్తూనే ఉన్నట్లయితే, కేవలం ప్రేక్షకులే అయితే ఈ ప్రసంగం యొక్క తాత్పర్యాన్ని ఎంతమాత్రం గ్రహించలేరు. ఎందుచేతనంటే, మీరు మామూలుగా అలవాటునిబట్టి వినదగిన ఉపన్యాసం కాదిది. ఏ "విజ్ఞాన సర్వస్వం" చూసినా తెలుసుకోదగిన విషయాలను నేను మీకు చెప్పదలుచుకోలేదు. మనం ఇక్కడ ప్రయత్నించేదేమిటంటే, మనం ఒకరి ఆలోచనల్ని మరొకరం అనుసరించటానికీ, మన అనుభూతుల సూచనల్నీ, స్పందనల్నీ వీలైనంతవరకు మనకు చేతనయినంత ప్రగాఢంగా గ్రహించటం. కనుక, ఈ పరిస్థితికీ, ఈ బాధకీ మీ ప్రతిస్పందన ఏమిటో, ఇతరులు చెప్పిన మాటలు కాక, మీ అంతట మీరు ఏం సమాధానం చెబుతారో, దయచేసి తెలుసుకోండి. ఈ బాధ వలన, ఈ అరాజకత్వం వలన మీకేదైనా లాభం కలుగుతున్నట్లయితే - ఆర్థికంగా గాని, సాంఘికంగా గాని, రాజకీయంగా గాని, మానసికంగా గాని మీరు లాభం పొందుతున్నట్లయితే, ఉపేక్ష వహించటమే మీ ప్రతిక్రియ. కాబట్టి, ఈ అరాజకత్వం ఇకముందు కూడా ఉన్నప్పటికీ మీరు లక్ష్యం చెయ్యరు. ప్రపంచంలో ఇబ్బందీ, గందరగోళం ఎంత ఎక్కువయితే, జనం, నిశ్చయంగా, అంత ఎక్కువ భద్రతని కోరుకుంటారు. మీరు గమనించలేదా? ప్రపంచంలో మానసికంగానూ, అన్ని విధాలుగానూ గందరగోళం ఉన్నప్పుడు, ఏదో ఒక భద్రతలో, ధనాన్ని పోగుచెయ్యటంతోగాని, ఒక సిద్ధాంతంతో గాని మిమ్మల్ని మీరు పరిరక్షించుకుంటారు; లేదా, ప్రార్థనలు చేస్తారు, దేవాలయాలకు వెడతారు - ఇదంతా ప్రపంచంలో జరుగుతున్నదాన్నుంచి, వాస్తవంగా తప్పించుకు పారిపోవటమే. అంతకంతకి అనేక మతశాఖలు ఏర్పడుతున్నాయి, అంతకంతకి అనేక సిద్ధాంతాలు ప్రపంచమంతటా

బయలుదేరుతున్నాయి. గందరగోళం ఎక్కువవటంచేతనే మీరో నాయకుని కోసం, ఈ గందరగోళం నుంచి మిమ్మల్ని బయటకి తీసుకుపోగల మార్గదర్శి కోసం వెతుకుతారు. అందుచేత, మత గ్రంథాల్ని చదువుతారు, లేదా, కొత్తగా ఉద్భవించిన బోధకుని అనుసరిస్తారు, లేదా, సమస్యని పరిష్కరించేటట్లు కనిపించే ఒక విధానాన్ని- వామపక్షానిదో, దక్షిణ పక్షానిదో - ఏదో ఒక విధానాన్ని అనుసరించి ప్రతిస్పందిస్తారు. ప్రపంచంలో సరిగ్గా జరుగుతున్నది ఇదే.

గందరగోళాన్ని చూసి వాస్తవంగా అదెలా ఉన్నదో తెలుసుకున్న తక్షణమే మీరు దాన్నుంచి తప్పించుకోవటానికి ప్రయత్నిస్తారు. మీ ఆర్థిక, సాంఘిక, మత సమస్యల్ని పరిష్కరించటానికి ఒక వ్యవస్థని చూపించే సంఘాలే అన్నిటికంటే ఎక్కువ హీనమైనవి. ఎందుచేతనంటే, అప్పుడా వ్యవస్థే - మత వ్యవస్థగాని, వామపక్ష వ్యవస్థగాని, దక్షిణపక్ష వ్యవస్థగాని - ముఖ్యమయిపోతుంది. మనిషి ప్రసక్తే ఉండదు. ఆ వ్యవస్థ, ఆ తత్త్వం, ఆ భావం ముఖ్యమవుతుంది, మనిషై మాత్రం కాదు. భావం కోసం, సిద్ధాంతం కోసం మానవజాతినంతటినీ బలి ఇవ్వటానికి మీరు సంసిద్ధులవుతున్నారు. ప్రపంచంలో వాస్తవంగా జరుగుతున్నదిదే. ఇది కేవలం నా వ్యాఖ్యానం కాదు. మీరు పరిశీలించి నట్లయితే, ప్రపంచంలో జరుగుతున్నది కచ్చితంగా అదేనని మీరు గ్రహిస్తారు. విధానమే ముఖ్యమైపోయింది. వ్యవస్థే ముఖ్యమైపోయింది కాబట్టి, మనుషులకు - మీకూ నాకూ -విలువలేదు. ఆ వ్యవస్థని నడిపించేవారు, మతం గానీ, సంఘంగానీ, వామ, దక్షిణ పక్షాలుగానీ అధికారాన్ని చేబడతారు, అధికారాన్ని చేజిక్కించుకుంటారు, వ్యక్తి అయిన మిమ్మల్ని బలిచేస్తారు. అదే కచ్చితంగా జరుగుతోంది.

ఇప్పుడు, ఈ గందరగోళానికీ, దుఃఖానికీ కారణం ఏమిటి? ఈ దుఃఖం - అంతర్గతంగానే కాక, బాహ్యంగా కూడా ఉన్న ఈ బాధ, యుద్ధం వస్తుందనే భయం, నిరీక్షణ, మూడవ ప్రపంచ యుద్ధం రాబోతోందనే భీతి, ఇదంతా ఎలా సంభవించింది? దానికి కారణం ఏమిటి? నైతికంగా, ఆధ్యాత్మికంగా విలువలన్నీ నశించిపోయాయనీ, ఇంద్రియాలకు సంబంధించిన విలువలు - మానవుడు చేత్తోగాని, మనస్సుతోగాని ఉత్పత్తి చేసినవాటిని కీర్తించటం జరుగుతోందనీ తెలుస్తోంది. చేత్తోగాని, మనస్సుతోగాని, యంత్రంతోగాని తయారుచేసిన వస్తువుల విలువలు తప్ప ఇంకే విలువలూ లేనప్పుడు ఏం జరుగుతుంది? వస్తువులిచ్చే ఇంద్రియ సుఖాలకు ఎక్కువ విలువనిచ్చినకొద్దీ మరింత గందరగోళం ఏర్పడుతుంది-కాదా? ఇదైనా నా సిద్ధాంతం కాదు. మీ విలువలూ, మీ భోగభాగ్యాలూ, మీ ఆర్థిక, సాంఘిక జీవనం, అన్నీ చేత్తోగాని, మనస్సుతోగాని తయారుచేసిన వాటి విలువల పైనే ఆధారపడి ఉన్నాయని తెలుసుకోవటానికి పుస్తకాలోంచి ఉదాహరించనవసరం లేదు. కనుక, మనం ఇంద్రియాలకు సంబంధించిన విలువల్లోనే పూర్తిగా మునిగిపోయి జీవిస్తున్నాం, వ్యవహరిస్తున్నాం, అంటే, చేత్తోనూ, మనస్సులోనూ,యంత్రంతోనూ తయారైనవే మనకి ముఖ్యమైపోయినప్పుడు నమ్మకానికి ప్రాముఖ్యం అధికమవుతుంది - అదే కచ్చితంగా ప్రపంచంలో జరుగుతోంది - కాదా?

ఆ ప్రకారం ఇంద్రియాలకు సంబంధించిన విలువలకి అత్యధిక ప్రాముఖ్యాన్ని ఇవ్వటంచేతనే గందరగోళం ఎక్కువవుతోంది. గందరగోళంలో మునిగి ఉండటం చేత దాన్నుంచి అనేక విధాలుగా, మత. ఆర్థిక, సాంఘిక విధాల్లోగాని, ఆకాంక్ష ద్వారా గాని, అధికారం ద్వారా గాని, సత్యాన్వేషణ ద్వారా గాని తప్పించుకోవటానికి మనం ప్రయత్నిస్తున్నాం. కానీ, సత్యం సన్నిహితంగానే ఉంది. దాని కోసం వెతకవలసిన అగత్యంలేదు. దాన్ని వెతకటానికి ప్రయత్నించినా మనిషి కనుక్కోలేడు. ఉన్న స్థితిలోనే సత్యం ఉంది - అదే దానిలో ఉన్న అందం. కానీ, దాన్ని ఊహించిన క్షణంలోనే, దాని కోసం వెతికే క్షణంలోనే మీరు పోరాటాన్ని ప్రారంభిస్తారు. పోరాటం జరిపే మనిషి అవగాహన చేసుకోలేడు. అందుచేతనే, మనం ప్రశాంతంగా గమనిస్తూ, ఉదాసీనంగా ఉంటూ తెలుసుకుంటూ ఉండాలి. మన జీవితం, మన కార్యకలాపం ఎప్పుడూ వినాశకరంగానే, దుఃఖమయంగానే ఉండటం చూస్తున్నాం. కెరటంలా మీదపడిన గందరగోళం, సంక్షోభం, నిత్యం మనల్ని ముంచి వేస్తున్నాయి. జీవితంలోని గందర గోళంలో విరామం అనేది లేదు.

ప్రస్తుతం మనం ఏం చేసినా గందరగోళానికీ, దుఃఖానికీ, బాధకీ దారితీస్తున్నట్లే కనిపిస్తోంది. మీ జీవితాన్ని మీరు చూసుకున్నట్లయితే అది ఎప్పుడూ దుఃఖం అంచునే ఉన్నట్లు తెలుసుకుంటారు. మన పనులూ, మన సాంఘిక కార్యకలాపాలూ, మన రాజకీయాలూ, యుద్ధ నివారణ కోసం వివిధ దేశాల వారు చేసే సమావేశాలూ, అన్నీ యుద్ధాన్నే మరింతగా సృష్టిస్తున్నాయి. జీవితం వెనుకనే వినాశం అనుసరిస్తోంది. మనమేం చేసినా మరణానికే దారి తీస్తోంది. వాస్తవికంగా జరుగుతున్నది అదే.

ఈ దుస్థితిని మనం తక్షణమే ఆపుచెయ్యగలమా? ఎప్పుడూ గందరగోళం, దుఃఖం అనే కెరటాల్లో చిక్కుకుపోకుండా ఉండలేమా? గొప్ప ప్రబోధకులు - బుద్ధుడు, క్రీస్తు అవతరించారు, మతాన్ని అంగీకరించారు, బహుశా వారు గందరగోళం నుంచీ, దుఃఖం నుంచీ విముక్తులై ఉండవచ్చును. కానీ, వారు దుఃఖాన్ని నివారించలేదు, గందరగోళాన్ని ఆపుచెయ్యలేదు. గందరగోళం కొనసాగుతూనే ఉంది. దుఃఖం కొనసాగుతూనే ఉంది. అయితే, మీరు, ఈ ఆర్థిక, సాంఘిక గందరగోళాన్నీ, సంక్షోభాన్నీ, దుస్థితినీ చూసి, విరక్తి చెంది మత జీవితం అనే దాని కోసం ఈ ప్రపంచాన్ని విసర్జించినట్లయితే, ఆ మహాబోధకులతో కలిశామని మీరనుకోవచ్చు. కాని, ప్రపంచం మాత్రం దాని గందరగోళంలో, దుస్థితిలో, వినాశంలో ఉండటం, ధనవంతులూ, దరిద్రులూ నిరంతర బాధలో ఉండటం తప్పదు. కనుక, మన సమస్య - మీదీ, నాదీ - ఏమిటంటే, తక్షణం ఈ దుస్థితి నుంచి మనం బయటికి రాగలమా? మీరు ప్రపంచంలో జీవిస్తూకూడా, దానిలో భాగం కావడానికి ఇష్టపడకుండా ఉన్నట్లయితే, ఈ గందరగోళంలోంచి బయట పడటానికి - ముందెప్పుడో కాదు, రేపుకాదు, ఈరోజే, ఇప్పుడే - బయటపడటానికి ఇతరులకు సహాయం చేసినవారవుతారు. నిశ్చయంగా అదే మన సమస్య. యుద్ధం బహుశా మరింత వినాశకరంగా, మరింత భయంకరరూపంలో

రావచ్చు). మనం దాన్ని నివారించలేమన్నది నిశ్చయం. ఎందుచేతనంటే, సంఘర్షణకి కారణాలు అతి ప్రబలంగా, అతి సమీపంగా ఉన్నాయి. కానీ, మీరూ నేనూ ఈ గందరగోళాన్నీ, ఈ దుస్థితినీ తక్షణం చూడగలం - చూడలేమా? వాటిని మనం చూసి అవగాహన చేసుకునేలా ఇతరులను కూడా నేర్పగల స్థితిలో ఉంటాం. అంటే, మీరు తక్షణమే స్వేచ్ఛగా ఉండగలరా? ఎందుకంటే - ఈ దుస్థితి నుంచి బయటపడే మార్గం అదొక్కటే. అవగాహన అనేది ఈ వర్తమానంలో జరగవలసినదే. మీరు కనుక ''రేపు చేస్తాం'' అని అంటే, గందరగోళం కెరటంలా వచ్చి మిమ్మల్ని ముంచేస్తుంది. అప్పుడు మీరు ఇక ఎప్పటికీ గందరగోళంలో చిక్కుకుని ఉంటారు.

కనుక, మీ అంతట మీరు సత్యాన్ని తక్షణమే అవగాహన చేసుకొని గందరగోళాన్ని అంతమొందించుకునే స్థితికి రావటానికి సాధ్యమవుతుందా? అవుననీ, అదొక్కటే సాధ్యమయే మార్గమనీ అంటాను. ఊహ మీదా, నమ్మకం మీదా ఆధారపడకుండా అది సాధ్యం చేయగలమనీ, చేసి తీరాలనీ చెబుతాను. ఈ అసాధారణమైన పరివర్తనం - ధనవంతులను అంతం చేసి, వారి స్థానంలో మరొక పక్షాన్ని అధికారంలో ఉంచటానికి చేసే విప్లవం కాదు - ఈ అద్భుతమైన రూపాంతరాన్ని, నిజమైన, ఏకైక మౌలిక పరివర్తన తీసుకురావటమే సమస్య. సామాన్యంగా విప్లవం అని చెప్పబడేది కేవలం వెనకటిదానిలో కొంత దిద్దుబాటు చేయటం, లేదా, వెనకటిదాన్నే వామపక్షం వారి అభిప్రాయాల ననుసరించి కొనసాగించటం జరుగుతుంది. వామపక్షాన్ని కూడా సరిగ్గా గమనించి నట్లయితే, దక్షిణపక్షాన్ని దిద్దుబాటు చేసి ముందుకు సాగుతున్నదే. దక్షిణ పక్షం వారు ఇంద్రియాలకు సంబంధించిన విలువలపై ఆధారపడి ఉంటే, వామపక్షం వారు కూడా ఆ ఇంద్రియాలకు సంబంధించిన విలువలనే పరిమాణంలోనూ, రూపంలోనూ మార్పులు చేసి కొనసాగిస్తున్నారు.

కాబట్టి, నిజమైన విప్లవం, మీరు ఒక వ్యక్తిగా ఇతరులతో మీకు గల సంబంధంలో మిమ్మల్ని మీరు తెలుసుకుంటున్నప్పుడే సాధ్యమవుతుంది. మీరు ఇతరులతో, మీ భార్యతోనూ, మీ బిడ్డతోనూ, మీ యజమానితోనూ, మీ ఇరుగుపొరుగు వారితోనూ కలిగి ఉన్న సంబంధమే సంఘం. సంఘమంటూ స్వతస్సిద్ధంగా ఏదీలేదు. మీరూ నేనూ మన సంబంధంలో సృజించినదే సంఘం. మన యావత్తు అంతర్గత మానసిక అవస్థల బాహ్యావిష్కరణమే సంఘం. కనుక మీరూ నేనూ మనల్ని మనం అవగాహన చేసుకోకుండా, అంతరంగ బాహ్యావిష్కరణని కాకుండా కేవలం బాహ్యమైన దాన్ని మార్చటానికి ప్రయత్నిస్తే దానికి ఎంతమాత్రం అర్థం ఉండదు. అంటే, మీతో గల సంబంధంలో నన్ను నేను అవగాహన చేసుకోనంతవరకూ సంఘంలో చెప్పదగిన ముఖ్యపరివర్తన గాని, దిద్దుబాటుగాని జరగటానికి సాధ్యం అవదు. నా సంబంధంలో గందరగోళం ఉంటే, నేనెలా ఉన్నానో అలాగే, అంటే,, నా బాహ్యావిష్కరణ, నా ప్రతిరూపం అయినట్టి సంఘాన్నే నేను సృజిస్తున్నాను. ఇది సుస్పష్టమయిన విషయం. దీన్ని మనం చర్చించవచ్చు. బాహ్యరూపమైనట్టి సంఘం నన్ను సృజించిందో, లేక, నేనే సంఘాన్ని సృజించానో మనం చర్చించవచ్చు.

కాబట్టి, ఇతరులతో నాకు గల సంబంధంలో నేనెలా ఉన్నానో, అదే సంఘాన్ని సృష్టిస్తోందనీ, నన్ను నేను సమూలంగా రూపాంతరం చేసుకోనిదే సంఘం యొక్క అత్యవసర నిర్వహణలో మార్పురావటం సాధ్యం కాదనీ పూర్తిగా స్పష్టం కావటం లేదా? పరివర్తన తీసుకురావటానికి ఒక వ్యవస్థని ఆశిస్తున్నట్లయితే, మనం కేవలం సమస్యని తప్పించుకుంటున్నామన్నమాట. ఎందుచేతనంటే, ఎటువంటి వ్యవస్థా మనిషిని మార్చలేదు. మనిషే ఎప్పుడూ వ్యవస్థని మారుస్తూ ఉంటాడు. దీనికి చరిత్రే నిదర్శనం. మీతో నాకు గల సంబంధంలో నన్ను నేను అవగాహన చేసుకోనంత వరకూ, గందరగోళానికీ, దుస్థితికీ, వినాశానికీ, భయానికీ, పశుత్వానికీ నేనే కారకుడనవుతాను. నన్ను నేను అవగాహన చేసుకోవటానికి కాలంతో నిమిత్తం లేదు. ఈ క్షణంలో నన్ను నేను అవగాహన చేసుకోగలను. ''నన్ను నేను రేపు అవగాహన చేసుకుంటాను'' అని అంటే, నేను గందరగోళాన్నీ, దుస్థితినీ తెస్తున్నానని. నా చర్య వినాశకరం అవుతుంది. ఏ క్షణంలో నేను ''అవగాహన చేసుకుంటాను'' అని అంటానో, ఆ క్షణంలోనే నేను కాలం అనే అంశాన్ని తీసుకొచ్చి, గందరగోళం, వినాశం అనే కెరటాల్లో చిక్కుకుపోయి ఉంటాను. అవగాహన చేసుకోవటం ఇప్పుడే, రేపు కాదు. రేపు - సోమరి మనస్సుకీ, బద్ధకపు మనస్సుకీ, శ్రద్ధలేని మనస్సు కీనూ. మీకు దేనిమీదైనా నిజంగా శ్రద్ధ ఉన్నప్పుడు దాన్ని తక్షణమే చేస్తారు, తక్షణమే అవగాహన చేసుకుంటారు. తక్షణమే పరివర్తన కలుగుతుంది. మీరిప్పుడు మారకపోతే, మీ రెప్పటికీ మారలేరు. ఎందుచేతనంటే, రేపు రాబోయే మార్పు కేవలం దిద్దుబాటు మాత్రమే అవుతుంది. పరివర్తనం ఎన్నటికీ కాదు. పరివర్తనం ఈ క్షణంలో మాత్రమే జరగటానికి వీలవుతుంది. విప్లవం ఇప్పుడే, రేపు కాదు.

అది సంభవించినప్పుడు, మీకెటువంటి సమస్యా ఉండదు. ఎందువల్లనంటే, అప్పుడు 'నేను' తన గురించి తను వ్యాకులపడదు. అప్పుడు మీరు వినాశతరంగానికి అతీతంగా ఉంటారు.

అధ్యాయం-II

మనం అన్వేషించేదేమిటి?

మనలో చాలా మంది అన్వేషించేదేమిటి? మనలో ప్రతి ఒక్కరూ కోరుకునేదేమిటి? ముఖ్యంగా, ఈ అశాంతిమయ ప్రపంచంలో ప్రతి ఒక్కరూ-ఏదో ఒక విధమైన శాంతి కోసం, ఏదో ఆనందం కోసం, ఒక ఆశ్రయం కోసం ప్రయత్నిస్తున్నప్పుడు మనం అన్వేషించేది ఏమిటో కనుక్కోవటం నిజంగా ముఖ్యం కాదా? ఇంతకీ మనం ఏమిటి అన్వేషించాలని ప్రయత్నిస్తున్నాం? మనం ఏమిటి? అన్వేషించాలని ప్రయత్నిస్తున్నాం? బహుశా మనలో అనేకమంది ఏదో ఒక ఆనందాన్నో, ఏదో ఒక విధమైన శాంతినో కోరతాం. గందరగోళంతోనూ, యుద్ధాలతోనూ, వివాదాలతోనూ, సంఘర్షణతోనూ నిండి ఉన్న ప్రపంచంలో ఒకింత శాంతి లభించే ఆశ్రయం కోసం ఆశిస్తాం. మనలో చాలా మంది కోరుకునేది అదే అనుకుంటాను. కనుక, ఒక నాయకుని దగ్గర నుంచి మరొకరి దగ్గరికీ, ఒక మత సంస్థ నుంచి మరొక దానికీ, ఒక బోధకుడి దగ్గర నుంచి మరొకరి దగ్గరికీ పోతూ ఉంటాం.

అయితే మనం అన్వేషించేది ఆనందమా, లేక, ఆనందాన్నిస్తుందని ఆశించే ఒక విధమైన సంతృప్తినా? ఆనందానికీ సంతృప్తికీ భేదం ఉంది. ఆనందాన్ని 'అన్వేషించ' గలరా? బహుశా సంతృప్తిని పొందవచ్చు. కానీ, ఆనందాన్ని మాత్రం 'కనుక్కో'లేరు. ఇది నిశ్చయం. ఆనందం వ్యుత్పన్నమయేది; మరొకదానినుంచి కలిగేది. కనుక, విశేషమైన చిత్తశుద్ధి, శ్రద్ధ, ధ్యానం, జాగరూకత అవసరమైనటువంటిదానికి మన మనస్సునీ, హృదయాన్నీ అర్పించేందుకు ముందు మనం దాన్ని కనుక్కోవద్దా? మనం అన్వేషించేది ఆనందమా, లేక, సంతృప్తా అనేది తెలుసుకోవద్దా? మనలో చాలా మంది సంతృప్తినే కోరుకుంటారని నా అనుమానం. మనకి సంతృప్తి కావాలి. అన్వేషణానంతరం మనకి సంపూర్ణంగా ఉన్నట్లు అనుభూతి కలగాలని కోరుకుంటాం.

ఇంతకీ, ఎవరైనా శాంతి కావాలనుకుంటే దాన్ని సులభంగా పొందవచ్చు. ఏదో ఒక విధమైన ఉద్యమానికో, ఒక భావానికో గుడ్డిగా తన్నుతాను అర్పించుకుని దానిలో శరణు పొందవచ్చు. కానీ, అది సమస్యని పరిష్కరించదు, నిశ్చయంగా. పూర్తిగా ఒక భావంలో మునిగిపోయి ఏకాంతవాసం చేయటం వల్ల పోరాటం నుంచి విముక్తి కలగదు. కాబట్టి మనలో ప్రతి ఒక్కరూ అంతర్గతంగానూ, బాహ్యంగానూ దేన్ని కోరుతున్నామో కనుక్కోవాలి - అక్కర్లేదా? ఆ విషయాన్ని మనం స్పష్టంగా గ్రహించినట్లయితే, అప్పుడు ఏ బోధకుని దగ్గరికీగానీ, ఏ చర్చికిగానీ, ఏ సంస్థకీగానీ పోనక్కర్లేదు. కాబట్టి, మనకున్న

కష్టం ఏమిటంటే, మన ఉద్దేశం ఏమిటో మనకి స్పష్టంగా తెలియటం - అంతేకాదా? మనం స్పష్టంగా ఉండగలమా? అటువంటి స్పష్టత అన్వేషణవల్లగానీ, ఇతరులు ఏమంటున్నారో తెలుసుకోవటానికి ప్రయత్నించటంవల్ల గానీ, అత్యున్నత బోధకుని మొదలు దేవాలయంలో ఒక మూల ఉండే సామాన్య పూజారి వద్దకూ పోయి తెలుసుకోవటంవల్లగానీ కలుగుతుందా? దాన్ని కనుక్కోవటానికి ఇంకొకరి దగ్గరికి పోవాలా? అయినా మనం చేసేది అదే - కాదా? మనం లెక్కలేనన్ని పుస్తకాలు చదువుతాం, అనేక సభలకి పోతాం, చర్చిస్తాం, అనేక సంస్థల్లో చేరుతాం - ఇదంతా మన జీవితాల్లోని పోరాటానికీ, దుఃఖాలకీ సరియైన పరిహారం ఏదైనా దొరుకుతుందేమోనని. ఒక వేళ అదంతా చెయ్యకపోతే, మనకి కావలసింది దొరికిందని అనుకుంటాం; అంటే, ఒక సంస్థ, ఒక బోధకుడు, ఏదో ఒక పుస్తకం మనకి సంతృప్తి కలిగించినట్లు చెబుతాం. దానిలో మనకి కావలసినదంతా దొరికింది కనుక అందులోనే ఉండిపోయి, కరడు కట్టుకుపోయి, మూసుకుపోయి ఉంటాం.

ఈ గందరగోళం అంతటిలో ఏదో ఒక శాశ్వతమైనదాన్ని, అమరమైనదాన్ని, మనం వాస్తవమనుకునేదాన్ని, సత్యం, దేవుడు అని పిలిచేదాన్ని - మీరు దాన్ని ఏమన్నా సరే - పేరుతో నిమిత్తం లేదు, నిశ్చయంగా, మాటకాదు ముఖ్యం - అటువంటిదాన్ని మనం కోరటం లేదా? అందుచేత మనం మాటల్లో చిక్కుకుపోవద్దు. దాన్ని ఉపన్యాసాలనే వృత్తిగా చేసుకున్నవారికి విడిచిపెట్టండి. మనందరిలో ఏదో శాశ్వతమైనదానికోసం- మనం గట్టిగా హత్తుకొనగలిగేది, మనకో స్థిరమైన భావాన్ని ఇవ్వగలిగినది, ఒక ఆశ, చిరకాలం ఉండగల ఒక ఉత్సాహం, చిరకాలం ఉండగల ఒక నిశ్చితమైన దానికోసం అన్వేషణ ఉంది. లేదా? ఎందుచేతనంటే, మనలో మనం ఎంతో అనిశ్చితంగా ఉన్నాం. మనల్ని మనం ఎరుగం. మనకు ఎన్నో వాస్తవాల గురించి తెలుసును. గ్రంథాలు ఏం చెప్పాయో తెలుసును, కానీ, మనంతట మనకి మాత్రం ఏమీ తెలియదు. మనకి ప్రత్యక్షానుభవం ఏమీలేదు.

మనం శాశ్వతమని చెప్పేదేమిటి? మనకి శాశ్వతంగా లభించేదీ, లేక, లభిస్తుందని మనం ఆశించేదీ ఏమిటి? శాశ్వత సుఖాన్నీ, శాశ్వత సంతృప్తినీ, శాశ్వత నిశ్చితత్వాన్నీ మనం కోరటం లేదా? చిరకాలం శాశ్వతంగా నిలవగలిగినదీ, మనకి సంతృప్తి కలుగజేసేదీ కావాలి. శబ్దాల్నీ, వాక్యాల్నీ పూర్తిగా విడిచిపెట్టి, మనం వాస్తవికంగా చూస్తే, మనకి కావలసింది అదే. శాశ్వత సంతోషాన్ని కోరుతాం. శాశ్వత సంతృప్తిని కోరుతాం - దానినే మనం సత్యమనో, దేవుడనో, ఏదో ఒక పేరుతో పిలుస్తాం.

సరే, మంచిది, మనకి సంతోషం కావాలి. అలా అనటం బహుశా చాలా మోటుగా అనిపిస్తుందేమో. కానీ, వాస్తవంగా మనకి కావలసింది అదే. మనకి సంతోషాన్నిచ్చే జ్ఞానం, మనకి సంతోషాన్నిచ్చే అనుభవం, రేపటికి వాడిపోకుండా ఉండే సంతృప్తి. మనం అనేక రకాల సంతృప్తితో ప్రయోగాలు చేశాం. అవన్నీ మాయమైపోయాయి. ఇప్పుడు శాశ్వతమైన సంతోషం సత్యంలో, దేవునిలో కనుక్కోగలమని ఆశిస్తాం. నిజానికి

మనందరం - తెలివైన వాళ్ళూ, మూర్ఖులూ, పండితుడూ, దేనికోసమో తాపత్రయపడే లౌకికుడూ - కోరుకునేది అదే. కానీ, శాశ్వతమైన సంతృప్తి ఉంటుందా? చాలాకాలం నిలవగలిగేదేమైనా ఉంటుందా?

అయితే, శాశ్వతమైన సంతృప్తిని, దాన్నే దేవుడనీ, సత్యమనీ, ఏదో మీ ఇష్టం వచ్చిన పేరుతో పిలుస్తూ - పేరుతో నిమిత్తం లేకపోయినా - మీరు కోరుతున్నట్లయితే, నిశ్చయంగా, నిజంగా మీరు దేన్ని కోరుతున్నారో స్పష్టంగా అవగాహన చేసుకోవాలి - అక్కర్లేదా? ''నేను శాశ్వతానందాన్ని కోరుతున్నాను'' - దేవుడో, సత్యమో, మరేదైనా సరే - అని మీరు చెప్పేటప్పుడు, వెతికేదాన్ని, అన్వేషించేవాడిని, కోరుకుంటున్నవాడిని కూడా తెలుసుకోనక్కర్లేదా? ఎందుచేతనంటే, శాశ్వతమైన భద్రత, శాశ్వతమైన ఆనందం అనేది లేకపోవచ్చు. సత్యం దానికి పూర్తిగా భిన్నమైనది కావచ్చు. మీరు చూడగలిగిన దానికన్న, ఊహించగలిగినదానికన్న పూర్తిగా భిన్నమై ఉంటుందనుకుంటాను. కాబట్టి, మనం ఏదో శాశ్వతమైనదాన్ని అన్వేషించేందుకు ముందు, అన్వేషించేవాడిని తెలుసుకోవటం అవసరం అని స్పష్టం కావటం లేదా? అన్వేషించేవాడు తను అన్వేషిస్తున్నదానికన్న భిన్నంగా ఉంటాడా? ''నేను ఆనందాన్ని అన్వేషిస్తున్నాను'' అని మీరు చెప్పేటప్పుడు అన్వేషించేవాడు అన్వేషింపబడేదానికన్న భిన్నంగా ఉంటాడా? ఆలోచించేవాడు ఆలోచనకంటె భిన్నంగా ఉంటాడా? రెండూ వేరు వేరు విధానాలు కాకుండా, రెండూ ఒకే సంయుక్త విషయం కాదా? కనుక, మీరు దేన్ని అన్వేషిస్తున్నారో తెలుసుకోవటానికి ముందు, అన్వేషించే వాణ్ణి తెలుసుకోవటం ఆవశ్యకం కాదా?

మనం ఇప్పుడు ఏ స్థితికి వచ్చామంటే, శాంతినిగాని, ఆనందాన్నిగాని, సత్యాన్నిగాని, దేవునిగాని, మీ ఇష్టం వచ్చినది మరేదైనాగాని మనకి ఇతరులెవరైనా ఇవ్వగలరా? - అని నిజంగా, నిజాయితీగా, ప్రగాఢంగా ప్రశ్నించుకోగల స్థితికి వచ్చాం. మనల్నిమనం వాస్తవంగా అవగాహన చేసుకోగలిగినప్పుడు కలిగే అసాధారణమైన సత్యానుభవాన్నీ, ఆ సృజనాత్మకమైన అస్తిత్వస్థితినీ ఈ నిరంతర అన్వేషణగాని, ఈ తృష్ణగాని ప్రసాదించగలదా? ఆత్మజ్ఞానం అన్వేషించటం వల్లగాని, ఎవరినైనా అనుసరించటం వల్లగాని, ఏదైనా ఒక సంస్థకి చెందటం వల్లగాని, పుస్తకాల్ని చదువుకోవటం వల్లగాని, మరి దేనివల్ల నైనాగాని కలుగుతుందా? ఇంతకీ, నన్ను నేను అవగాహన చేసుకోనంత వరకూ, ఆలోచించటానికి నాకు ఆధారమే లేదు, నేను చేసే అన్వేషణ అంతా వ్యర్థమే - అనేదే ప్రధాన సమస్య - కాదా? నేను భ్రమలకులోనై తప్పించుకుపోవచ్చు - పోరాటం నుంచీ, వివాదం నుంచీ, సంఘర్షణ నుంచీ పారిపోవచ్చు. నేను ఇంకొకర్ని ఆరాధించవచ్చు. ఇంకొకరి ద్వారా నా మోక్షం కోసం ప్రయత్నించవచ్చు. కానీ, నన్ను నేను తెలుసుకోకుండా అజ్ఞానంతో ఉన్నంతకాలం, నా మొత్తం ప్రక్రియని తెలుసుకుని ఉండనంత కాలం, ఆలోచనకిగానీ, ఆరాధనకి గానీ, ఆచరణకి గానీ నాకు ఆధారమే ఉండదు.

కానీ, మనల్ని మనం తెలుసుకోవాలని ఎంతమాత్రం కోరుకోము. నిజానికి మనం నిర్మించగలిగేది ఆ పునాది ఒక్కదానిమీదనే. కానీ, మనం నిర్మించగలగటానికి ముందు,

మార్పు చేయగలిగేందుకు ముందు, ఖండించగలిగేందుకూ, నాశనం చేయగలిగేందుకూ ముందు, మనం ఎలా ఉన్నామో అనేదాన్ని తెలుసుకోవాలి. అన్వేషిస్తూపోవటం, బోధకుల్నీ, గురువుల్నీ మారుస్తూ ఉండటం, యోగాభ్యాసం చేయటం, ప్రాణాయామం చేయటం, సంస్కారవిధుల్ని నిర్వర్తించటం, మహాత్ముల్ని అనుసరించటం - మొదలైనదంతా కేవలం నిరర్థకం - కాదా? దాంట్లో అర్థమేమీలేదు. మనం ఎవరిని అనుసరిస్తున్నామో వారే ''నిన్ను నీవు అధ్యయనము చేసికొనుము'' అని చెప్పినప్పటికీ, దానికి అర్థం లేదు. ఎందుచేతనంటే, మనం ఎలా ఉన్నామో, ప్రపంచంకూడా అలాగే ఉంది. మనం అల్పత్వంతో, అసూయతో, గర్వంతో, భయంతో ఉన్నట్లయితే మన చుట్టూ అటువంటి ''దాన్నే'' సృజిస్తాం. అదే మనం జీవించే సంఘం.

మనం సత్యాన్నీ, దైవాన్నీ కనుక్కునేందుకు మన పయనం ప్రారంభించేందుకు ముందు, మనం చర్య తీసుకోగలిగేముందు, ఇతరులతో - అంటే, సంఘంతో - సంబంధం కలిగి ఉంటానికి ముందు, మనల్ని మనం తెలుసుకోవటం ప్రారంభించటం ఆవశ్యకమని నాకు అనిపిస్తుంది. ఒక నిర్దిష్టమైన గమ్యాన్ని చేరాలని కాక, ఇదే ఎంతో ముఖ్యమైనదని ఎవరు సంపూర్ణంగా అవగాహన చేసుకుని ప్రప్రథమంగా దీన్ని గూర్చి వ్యవహరిస్తారో వారినే చిత్తశుద్ధి గలవారిగా పరిగణిస్తాను. ఎందుచేతనంటే, మీరూ నేనూ, సంఘంలోగాని, సంబంధంలోగాని, మనం చేసేదాంట్లో ఎందులోనైనా, మనల్నిమనం తెలుసుకోకుండా పరివర్తన ఎలా తీసుకురాగలం? అలా చెప్పినప్పుడు, ఆత్మజ్ఞానం మానవ సంబంధానికి వ్యతిరేకమైనదనిగాని, దానికి దూరంగా ప్రత్యేకంగా ఉండేదనిగాని కాదు అర్థం. అంతేకాక, వ్యక్తికి, అంటే 'నేను'కి ప్రాముఖ్యం ఇవ్వబడుతోందనిగాని, వ్యక్తికీ - ఇతరులకీ, వ్యక్తికీ - మొత్తం జనానికీ మధ్య తేడా ఉందనిగానీ కాదు అర్థం. అది స్పష్టమే.

ఇప్పుడు, మిమ్మల్ని మీరు తెలుసుకోకుండా, మీ ఆలోచనాప్రక్రియని తెలుసుకోకుండా, మీరు ఎందుకు కొన్ని విషయాల గురించి ఆలోచిస్తారో తెలుసుకోకుండా, మిమ్మల్ని ప్రభావితం చేస్తున్న మీ పూర్వరంగాన్ని తెలుసుకోకుండా, కళ గురించిగానీ, మతాన్ని గురించిగానీ, మీ దేశాన్ని గురించిగానీ, మీ ఇరుగు పొరుగు వారి గురించిగానీ, మీ గురించిగానీ ఎందుకు కొన్ని నిర్దిష్టమైన నమ్మకాల్ని కలిగి ఉంటారో తెలుసుకోకుండా దేన్ని గురించైనా నిజంగా మీరెలా ఆలోచించగలరు? మీ నేపథ్యాన్ని తెలుసుకోకుండా, మీ ఆలోచన యొక్క సారాంశం ఏమిటో, అది ఏ మూలం నుంచి వస్తున్నదో తెలుసుకోకుండా, మీరు చేసే అన్వేషణ నిరర్థకం అన్నది నిశ్చయం. మీ చర్యకి అర్థం ఉండదు. ఉంటుందా? మీరు అమెరికన్ అయినా, భారతీయుడైనా, మీ మతం ఏదైనా అది కూడ అర్థరహితమైనదే.

జీవితచరమలక్ష్యం ఏమిటో తెలుసుకోగలిగేముందు, ఈ యుద్ధాలూ, దేశాల మధ్య వైరుధ్యాలూ, సంఘర్షణలూ, ఈ గందరగోళం, ఈ గొడవంతా ఏమిటో తెలుసుకోగలిగే ముందు, మనతోనే మనం ప్రారంభించాలి - అక్కర్లేదా? ఇది చాలా

సులభం అనిపిస్తుంది, కానీ, అత్యంత కష్టం. తన్నుతాను అనుసరించి తన ఆలోచన ఎలా పని చేస్తున్నదో చూసుకోవటానికి అసాధారణమైన చురుకుతనం ఉండాలి. తన ఆలోచననీ, స్పందనల్నీ, అనుభూతుల్నీ వాటిలో ఉండే సూక్ష్మమైన చిక్కుల్నీ అత్యంత అప్రమత్తతతో గమనించటం ప్రారంభించటంతోనే, తన గురించీ, తనకు సంబంధం ఉన్న ఇతరుల గురించీ మరింత ఎరుక కలగటం ఆరంభమవుతుంది. తన్ను తాను తెలుసుకోవటం అంటే, తను తీసుకుంటున్న చర్యని, అంటే తన సంబంధాన్ని పరిశీలించి తెలుసుకోవటమే. కష్టం ఏమిటంటే, మనం సహనం లేకుండా ముందుకి సాగిపోవాలనుకుంటాం. మనం ఒక గమ్యాన్ని చేరాలనుకుంటాం. అంచేతనే, మనల్ని మనం గమనించటానికీ, పరిశీలించటానికీ మనకి వ్యవధిగాని, అవకాశంగాని లేకపోతోంది. లేకపోతే, జీవనోపాధికై సంపాదించటం, బిడ్డల్ని పెంచటం మొదలైన కార్యక్రమాలకు నిబద్ధులమై ఉంటాం. లేకపోతే, అనేక సంస్థల యొక్క బాధ్యతల్ని మన మీద వేసుకుంటాం. ఈ రకంగా, అనేక విధాలుగా మనం నిబద్ధులమై ఉండటం చేత మనకి ఆత్మావలోకనానికి గానీ, మనల్ని మనం గమనించటానికి గానీ, అధ్యయనం చేసుకోవటానికి గానీ మనకెంతమాత్రం తీరిక దొరకదు. కనుక, వాస్తవంగా, అన్ని ప్రతిక్రియలకీ బాధ్యత తన మీదే ఉంటుంది. ఇతరుల మీద కాదు. ప్రపంచమంతటా గురువులనూ, వారి విధానాలనూ అనుసరించటం, దీనిమీదా, దానిమీదా రాసిన కొత్త పుస్తకాలను చదవటం - ఇవన్నీ కేవలం శూన్యమైనవనీ, నిరర్థకమైనవనీ అనిపిస్తాయి నాకు. ఎందుచేతనంటే, మీరు ప్రపంచమంతా తిరిగినా, చిట్టచివరికి మీ దగ్గరకే మీరు చేరుకోవాలి. మనలో చాలామంది తమ గురించి కించిత్తయినా తాము తెలుసుకోలేకుండా ఉన్నారు కనుకనే, తమ ఆలోచనా ప్రక్రియనీ, అనుభూతినీ, ఆచరణనీ స్పష్టంగా అవలోకించటం ఆరంభించటమే ఎంతో కష్టం.

మిమ్మల్ని మీరు ఎంత ఎక్కువగా తెలుసుకుంటే, అంత ఎక్కువ స్పష్టత ఏర్పడుతుంది. స్వీయజ్ఞానానికి గమ్యంలేదు. మీరొక కార్యాన్ని సాధించటం అనేది ఉండదు, మీరొక పర్యవసానానికి చేరటం అనేది ఉండదు. అది అంతంలేని నదీప్రవాహం. దాన్ని అధ్యయనం చేసినకొద్దీ, లోపలికి అంతకంతకు పోయినకొద్దీ శాంతి లభిస్తుంది. మనస్సు ప్రశాంతంగా ఉన్నప్పుడే - స్వీయజ్ఞానం ద్వారానే తప్ప, బలవంతంగా జరిగే ఆత్మశిక్షణ ద్వారా కాకుండా ఉన్నప్పుడే - ఆ ప్రశాంతతలోనే, ఆ నిశ్శబ్దంలోనే సత్యం ఆవిష్కారమవుతుంది. అప్పుడే పరమానందం ఉంటుంది. అప్పుడే సృజనాత్మకమైన కార్యకలాపం ఉంటుంది. ఈ అవగాహన లేకుండా, ఈ అనుభవం లేకుండా, కేవలం పుస్తకాలు చదవటం, ప్రసంగాలు వినటం, ప్రచారం చేయటం - ఇవన్నీ కేవలం బాల్య చేష్టల్లాగ, అర్థరహితమైన కార్యకలాపంలాగ తోస్తుంది నాకు. అలాకాకుండా, తన్నుతాను అవగాహన చేసుకోగలిగే శక్తి కలిగి, తద్వారా ఆ సృజనాత్మకమైన ఆనందాన్ని, మనస్సుకి సంబంధించనిదాన్ని అనుభవం పొందగలిగినట్లయితే, అప్పుడు బహుశా, మన చుట్టూ మనకున్న సంబంధంలోనూ, అందువల్ల, మనం జీవిస్తున్న ప్రపంచంలోనూ పరివర్తన కలగటానికి సాధ్యమవుతుంది.

అధ్యాయం-III

వ్యక్తి, సంఘం

మనలో చాలా మందిని ఎదుర్కొంటున్న సమస్య ఏమిటంటే, వ్యక్తి సంఘానికి ఒక సాధనమా, లేక లక్ష్యమా అని. వ్యక్తులమయిన మిమ్మల్నీ, నన్నూ సంఘం, ప్రభుత్వం యథేచ్ఛగా ఉపయోగిస్తూ, ఆదేశిస్తూ, విద్య చెప్పిస్తూ, నిగ్రహిస్తూ, ఒక పద్ధతిని అనుసరించి రూపొందిస్తూ ఉండవలసిందేనా?, లేక సంఘం, ప్రభుత్వం వ్యక్తి కోసం ఉన్నాయా? వ్యక్తి సంఘం యొక్క లక్ష్యమా, లేక కీలుబొమ్మలా ఆడింపబడుతూ, దోపిడీ చేయబడుతూ, చివరికి యుద్ధంలో ఒక సాధనంగా నరికిపారవేయబడటమేనా? మనలో చాలా మందిని ఎదుర్కొంటున్న సమస్య అదే. అంతేకాదు, ప్రపంచ సమస్య కూడా అదే - వ్యక్తి సంఘానికి కేవలం ఒక సాధనమా, ప్రపంచ ప్రభావాలచే రూపొందవలసిన ఆటవస్తువా, లేక సంఘం వ్యక్తి కోసం ఉన్నదా అన్నది.

ఈ విషయాన్ని మీరు ఎలా తెలుసుకుంటారు? ఇదొక గంభీరమైన సమస్యే, కాదా? వ్యక్తి సంఘానికి ఒక సాధనం మాత్రమే అయినట్లయితే, సంఘం వ్యక్తి కంటే చాలా ఎక్కువ ముఖ్యం అవుతుంది. అదే నిజమైతే మనం మన వ్యక్తిత్వాన్ని వదులుకొని, సంఘం కోసమే పని చెయ్యాలి; వ్యక్తి ఒక సాధనంగా మార్చబడి, ఒక పరికరంలాగే ఉపయోగింపబడటానికీ, ధ్వంసం చేయబడటానికీ, తొలగింపబడటానికీ, తుడిచి వేయబడటానికీ తగినట్లుండాలి. అలాకాక, సంఘం వ్యక్తికోసమే ఉన్నట్లయితే, సంఘం వ్యక్తిని ఒక పద్ధతిని అనుసరించి ఉండేటట్లు చేయటం కాకుండా, అతడు స్వేచ్ఛని అనుభవించేలా, స్వేచ్ఛ కోసం తపించేలా చెయ్యాలి. కనుక, ఏది అసత్యమో మనం తెలుసుకోవాలి.

ఈ సమస్యని పరిశోధించటం ఎలా? ఇది అత్యంత ప్రధానమైన సమస్య, కాదా? అది ఏ సిద్ధాంతం మీదా - వామపక్షానిదిగాని, దక్షిణపక్షానిది గాని - ఆధారపడిలేదు. అలాకాకుండా, అదొక సిద్ధాంతం మీదే ఆధారపడి ఉన్నట్లయితే, అది కేవలం ఒక అభిప్రాయం మాత్రమే. భావాలు ఎప్పుడూ వైరాన్నీ, గందరగోళాన్నీ, సంఘర్షణనీ పెంపొందింపజేస్తాయి. మీరు ఏ పక్షానికి చెందిన పుస్తకాల మీద ఆధారపడినా, ఏ పవిత్ర మతగ్రంథాల మీద ఆధారపడినా అదొక అభిప్రాయం మీదనే ఆధారపడవలసి ఉంటుంది - అది బుద్ధుడిది గానీ, క్రైస్తుదిగానీ, ధనికవాదులది గానీ, కమ్యూనిస్టులదిగానీ, మరేదిగానీ. అవి భావాలేగాని, సత్యం కాదు. వాస్తవాన్ని ఎవ్వరూ ఎన్నడూ కాదనలేరు.

ఆ విషయాన్ని గురించిన అభిప్రాయాన్ని కాదనవచ్చు. విషయంలోని సత్యాన్ని గనుక మనం తెలుసుకున్నట్లయితే, అప్పుడు అభిప్రాయాలతో నిమిత్తం లేకుండా మనం స్వతంత్రంగా వ్యవహరించ గలుగుతాం. కాబట్టి, ఇతరులు చెప్పిన దాన్ని నిరాకరించటం ఆవశ్యకం కాదా? వామపక్షనాయకుల అభిప్రాయం గానీ, ఇతరుల అభిప్రాయం గానీ, అది వారి వారిపైన ఉన్న ప్రభావాలబట్టి ఉంటుంది. కనుక మీరు కనుక్కోదలచిన దాని కోసం పుస్తకాల్లో ఉన్నదానిమీద ఆధారపడితే, మీరు కేవలం ఒక అభిప్రాయానికి కట్టుబడిపోతారు. అది జ్ఞానానికి సంబంధించిన విషయం కాదు.

దీనిలోని సత్యాన్ని కనుక్కోవటం ఎలా? దాన్నిబట్టి మనం చర్య తీసుకోవచ్చు. దీనిలోని సత్యాన్ని తెలుసుకోవాలంటే, ఏ ప్రచారానికీ లోనుకాకుండా స్వేచ్ఛ ఉండాలి. అంటే, అభిప్రాయాలతో నిమిత్తం లేకుండా సమస్యని సూటిగా చూడటానికి మీకు సామర్థ్యం ఉందని అర్థం. విద్యావిధానం యొక్క కర్తవ్యమంతా వ్యక్తిని మేలుకొల్పటమే. దీనిలోని సత్యాన్ని చూడటానికి మీరు చాలా స్పష్టంగా ఉండాలి. అంటే, మీరు ఏ నాయకుడి మీదా ఆధారపడి ఉండకూడదు. మీరొక నాయకుణ్ణి ఎన్నుకోవటం మీరు గందరగోళంలో ఉండటం వల్లనే. అందుచేత మీ నాయకులు కూడా గందరగోళంలో ఉన్నవారే. ఇదే ఇప్పుడు ప్రపంచంలో జరుగుతున్న విషయం. కనుక, మార్గదర్శకత్వానికి గానీ, సహాయానికిగానీ మీరు ఓ నాయకుని కోసం చూడకూడదు.

ఒక సమస్యని అవగాహన చేసుకోవాలని కోరే మనస్సు సమస్యని పూర్తిగా, సమగ్రంగా అవగాహన చేసుకోవటమే కాక, దాన్ని చురుకుగా అనుసరించే శక్తి కూడా కలిగి ఉండాలి. ఎందుచేతనంటే, సమస్య ఎప్పటికీ స్థిరంగా ఉండదు. సమస్య ఎప్పుడూ కొత్తగానే ఉంటుంది. ఆ సమస్య ఆకలి బాధకి సంబంధించినదిగానీ, మనస్తత్వానికి సంబంధించినదిగానీ, మరేదైనాగానీ, ఎలాంటి క్లిష్టపరిస్థితి అయినా, ఎప్పుడూ కొత్తగానే ఉంటుంది. కనుక, దాన్ని అవగాహన చేసుకోవటానికి మనస్సు ఎప్పుడూ తాజాగా, స్వచ్ఛంగా, చురుకుగా అనుసరించేటట్లుగా ఉండాలి. మనలో చాలామంది ఆంతర్గత పరివర్తన యొక్క ఆవశ్యకతని గ్రహిస్తారనుకుంటాను. అదే బాహ్యంగా సంఘంలో సమగ్ర పరివర్తన తీసుకురాగలదు. నేనూ, నాలాగే గంభీరంగా ఆలోచిస్తున్నవారూ కూడా ఈ సమస్య గురించిన ధ్యాసలోనే ఉన్నాం. సంఘంలో మౌలికమైన సమగ్ర పరివర్తన తీసుకురావటం ఎలా? - ఇదే మన సమస్య. అంతర్గతంగా విప్లవం రానిదే బాహ్యంగా ఉన్న దానిలో పరివర్తనం రావటం సాధ్యంకాదు. సంఘం ఎప్పుడూ చలనం లేకుండా స్థిరంగా ఉంటుంది కనుక, అంతర్గత పరివర్తన లేకుండా, ఎటువంటి సంస్కరణ తీసుకొచ్చినా అది కూడా అలాగే స్థిరంగా నిలిచిపోతుంది. కనుక, నిరంతరం ఈ అంతర్గత పరివర్తన లేనిదే ఏ ఆశా ఉండదు, ఎందుచేతనంటే, అది లేనప్పుడు బాహ్యాచర్య పునశ్చరణా, అలవాటూ అయిపోతాయి. మీకూ ఇతరులకీ, మీకూ నాకూ గల సంబంధంలో జరిగే కార్యకలాపమే సంఘం. నిరంతరం అంతర్గత పరివర్తన లేనంతవరకూ, సృజనాత్మకమైన మానసిక పరివర్తన లేనంతవరకూ, సంఘం స్థాణువై ఉంటుంది. దానికి

జీవాన్నిచ్చే చైతన్యలక్షణం లేదు. ఈ నిరంతర అంతర్గత పరివర్తన లేదు కనుకనే సంఘం ఎప్పుడూ స్థాణువులా అవుతూ స్ఫటికంలా గడ్డకట్టుకుపోతోంది. అందుచేతనే నిరంతరం విచ్ఛిన్నం చేయవలసి ఉంటుంది.

మీలోనూ, మీ చుట్టూ ఉండే దుస్థితికీ, గందరగోళానికీ, మీకూ ఉన్న సంబంధం ఏమిటి? ఈ గందరగోళం, ఈ దుస్థితీ వాటంతటవే రాలేదు, నిశ్చయంగా. మీరూ, నేనూ వాటిని సృష్టించాం. పెట్టుబడిదారీ వ్యవస్థగానీ, కమ్యూనిస్ట్ వ్యవస్థగానీ, నిరంకుశమైన ఫాసిస్ట్ వ్యవస్థగానీ వాటిని సృష్టించలేదు. మన మధ్య గల పరస్పర సంబంధాల్లో మీరూ నేనూ సృష్టించినవే. మీరు లోలోపల ఎలా ఉన్నారో దాన్నే బయట ప్రపంచంలో ప్రదర్శిస్తున్నారు; మీరెలా ఉన్నారో, ఎలా ఆలోచిస్తూ, అనుభూతి చెందుతూ, పనిచేస్తూ దైనందిన జీవితాన్ని గడుపుతున్నారో దాన్నే బయట ప్రదర్శిస్తున్నారు - అదే ప్రపంచమవుతోంది. మనం లోలోపల దుఃఖభూయిష్టంగా, గందరగోళంతో, సంఘర్షణతో ఉన్నట్లయితే, అది ప్రదర్శితమైనప్పుడు, అదే ప్రపంచమవుతుంది, అదే సంఘమవుతుంది. ఎందుచేతనంటే, మీకూ నాకూ గల సంబంధం, నాకూ ఇతరులకూ గల సంబంధం - అదే సంఘం - మన సంబంధాల ఫలితమే సంఘం - కనుక, మన సంబంధం గందరగోళంగా, స్వార్థపరంగా, సంకుచితంగా, పరిమితంగా, జాతీయభావంతో ఉన్నట్లయితే, మనం దాన్నే బయటకు ప్రదర్శించి ప్రపంచంలో గందరగోళాన్ని తీసుకొస్తాం.

మీరెలా ఉంటారో ప్రపంచం అలాగే ఉంటుంది. కనుక మీ సమస్యే ప్రపంచ సమస్య. నిజంగా, ఇది ప్రాథమిక, మౌలిక విషయం - కాదా? ఒకరితో గాని, అనేక మందితోగాని మనకి గల సంబంధంలో ఈ విషయాన్ని ఎందుకో మనం ఎప్పుడూ మరిచిపోతున్నట్లే కనిపిస్తుంది. మీరూ నేనూ కలిసే సంఘాన్ని సృష్టిస్తున్నామనీ, మన జీవిత విధానాన్ని బట్టే గందరగోళాన్ని గాని, క్రమపద్ధతినిగాని సృష్టిస్తున్నామని మరిచిపోయి, ఒక వ్యవస్థ ద్వారాగాని, ఒక వ్యవస్థపైన ఆధారపడిన భావాలలోనూ, విలువలలోనూ విప్లవం ద్వారాగాని మార్పు తేవాలని కోరుకుంటాం.

కనుక, మనం మన దగ్గరనుంచే ప్రారంభించాలి. అంటే, మన దైనందిన జీవితాలతోనూ, మన దైనందిన ఆలోచనలతోనూ, అనుభూతులతోనూ, చర్యలతోనూ ప్రారంభించాలి. అవన్నీ మనం కుటుంబ పోషణ చేసుకుంటూ జీవించే విధానంలోనూ, భావాలలోనూ, నమ్మకాలలోనూ, మనకి గల సంబంధంలోనూ బహిర్గతమవుతూ ఉంటాయి. ఇదే మన నిత్యజీవితం - కాదా? మనకి కావలసినది కుటుంబపోషణ, ఉద్యోగాలు సంపాదించటం, డబ్బు సంపాదించటం. మనకి ఉన్న సంబంధం మన కుటుంబంతోనూ, మన ఇరుగుపొరుగు వారితోనూ, భావాలతోనూ, నమ్మకాలతోనూ - అదే మనం పట్టించుకునేది. ఇప్పుడు మీరు మన జీవన వృత్తిని కనుక పరీక్షించినట్లయితే, అది ప్రధానంగా అసూయ మీద ఆధారపడి ఉందని తెలుసుకుంటారు. వాస్తవంగా, మన వృత్తి మనకి కేవలం బ్రతుకు తెరువు మాత్రమే కాదు. సంఘం ఎలా

నిర్మితమై ఉందంటే, అది నిరంతరం సంఘర్షణకీ, ఏదో అవటానికీ ఒక విధానంలా అయింది. అది లోభం మీద, అసూయమీద, మీపై అధికారిపై అసూయ మీద ఆధారపడి ఉంది. గుమాస్తా మేనేజరు కావాలని ఆశిస్తాడు. అంటే, కేవలం జీవనోపాధి కోసం పని చేయటం, జీవనానికి సరిపడేదాన్ని సంపాదించటం మాత్రమే అతడి ఆశయం కాదు. అతనికి పదవీ, పరపతీ కావాలి. ఈ ప్రవృత్తి సహజంగా సంఘంలోనూ, మన సంబంధంలోనూ ఉపద్రవానికి కారణమవుతోంది. అలా కాకుండా, మీరూ నేనూ కేవలం జీవనోపాధినే పట్టించుకునేట్లయితే, అసూయమీద ఆధారపడకుండా సన్మార్గంలో సంపాదించటానికి ప్రయత్నిస్తాం. మానవ సంబంధాల్లో అతి వినాశకరమైన అంశాల్లో అసూయ ఒకటి. ఎందుచేతనంటే, అసూయ అధికారం కోసం, పదవి కోసం కాంక్షను తెలియజేస్తుంది. చివరికది రాజకీయాలకి ధారితీస్తుంది. ఈ రెండూ చాలా సన్నిహిత మైనవి. గుమాస్తా మేనేజరు కావాలని ఎప్పుడు కోరతాడో అప్పుడే అధికార - రాజకీయాల సృష్టికి కారకుడవుతాడు. అది యుద్ధానికి దారితీస్తుంది. కనుక, అతడు యుద్ధానికి ప్రత్యక్షంగా బాధ్యుడు.

మన సంబంధం దేనిమీద ఆధారపడి ఉంది? మీకూ నాకూగల సంబంధం, మీకూ ఇతరులకూ గల సంబంధం, అంటే సంఘం, దేనిమీద ఆధారపడి ఉంది? నిశ్చయంగా, ప్రేమ మీద కాదు, దాని గురించి మనం ఎంత మాట్లాడినా, అది ప్రేమ మీద ఆధారపడి లేదు. ఎందుచేతనంటే, ప్రేమే కనుక ఉంటే ఒక క్రమ పద్ధతి ఉంటుంది, శాంతి ఉంటుంది, మీకూ నాకూ ఆనందం ఉంటుంది. కానీ, మీకూ నాకూ గల ఆ సంబంధంలో విశేషమయిన ద్వేషం ఉంది. అది గౌరవమనే రూపాన్ని ధరిస్తుంది. మనిద్దరం ఆలోచనలోనూ, అనుభూతిలోనూ సమానంగా ఉంటే గౌరవం ఉండదు, ద్వేషం ఉండదు. ఎందుచేతనంటే, మనం అప్పుడు గురువు, శిష్యుడుగా కాక, భర్త భార్యపైన, భార్య భర్తపైనా అధికారం చెలాయిస్తున్నట్లు కాక, ఇరువురు వ్యక్తులుగా కలుసుకుంటాం. ద్వేషం ఉన్నప్పుడు అధికారం చెలాయించాలనే కోరిక ఉంటుంది. అందుచేత, అసూయ, కోపం, ఉద్వేగం పెరుగుతాయి. ఇవన్నీ మన సంబంధంలో నిత్యం సంఘర్షణని సృష్టిస్తాయి. మనం దీన్ని తప్పించుకోవటానికి ప్రయత్నిస్తాం, అందువల్ల మరింత సంఘర్షణా, మరింత దుస్థితీ ఏర్పడతాయి.

ఇక, మనదైనందిన జీవితంలో భాగమైపోయిన భావాలూ, నమ్మకాలూ, సూత్రీకరణలూ - ఇవన్నీ మన మనస్సుల్ని వక్రీకరించటం లేదా? మూఢత్వమంటే ఏమిటి? మనస్సు సృష్టించిన వాటికి గాని, చేతులతో తయారుచేసిన వాటికి గాని కృత్రిమమైన విలువల్ని ఇవ్వటమే మూఢత్వం. మన ఆలోచనల్లో చాలా భాగం ఆత్మరక్షణ చేసుకోవాలనే స్వభావం వల్ల పుడతాయి - కాదా? మన భావాలు, ఓహో, ఎన్ని భావాలు స్వతస్సిద్ధంగా వాటికి లేనటువంటి ప్రాధాన్యాన్ని అక్రమంగా పొందటం లేదు? కాబట్టి, ఏదైనా ఒక వ్యవస్థలో, మనిషినీ, మనిషినీ విడదీసే మత, ఆర్థిక, సాంఘిక వ్యవస్థలో గాని, దేవునిలోగాని, భావాల్లోగాని, జాతీయతలోగాని, మరిదేనిలోనైనాగాని నమ్మి

నప్పుడు, నిశ్చయంగా మనం ఆ నమ్మకానికి తప్పు విలువ నిస్తున్నాం. అది మూఢత్వమే. ఎందుచేతనంటే, నమ్మకం మనుషుల్ని విభజిస్తుందిగాని, ఏకం చేయదు. కనుక, మనం జీవించే విధానంవల్లనే సక్రమ స్థితినిగాని, సంఘర్షణనిగాని, శాంతిని గాని, వైరుధ్యాన్నిగాని, ఆనందాన్ని గాని, దుఃఖాన్నిగాని కలుగజేయగలం.

కనుక, స్థిరత్వం కలిగిన సంఘం ఉంటూండగానే అదే సమయంలో, నిరంతరం అంతర్గతంగా పరివర్తన జరుగుతున్న వ్యక్తికూడా ఉండగలడా? ఇదే మన సమస్య - కాదా? అంటే, సంఘంలో రావలసిన విప్లవం వ్యక్తిలో అంతర్గత, మానసిక పరివర్తనతో ప్రారంభం కావాలి. మనలో చాలామంది సాంఘిక నిర్మాణంలో సమూలపరివర్తన రావాలని కోరుతాం. ప్రపంచంలో జరుగుతున్న యుద్ధం యావత్తు అదే - కమ్యూనిజం ద్వారాగాని, ఇతర మార్గాలద్వారా గాని, సాంఘిక విప్లవాన్ని తీసుకుని రావటమే. ఇప్పుడు సాంఘిక విప్లవం అంటే, మానవుని బాహ్య నిర్మాణం విషయమై చర్య తీసుకోవటం జరుగుతోంది. ఎంత సాంఘిక విప్లవమైనా వ్యక్తిలో అంతర్గత విప్లవమూ, మానసిక పరివర్తనా రానట్లయితే, అది స్వతస్సిద్ధంగా స్థిరస్వభావం కలిగినదే అవుతుంది. కాబట్టి, పునశ్చరణ లేని, స్థిర స్వభావంలేని, విచ్ఛిన్నకరం కాని సంఘాన్ని, నిరంతరం సజీవంగా ఉండే సంఘాన్ని సృజించాలంటే, వ్యక్తి మానసిక నిర్మాణంలో విప్లవం రావటం అత్యావశ్యకం. ఎందుచేతనంటే, అంతర్గత మానసిక విప్లవం లేకుండా కేవలం బాహ్య పరివర్తనలో అర్థం ఎంతమాత్రం ఉండదు. అంటే, సంఘం ఎప్పుడూ గడ్డకట్టుకుపోతూ, స్థిరంగా ఉండటం చేత ఎప్పుడూ విచ్ఛిన్నమయిపోతూ ఉంటుంది. ఎంత విస్తృతంగా, ఎంత తెలివిగా శాసనాలు చేసినా సంఘం ఎప్పుడూ క్షీణించిపోతూనేఉంది - ఎందుచేతనంటే, విప్లవం కేవలం బాహ్యంగా కాక, అంతర్గతంగానే జరగాలి.

దీన్ని బాగా అవగాహన చేసుకోవటం ముఖ్యం అనీ, నిర్లక్ష్యం చేయకూడదనీ అనుకుంటాను నేను. ఏదైనా బాహ్యంగా చర్య తీసుకున్నప్పుడు అది పూర్తయిన వెంటనే స్థిరపడిపోతుంది. వ్యక్తుల మధ్య గల సంబంధం - అంటే సంఘం - అంతర్గత పరివర్తన యొక్క ఫలితం కానప్పుడు,సాంఘిక నిర్మాణం స్థిరంగా ఉన్నందువల్ల వ్యక్తిని తనలో లీనం చేసుకుంటుంది, దాంతో అతణ్ణి కూడా చలనరహితంగా, స్థిర స్వభావం కలవాణ్ణిగా చేస్తుంది. దీన్ని గ్రహించినప్పుడు, ఈ వాస్తవంలోని అసాధారణ ప్రాముఖ్యాన్ని గ్రహించి నప్పుడు, దాన్ని అంగీకరించటం, అంగీకరించకపోవటం అనే ప్రశ్నే ఉండదు. సంఘం ఎప్పుడూ కరడుకట్టుకుపోతూ, వ్యక్తిని తనలో లీనం చేసుకోవటం వాస్తవం; అంతేకాదు, నిరంతర సృజనాత్మక విప్లవం వ్యక్తిలోనే సాధ్యంకాని, సంఘంలోనూ, బాహ్యంగానూ కాదు. అంటే, సృజనాత్మక విప్లవం కేవలం వ్యక్తిగతమైన సంబంధంలో మాత్రమే - అంటే సంఘంలో - సంభవించగలదు. భారతదేశంలోనూ, యూరప్ లోనూ, అమెరికాలోనూ, ప్రపంచంలో అన్నిచోట్లా ప్రస్తుత సాంఘిక నిర్మాణం ఎలా విచ్ఛిన్నమై పోతోందో చూస్తూనే ఉన్నాం. దాన్ని మన జీవితాల్లోనే స్వయంగా ఎరుగుదుం. వీధుల్లో పోతున్నప్పుడు దాన్ని చూడవచ్చు. మన సంఘం కూలిపోతోందన్న వాస్తవాన్ని చెప్పడానికి

గొప్ప చరిత్రకారులు అవసరంలేదు. కొత్త సంఘాన్ని నిర్మించటానికి కొత్త శిల్పులూ, కొత్త నిర్మాతలూ కావాలి. కొత్త పునాది మీదా, కొత్తగా కనుక్కొన్న విషయాలమీదా, విలువల మీదా నిర్మాణం జరగాలి. ప్రస్తుత నిర్మాణం కూలిపోతోందని చూస్తూ, ఆ నిష్ఫలగాన్ని తెలుసుకుంటూ, తమ్మతాము శిల్పులుగా రూపాంతరం చేసుకుంటున్న నిర్మాతలు ఎవ్వరూ లేరు. అదే మన సమస్య. సంఘం కూలి పోతూండటం, విచ్ఛిన్నమయిపోతూండటం మనం చూస్తున్నాం. కనుక, మీరూ, నేనూ, మనమే ఆ శిల్పులం కావాలి. మీరూ నేనూ సరియైన విలువల్ని పునరావిష్కరించి, ఎంతో మౌలికమైన, శక్తివంతమైన కొత్తపునాది మీద మీరూ నేనూ నిర్మాణం చెయ్యాలి. ఎందుచేతనంటే, మనం వృత్తిచేత శిల్పులైనవారిని, రాజకీయ, మత నిర్మాతలను కనుక నమ్మినట్లయితే సరిగ్గా మళ్లీ వెనకటి స్థితిలోనే ఉంటాం.

మీరూ, నేనూ సృజనాత్మకంగా లేము కనుకనే మనం సంఘాన్ని ఈ సంకుల స్థితికి తీసుకొచ్చాం. సమస్య అత్యవసరమైనది కనుకనే మీరూ, నేనూ సృజనాత్మకంగా అవాలి. మీరూ, నేనూ సంఘం కూలిపోవటానికి గల కారణాలను తెలుసుకొని, మన సృజనాత్మకమైన అవగాహనపైనేగాని, అనుకరణ మీద ఆధారపడకుండా, ఒకకొత్త కట్టడాన్ని నిర్మించవలసి ఉంది. ఇప్పుడు చూస్తే, దీంట్లో వ్యతిరేకార్థకమైన ఆలోచన ఇమిడి ఉంది - లేదా? వ్యతిరేకార్థకమైన ఆలోచనే అత్యున్నత అవగాహనా విధానం. సృజనాత్మకమైన ఆలోచన అంటే ఏమిటో అవగాహన చేసుకోవాలంటే, మనం విషయాన్ని వ్యతిరేకంగా సమీపించాలి. ఏమంటే, సమస్యని నిశ్చితాభిప్రాయంతో - అంటే, మీరూ, నేనూ సంఘాన్ని నూతనంగా నిర్మించటానికి సృజనాత్మకంగా అవాలి అనుకోవటం అనుకరించటమే అవుతుంది. కూలిపోతున్నదాన్ని అవగాహన చేసుకోవటానికి దాన్ని వ్యతిరేకార్థకంగా పరిశీలించి పరిశోధన చెయ్యాలేగాని, ఒక నిశ్చితమైన విధానంతోనూ, నిశ్చితమైన సూత్రంతోనూ, నిశ్చితమైన తీర్మానంతోనూ కాదు.

సంఘం ఎందుచేత కూలిపోవటం, ఎందుచేత శిధిలమైపోవటం నిజంగా జరుగుతోంది? ప్రధానమైన కారణాల్లో ఒకటి - వ్యక్తి అయిన మీరు సృజనాత్మకంగా ఉండటం మానెయ్యటమే. నా అభిప్రాయాన్ని వివరిస్తాను. మీరూ, నేనూ బాహ్యం గానూ, అంతర్గతంగానూ కూడా అనుకరించటం, అనుసరించటం మాత్రమే చేస్తున్నాం. బాహ్యంగా, ఏదైనా ఒక సాంకేతిక విషయాన్ని నేర్చుకుంటున్నప్పుడు మాటలతో ఒకరికొకరు తెలియజేసుకుంటున్నప్పుడు సహజంగా అనుకరణ, అనుసరణ ఉండితీరుతాయి. నేను మాటల్ని అనుకరిస్తాను. ఇంజనీరు అవాలి అంటే ముందుగా సాంకేతిక జ్ఞానాన్ని సంపాదించాలి, తరవాత, దాన్ని వినియోగించి వంతెనని కట్టాలి. కొంతవరకు అనుకరణ, అనుసరణ - బాహ్యమైన సాంకేతిక విషయాల్లో - ఉండి తీరాలి. కానీ, అంతరంగంలో, మానసికంగా అనుకరణ జరిగినప్పుడు, నిశ్చయంగా, మన సృజనాత్మకత ఆగిపోతుంది. మన విద్య, మన సాంఘిక నిర్మాణం, మనధార్మిక జీవనం అనబడేవి అన్నీ అనుకరణ మీదే ఆధారపడి ఉన్నాయి. అంటే, నేనొక నిర్దిష్టమైన సాంఘిక,

లేక, మత సూత్రంలో ఇరుక్కుని పోతున్నాను. మానసికంగా నేనొక నిజమైన వ్యక్తిగా ఉండటం అంతమైపోయింది. ఏవో కొన్ని భారతీయ, లేదా, క్రైస్తవ, బౌద్ధ, జర్మన్ ఇంగ్లీషు ప్రభావాలకు కట్టుబడి కొన్ని ప్రతిస్పందనలు జరుపుతూ నేను పునశ్చరణ చేసే యంత్రంలా తయారయాను. మన ప్రతిక్రియలు మన సాంఘిక ప్రతీకననుసరించి - ప్రాచ్యదేశాలదిగానీ, పాశ్చాత్య దేశాలదిగానీ, మత సంబంధమైనదిగానీ, భౌతికతత్త్వానికి చెందినది గానీ - ఏదో ఒకదాన్ని అనుసరించి ప్రభావితమై ఉన్నాయి. కనుక, సంఘం విచ్ఛిన్నమైపోవటానికి గల ప్రధాన కారణాల్లో అనుకరణ ఒకటి. విచ్ఛిన్నకర శక్తులలో నాయకుడొక శక్తి; దానిలోని ప్రధానాంశం అనుకరణే.

విచ్ఛిన్నమవుతున్న సంఘం యొక్క స్వభావాన్ని అవగాహన చేసుకోవటానికి, మీరూ, నేనూ వ్యక్తులుగా సృజనాత్మకంగా ఉండగలమా అనే విషయాన్ని పరిశోధించటం ముఖ్యం కాదా? అనుకరణ ఉన్నప్పుడు విచ్ఛిన్నత తప్పనిసరి అవుతుంది. అధికారం ఉన్నప్పుడు అనుసరణ ఉండాలి. మన ఆంతరంగిక, మానసిక నిర్మాణమంతా అధికారం మీదే ఆధారపడి ఉండటంవల్ల, సృజనాత్మకంగా ఉండాలంటే ఆధిపత్యం నుంచి స్వేచ్ఛ లభించాలి. సృజనాత్మకమైన క్షణాల్లో, కాస్త ఆనందకరమైన ఆ ముఖ్య క్షణాల్లో, పునశ్చరణ భావంగాని, అనుకరణ భావంగాని ఏమీ ఉండకపోవటం మీరు గమనించలేదా? ఆ క్షణాలు ఎప్పటికీ నవ్యమైనవే, తాజా అయినవే, సృజనాత్మకమైనవే, ఆనందదాయకమైనవే. కనుక, సంఘం విచ్ఛిన్నమైపోవటానికి గల ప్రధాన కారణాల్లో అనుకరణ ఒకటని గమనించాం; అది అధికారాన్ని ఆరాధించటమే.

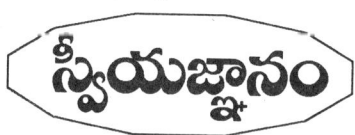

అధ్యాయం-IV

స్వీయజ్ఞానం

ప్రపంచ సమస్యలు ఎంత బ్రహ్మాండంగా, ఎంత క్లిష్టంగా ఉన్నాయో, వాటిని అవగాహన చేసుకుని పరిష్కరించటానికి, అంత సరళంగానూ సూటిగానూ వాటిని ఎదుర్కోవాలి. సరళత, స్పష్టత బాహ్య పరిస్థితులపైనగానీ, మన ప్రత్యేక పక్షపాతాల పైన గానీ, మానసిక స్థితులపైనగానీ ఆధారపడి ఉండవు. నేనింతకుముందు సూచించినట్లుగా, పరిష్కారమార్గం సమావేశాల ద్వారాగానీ, ప్రణాళికల ద్వారాగానీ, పాతనాయకులను మార్చి కొత్తనాయకులను తేవటం వల్లగానీ లభించదు. సమస్యని సృష్టించిన వారిలోనూ, దుండగానికి కారకులైన వారిలోనూ, మానవుల మధ్య గల ద్వేషానికీ మనస్పర్థలకీ కారకులైనవారిలో మాత్రమే పరిష్కారం ఉంటుందన్నది స్పష్టం. కీడుకి కారకుడూ, సమస్యని సృష్టించినవాడూ వ్యక్తి మాత్రమే - మీరూ, నేనే కారకులం. అంతేకాని, మనం అనుకునే ప్రపంచం కాదు. ప్రపంచం అంటే మీకూ, ఇతరులకూ గల సంబంధమే గాని, మీకు నిమిత్తంలేనిదీ, మీకు భిన్నమైనదీ కాదు. ప్రపంచం, సంఘం అంటే, మనం ఏర్పరచుకునే, ఏర్పరచుకోవాలని కోరుకునే పరస్పర సంబంధమే.

కాబట్టి, సమస్య మీరూ, నేనే గాని, ప్రపంచం కాదు. ఎందుచేతనంటే, మన బాహ్య ఆవిష్కరణమే ప్రపంచం. ప్రపంచాన్ని అవగాహన చేసుకోవాలంటే మనల్ని మనం అవగాహన చేసుకోవాలి. ప్రపంచం మననుంచి వేరుగా లేదు. మనమే ప్రపంచం. మన సమస్యలే ప్రపంచ సమస్యలు. దీన్ని మరీ తరచుగా పునశ్చరణ చేయటం సాధ్యం కాదు. ఎందుచేతనంటే, మనం మానసికంగా చాలా సోమరిగా ఉండి, ప్రపంచ సమస్యలతో మనకేమీ సంబంధంలేదనీ, వాటిని ఐక్యరాజ్యసమితిగానీ, పాతనాయకులకు బదులుగా వచ్చిన కొత్త నాయకులుగానీ పరిష్కరించవలసి ఉంటుందనీ అనుకుంటాం. అలా ఆలోచించే మనస్తత్వం అతి స్తబ్ధమైనదై ఉండాలి. ఎందుచేతనంటే, ప్రపంచంలోని ఈ భయంకర దుస్థితికీ, ఈ సంక్షోభానికీ, ఎప్పటికప్పుడు వచ్చి మీద పడుతున్న యుద్ధానికీ మనమే బాధ్యులం కనుక. ప్రపంచాన్ని మార్చాలంటే, మనతోనే ప్రారంభం కావాలి. మనతోనే ప్రారంభించటానికి ముఖ్యంగా ఉండాల్సినది ఉద్దేశం. ఈ ఉద్దేశం మనల్ని మనం అవగాహన చేసుకోవాలని ఉండాలి గాని, ఇతరులు వారంతటవారు మార్పు చెందాలనీ, వామపక్షంవారుగాని, దక్షిణపక్షంవారుగాని విప్లవం ద్వారా ఏదో సర్దుబాటుతో కూడిన పరివర్తన తీసుకురావాలనీ ఉండకూడదు. ఇది మీదీ, నాదీ - అందరి బాధ్యత అని గుర్తించటం ముఖ్యం. ఎందుకంటే, మనం జీవించే ప్రపంచం ఎంత చిన్నదైనా,

మనల్ని మనం మార్చుకుని, మన దైనందిన జీవితంలో మౌలికంగా వేరైన ఒక కొత్త దృక్పథాన్ని తీసుకురాగలిగితే, అప్పుడు బహుశా ఇతరులతో విస్తృత సంబంధం గల మొత్తం ప్రపంచాన్ని కొంత ప్రభావితం చేయవచ్చు.

నేను చెప్పినట్లుగా, మనల్ని మనం తెలుసుకోగలగటం ఎలాగో కనుక్కోవటానికి ప్రయత్నిస్తున్నాం. అది ప్రత్యేకించుకునే విధానం కాదు, అది ప్రపంచాన్ని త్యాగం చెయ్యటం కాదు. ఎందుచేతనంటే, ఎవ్వరూ కేవలం ఒంటరిగా జీవించలేరు. ఉండటం అంటేనే సంబంధం కలిగి ఉండటం; ఏకాంతవాసం అనేది ఎక్కడా ఉండదు. సరియైన సంబంధం లేకపోవటం వల్లనే పోరాటం, దుస్థితీ, సంఘర్షణా ఏర్పడుతున్నాయి. మనం జీవించే, మనకి సంబంధం ఉన్న ప్రపంచం ఎంత చిన్నదైనా, ఆ సంకుచిత ప్రపంచంలోనే మన సంబంధాన్ని సంపూర్ణంగా పరివర్తనం చేసుకోగలిగినట్లయితే, అదొక తరంగంలా ఎప్పుడూ బయటికి విస్తరిస్తూ ఉంటుంది. ఆ విషయాన్ని అవగాహన చేసుకోవటం, అంటే, మన ప్రపంచం ఎంత చిన్నదైనా అది మనకున్న సంబంధం అనీ, అక్కడ పైపైనే కాక, సమూలంగా మార్పు తీసుకురాగలిగినట్లయితే, అప్పుడు ప్రపంచాన్ని మార్చటం చురుకుగా ప్రారంభించినవాళ్ళమవుతామనీ అవగాహన చేసుకోవటం ముఖ్యం అని నాకనిపిస్తుంది. నిజమైన విప్లవం ఒక వ్యవస్థని - వామపక్షానికిగాని, దక్షిణపక్షానికిగాని చెందినదాన్ని - అనుసరించదు. అది విలువల్లో విప్లవం - ఇంద్రియాలకు చెందిన విలువలనుంచి. ఇంద్రియాలకు చెందని విలువలకూ, మన చుట్టూ ఉన్న పరిస్థితుల వల్ల తయారుకాని విలువలకూ పరివర్తనం అది. సమూలమైన విప్లవాన్నీ, సంపూర్ణ పరివర్తననీ, పునరుజ్జీవనాన్నీ కలిగించే నిజమైన విలువల్ని తెలుసుకోవాలంటే, తన్నుతాను అవగాహన చేసుకోవటం అత్యవసరం. ఆత్మజ్ఞానం వివేకానికి ఆరంభం; కనుక సంపూర్ణ పరివర్తనకీ, పునరుజ్జీవనానికీ కూడా ప్రారంభం. తన్నుతాను అవగాహన చేసుకోవడానికి అవగాహన చేసుకోవాలనే ఉద్దేశం ఉండాలి. అక్కడే మనకి కష్టం కలుగుతుంది. మనలో చాలామందికి అసంతృప్తి ఉన్నప్పటికీ, అకస్మాత్తుగా పరివర్తన కలగాలని కోరతాం. మన అసంతృప్తిని, నిర్దిష్టమైన ఒక ఫలితాన్ని పొందటంకోసం ఒక ప్రత్యేక మార్గంలో వ్యాపింప జేస్తాం. అసంతృప్తికరమైన ఉద్యోగం నుంచి మరోదాని కోసం ప్రయత్నిస్తాం. లేదా, చుట్టూ ఉన్న పరిస్థితులకు లొంగిపోతాం. అసంతృప్తి మనల్ని తపింపజేయటానికి బదులు, జీవితాన్ని, మొత్తం జీవిత విధానాన్ని ప్రశ్నించేలా చేసేందుకు బదులు, ఒక మార్గం గుండా పయనిస్తుంది. అందుచేత, జీవిత పరమార్థాన్ని కనుక్కోవాలనే తపననీ, ఉత్సాహాన్నీ పోగొట్టుకుని, మామూలుగా ఉండిపోతాం. కనుక, ఈ విషయాల్ని మనంతట మనమే తెలుసుకోవటం ముఖ్యం. ఎందుచేతనంటే, స్వీయజ్ఞానం ఇతరులు మనకిచ్చేదికాదు. ఒక పుస్తకం ద్వారా తెలుసుకోగలిగినదికాదు. మనమే కనుక్కోవాలి; కనుక్కోవటానికి ఉద్దేశం, అన్వేషణ, పరిశోధన ఉండాలి. కనుక్కోవాలనే ఉద్దేశం, ప్రగాఢంగా పరిశోధన చెయ్యాలనే ఉద్దేశం శక్తివంతంగా లేకపోయినా, అసలు లేకపోయినా, ప్రయోజనం ఉండదు. స్వీయజ్ఞానం కావాలని మాటల్లో నొక్కిచెప్పినందువల్ల గానీ,

ఎప్పుడో ఒకసారి అకస్మాత్తుగా ఆకాంక్షను వ్యక్తం చెయ్యటంవల్లగానీ ప్రయోజనం ఎంత మాత్రం ఉండదు.

కనుక, ప్రపంచంలో పరివర్తన తన్నుతాను పరివర్తన చేసుకోవటం వల్లనే సాధ్యమవుతుంది, ఎందుచేతనంటే, 'నేను' మానవ జీవిత ఫలితమేగాక, మొత్తం జీవన విధానంలో ఒక భాగం కూడా. తన్నుతాను మార్పు చేసుకోవటానికి స్వీయజ్ఞానం ఆవశ్యకం; మీరెవరో తెలుసుకోకుండా సరియైన ఆలోచనకి ఆధారం ఉండదు. మిమ్మల్ని మీరు తెలుసుకోకుండా పరివర్తన సాధ్యం కాదు. తను వాస్తవంగా ఎలా ఉన్నదీ తెలుసుకుని ఉండాలిగానీ, తను ఉండాలని కోరుతున్నట్లుగా కాదు. అలా అయితే, ఉండాలనుకునేది ఒక ఆదర్శం మాత్రమే అవుతుంది, కనుక అది కల్పితమైనదీ, అసత్యమైనదీనూ. ఉన్న దాన్నే మార్పు చెయ్యటం సాధ్యం కాని, ఉండాలని కోరుకునేదాన్ని కాదు. తను ఉన్నట్లుగా తన్ను తెలుసుకోవాలంటే, మనస్సు అసాధారణమైన అప్రమత్తతతో ఉండాలి. ఎందుచేతనంటే, ఉన్నస్థితి నిరంతరం మార్పు చెందుతూ ఉంటుంది. ఆ మార్పుని ఎప్పటికప్పుడు చురుకుగా గమనించాలంటే, మనస్సు ఒక ప్రత్యేక సిద్ధాంతానికి గానీ, నమ్మకానికి గానీ, ఒక ప్రత్యేక కార్యాచరణ పద్ధతికి గానీ కట్టుబడి ఉండకూడదు. మీరు దేన్నైనా వెంబడించాలంటే, మిమ్మల్ని ఒక పలుపుకి బంధించి ఉంచితే లాభం ఉండదు. మిమ్మల్ని మీరు తెలుసుకోవటానికి ఎరుక ఉండటం, అన్ని నమ్మకాల నుంచీ, సమస్త ఆదర్శాల నుంచీ స్వేచ్ఛగా ఉండటం అవసరం. ఎందుచేతనంటే, నమ్మకాలూ, ఆదర్శాలూ మీకో రంగుని మాత్రమే ఇస్తాయి. నిజమైన గ్రహింపుశక్తి కలగకుండా వక్రీకరిస్తాయి. మీరు ఎలా ఉన్నారో తెలుసుకోవాలంటే, మీరు కానటువంటి దాన్ని ఊహించటంగానీ, మీరు కానటువంటి దాన్ని నమ్మటంగానీ చెయ్యకూడదు. నేను లోభంతోనూ, అసూయతోనూ, హింసతోనూ ఉన్నట్లయితే, కేవలం అహింస, లోభరాహిత్యం - అనే ఆదర్శాలున్నందువల్ల ప్రయోజనం ఏమీ ఉండదు. కానీ, లోభంతోనూ, హింసతోనూ ఉన్నట్లు తెలుసుకోవటానికీ, అవగాహన చేసుకోవటానికీ అసాధారణమైన గ్రహింపు శక్తి కావాలి - అక్కర్లేదా? అందుకు చిత్తశుద్ధీ, ఆలోచనలో స్పష్టతా ఉండాలి. ఉన్నస్థితికి దూరంగా ఉన్న ఆదర్శాన్ని అనుసరించటం నిజంగా తప్పించుకోవటమే. అందువల్ల, మీరు వాస్తవంగా ఉన్నస్థితిని కనుక్కోకుండా, దానిమీద సూటిగా చర్య తీసుకోకుండా అది ఆటంకపరుస్తుంది.

మీరు ఎలా ఉన్నారో, ఎలా ఉన్నప్పటికీ - కురూపిగా కానీ, అందంగా కానీ, దుర్మార్గంగా కానీ, చెడ్డగా కానీ - ఉన్నది ఉన్నట్లుగా, ఎటువంటి వక్రతా కలుగ జేయకుండా అవగాహన చేసుకోవటంతోనే సద్గుణం ఆరంభమవుతుంది. సద్గుణం అత్యావసరం, అది స్వేచ్ఛ నిస్తుంది కనుక. సద్గుణంతోనే మీరు ఆవిష్కరించగలుగుతారు, జీవించగలుగుతారు - అంతేకాని, సద్గుణాన్ని అలవరచుకోవటంతో కాదు; అలా చేస్తే గౌరవమర్యాదలు లభించవచ్చుగాని, అవగాహన శక్తిగాని, స్వేచ్ఛగానీ లభించదు. సద్గుణంతో ఉండటానికీ, సద్గుణంతో ఉండాలనుకోవటానికీ భేదం ఉంది. సద్గుణంతో ఉండటం ఉన్నస్థితిని

అవగాహన చేసుకోవటం వల్ల జరుగుతుంది. సద్గుణంతో ఉండాలనుకోవటం 'వాయిదా' వెయ్యటమే, ఉన్నదాన్ని కావాలనుకునేదానితో కప్పిపుచ్చటమే అవుతుంది. కాబట్టి, సద్గుణ శీలంగా ఉండాలనుకోవటంతో, ఉన్న స్థితి గురించి తక్షణం చర్య తీసుకోకుండా తప్పించుకుంటున్నారు. ఒక ఆదర్శాన్ని సాధించటం కోసం ఉన్న స్థితిని తప్పించుకునే కృషినే మీరు సద్గుణశీలత అంటున్నారు - కానీ, మీరు దాన్నంతనీ జాగ్రత్తగా, సూటిగా గమనించినట్లయితే అదేమీ నిజం కాదని గ్రహిస్తారు. అది కేవలం ఉన్నస్థితిని తక్షణమే సూటిగా చూడకుండా 'వాయిదా' వెయ్యటమే. కానిది అవటం సద్గుణం కాదు. ఉన్న స్థితిని అవగాహన చేసుకోవటం, తద్వారా ఉన్నస్థితి నుంచి స్వేచ్ఛను పొందటం - ఇదే సద్గుణం. వేగంగా విచ్ఛిన్నమైపోతున్న సంఘంలో సద్గుణం అత్యావశ్యకం. కొత్త ప్రపంచాన్ని సృజించటానికి - పాతదానితో నిమిత్తంలేని కొత్తదాన్ని సృష్టించటానికి ఆవిష్కరించే స్వేచ్ఛ ఉండాలి. స్వేచ్ఛగా ఉండటానికి సద్గుణం ఆవశ్యకం. ఎందుచేతనంటే, సద్గుణం లేనిదే స్వేచ్ఛ ఉండదు. సద్గుణశీలుడు కావాలని ప్రయత్నించే అవినీతిపరుడు ఎన్నటికైనా సద్గుణం ఏమిటో తెలుసుకోగలడా? నీతిలేనివాడు ఎన్నటికీ స్వేచ్ఛగా ఉండలేడు. అందుచేత అతడు సత్యాన్ని ఎన్నటికీ కనుక్కోలేడు. ఉన్నస్థితిని గ్రహించటంలోనే సత్యం ఆవిష్కారమవుతుంది. ఉన్నస్థితిని అవగాహన చేసుకోవటానికి స్వేచ్ఛ ఉండాలి. ఉన్నస్థితి అంటే కలిగే భయంనుంచి స్వేచ్ఛ ఉండాలి.

ఆ విధంగా తెలుసుకోవాలంటే, ఉన్నస్థితిని తెలుసుకోవటానికి ప్రతి ఆలోచననీ, ప్రతి అనుభూతినీ, ప్రతి చర్యనీ గమనించాలనే ఉద్దేశం ఉండాలి. ఉన్న స్థితిని తెలుసుకోవటం చాలా కష్టం. ఎందుచేతనంటే, ఉన్న స్థితి ఎప్పుడూ నిలకడగా, నిశ్చలంగా ఉండదు. అది ఎప్పుడూ చలనంలోనే ఉంటుంది. ఉన్నస్థితి మీరు ఉన్నదే కాని, మీరు కావాలని కోరుకునేది కాదు. అది ఆదర్శం కాదు. ఎందుచేతనంటే, ఆదర్శం కల్పితమైనది; వాస్తవంగా మీరు చేస్తున్నదీ, అనుక్షణం మీరు ఆలోచిస్తున్నదీ, అనుభవిస్తున్నదీ అదే. ఉన్న స్థితి వాస్తవమైనది. వాస్తవమైనదాన్ని గ్రహించటానికి దాన్ని తెలుసుకుంటూ ఉండటం అవసరం; ఎంతో అప్రమత్తత, చురుకైన మనస్సు అవసరం. కానీ, ఉన్నస్థితిని ఖండించటం ప్రారంభించినట్లయితే, దాన్ని నిందించటం, ఎదిరించటం ప్రారంభించినట్లయితే, దాని గమనాన్ని అవగాహన చేసుకోలేం. నేనెవర్నైనా అవగాహన చేసుకోవాలనుకున్నప్పుడు, వారిని ఖండించకూడదు, వారిని జాగ్రత్తగా పరిశీలించాలి. అధ్యయనం చెయ్యాలి. అధ్యయనం చేస్తున్నదాన్ని ప్రేమించాలి, మీరొక బిడ్డను అర్థం చేసుకోవాలంటే మీరు వాడిని ప్రేమించాలి. నిరసించకూడదు, మీరా బిడ్డతో ఆడుకోవాలి, వాడి చర్యలన్నిటినీ కనిపెట్టి చూడాలి. వాడి చేష్టల్ని, సహజ లక్షణాలనీ, ప్రవర్తననీ పరిశీలించాలి. మీరు కేవలం ఖండిస్తూ, నిరోధిస్తూ, నిందిస్తూ ఉన్నట్లయితే, ఆ బిడ్డను అర్థం చేసుకోవటం జరగదు. అలాగే, ఉన్నస్థితిని అవగాహన చేసుకోవాలంటే అనుక్షణం తానేమి ఆలోచన చేస్తున్నాడో, ఏం అనుభూతి చెందుతున్నాడో, అనుక్షణం ఏం చేస్తున్నాడో పరిశీలించుకుంటూ ఉండాలి. అదే

వాస్తవమైనది. ఏ ఇతర చర్య అయినా వాస్తవమైనది కాదు. అది కేవలం ఒక కాంక్ష. ఉన్న స్థితికి విరుద్ధంగా ఏదో అవాలనే ఊహాజనితమైన కోరిక.

ఉన్నస్థితిని అవగాహన చేసుకోవటానికి, ఏకీభవించటం గాని, ఖండించటం గాని లేనటువంటి - అంటే, అప్రమత్తతతో కూడిన ఉదాసీనమైన మానసిక స్థితిలో ఉండాలి. మనం నిజంగా దేన్నైనా అవగాహన చేసుకోవాలని కోరినప్పుడు అటువంటి స్థితిలో ఉంటాం. తీవ్రమైన ఆసక్తి ఉన్నప్పుడు మనస్సు అటువంటి స్థితిలో ఉంటుంది. ఉన్న స్థితిని అవగాహన చేసుకోవాలనే ఆసక్తి ఉన్నప్పుడు, అంటే, మనస్సు యొక్క వాస్తవిక స్థితిని తెలుసుకోవాలనుకున్నప్పుడు, మనస్సుని నిర్బంధించటంగానీ, శిక్షణకి లోనుచెయ్యటంగానీ, నిగ్రహించటం గానీ అవసరంలేదు; అంతేకాదు, అప్పుడు ఉదాసీనమైన అప్రమత్తతతో తెలుసుకుంటూ ఉంటుంది. ఈ తెలుసుకుంటూ ఉండే స్థితి అవగాహన చేసుకోవాలనే ఆసక్తీ, ఉద్దేశం ఉన్నప్పుడే ఉత్పన్నమవుతుంది.

తన్నుతాను మౌలికంగా అవగాహన చేసుకోవటం జ్ఞానంవల్లగానీ, అనుభవాలను పోగుచేసుకోవటం ద్వారా గానీ జరగదు. అలా చేస్తే, జ్ఞాపకాలను పెంపొందించటమే అవుతుంది. తన్ను తాను అవగాహన చేసుకోవటం అనుక్షణం జరుగుతుంది. మనం కేవలం 'నేను' ని గురించి జ్ఞానం పోగుచేస్తే, ఆ జ్ఞానమే ఇంకా అవగాహన కాకుండా అడ్డుపడుతుంది. ఎందుచేతనంటే, పోగుచేసుకునే జ్ఞానం, కూడబెట్టుకున్న అనుభవాలూ - అవన్నీ కలిసి ఒక కేంద్రం అవుతాయి; ఆ కేంద్రం ద్వారా ఆలోచన కేంద్రీకృతమై తన అస్తిత్వాన్ని నిలుపుకుంటుంది. ప్రపంచం మనకన్న, మన కార్యకలాపాలకన్న భిన్నమైనదికాదు. ఎందువల్లనంటే, మనం ఏదయితే అయి ఉన్నామో, అదే ప్రపంచ సమస్యల్ని సృష్టిస్తోంది. మనలో చాలామందికి వచ్చిన కష్టం ఏమిటంటే, మనల్ని మనం సూటిగా తెలుసుకోకుండా, అనేక మానవ సమస్యల్ని పరిష్కరించే ఒక విధానాన్నీ, ఒక పద్ధతినీ, ఒక కార్యాచరణ మార్గాన్నీ అన్వేషిస్తూ ఉంటాం.

అయితే, తన్ను తాను తెలుసుకోవటానికి ఒక సాధనంగానీ, పద్ధతిగాని ఉన్నదా? ఏ తెలివైన వ్యక్తిగానీ, ఏ తత్త్వవేత్తగానీ ఏదో విధానాన్నో, ఏదో సాధనాన్నో కనిపెట్టగలడు. కానీ, ఒక విధానాన్ని అనుసరించటం వలన, ఆ విధానం సృష్టించే ఫలితమే కలుగుతుంది. కలగదా? నన్ను నేను తెలుసుకోవటానికి ఒక ప్రత్యేక పద్ధతిని అవలంబిస్తే ఆ పద్ధతి వలన కలిగి తీరవలసిన ఫలితాన్నే పొందుతాను. కానీ, ఫలితం మాత్రం నన్ను నేను అవగాహన చేసుకోవటం కాదన్నది స్పష్టం. అంటే, నన్ను నేను తెలుసుకోవటానికి ఒక పద్ధతినీ, ఒక విధానాన్నీ, ఒక సాధనాన్నీ అనుసరించటం వలన, నేను ఒక నమూనాని అనుసరించి నా ఆలోచనలనీ, నా చర్యలనీ రూపొందిస్తున్నాను. కానీ, ఒక నమూనాని అనుసరించటం తన్నుతాను అవగాహన చేసుకోవటం కాదు.

కాబట్టి, స్వీయజ్ఞానం పొందటానికి ఒక పద్ధతి లేదు. ఒక పద్ధతిని అన్వేషించటంలో, ఒక ఫలితాన్ని పొందాలనే కోరిక తప్పని సరిగా ఇమిడి ఉంటుంది - మన కందరికీ కావలిసింది అదే. మనం ఒక అధికారాన్ని - మనిషి యొక్క అధికారం

కాకపోయినా - ఒక విధానం యొక్క, ఒక మనస్తత్వం యొక్క, లేక ఒక సిద్ధాంతం యొక్క ఆధిపత్యాన్ని అనుసరిస్తాం; ఎందుచేతనంటే, మనకి తృప్తిని కలిగించే, భద్రత కలిగించే ఫలితాన్ని మనం అపేక్షిస్తున్నాం. మనల్ని మనం, మన ప్రేరేపణల్నీ, ప్రతిక్రియల్నీ, వ్యక్తావ్యక్తమైన మొత్తం ఆలోచనా ప్రక్రియనీ తెలుసుకోవాలని నిజంగా మనం కోరుకోవటం లేదు. అంతకంటే, మనకో ఫలితం కలుగుతుందని దృఢంగా చెప్పేవిధానాన్ని అవలంబిస్తాం. కానీ, ఒక విధానాన్ని అవలంబించటం తప్పనిసరిగా, భద్రతనీ, నిశ్చితమైనదాన్నీ మనం కోరటంవల్లనే. దాని ఫలితంగా, మనల్ని మనం అవగాహన చేసుకుంటున్నట్లు కాదన్నది స్పష్టం. మనం ఒక పద్ధతిని అనుసరించే టప్పుడు, మనం కోరినది మనకి ప్రాప్తిస్తుందని నిశ్చయంగా చెప్పే అధికారులు - బోధకుడు, గురువు, రక్షకుడు, మహాత్ముడు - మనకి కావాలి. కానీ, నిశ్చయంగా, స్వీయజ్ఞానానికి అది మార్గంకాదు.

తన్నుతాను అవగాహన చేసుకోవటానికి అధిపత్యం ఒక ఆటంకమవుతుంది - కాదా? అధికారియొక్క, మార్గదర్శియొక్క నీడలో మీరు తాత్కాలికంగా ఒక భద్రతాభావాన్ని, క్షేమంగా ఉన్నామన్న భావాన్ని కలిగి ఉండవచ్చు. కానీ, అది తన యావత్ప్రక్రియనీ అవగాహన చేసుకోవటం మాత్రం కాదు. అధికారం స్వతస్సిద్ధంగా తన్నుతాను పూర్తిగా తెలుసుకోనివ్వదు. కనుక, చివరికి స్వేచ్ఛను నాశనం చేస్తుంది. స్వేచ్ఛలో మాత్రమే సృజనాత్మకత ఉంటుంది. స్వీయజ్ఞానం ద్వారానే సృజనాత్మకత కలుగుతుంది. మనలో చాలా మందికి సృజన శక్తి ఉండదు. మనం పునశ్చరణ చేసే యంత్రాలం; మళ్లీ మళ్లీ కొన్ని అనుభూతి గీతాలనూ, కొన్ని ఫలితాలనూ, స్మృతులనూ - మనవిగానీ, ఇతరులవిగానీ గానం చేస్తూండే గ్రామఫోన్ రికార్డ్లం. అటువంటి పునశ్చరణ సృజనాత్మకత కాదు - కానీ, మనకి కావలసిందదే. అంతర్గతంగా భద్రంగా ఉండాలని కోరుతున్నాం కాబట్టే, ఈ భద్రతనిచ్చే పద్ధతుల కోసం, సాధనాల కోసం నిరంతరం అన్వేషిస్తున్నాం. అందుచేత, అధికారాన్నీ, మరొకర్ని ఆరాధించటాన్నీ కల్పిస్తున్నాం. ఈ ఆధిపత్యం అవగాహననీ, సృజనాత్మకత స్వతస్సిద్ధంగా కలగటానికి కావలసిన మానసిక ప్రశాంతతనీ నాశనం చేస్తుంది.

నిజానికి, మన సమస్య ఏమిటంటే, మనలో చాలామంది ఈ సృజనాత్మక శక్తిని కోల్పోయారు. సృజనాత్మకంగా ఉండటం అంటే మనం కవిత్వం రాసి, చిత్రలేఖనం చేసి కీర్తిపొందాలనికాదు. అదంతా కేవలం ప్రజల ప్రశంసలూ, విమర్శలూ పొందే భావప్రదర్శనా శక్తి. ఆ శక్తి సృజనాత్మకత కాదు. సృజనాత్మకత వేరేస్థితి - కాదా? అది 'అహం' లేనటువంటి స్థితి - ఇకపై మన అనుభూతులకూ, మన ఆశలకూ, మన వ్యవహారాలకూ, మన కోరికలకూ కేంద్రం కానటువంటి స్థితి. సృజనాత్మక స్థితి నిర్విరామంగా ఉండే స్థితికాదు. అది అనుక్షణం కొత్తగా ఉంటుంది. 'నేను', 'నాది' లేనటువంటిది - ఏ ప్రత్యేకమైన అనుభూతిపైనగానీ, ఆశపైనగానీ, కార్యసాధనపైనగానీ, ప్రయోజనం, ఉద్దేశంపైనగానీ ఆలోచన కేంద్రీకృతం కానటువంటి గమనం అది. 'నేను' లేనప్పుడే సృజనాత్మకత ఉంటుంది. అన్నిటికీ సృష్టికర్త అయిన వాస్తవికత ఏ స్థితిలో

ఉంటుందో అటువంటి అస్తిత్వ స్థితే సృజనాత్మకత. కానీ, ఆ స్థితి ఊహించటానికి వీలుకానిది, అది సూత్రీకరణకి వీలుకానిది, అనుసరించటానికి వీలుకానిది, ఏ విధానం చేతగాని, ఏ తత్త్వశాస్త్ర రీత్యాగాని, ఏ శిక్షణ ద్వారా గాని పొందటానికి వీలుకానిది. అంతేకాదు, దాని యావత్ప్రక్రియనీ తెలుసుకోవటం ద్వారానే అది సాధ్యమవుతుంది.

తన్నుతాను అవగాహన చేసుకోవటం ఒక ఫలితం కాదు, పర్యవసానం కాదు; అది అనుక్షణం సంబంధం అనే అర్థంలో - తన ఆస్తితోనూ, వస్తువులతోనూ, జనంతోనూ, భావాలతోనూ తనకు గల సంబంధం అనే దర్పణంలో తన్నుతాను చూసుకోవటమే. కానీ, అప్రమత్తతతో ఉండటం, తెలుసుకుంటూ ఉండటం మనకి కష్టంగా ఉంటుంది; అందుచేత ఒక పద్ధతిని అనుసరించి, అధికారాలనూ, మూఢవిశ్వాసాలనూ, సంతృప్తిని కలిగించే సిద్ధాంతాలనూ స్వీకరించి, మన మనస్సులు మొద్దుబారేటట్లు చేయటానికి ఇష్టపడతాం. కనుక, మన మనస్సులు విసుగు చెంది, అలిసిపోయి, మొద్దుబారిపోయి ఉంటాయి. అటువంటి మనస్సు సృజనాత్మకమైన స్థితిలో ఉండలేదు. 'నేను' అనే - 'గుర్తించి పోగుచేసుకునే ప్రక్రియ' అంతమైనప్పుడే సృజనాత్మకస్థితి సంభవిస్తుంది. ఎందుచేతనంటే, ఏ విధంగా చూసినా, 'నేను' అనే చైతన్య స్థితి గుర్తించటానికి కేంద్రమై ఉంది; గుర్తించటం అంటే కేవలం అనుభవాలను పోగుచేసే ప్రక్రియే. కానీ, మనందరం శూన్యంగా ఉండటానికి భయపడతాం. ఎందుచేతనంటే, మనందరం ఎప్పుడూ ఏదో అవాలని కోరుతూ ఉంటాం. చిన్నవాడు పెద్దవాడుగా అవాలని కోరతాడు; అవినీతిపరుడు సద్గుణశీలుడు కావాలని కోరతాడు; శక్తిహీనులూ, అనామకులూ శక్తినీ, అధికారాన్నీ, పదవినీ కాంక్షిస్తారు. ఇదే, మనస్సు యొక్క నిరంతర కార్యకలాపం; అటువంటి మనస్సు ప్రశాంతంగా ఉండలేదు. కనుక, సృజనాత్మక స్థితిని ఎన్నటికీ అవగాహన చేసుకోలేదు.

దుఃఖంతోనూ, యుద్ధాలతోనూ, నిరుద్యోగంతోనూ, ఆకలిబాధతోనూ, వర్గవిభేదాలతోనూ, పూర్తి గందరగోళంతో నిండివున్న ప్రపంచాన్ని సంపూర్ణంగా పరివర్తన చెయ్యాలంటే, మనలోనే పరివర్తన రావాలి. విప్లవం వ్యక్తితో ప్రారంభం కావాలి గాని, ఒక నమ్మకాన్నో, లేక, సిద్ధాంతాన్నో అనుసరించికాదు. ఎందుచేతనంటే, ఒక భావం మీద ఆధారపడిన విప్లవం, లేక, ఒక పద్ధతిని అనుసరించి జరిగిన విప్లవం వాస్తవంగా పరివర్తన కానేకాదు. వ్యక్తిలో మౌలికమైన విప్లవం రావాలంటే, సంబంధంలో తన ఆలోచనలనూ, అనుభూతులనూ, అన్నిటినీ అవగాహన చేసుకోవాలి. మన సమస్యలన్నిటికీ అదొక్కటే పరిష్కారం, అంతేకానీ, ఇంకొన్ని శిక్షణ విధానాలూ, ఇంకొన్ని విశ్వాసాలూ, ఇంకొన్ని సిద్ధాంతాలూ, ఇంకా కొందరు బోధకులూ కాదు. పోగుచేసే ప్రక్రియ లేకుండా, అనుక్షణం మనం ఉన్నట్లుగా మనల్ని మనం అవగాహన చేసుకుంటూ ఉన్నట్లయితే, అప్పుడు మనస్సులో ఉత్పత్తి చేయనటువంటి ప్రశాంతత, ఊహించినది గాని, పెంపొందించుకున్నది గాని కానటువంటి ప్రశాంతత ఎలా ఏర్పడుతుందో మనం గమనిస్తాం. అటువంటి ప్రశాంత స్థితిలోనే సృజనాత్మకత ఉంటుంది.

అధ్యాయం-V

చర్య, భావం

చర్యలోని సమస్యని చర్చించాలని ఉంది. మొదట్లో ఇది చాలా నిగూఢంగా, కష్టంగా ఉండొచ్చు. కానీ, బాగా ఆలోచించినమీదట సమస్యని స్పష్టంగా గమనించవచ్చు. ఎందుకంటే, మన బ్రతుకు, మన జీవితం అంతా ఒక క్రియావిధానం కనుక.

మనలో చాలా మంది అసంగతంగానూ, సంబంధరహితంగానూ ఉన్నట్లు కనిపిస్తూ, విచ్ఛిన్నతకీ, నిస్పృహకీ దారితీసే క్రియాపరంపరలో జీవిస్తున్నారు. ఈ సమస్య మనలో ప్రతి ఒక్కరికీ సంబంధించినదే. ఎందుచేతనంటే, మనం చర్య తీసుకోవటం ద్వారా జీవిస్తున్నాం. చర్య లేనిదే జీవితం లేదు, అనుభూతి లేదు, ఆలోచన లేదు. ఆలోచన కూడా చర్యే. బాహ్యమైన ఒక ప్రత్యేక చైతన్యస్థాయిలో మాత్రమే చర్య కొనసాగిస్తూ, చర్య యొక్క మొత్తం ప్రక్రియని అవగాహన చేసుకోకుండా, కేవలం బాహ్యచర్యలో చిక్కుకు పోతూండటం వల్ల నిరాశ, దుఃఖం కలగటం అనివార్య మవుతోంది.

మన జీవితం ఒక క్రియా పరంపర, వివిధ చైతన్యస్థాయిల్లో జరిగే క్రియా విధానం. చైతన్యం అంటే అనుభవించటం, పేరు పెట్టటం, సుస్థిరం చేయటం. చైతన్యం అంటే సమస్య, ప్రతిక్రియ; అదే అనుభవం పొందటం, తరవాత నామకరణం చేయటం, అటు తరువాత భద్రపరచటం, అంటే జ్ఞాపకం. ఈ ప్రక్రియే చర్య - కాదా? చైతన్యం - అంటే చర్య, సమస్య, ప్రతిస్పందన - అంటే, అనుభవించటం లేకుండా, పేరు పెట్టడం లేకుండా, భద్రపరచటం లేకుండా, అంటే, జ్ఞాపకం లేకుండా చర్య ఉండదు.

ఇప్పుడు, క్రియ కర్తని సృష్టిస్తోంది. అంటే, క్రియకి ఒక ఫలితం, ఒక పర్యవసానం ఉన్నప్పుడు కర్త ఉద్భవిస్తాడు. క్రియవల్ల ఫలితం లేనట్లయితే, కర్త ఉండడు. కానీ, ఒక పర్యవసానం, ఒక ఫలితం ఉన్నట్లయితే, అప్పుడు క్రియ కర్తని సృష్టిస్తుంది. కనుక, కర్త, క్రియ, ఫలితం - అన్నీ కలిసి ఏకప్రక్రియ అవుతున్నాయి. కర్మకి ఒక ఫలితం ఉన్నప్పుడు ఈ ఏకైక ప్రక్రియ ఏర్పడుతుంది. ఫలితం కోసం చేసే క్రియే ఇచ్ఛ, లేకపోతే ఇచ్ఛే ఉండదు - ఉంటుందా? ఒక ఫలితాన్ని పొందాలనే కోరికే ఇచ్ఛను పుట్టిస్తోంది. అదే కర్త - నేను సంపాదించాలి, నేను పుస్తకం రాయాలి, నేను భాగ్యవంతుడిని అవాలి, నేను చిత్రాన్ని గీస్తాను.

ఈ మూడు స్థితులూ - కర్త, క్రియ, ఫలితం - మనకి తెలిసినవే. అది మన దైనందిన జీవితం. ఉన్న స్థితి ఏమిటో మీకు ఇంతవరకూ వివరిస్తున్నాను. కానీ,

ఉన్నస్థితిని మార్పు చేయటం ఎలాగో, దాన్ని స్పష్టంగా పరీక్షించినప్పుడే దాన్ని అవగాహన చేసుకోవటం ప్రారంభిస్తాం. అప్పుడే దాన్ని గురించి భ్రమగాని, పక్షపాతంగాని, దురభిప్రాయంగాని ఉండదు. అనుభూతి అని చెప్పబడే ఈ మూడు స్థితులూ - కర్త, క్రియ, ఫలితం - నిశ్చయంగా అవుతూండటం అనే ప్రక్రియే. కర్తలేనట్లయితే, ఫలితాన్నిచ్చే చర్యలేనట్లయితే అవటం అనేది ఉండవు. కాని, జీవితం, దైనందిన జీవితం అవటం అనే ప్రక్రియే. నేను పేదవాణ్ణి, నేనొక ఫలితాన్ని ఆశించి, అంటే ధనవంతుణ్ణి అవటానికి పని చేస్తాను. నేను కురూపిని కనుక అందంగా అవాలని కోరతాను. కాబట్టి, నా జీవితమంతా ఏదో అవుతూండే విధానమే. ఉండాలనుకునే ఇచ్ఛ ఏదో అవాలనే ఇచ్ఛ. వివిధ చైతన్య స్థాయిల్లో, వివిధ పరిస్థితుల్లో సమస్య, ప్రతిక్రియ, నామకరణం, జ్ఞాపకం ఉంచుకోవటం ద్వారా ఇచ్ఛ ఉంటుంది. ఈ అవుతూండటమే సంఘర్షణ, బాధ - కాదా? అది నిరంతరం జరిగే పోరాటం: నేను ఇది, నేను అది అవాలని కోరుతున్నాను.

కాబట్టి, సమస్య ఏమిటంటే: ఈ అవటం అనేది లేనటువంటి క్రియ లేదా? ఈ బాధ లేకుండా, ఈ నిరంతర సంఘర్షణ లేకుండా చర్య లేదా? ఫలితం లేకపోతే, కర్త లేడు; ఎందుచేతనంటే, ఫలితాన్ని కోరుతూ చేసే క్రియే కర్తని సృష్టిస్తోంది. కానీ, ఫలితాన్ని ఆశించకుండా, అంటే, కర్త లేకుండా క్రియ జరగగలదా? అంటే, ఫలితాన్ని ఆశించకుండా క్రియ జరగగలదా? అటువంటి క్రియ 'అవటం' కాదు కనుక, పోరాటమూ కాదు. అనుభవించేవాడూ, అనుభవం లేనటువంటి 'అనుభవం పొందే స్థితి' ఉండే క్రియా విధానం ఉంటుంది. ఇది ఏదో వేదాంత విషయంలా కనిపించవచ్చు. కానీ, వాస్తవంగా ఎంతో సులభమయినది.

మీరు అనుభవం పొందుతున్న సమయంలో అనుభవానికి భిన్నమైన అనుభవకర్తగా మిమ్మల్ని మీరు గుర్తించరు. మీరు అనుభవిస్తున్న స్థితిలో ఉన్నారు. ఒక సులభమైన ఉదాహరణ తీసుకుందాం: మీరు కోపంగా ఉన్నారు. కోపం కలిగిన ఆ క్షణంలో అనుభవకర్తగానీ, అనుభవంగానీ ఉండదు, అనుభవించటమే ఉంటుంది. కానీ, మీరు దాన్నుంచి బయటికి వచ్చిన క్షణంలో, అనుభవం తరవాత కనురెప్పపాటు కాలంలో అనుభవించువాడు - అనుభవం, కర్త - ఫలితంతో కూడిన క్రియ - కోపాన్ని తొలగించుకోవటం, లేదా, అణచివేయటం - అనే ఫలితం కనిపిస్తుంది. పదేపదే మనం ఇలా అనుభవించే స్థితిలోనే ఉంటున్నాం. కానీ మనం ఎప్పుడూ దాన్నుంచి బయటికి వచ్చి, దానికొక మాటనీ, పేరునీ ఇచ్చి, భద్రపరచుకుంటాం. అలా చేయటం వల్ల ''అవటం'' అనేదాన్ని కొనసాగిస్తున్నాం.

క్రియని, ఆ శబ్దానికున్న ప్రధానమైన, మౌలికమైన భావంలో అవగాహన చేసుకోగలిగినట్లయితే, అప్పుడు ఆ మౌలిక అవగాహన మన పైపైబాహ్య కార్యకలాపాలను కూడా ప్రభావితం చేస్తుంది. కానీ, మొదట క్రియ యొక్క మౌలిక స్వభావాన్ని తెలుసుకోవాలి. అయితే, ఒక భావం ప్రకారం క్రియ జరుగుతోందా? ముందు ఒక భావం ఏర్పడిన తరవాత క్రియ జరుపుతున్నారా? లేక, ముందు క్రియ జరిగాక, తరవాత

క్రియవల్ల సంఘర్షణ కలుగుతోంది కనుక, దాని చుట్టూ ఒక భావాన్ని నిర్మించటం జరుగుతోందా? క్రియ కర్తని సృష్టిస్తోందా? లేక, కర్తే ముందు వస్తున్నాడా?

కర్త, క్రియ - ఈ రెండింటిలో ఏది ముందు వస్తోందో కనుక్కోవటం చాలా ముఖ్యం. భావమే ముందు వస్తున్నట్లయితే, క్రియ కేవలం భావాన్ని అనుసరిస్తుంది. కనుక, అది ఒక భావానికి అనుకరణ, బలవంతంగా జరుగుతున్నదే గాని, క్రియ కాదు. ఈ విషయాన్ని గ్రహించటం అతి ముఖ్యం. ఎందుచేతనంటే, మన సంఘం చాలావరకు మానసిక, లేక, శబ్దాల స్థాయిలో నిర్మితమై ఉంది కనుక, మనందరికీ శబ్దం ముందు రావటం, క్రియ దాన్ని అనుసరించటం జరుగుతోంది. అందుచేత, క్రియ భావానికి దాసి అవుతోంది. కేవలం భావనిర్మాణమే క్రియకి భంగకరంగా ఉంటున్నదన్న విషయం స్పష్టం. భావాలు ఎప్పుడూ మరిన్ని భావాలను సృష్టిస్తూ ఉంటాయి. భావాలనే సృష్టించటం జరుగుతున్నప్పుడు వైరుధ్యం ఎక్కువవుతుంది. సంఘానికి భావాలను సృజించే మానసిక ప్రక్రియ ప్రబలమైనప్పుడు దాని 'పైన' బరువెక్కువై పోతుంది. మన సమాజ నిర్మాణం చాలా మేధాపరమైనది. మిగతా ప్రతి అంశాన్నీ ఉపేక్షించి, కేవలం - మేధనే వృద్ధిచేస్తున్నాం. అందుచేత భావాలతో ఉక్కిరి బిక్కిరవుతున్నాం.

భావాలు అసలు ఎన్నటికైనా క్రియను సృష్టించగలవా? లేక, అవి కేవలం ఆలోచనని రూపుదిద్ది, దాని ద్వారా క్రియని పరిమితం చేస్తున్నాయా? భావంచేత క్రియ ప్రభావితం అయినప్పుడు, క్రియ ఎన్నటికైనా మానవునికి విముక్తి కలిగించగలదా? ఈ విషయాన్ని అవగాహన చేసుకోవటం అత్యావసరం. భావం క్రియని రూపొందిస్తున్నప్పుడు, క్రియ మన దుఃఖాలనెన్నటికీ పరిష్కరించలేదు. ఎందుచేతనంటే, దానికి క్రియారూపాన్ని ఇవ్వటానికి ముందు భావం ఎలా ఉద్భవిస్తోందో కనుక్కోవలసి ఉంది. భావాల ఆవిర్భావాన్ని, భావనిర్మాణం - సామ్యవాదుల, పెట్టుబడిదారుల, కమ్యూనిస్టుల, విభిన్న మతాల భావజాలాన్ని పరిశోధించటం - అందులో, ప్రత్యేకంగా, మన సంఘం కొండవాలు అంచు మీద నుంచి ఒక మహా విపత్తుని ఎదుర్కొంటున్నప్పుడు, మరో విధ్వంసానికీ, మరో విచ్ఛిన్నతకీ దారితీస్తున్నప్పుడు, అత్యంత ముఖ్యమవుతుంది. మన వివిధ సమస్యల్ని మానవత్వంతో పరిష్కరించాలని తీవ్రంగా ఆకాంక్షిస్తున్నవారు ప్రప్రథమంగా ఈ భావాల ఆవిర్భావాన్ని బాగా అవగాహన చేసుకోవలసి ఉంది.

భావమంటే ఏమిటి? భావం ఎలా ఉద్భవిస్తోంది? భావాన్నీ క్రియనీ కలపడం సాధ్యమా? నాకో భావం ఉంది, దాన్ని ఆచరించాలనుకుంటాననుకోండి; ఆ భావాన్ని అమలులో పెట్టడానికి ఒక పద్ధతి కోసం ఆలోచిస్తాం; ఊహించటం ప్రారంభిస్తాం. భావాన్ని ఎలా అమలులో పెట్టాలనేదాన్నిగురించి తగువులాడుతూ కాలాన్నీ, శక్తుల్నీ వృథా చేస్తాం. కనుక, భావాలు ఎలా ఉద్భవిస్తాయనే విషయం గురించి నిజంగా తెలుసుకున్న తరవాత క్రియ గురించి చర్చించవచ్చు. భావాలను గురించి చర్చించకుండా, కేవలం క్రియని ఎలా జరపాలని విచారించటంలో అర్థం లేదు.

ఇప్పుడు - ఏదైనా ఒక భావం, ఒక చిన్న సరళమైన భావం - పెద్ద తాత్త్వికమైన,

మత, ఆర్థిక సంబంధమైన భావం కానక్కర్లేదు - అది ఎలా కలుగుతుంది? భావం ఆలోచనా ప్రక్రియ అన్నది స్పష్టమే కదా? ఆలోచన యొక్క పర్యవసానం కదా? ఆలోచనా ప్రక్రియ లేనిదే, భావం ఉద్భవించలేదు. కనుక, ఆలోచనా ఫలితమైన భావాన్ని తెలుసుకునేముందు ఆలోచనా ప్రక్రియ గురించే తెలుసుకోవలసి ఉంది. ఆలోచన అంటే ఏమిటి? ఎప్పుడు ఆలోచిస్తారు? ఆలోచన శరీర నరాలకు సంబంధించి గానీ, మనస్సుకి సంబంధించి గానీ ప్రతిక్రియ జరిగినప్పుడు కలిగే పర్యవసానం కాదా? ఒక అనుభూతికి ఇంద్రియాలు చేసే తక్షణ ప్రతిస్పందన, లేదా, మానసిక ప్రతిస్పందన - అంటే, దాచుకున్న జ్ఞాపకం యొక్క ప్రతిస్పందన. ఒక అనుభూతికి నరాలు తక్షణమే చేసిన ప్రతిస్పందన. లేదా, దాచుకున్న జ్ఞాపకం యొక్క ప్రతిస్పందన - జ్ఞాపకం అంటే, జాతి, వర్గం, 'గురువు', కుటుంబం, సంప్రదాయం మొదలైనవాటి ప్రభావాలూ, వాటి అన్నిటినీ ఆలోచన అంటాం. కనుక, ఆలోచనా ప్రక్రియ జ్ఞాపకం యొక్క ప్రతిక్రియే - కాదా? జ్ఞాపకం లేకుంటే, మీకు ఆలోచనలే ఉండవు. ఒక అనుభవానికి జ్ఞాపకం చేసే ప్రతిక్రియే ఆలోచనా ప్రక్రియని ఆచరణలో పెడుతోంది. ఉదాహరణకి, నేను హిందువుని అనుకుని జాతీయత గురించి కొన్ని జ్ఞాపకాలను దాచుకున్నాను - గత ప్రతిస్పందనలూ, చర్యలూ, అంతరార్థాలూ, సంప్రదాయాలూ, ఆచారాలూ, వాటితో కూడిన జ్ఞాపకాల రాశి - ఒక ముస్లిమ్, బౌద్ధుడు, క్రైస్తవుడు వల్లా వచ్చే సమస్యకి ప్రతిస్పందన జరుపుతుంది. ఆ సమస్యకి జ్ఞాపకం చేసే ప్రతిస్పందన తప్పనిసరిగా ఆలోచనా ప్రక్రియని కలుగజేస్తుంది. మీలో ఆలోచనా విధానం ఎలా సాగుతోందో కనిపెట్టి చూడండి - దీనిలోని సత్యాన్ని తక్షణం సూటిగా పరీక్ష చేయగలుగుతారు. ఎవరో మిమ్మల్ని అవమానించారు. ఆ అవమానం మీ స్మృతిలో ఉండిపోయింది. అది మీ పూర్వరంగంలో ఒక భాగమైపోయింది. మీరు తిరిగి ఆ మనిషిని కలుసుకున్నప్పుడు, అంటే, సమస్య ఏర్పడినప్పుడు, మీ ప్రతిక్రియ ఏమిటంటే - వెనకటి అవమానం జ్ఞాపకం రావటం. కనుక, జ్ఞాపకం యొక్క ప్రతి క్రియ అది, అంటే, ఆలోచనా విధానం ఒక భావాన్ని సృష్టిస్తోంది. కాబట్టి, భావం ఎప్పుడూ ప్రభావితమై ఉంటుంది. దీన్ని అర్థం చేసుకోవటం ముఖ్యం. కాబట్టి, భావం ఆలోచనా ప్రక్రియకి ఫలితం. ఆలోచనా ప్రక్రియ జ్ఞాపకానికి ప్రతిస్పందన. జ్ఞాపకం ఎప్పుడూ ప్రభావితమై ఉంటుంది. జ్ఞాపకం ఎప్పుడూ గతానికి చెందినదే. వర్తమానంలోని సమస్య ఆ జ్ఞాపకానికి జీవాన్నిస్తుంది. జ్ఞాపకానికి స్వతస్సిద్ధంగా జీవం లేదు. సమస్య ఎదురైనప్పుడు వర్తమానంలో సజీవమవుతోంది. జ్ఞాపకం అంతా - పైకి కనిపించకుండా నిద్రాణంగా ఉన్నా, చురుకుగా ఉన్నా - ప్రభావితమై ఉన్నదే కాదా?

కాబట్టి, మనం వేరే పద్ధతిలోనే చూడాలి. మీ అంతట మీరు, అంతర్గతంగా ఒక భావాన్ని అనుసరించి క్రియ జరుపుతున్నారో లేదో, భావనాప్రక్రియ లేనటువంటి క్రియ ఉంటుందో లేదో కనుక్కోవలసి ఉంది. అది ఏమిటో - భావం మీద ఆధారపడని క్రియ అంటే ఏమిటో - మనమిప్పుడు కనుక్కుందాం.

భావోత్పత్తి లేకుండా మనం ఎప్పుడు చర్య తీసుకుంటాం? అనుభవం యొక్క ఫలితం కానటువంటి క్రియ ఎప్పుడు జరుగుతుంది? ముందు చెప్పినట్లుగా, అనుభవం మీద ఆధారపడిన క్రియ పరిమితంగా ఉండి, ప్రతిబంధకంగా ఉంటుంది. భావం యొక్క ఫలితం కాని క్రియ సహజంగా, స్వతస్సిద్ధంగా ఉంటుంది - అప్పుడు, అనుభవం మీద ఆధారపడిన ఆలోచనా ప్రక్రియ చర్యని నిగ్రహించదు కనుక. అంటే, మనస్సు చర్యని నిగ్రహించనప్పుడు, అనుభవంతో నిమిత్తంలేని క్రియ జరుగుతుంది. అనుభవం మీద ఆధారపడిన మనస్సు క్రియని నియంత్రించనప్పుడూ, అనుభవం మీద ఆధారపడిన ఆలోచన క్రియని రూపొందించనప్పుడూ సంభవించే ఆ ఒక్క స్థితిలోనే - అవగాహన కలుగుతుంది - ఆలోచనా ప్రక్రియ లేనప్పుడు జరిగే చర్య ఏమిటి? ఆలోచనా ప్రక్రియ లేకుండా చర్య జరుగుతుందా? నేనొక వంతెననో, గృహాన్నో కట్టాలనుకుంటాను. కట్టే పద్ధతి నాకు తెలుసు. ఆ పద్ధతి దాన్నెలా కట్టాలో చెబుతుంది. దాన్ని మనం క్రియ అంటాం. కవిత్వం రాయటం, చిత్రలేఖనం చేయటం, ప్రభుత్వ బాధ్యత నిర్వర్తించటం, సాంఘిక, పరిసర కార్యనిర్వహణం మొదలైన క్రియలు కూడా ఉన్నాయి. ఇవన్నీ ఒక భావం మీద, గత అనుభవం మీద ఆధారపడి కార్యాచరణగా రూపొందుతున్నాయి. కానీ, భావోత్పత్తి లేనప్పుడు క్రియ అనేది జరుగుతుందా?

నిశ్చయంగా, భావం అంతమైనప్పుడు అటువంటి క్రియ ఉంటుంది. ప్రేమ ఉన్నప్పుడే భావం అంతమవుతుంది. ప్రేమ స్మృతి కాదు; ప్రేమ అనుభవం కాదు; ప్రేమింపబడే వ్యక్తి గురించి ఆలోచన కాదు ప్రేమ. ఎందుచేతనంటే, అప్పుడది కేవలం ఆలోచనే అవుతుంది. ప్రేమని గురించి మీరు 'ఆలోచించ' లేరు. మీరు ప్రేమించే, ఆరాధించే మనిషి గురించి - మీ గురువో, చిత్రపటమో, భార్యో, భర్తో - గురించి ఆలోచించ గలరు; కానీ, ఆ ఆలోచన, ఆ చిహ్నం నిజమైనది కాదు, ప్రేమ కాదు. కాబట్టి, ప్రేమ ఒక అనుభవం కాదు.

ప్రేమ ఉన్నప్పుడు చర్య ఉంటుంది - ఉండదా? ఆ చర్య విముక్తి కలిగించదా? - అది మానసిక ప్రక్రియ యొక్క ఫలితం కాదు. భావానికీ చర్యకీ మధ్య అంతరం ఉన్నట్లుగా ప్రేమకీ, చర్యకీ మధ్య అంతరం ఉండదు. భావం ఎప్పుడూ పాతదే. దాని నీడతో వర్తమానాన్ని కప్పుతూ ఉంటుంది. మనం ఎప్పుడూ చర్యకీ, భావానికీ మధ్య వంతెన కట్టడానికి ప్రయత్నిస్తూ ఉంటాం. మానసిక ప్రక్రియ కానట్టి, అనుభవ ఫలితం కానట్టి, క్రమశిక్షణ ఫలితం కానట్టి ప్రేమ ఉన్నప్పుడు, ఆ ప్రేమే చర్య అవుతుంది. స్వేచ్ఛనిచ్చేది అదొక్కటే. మానసిక ప్రక్రియ ఉన్నంతకాలం, అనుభవంలోంచి వచ్చిన భావం క్రియని రూపొందిస్తూన్నంతకాలం విముక్తి ఉండదు. ఆ విధానం ఉన్నంతకాలం, క్రియ అంతా పరిమితమై ఉంటుంది. ఈ సత్యాన్ని గమనించినప్పుడు మానసిక ప్రక్రియ కానట్టి, ఆలోచనకి సాధ్యం కానట్టి ప్రేమ గుణం కలుగుతుంది.

ఈ యావత్ప్రక్రియనీ - భావాలెలా ఉద్భవిస్తున్నాయో, భావాలనుంచి క్రియ ఎలా పుడుతోందో, భావాలు క్రియని నిగ్రహించి, అనుభవం మీద ఆధారపడుతూ

క్రియని ఎలా పరిమితం చేస్తున్నాయో - దీన్నంతనీ సమగ్రంగా తెలుసుకుంటూ ఉండాలి. ఆ భావాలు 'ఎవరి' వైనప్పటికీ - వామపక్షానివిగాని, దక్షిణపక్షానివిగాని - ఎవరివైనా ఒకటే. భావాలను పట్టుకుని విడిచిపెట్టనంతవరకూ, ఏదీ అనుభవం పొందని స్థితిలో ఉంటాం. అప్పుడు మనం కాలం పరిధిలో అనుభూతికి నిలయమైన గతంలోనో, అనుభూతికి మరో రూపమైన భవిష్యత్తులోనో జీవిస్తూ ఉంటాం. భావం నుంచి మనస్సు స్వేచ్ఛని పొందినప్పుడు మాత్రమే అనుభవించటం జరుగుతుంది.

భావాలు సత్యం కాదు. సత్యం ప్రత్యక్షంగా అనుక్షణం అనుభవం పొందవలసిందే. అది మీరు కావాలని కోరే అనుభవం కాదు; అలా అయితే, అది ఇంద్రియానుభూతే అవుతుంది. భావజాలానికి అతీతంగా పోగలిగినప్పుడే - 'నేను', 'మనసు' అనేది పాక్షికంగాగాని, పూర్తిగాగాని కొనసాగే భావజాలానికి అతీతంగా పోగలిగినప్పుడే, ఆలోచన పూర్తిగా మౌనంగా ఉన్నప్పుడే, అనుభవం పొందే స్థితి ఉంటుంది. అప్పుడే ఎవరికైనా సత్యం ఏమిటనేది అవగాహన అవుతుంది.

అధ్యాయం-VI

నమ్మకం

నమ్మకానికీ, జ్ఞానానికీ కోరికతో చాలా సన్నిహిత సంబంధం ఉంది. ఈ రెండు విషయాలనీ మనం అవగాహన చేసుకున్నట్లయితే, బహుశా, కోరిక ఎలా పనిచేస్తుందో, దానిలో ఉన్న చిక్కులేమిటో మనం అవగాహన చేసుకోగలం.

మనలో చాలా మంది ఆత్రుతతో స్వీకరించి అంగీకరించే వాటిల్లో ఈ నమ్మకాల విషయం ఒకటి అనిపిస్తుంది నాకు. నేను నమ్మకాలను ఖండించటం లేదు. అసలు నమ్మకాలను ఎందుకు పెట్టుకుంటాం అనే విషయాన్నే మనం ఇప్పుడు తెలుసుకోవటానికి ప్రయత్నిద్దాం. అంగీకరించటంలో గల ఉద్దేశాలనూ, దానికి గల కారణాలనూ మనం అవగాహన చేసుకుంటే, అప్పుడు బహుశా, ఎందుకు అంగీకరిస్తున్నామో తెలుసుకోగలగటమే కాకుండా వాటినుంచి విముక్తి పొందగలుగుతాం. రాజకీయ, మత విశ్వాసాలూ, జాతీయత, మొదలైన ఇతర విశ్వాసాలూ ప్రజల్ని ఎలా విభజిస్తున్నాయో, సంఘర్షణనీ, గందరగోళాన్నీ, వైరుధ్యాన్నీ ఎలా కలిగిస్తున్నాయో మనం చూస్తున్నాం - ఇది స్పష్టమైన వాస్తవమే. అయినప్పటికీ, వాటిని విడిచిపెట్టడం మనకి ఇష్టం లేదు. హిందువుల నమ్మకం, క్రైస్తవుల నమ్మకం, బౌద్ధుల నమ్మకం - లెక్కలేనన్ని సాంఘిక, జాతీయ విశ్వాసాలూ, వేరు వేరు రాజకీయ సిద్ధాంతాలూ - అన్నీ ఒకదాన్నొకటి ఎదిరిస్తూ, ఒక దాన్నొకటి మార్చటానికి ప్రయత్నించటం మనం చూస్తున్నాం. నమ్మకం జనాన్ని విభజిస్తోందనీ, అసహనాన్ని వృద్ధి చేస్తోందనీ, స్పష్టంగా గమనించవచ్చు. నమ్మకం లేకుండా జీవించటం సాధ్యమేనా? ఎవరైనా ఒక నమ్మకానికీ తనకీ ఉన్న సంబంధాన్ని మనస్సులో ఉంచుకుని, తన్నుతాను పరీక్షించుకున్నట్లయితే, ఆ సంగతి అప్పుడే తెలుసుకోగలరు. ఈ ప్రపంచంలో నమ్మకాలు లేకుండా జీవించటం - నమ్మకాలను మార్చటం, ఒకదాని కొకటి ప్రత్యామ్నాయంగా పెట్టడం కాకుండా, ఏ విధమైన నమ్మకం లేకుండా, ప్రతి నిమిషం జీవితాన్ని కొత్తగా తీసుకుంటూ, అన్నిరకాల నమ్మకాల నుంచీ స్వేచ్ఛగా ఉంటూ జీవించటం సాధ్యమేనా? ఏమయినా, చివరికి ఇదే సత్యం - గతంచేత ప్రభావితం కాకుండా, తనకీ, ఉన్నస్థితికీ మధ్య అడ్డుగా ఉన్న మొత్తం ప్రభావాలేవీ లేకుండా, ప్రతిదాన్నీ కొత్తగా ఎదుర్కోగలిగే శక్తి కలిగి ఉండటం - ఇదే సత్యం.

మీరు దీన్ని గమనిస్తే, నమ్మకాన్ని అంగీకరించటానికి గల కారణాల్లో భయం కూడా ఒకటని మీరు గుర్తిస్తారు. మనకి నమ్మకం ఏదీ లేనట్లయితే, మనకేం జరుగుతుంది? ఏం జరుగుతుందోనని చాలా భయపడిపోమా? నమ్మకం మీద ఆధారపడిన కార్యాచరణ పద్ధతి మనకి లేనట్లయితే - ఆ నమ్మకం దైవంలో గానీ,

కమ్యూనిజంలో గానీ, సోషలిజంలో గానీ, సామ్రాజ్యవాదంలో గానీ, ఏదో ఒక మత సూత్రంలో గానీ, మనల్ని ప్రభావితం చేసిన ఏదో వితండవాదం గానీ లేనట్లయితే - మనం పూర్తిగా దారి తప్పిపోయినట్లు భయపడతాం - భయపడమా? నమ్మకాన్ని అంగీకరించటం ద్వారా ఆ భయాన్ని నిజంగా శూన్యమైపోతామనే, ఖాళీగా ఉండిపోతామనే భయాన్ని కప్పిపుచ్చటం లేదా? అయితే, ఒక గిన్నె ఖాళీగా ఉన్నప్పుడే కదా ఉపయోగపడేది? నమ్మకాలూ, సిద్ధాంతాలూ, స్థిరభావాలు, నిదర్శనాలూ, ఉదాహరణలూ, వీటన్నిటితోనూ నిండిపోయినది నిజంగా సృజనాత్మకత లేని మనస్సు. అది కేవలం పునశ్చరణ చేసే మనస్సు. ఆ భయం నుంచి తప్పించుకోవటం - శూన్యమవుతాననే భయం, ఒంటరిగా ఉండిపోతాననే భయం, అక్కడే ఆగిపోతాననే భయం, చేరలేకపోతానేమోననే భయం, గెలవలేకపోతాననీ, పొందలేకపోతాననీ, అనుకున్నట్లు ఉండలేదనీ, అనుకున్నట్లు అవలేకపోతాననీ భయం - ఆ భయం నుంచి తప్పించుకోవటం నిజంగా ఒక కారణం కదా? మనం అత్యంత ఆతురతతో, అత్యాశతో నమ్మకాలను అంగీకరించటం దేనికి? నమ్మకాల్ని అంగీకరించటం వల్ల మనల్ని మనం అవగాహన చేసుకుంటున్నామా? ఎంతమాత్రం లేదు. నమ్మకం - రాజకీయమైనది గానీ, మత సంబంధమైనది గానీ, మరేదైనా గానీ, మనల్ని మనం అవగాహన చేసుకోవటానికి నిశ్చయంగా ఆటంకమవుతుంది. మనల్ని మనం అవలోకించకుండా మధ్య ఒక దట్టమైన తెరలా ఉంటుంది. నమ్మకాలు లేకుండా మనల్ని మనం అవలోకించ గలమా? ఆ నమ్మకాల్ని, మనకున్న ఎన్నో నమ్మకాల్ని తొలగించేస్తే, గమనించటానికేమైనా మిగులుతుందా? తను ఏకీభవించిన నమ్మకాలేవీ లేనప్పుడు, మనస్సు దేనితోనూ ఐక్యత లేకుండా తను ఉన్నదివున్నట్లు చూడగలుగుతుంది. నిశ్చయంగా, అప్పుడే మనల్ని మనం అవగాహన చేసుకోవటం ప్రారంభమవుతుంది.

ఇది నిజంగా చాలా ఆసక్తికరమైన సమస్య - నమ్మకం, జ్ఞానం - వీటి విషయం. మన జీవితంలో అది ఎంత అసాధారణమైన పాత్ర వహిస్తోంది! మనకెన్ని నమ్మకాలున్నాయి! నిశ్చయంగా, మానవుడికి ఎంత ఎక్కువ జ్ఞానం, ఎంత ఎక్కువ నాగరికతా, ఎంత ఎక్కువ ఆధ్యాత్మికతా ఉంటే - ఈ మాట ఉపయోగించటం సమంజసమైతే - తన్నుతాను అవగాహన చేసుకోగల శక్తి అంత తక్కువ అవుతుంది. ఈ ఆధునిక ప్రపంచంలో కూడా ఆటవిక మానవులు లెక్కలేనన్ని మూఢవిశ్వాసాలతో ఉన్నారు. ఎక్కువ ఆలోచనాపరులూ, ఎక్కువ వివేకవంతులూ, ఎక్కువ అప్రమత్తులూ బహుశా తక్కువ నమ్ముతున్నారేమో! అది ఎందుచేతనంటే, నమ్మకం నిబద్ధిస్తుంది, ప్రత్యేకత నిస్తుంది. ప్రపంచమంతటా - ఆర్థిక ప్రపంచంలోనూ, రాజకీయ ప్రపంచంలోనూ, ఆధ్యాత్మిక లోకం అనే దాంట్లోనూ కూడా అదే మనం చూస్తున్నాం. మీరు దేవునిలో నమ్ముతారు. నేను బహుశా దేవుడు లేడని నమ్ముతాను; లేక, ప్రతి విషయాన్నీ, ప్రతి వ్యక్తినీ ప్రభుత్వం అధీనంలోకి తీసుకునే సంపూర్ణాధికారం ఉండాలని మీరు నమ్ముతారు; ప్రజలే వారి ఇష్టం వచ్చినట్లు వారు వ్యవహరించగలగాలి అని నేను నమ్ముతాను; ఒక్కడే రక్షకుడున్నాడనీ, ఆయనద్వారానే మీ గమ్యాన్ని మీరు చేరుకోగలరనీ మీ నమ్మకం;

నేనది నమ్మను. కనుక, మీరు మీ నమ్మకంతోనూ నేను నా నమ్మకంతోనూ, నిర్దిష్టంగా మాట్లాడతాం. అయినా, ఉభయులం ప్రేమ, శాంతి, మానవజాతి ఐక్యత, సమైక్య జీవనం గురించీ మాట్లాడతాం. ఇదంతా ఉత్తదే. ఎందుచేతనంటే, వాస్తవానికి, మనకున్న నమ్మకమే మనల్ని వేరు చేసే పద్ధతి. మీరు బ్రాహ్మణులు, నేను బ్రాహ్మణేతరుడిని; మీరు క్రైస్తవులు, నేను ముస్లిమ్‌ని; మీరు సోదరత్వం గురించి మాట్లాడతారు, నేనుకూడా ఆ సోదరత్వం, ప్రేమా, శాంతీ గురించే మాట్లాడతాను. కానీ, మనం వాస్తవంగా వేరువేరు. మనల్ని మనం విభజించుకుంటున్నాం. శాంతిని కోరేవాడు, ఒక నూతన ప్రపంచాన్ని, ఆనందకరమైన ప్రపంచాన్ని సృష్టించ గోరేవాడు నిజంగా ఏ రకమైన నమ్మకంతోనూ తన్నుతాను ప్రత్యేకించుకోడు. అది స్పష్టం అయిందా? మాటల స్థాయిలో కావచ్చు, కానీ, మీరు దాని ప్రాముఖ్యాన్నీ, యథార్థాన్నీ, సత్యాన్నీ గ్రహించినట్లయితే, దాని పని అదే ప్రారంభిస్తుంది .

ఇచ్ఛాప్రక్రియ పని చేస్తున్నప్పుడు, నమ్మకం ద్వారా ప్రత్యేకించుకోవటం జరిగితీరుతుంది. ఎందుకంటే, ఆర్థికంగానూ, ఆధ్యాత్మికంగానూ, అంతర్గతంగానూ కూడా భద్రత ఉండి తీరుతుందని మీరు నమ్ముతున్నారు. ఆర్థిక కారణాల కోసం నమ్మేవారి గురించి నేను మాట్లాడటం లేదు, ఎందుకంటే, వారు ఉద్యోగాలపై ఆధారపడి ఉండేటట్లే పెంచబడ్డారు. కనుక, ఉద్యోగం దొరికినంత కాలం, వారు కేథలిక్స్ గానీ, హిందువులు గానీ, మరెవ్వరైనా సరే, వారి నమ్మకాల ప్రకారమే ఉండటానికే సంసిద్ధులై ఉంటారు. ఏదో సదుపాయం కోసం నమ్మకాన్ని పట్టుకుని ఉండేవారి గురించి కూడా మనం మాట్లాడటం లేదు. బహుశా మనలో చాలామంది అటువంటి వారే అయివుండవచ్చు. ఏదో అనుకూలంగా ఉంటుందని మనం కొన్నింటిని నమ్ముతాం. ఆర్థిక కారణాల్ని అవతలికి తోసేసి, విషయాల్ని మనం మరింత ప్రగాఢంగా పరిశీలించాలి. ఆర్థిక, సాంఘిక, రాజకీయ, తదితర విషయాల్లో ప్రగాఢంగా నమ్మేవారిని తీసుకుంటే, ఆ నమ్మకాల వెనుక ఉన్నది ఏమిటంటే, భద్రంగా ఉండాలనే వాంఛ - కాదా? తరవాత, కొనసాగాలనే కోరిక. అటువంటి కొనసాగే స్థితి ఉందా లేదా అనే విషయాన్ని మనం ఇప్పుడు చర్చించటం లేదు. నమ్మకాన్ని కలుగజేసిన ప్రేరేపణ గురించీ, నిరంతర ప్రోత్సాహం గురించీ మాత్రమే చర్చిస్తున్నాం. శాంతిని కోరేవాడు, మొత్తం మానవ జీవిత విధానాన్ని అవగాహన చేసుకోదలచినవాడు నమ్మకానికి కట్టుబడి ఉండలేడు - ఉండగలడా? భద్రతతో ఉండటానికి కోరిక ఒక సాధనంగా పని చేస్తోందని అతడు గమనిస్తాడు. అవతలకి వెళ్లాక, నేను మత రాహిత్యాన్ని గురించి బోధిస్తున్నానని మాత్రం దయచేసి ప్రచారం చేయకండి. నా అభిప్రాయం అది కానేకాదు. నేను చెప్పేది ఏమిటంటే, నమ్మకం అనే రూపంలో ఉన్న వాంఛని మనం అర్థం చేసుకోనంతవరకూ, వివాదం, సంఘర్షణ, దుఃఖం ఉండితీరతాయి. మనిషికీ మనిషికీ మధ్య వైరుధ్యం ఉంటుంది - ఇదంతా మనం ప్రతి రోజూ చూస్తూనే ఉన్నాం. కనుక ఈ ప్రక్రియ నమ్మకం అనే రూపాన్ని ధరిస్తోందనీ, అంటే, ఆంతర్గత భద్రత కావాలనే తృష్ణే నమ్మకం అనే రూపంలో ఆవిష్కృతమవుతోందనీ నేను గమనించినట్లయితే, తెలుసుకుని

ఉన్నట్లయితే, అప్పుడు నా సమస్య 'ఇది నమ్మటమా' 'అది నమ్మటమా' అని కాక, భద్రతకోసం ఏర్పడే తృష్ణ లేకుండా స్వేచ్ఛగా ఉండగలదా మనస్సు - అనేదే సమస్య అవుతుంది - ఏది నమ్మాలి, ఎంతవరకు నమ్మాలి అని కాదు. ప్రపంచంలో ప్రతి విషయం అనిశ్చితంగా ఉండటం వల్ల, మానసిక భద్రత కోసం, ఏదో ఒకదాని గురించి నిశ్చితంగా ఉండటం కోసం అంతరంగంలో ఏర్పడే తృష్ణకి బాహ్యరూపాలే ఈ నమ్మకాలన్నీ.

మనస్సు, వ్యక్తంగా ఉన్న మనస్సు, వ్యక్తిత్వం - ఈ భద్రతాకాంక్షనుంచి విముక్తి పొందగలదా? మనం భద్రంగా ఉండాలి, కనుక, మన సంపదలూ, మన ఆస్తి, మన కుటుంబం, అన్నిటి సహాయం కావాలి. అంతర్గతంగానూ ఆధ్యాత్మికంగానూ కూడా భద్రత కోరుతున్నాం కనుక, నమ్మకాలతో గోడలు కడుతున్నాం. సురక్షితంగా ఉండాలనే కాంక్షకి నిదర్శనాలే ఈ గోడలు. ఏదో ఒకదానిలో నమ్మకం ఉండాలనే కోరిక రూపంలో వ్యక్తమవుతున్న భద్రతాకాంక్ష నుంచీ, ఈ ప్రేరేపణ నుంచీ, వ్యక్తిగా మీరు స్వేచ్ఛగా ఉండగలరా? దాన్నుంచి సంపూర్ణంగా స్వేచ్ఛగా ఉండనట్లయితే, సంఘర్షణకి మనమే మూలకారణమవుతాం. మనం శాంతికి కృషి చేయటం లేదు. మన హృదయాల్లో ప్రేమ లేదు. నమ్మకం దాన్ని నాశనం చేస్తుంది. మన నిత్యజీవితంలో ఇది కనిపిస్తూనే ఉంది. ఒక నమ్మకానికి కట్టుబడి ఉండటాన్ని వ్యక్తం చేస్తున్న ప్రక్రియలో నేను చిక్కుకుపోతున్నప్పుడు నన్ను నేను పరిశీలించుకోగలనా? నమ్మకం నుంచి మనస్సు తన్నుతాను విముక్తి చేసుకోగలదా? దానికి మళ్లీ ఒక ప్రత్యామ్నాయం కోసం అన్వేషించకుండా, దాన్నుంచి పూర్తిగా స్వేచ్ఛగా ఉండగలదా? దీనికి మీరు ''అవును'', ''కాదు'' అని మాటలతో సమాధానం చెప్పలేరు. కానీ, నమ్మకం నుంచి స్వేచ్ఛగా ఉండాలనే ఉద్దేశం ఉంటే మీరు కచ్చితంగా జవాబు చెప్పగలరు. అప్పుడు, భద్రంగా ఉండాలనే ప్రేరేపణ నుంచి విముక్తి కలిగించే సాధనాన్ని కోరే స్థితికి తప్పనిసరిగా వస్తారు. అంతర్గత భద్రత నిరంతరంగా ఉంటుందని నమ్మాలనుకుంటారు. కానీ, వాస్తవంగా అటువంటి అంతర్గత భద్రత లేనేలేదు. మీకున్న అల్పమైన వాటన్నిటినీ జాగ్రత్తగా కాపాడుతూ, మీరు ఎవర్ని చూడాలో, ఏం చెయ్యాలో, ఎలా చెయ్యాలో చెబుతూ మీ కోసమే కృషి చేసే దేవుడొకడున్నాడని మీరు నమ్మాలనుకుంటారు. ఇదంతా చిన్న పిల్లల లక్షణం, పరిణతిలేని ఆలోచన. ఆ ''ధర్మపిత'' మనలో ప్రతి ఒక్కరినీ కనిపెట్టి చూస్తున్నాడని మీరనుకుంటారు. అది కేవలం మీ స్వాభిలాష యొక్క బాహ్యరూపం మాత్రమే. అది సత్యం కాదన్నది స్పష్టం. సత్యం దానికి పూర్తిగా భిన్నమైనదై తీరాలి.

మనకున్న తరువాతి సమస్య జ్ఞానం. సత్యాన్ని అవగాహన చేసుకోవటానికి జ్ఞానం అవసరమా? ''నాకు తెలుసు'' అని చెప్పినప్పుడు, జ్ఞానం ఉందని అర్థం. అటువంటి మనస్సు సత్యం అంటే ఏమిటో పరిశోధనా, అన్వేషణా చెయ్యగలుగుతుందా? అదీకాక, మనం అంతగా గర్వపడాల్సిన జ్ఞానం ఏమిటి? వాస్తవంగా మనకి తెలిసిందేమిటి? మనకి సమాచారం తెలుసు. మన ప్రభావిత స్థితి మీద, జ్ఞాపకం మీద, మన శక్తుల మీదా ఆధారపడిన అనుభవం, సమాచారం మన దగ్గర కావలిసినంత ఉంది. ''నేనెరుగుదును''

అని మీరు చెప్పటంలో మీ అభిప్రాయం ఏమిటి? మీరెరుగుదురని అంగీకరించటం - ఒక విషయాన్ని గాని, ఒక సమాచారాన్ని గాని గుర్తించటం అయినా కావాలి, లేదా, మీరు పొందిన ఒక అనుభవం అయినా కావాలి. సమాచారాన్ని నిరంతరం పోగుచేస్తూ ఉండటం, అనేక రకాల జ్ఞానాన్ని సంపాదిస్తూ ఉండటం - ఇదంతా ''నేనెరుగుదును'' అనే నిర్దిష్ట వాక్యం అవుతోంది. మీరు చదివినదాన్ని, మీ పూర్వ రంగాన్ని అనుసరించి, మీ కోరికల్నీ, మీ అనుభవాల్నీ అనుసరించి, మీరు అనువదించటం ప్రారంభిస్తారు. మీ జ్ఞానం కూడా మీ కోరికనిబట్టే ఉంటుంది. నమ్మకానికి బదులు జ్ఞానాన్ని పెడుతున్నాం. ''నేనెరుగుదును'', ''నాకు అనుభవం ఉంది, దాన్ని కాదనటానికి వీల్లేదు, అది నా అనుభవం కనుక నేను దాని మీద పూర్తిగా ఆధారపడతాను'' - ఇవన్నీ జ్ఞానానికి నిదర్శనలు. కానీ, మీరు దానివెనక్కి పోయి, దాన్ని విశ్లేషించి, చాలా సూక్ష్మంగా, జాగ్రత్తగా పరిశీలించినట్లయితే, ''నేనెరుగుదును'' అని మీరు గట్టిగా నొక్కిచెప్పటమే మిమ్మల్నీ నన్నూ వేరుచేస్తున్న మరొక గోడ అని మీరు కనుక్కుంటారు. ఆ సుఖాన్నీ, భద్రతనీ కోరుతూ, గోడవెనక నుంచి మీరు శరణు పొందుతారు. కాబట్టి, మనస్సుని జ్ఞానంతో ఎంత బరువుగా నింపుతారో, అవగాహన చేసుకోవటానికి అంత తక్కువ శక్తిని కలిగి ఉంటారు.

జ్ఞానాన్ని సంపాదించటం అనే సమస్యని గురించి మీరెప్పుడైనా ఆలోచించారో లేదో నాకు తెలియదు - జ్ఞానం ఎప్పటికైనా ప్రేమించటంలో మనకి సహాయపడుతుందా? మనలోనూ, మనపక్కవారితోనూ సంఘర్షణ కలుగజేసే గుణాలనుంచి విముక్తి పొందటంలో మనకి సహాయపడుతుందా? జ్ఞానం ఎప్పటికైనా మనస్సులోంచి ఆకాంక్షని తొలగించగలుగుతుందా? ఎందుచేతనంటే, సంబంధాన్ని చివరికి నాశనం చేసేటటువంటి, మనుషుల్లో పరస్పరం సంఘర్షణ కలుగజేసేటటువంటి గుణాల్లో ఆకాంక్ష ఒకటి. మనందరం శాంతితో జీవించాలంటే, నిశ్చయంగా, ఆకాంక్ష - రాజకీయ, ఆర్థిక, సాంఘిక ఆకాంక్షే కాకుండా, ఎక్కువ సూక్ష్మమైన, ప్రమాదకరమైన ఆధ్యాత్మిక ఆకాంక్షే - ఏదో అవాలనే ఆకాంక్ష సంపూర్ణంగా అంతమవాలి. జ్ఞానాన్ని పోగుచేసే ఈ విధానం నుంచీ, తెలుసుకోవాలనే కోరిక నుంచీ , మనస్సు ఎప్పటికైనా స్వేచ్ఛని పొందగలదా?

మన జీవితంలో జ్ఞానం, నమ్మకం - ఈ రెండూ ఎంత అసాధారణమైన, ప్రబలమైన పాత్రని వహిస్తున్నాయో కనిపెట్టి చూడటం బహు ఆసక్తికరంగా ఉంటుంది. అపారమైన జ్ఞానం, పాండిత్యం కలవారిని మనం ఎలా పూజిస్తామో చూడండి! దీని అర్థం మీరు గ్రహించగలరా? మీరు కొత్తదాన్ని దేన్నైనా కనుక్కోదలిస్తే - మీ ఆలోచన ఊహించనటువంటి కొత్తదాని అనుభవం పొందాలనుకుంటే, మీ మనస్సు స్వేచ్ఛగా ఉండాలి - ఉండక్కర్లేదా? కొత్తదాన్ని గమనించటానికి సామర్థ్యం కలిగి ఉండాలి. కానీ, దురదృష్టవశాత్తూ, మీరు ఎప్పుడు ఏ కొత్తదాన్ని చూసినా, మీకు తెలిసిన పాత సమాచారాన్నంతటినీ, మీ జ్ఞానాన్నంతటినీ, మీ గత స్మృతులనన్నింటినీ తీసుకువస్తారు. కనుక, పాతది కానటువంటి కొత్తదాన్ని చూడటానికి గాని, పొందటానికి గాని, మీరు

అసమర్థులవుతారన్నది స్పష్టం. దయచేసి దీన్ని విపులీకరించడానికి ప్రయత్నించకండి. నా ఇంటికి తిరిగి వెళ్లటానికి నాకు దారి తెలియకపోతే, నేను - తప్పిపోతాను; యంత్రాన్ని నడపటం ఎలాగో నాకు తెలియకపోతే నావల్ల ఏమీ ప్రయోజనం ఉండదు - అది వేరే విషయం. మనం ఇక్కడ దాన్ని చర్చించటం లేదు. భద్రత కోసం, ఏదో అవాలనే మానసిక, అంతర్గత కాంక్షతో, సాధనంగా ఉపయోగింపబడుతున్న జ్ఞానం గురించి చర్చిస్తున్నాం. జ్ఞానం ద్వారా మీరేం పొందగలరు? జ్ఞానం వల్ల ఏర్పడే అధికారం, జ్ఞానంవల్లకలిగే ప్రాముఖ్యం, హోదా, సత్తువ, ఇంకా ఏవేవో - అంతేనా? ''నేనెరుగుదును'',''అది ఉంది'',''అది లేదు'' అని చెప్పేవాడు, నిశ్చయంగా ఈ ఇచ్ఛాప్రక్రియ గురించి ఆలోచించటం, దాన్ని పరిశీలించాలనుకోవటం మానేసినట్లే.

కనుక, నా ఉద్దేశంలో, మన సమస్య ఏమిటంటే, మనం నమ్మకానికీ, జ్ఞానానికీ కట్టుబడిపోయి, కుంగిపోతున్నాం. మనస్సు గతం నుంచీ, గతం ద్వారా సంపాదించిన నమ్మకాలనుంచీ స్వేచ్ఛని పొందటం సాధ్యమవుతుందా? ఈ ప్రశ్న మీ కర్థమైందా? వ్యక్తిగా నేనూ, వ్యక్తిగా మీరూ ఈ సంఘంలో జీవిస్తూ, మనకి పెంపకం ద్వారా వచ్చిన నమ్మకాల నుంచి స్వేచ్ఛగా ఉండటం సాధ్యమవుతుందా? ఆ జ్ఞానం అంతటి నుంచీ, ఆ అధికారం అంతటి నుంచీ మనస్సు పూర్తిగా స్వేచ్ఛ పొందగలదా? మనం అనేక పవిత్ర గ్రంథాలనూ, మత గ్రంథాలనూ చదివాం. వాటిలో, చెయ్యాల్లో, ఏం చెయ్యకూడదో, ఎలా గమ్యం చేరగలమో, గమ్యం ఏమిటో , దైవమంటే ఏమిటో బహు జాగ్రత్తగా వివరించారు. అదంతా మీరు కంఠతాపట్టారు. దాన్ని అనుసరించారు. అదే మీ జ్ఞానం, అదే మీరు సంపాదించినది; అదే మీరు నేర్చుకున్నది. ఆ మార్గాన్నే మీరు అనుసరిస్తారు. సహజంగానే మీరు అనుసరించేదీ, వెతికేదీ మీకు లభిస్తుంది. అది మీకున్న జ్ఞానమే ప్రదర్శితం కావడం కాదా? అది వాస్తవం కాదు. మీ ఊహాచిత్రణవల్లా, ప్రదర్శనవల్లా మీ మనస్సు దుర్బలమైపోకుండా, దాన్ని గ్రహించి 'ఇప్పుడే,' 'రేపు'కాదు,'ఇప్పుడే' అవగాహన చేసుకుని ''నేను దానిలో ఉన్న సత్యాన్ని చూశాను'' అని చెప్పి, దాన్ని విడిచిపెట్టడం సాధ్యమేనా?

నమ్మకం నుంచి మనస్సు స్వేచ్ఛ పొందగలదా? మీరు ఆ నమ్మకాన్ని పట్టుకుని ఉండటానికి గల కారణాల ఆంతర్యాన్ని మీరు అవగాహన చేసుకున్నప్పుడు, మిమ్మల్ని నమ్మేటట్లు చేస్తున్న వ్యక్తమైన కారణాలనే గాక, అవ్యక్తంగా ఉన్నవాటినికూడా మీరు అవగాహన చేసుకున్నప్పుడు మాత్రమే మీరు స్వేచ్ఛగా ఉండగలరు. ఇంతకీ, మనం చేతనావస్థలో పని చేస్తున్న బాహ్య ఆస్తిత్వం మాత్రమే కాదు. చేతన మనస్సు కంటే, అచేతన మనస్సు ఇంకా ఎక్కువ త్వరగా ప్రతిస్పందించగలదు కనుక, అచేతన మనస్సుకి మనం ఒక అవకాశాన్నిస్తే, ప్రగాఢమైన చేతనాచేతన కార్యకలాపాలన్నిటినీ కనుక్కో-గలుగుతాం. మీ చేతన మనస్సుని నెమ్మదిగా ఆలోచిస్తూ, వింటూ, కనిపెడుతున్నప్పుడు, అచేతన మనస్సు చాలా చురుకుగా, ఎక్కువ మెలకువతో, చాలా ఎక్కువ గ్రహింపు శక్తి కలిగి ఉంటుంది; కనుక దానికి సమాధానం పొందగలుగుతుంది. నయానా, భయానా,

బలవంతాన నమ్మకానికి లొంగిన మనస్సు ఆలోచించడానికి స్వేచ్ఛగా ఉంటుందా? సరికొత్తగా చూస్తూ, మిమ్మల్ని మరొకరి నుంచి వేరు చేసే ప్రవృత్తిని తొలగించగలదా? నమ్మకం మనుషుల్ని సన్నిహితులుగా చేస్తుందని చెప్పకండి దయచేసి. అలా చేయలేదు. అది స్పష్టం. వ్యవస్థీకరించబడిన ఏ మతమూ ఎన్నడూ అటువంటి పని చేయలేదు. మీ దేశంలోనే మిమ్మల్ని చూసుకోండి. మీ రందరూ నమ్మకం ఉన్నవారేకదా, మీరంతా సన్నిహితంగా ఉన్నారా? సమైక్యంగా ఉన్నారా? అనేకానేక అల్ప పక్షాలుగా, కులాలుగా విభజింపబడి ఉన్నారు కదా? అసంఖ్యాకమైన విభాగాలను మీరు ఎరుగుదురు కదా? ప్రపంచమంతటా- తూర్పున గానీ, పశ్చిమాన గానీ - అన్ని చోట్లా ఒకటే విధానం: క్రైస్తవులే క్రైస్తవులను నాశనం చేయటం; తుచ్ఛమైన స్వల్ప విషయాలకోసం ఒకరినొకరు హత్య చేయటం; జనాన్ని భయంకరమైన చెరసాలల్లోకి తొయ్యటం, యుద్ధ బీభత్సాలూ మొదలైనవి. కాబట్టి, నమ్మకం జనాన్ని ఏకం చెయ్యదు. అది సుస్పష్టమైన విషయం. అది స్పష్టం, సత్యం అయితే, మీరు దాన్ని చూసినట్లయితే, దాన్ని అనుసరించి తీరాలి. కానీ, కష్టం ఏమిటంటే, మనలో చాలా మంది దాన్ని చూడరు. ఎందుచేతనంటే, అంతర్గతంగా భద్రత లేకపోవటాన్నీ, ఒంటరిగా ఉన్నామనే అంతర్గత భావాన్నీ ముఖాముఖీ చూసే సామర్థ్యం మనకి లేదు. రాజ్యం, కులం, జాతీయత, గురువు, రక్షకుడు, మరేదైనాసరే - ఏదో ఒక ఆలంబనం కావాలి మనకి. ఇందులో ఉన్న అసత్యాన్నంతటినీ గ్రహించినప్పుడు, మనస్సు తాత్కాలికంగా ఒక క్షణంసేపే అయినా, సత్యాన్ని దర్శించ గలుగుతుంది. అది దానికి భరించరానిదైతే వెనక్కి తిరిగి పోవచ్చు. కానీ, తాత్కాలికంగానైనా చూడటం చాలు; ఎందుచేతనంటే, అసాధారణమైన దొకటి సంభవించటం చూస్తారప్పుడు. చేతన మనస్సు నిరాకరించినా, అచేతన భాగం పనిచేస్తూనే ఉంటుంది. అది వృద్ధి పొందే క్షణం కాదు. కానీ, ఆ క్షణమే ముఖ్యం - చేతన మనస్సు ఎంత పెనుగులాడినా, అది తన ఫలితాలనిస్తుంది.

కాబట్టి, ''మనస్సు జ్ఞానం నుంచీ, నమ్మకం నుంచీ స్వేచ్ఛగా ఉండటం సాధ్యమేనా?'' అనేదే మన ప్రశ్న. మనస్సు జ్ఞానంతోనూ, నమ్మకంతోనూ కూడినది కాదా? మనస్సు నిర్మాణమే జ్ఞానంతోనూ, నమ్మకంతోనూ కాదా? నమ్మకం, జ్ఞానం 'గుర్తించటం' అనే ప్రక్రియలు, అంటే మానసిక కేంద్రం. ఈ ప్రక్రియ మూసివేసే స్వభావం కలది. ఈ ప్రక్రియ వ్యక్తంగానూ, అవ్యక్తంగానూ కూడా ఉంటుంది. మనస్సు స్వయం కృత నిర్మాణం నుంచి విముక్తి చెందగలదా? మనస్సు ఉండకుండా అంతం కాగలదా? అదే సమస్య. మనం తెసుసుకున్నదాన్నిబట్టి, మనస్సు వెనక నమ్మకం, కోరిక, భద్రతకోసం తపన, జ్ఞానం, శక్తి సంచయం ఉంటాయి. మనస్సుకి ఇంత శక్తీ, ఇంత ఆధిక్యతా ఉన్నప్పటికీ, మానవుడు తనకోసం తను ఆలోచించకపోతే ప్రపంచంలో శాంతి సాధ్యం కాదు. మీరు శాంతిని గురించి మాట్లాడవచ్చు, రాజకీయ పక్షాలను స్థాపించవచ్చు, ఇళ్ల పైకప్పులమీంచి అరిస్తే అరవచ్చు; మీకు శాంతి మాత్రం లభించదు. ఎందుచేతనంటే, వైరుధ్యాన్ని సృష్టించటానికీ, ప్రత్యేకించటానికీ, వేరు చేయటానికీ మూలమైనది

మనస్సులోనే ఉంది. శాంతిని కోరే మానవుడు, చిత్తశుద్ధితో ఉన్న మానవుడు తన్నుతాను వేరు చేసుకుని ఒంటరిగా ఉండలేడు - ఒక వైపు సోదరత్వం గురించి మాట్లాడుతూ. అదంతా కేవలం ఒక ఆట - రాజకీయమైనది గానీ, మత సంబంధమైనది గానీ - అదంతా విజయం సాధించాలనీ, వృద్ధిలోకి రావాలనీ ఆకాంక్ష. ఈ విషయమై నిజంగా, వాస్తవంగా చిత్తశుద్ధితో ఉన్న మనిషి, కనుక్కోవాలని అనుకునే మనిషి జ్ఞానం, నమ్మకం వల్ల వచ్చే సమస్యని ఎదుర్కొని తీరాలి. ఏదో పని చెయ్యాలనే కోరిక, భద్రత కావాలనే కోరిక, నిశ్చితంగా ఉండాలనే కోరిక - జ్ఞానం, నమ్మకం వెనక ఉన్న వీటన్నిటి మొత్తం ప్రక్రియనీ తెలుసుకోవాలి.

ఏ స్థితిలో వినూత్నమైనది సంభవించగలదో - అది సత్యం గానీ, దేవుడు గానీ, మరేదైనా గానీ - ఆ స్థితిలో ఉండదగిన మనస్సు జ్ఞానం సంపాదించటం, పోగు చెయ్యటం నిశ్చయంగా మానెయ్యాలి. సమస్త జ్ఞానాన్నీ విసర్జించాలి. జ్ఞానంతో బరువెక్కిన మనస్సు యథార్థమైనదాన్నీ. అపరిమితమైనదాన్నీ అవగాహన చేసుకోవటం నిశ్చయంగా అసాధ్యం.

అధ్యాయం-VII

కృషి

మనలో చాలా మందికి జీవితమంతా కృషి మీదే - ఒక విధమైన ఇచ్ఛాశక్తి మీదే ఆధారపడి ఉంది. ఇచ్ఛా శక్తీ, కృషీ లేని కార్యకలాపాన్ని మనం ఊహించలేం. మన జీవితం దానిమీద ఆధారపడి ఉంది. మన సాంఘిక, ఆర్థిక, ఆధ్యాత్మిక జీవితమని చెప్పేదంతా ఎప్పుడూ, ఏదో ఒక ఫలితాన్నిస్తూండే కృషిపరంపర. కృషి ముఖ్యం అనీ, ఆవశ్యకం అనీ అనుకుంటాం.

మనం ఎందుకు కృషి చేస్తాం? సులభంగా చెప్పాలంటే, అదంతా ఒక ఫలితాన్ని పొందటానికీ, ఏదో అవటానికీ, ఒక గమ్యాన్ని చేరటానికీ కాదా? కృషి చేయకపోతే స్తబ్ధంగా ఉండిపోతామని అనుకుంటాం. మనం నిరంతరం కృషి చేస్తూ చేరుకోవాల్సిన గమ్యం గురించి మనకొక ఊహ ఉంటుంది. ఈ ప్రయాస మన జీవితంలో భాగమైపోయింది. మనల్ని మనం మార్చుకోవాలంటే, మనలో మౌలిక పరివర్తన తీసుకురావాలనుకుంటే పాత అలవాట్లను పోగొట్టుకోవటానికీ, మన చుట్టూ ఉన్న అలవాటైన వాతావరణ ప్రభావాల నన్నింటినీ నిరోధించటానికీ బ్రహ్మాండంగా ప్రయాస పడతాం. కనుక, ఏదో కనుక్కోవటానికీ, ఫలితాన్ని పొందటానికీ, జీవించటానికీ కూడా నిరవధికంగా ప్రయత్నం చేస్తూ ఉండటానికి మనం అలవాటు పడిపోయాం.

అటువంటి ప్రయాస అంతా 'నేను' యొక్క కార్యకలాపం కాదా? ఈ కృషి అంతా స్వీయకేంద్రిత కార్యకలాపం కాదా? 'నేను' అనే కేంద్ర నుంచి మనం ప్రయత్నిస్తే అది మరింత సంఘర్షణనీ, మరింత గందరగోళాన్నీ, మరింత దుఃఖాన్నీ కలిగించటం అనివార్యం. అయినప్పటికీ. మనం ప్రయత్నం తరవాత ప్రయత్నం చేస్తూనే ఉంటాం. ఈ ప్రయత్నంలో అంతర్గతంగా ఉన్న స్వీయకేంద్రిత కార్యకలాపం మన సమస్యల్ని ఏవిధంగానూ పరిష్కరించలేదని మనలో కొద్దిమంది మాత్రమే ఎరుగుదురు. అంతేకాదు, అది మన గందరగోళాన్నీ, దుస్థితినీ, దుఃఖాన్నీ అధికం చేస్తుంది. మనకిదీ తెలుసును. కానీ, కృషిలో గల స్వీయకేంద్రిత కార్యకలాపాన్నీ, ఇచ్ఛాపూర్వక చర్యనీ ఎలా ఛేదించాలా అని ఆశిస్తూ ఉంటాం.

ప్రయాస పడటం అంటే ఏమిటో మనం అవగాహన చేసుకున్నట్లయితే, జీవితం యొక్క ప్రాముఖ్యాన్ని అవగాహన చేసుకుంటామని నా ఉద్దేశం. కృషి వల్ల ఆనందం కలుగుతుందా? మీరెప్పుడైనా ఆనందంగా ఉండటానికి కృషి చేశారా? అది అసాధ్యం కాదా? ఆనందం కోసం సతమతమవుతున్నా రు, కానీ, ఆనందం లేదు - ఉందా?

అణచిపెట్టడం వల్లగానీ, నియంత్రించటం వల్లగానీ, యధేచ్ఛగా అనుభవించటం వల్లగానీ ఆనందం కలగదు. మీరు యధేచ్ఛగా అనుభవించవచ్చు, కానీ, చివరికి విచారమే కలుగుతుంది. మీరు అణచి వేయవచ్చు, నియంత్రించవచ్చు, కానీ, కనపడకుండా సంఘర్షణ దాగివుంటుంది. కనుక, ఆనందం ప్రయాస వల్ల కలగదు. సంతోషం నియంత్రించటం వల్లా, అణచిపెట్టడం వల్లా కలగదు. అయినా, మన జీవితమంతా వరసగా అణచివేస్తూ ఉండటం, వరసగా నియంత్రిస్తూ ఉండటం, యధేచ్ఛగా - కొంత బాధతోనే - వరసగా అనుభవిస్తూ ఉండటంతో గడిచిపోతోంది. అంతేకాక, నిరంతరం నిగ్రహించి విజయం సాధించటం, కామోద్రేకాలతో, దురాశతో, అజ్ఞానంతో నిరంతరం సంఘర్షించటం కూడా జరుగుతోంది. కనుక, ఆనందం పొందాలనే ఆశతోనూ, శాంతిని కలిగించే దానికోసమూ, ప్రేమని కలిగించే దానికోసమూ మనం ప్రయత్నిస్తూ, సంఘర్షిస్తూ, ప్రయత్నం చేస్తూ ఉండటం లేదా? కానీ, ప్రేమ గానీ, అవగాహన గానీ సంఘర్షణ వల్ల లభిస్తాయా? సంఘర్షణ, పోరాటం, కృషి అంటే మన ఉద్దేశం ఏమిటో అవగాహన చేసుకోవటం అత్యావశ్యకం.

కృషి అంటే ఉన్నదాన్ని లేనిదానిగా గానీ, ఉండవలసినదానిగా గానీ, కావాలనుకునే దానిగా గానీ మార్చటానికి పడే శ్రమే కదా? అంటే, ఉన్నదాన్ని ముఖాముఖీ చూడకుండా తప్పించుకోవటానికి నిరంతరం పోరాడుతున్నాం, లేదా, దాన్నుంచి పారిపోవటానికి ప్రయత్నిస్తున్నాం, లేదా ఉన్నదాన్ని మార్చటానికో, సరిదిద్దటానికో ప్రయత్నిస్తున్నాం. ఉన్న స్థితిని చక్కగా అవగాహన చేసుకుంటూ, దానికి సరియైన విలువని ఇచ్చేవాడే నిజంగా సంతృప్తి కలిగిన మనిషి. అదే సరైన సంతృప్తి. ఆస్తుల ఎక్కువ తక్కువలతో దానికి నిమిత్తం లేదు. ఉన్న స్థితిని సంపూర్ణంగా అవగాహన చేసుకోవటంతోనే, ఉన్నదానియొక్క ప్రాముఖ్యాన్ని పరిపూర్ణంగా అర్థం చేసుకోవటంతోనే దానికి నిమిత్తం. ఉన్న స్థితిని మీరు గుర్తించినప్పుడే, దాన్ని తెలుసుకుంటున్నప్పుడే ఆ 'సంతృప్తి' కలుగుతుంది గాని, మీరు దాన్ని సరిదిద్దటానికీ, మార్చటానికీ ప్రయత్నించినప్పుడు కాదు.

కనుక, 'ఉన్న' దాన్ని మీరు 'ఉండాలనుకునే' దానిగా మార్చటానికి జరిపే పోరాటం, పెనుగులాట - ఇదే కృషి అని మనం చూస్తున్నాం. నేను చెపుతున్నదంతా మానసిక పోరాటం గురించేగాని, ఒక భౌతిక సమస్య, అంటే ఇంజనీరింగు సమస్య, లేదా, కేవలం సాంకేతిక సంబంధమైన మార్పు మొదలైనవాటి గురించి కాదు. నేను మాట్లాడుతున్నది మానసిక సంఘర్షణ గురించి - సాంకేతికమైనవాటిని కూడా అధిగమించ గల మానసిక సంఘర్షణ గురించి మాత్రమే. విజ్ఞానశాస్త్రం వల్ల లభించిన అనంతమైన జ్ఞానాన్ని ఉపయోగించి అతి జాగ్రత్తగా అద్భుతమైన ప్రపంచాన్ని నిర్మించవచ్చు. కానీ, మానసిక సంఘర్షణనీ, వైరుధ్యాన్నీ, యుద్ధాన్నీ అవగాహన చేసుకోనంత కాలం, మానసిక ధ్వనులనీ, తరంగాలనీ అధిగమించనంతకాలం, సాంఘిక నిర్మాణం ఎంత అద్భుతంగా రూపొందించబడినా విచ్ఛిన్నం కాక మానదు. ఇది అనేకసార్లు జరిగింది.

ఉన్న స్థితి నుంచి మరోవైపుకి మళ్లటమే కృషి. ఉన్న స్థితిని నేను స్వీకరించినప్పుడు సంఘర్షణ ఉండదు. వైరుధ్యం, సంఘర్షణా ఏ రూపంలో ఉన్నప్పటికీ, వ్యాకులతకీ చిహ్నమే. మానసికంగా ఉన్న స్థితిని ఏదో మరోదానిగా మార్పు చేయటానికి ప్రయత్నిస్తున్నంత కాలం కృషి రూపంలో వ్యాకులత ఉండి తీరుతుంది.

ప్రప్రథమంగా, సంతోషం, ఆనందం కృషి ద్వారా రాలేవని మనం చూడ గలగటానికి స్వేచ్ఛగా ఉండాలి. కృషి ద్వారా సృష్టి జరుగుతోందా, లేక కృషి అంతమయిన తరవాతే సృష్టి ప్రారంభమవుతోందా? మీరు రచించటం, చిత్రించటం, గానం చేయటం ఎప్పుడు జరుగుతుంది? మీరు ఎప్పుడు సృజిస్తారు? నిశ్చయంగా ప్రయాసలేనప్పుడే, మీ మనస్సు పూర్తిగా తెరుచుకుని ఉన్నప్పుడే, మీరు అన్ని స్థాయిల్లోనూ సంపూర్ణ సంపర్కం కలిగి ఉన్నప్పుడే, సంపూర్ణ సమైక్యత చేకూరినప్పుడే. అప్పుడే సంతోషంగా ఉంటుంది. అప్పుడే మీరు పాడటానికి గాని, కవిత్వం రాయటానికి గాని, చిత్రలేఖనాన్ని గాని ఇంకేదైనా సృజించటానికి గాని ప్రారంభిస్తారు. సృజనాత్మక క్షణం సంఘర్షణ నుంచి ఉద్భవించదు.

బహుశా, సృజనాత్మకతని అవగాహన చేసుకోవటంలో కృషి అంటే ఏమిటో అర్థం చేసుకోవచ్చు. సృజనాత్మకత ప్రయాస ఫలితమా? మనం సృజించే క్షణాల్లో తెలుసుకుని ఉంటామా? లేక, సృజన శక్తి పూర్తిగా తన్నుతాను విస్మరించినట్టి అనుభూతా? ఎటువంటి సంక్షోభమూ లేనప్పుడూ, ఆలోచన కదలిక ఎంతమాత్రం తెలియకుండా ఉన్నప్పుడూ సంపూర్ణమైన, పరిపూర్ణమైన, రసభరితమైన అస్తిత్వం ఉన్నప్పుడూ కలిగే అనుభూతా? అటువంటి స్థితి పరిశ్రమకీ, పోరాటానికీ, సంఘర్షణకీ, ప్రయాసకీ ఫలితమా? మీరు ఏదైనా సులభంగా, వేగంగా చేసినప్పుడు కృషి లేకపోవటం, సంఘర్షణ పూర్తిగా సమసిపోవటం మీరెప్పుడైనా గమనించారో లేదో నాకు తెలియదు. కానీ, మన జీవితాలు చాలావరకు యుద్ధాలూ, పోరాటాలూ, సంఘర్షణల పరంపరలే అవటంచేత సంఘర్షణా రహితమైన జీవితాన్ని గాని, అటువంటి స్థితిని గాని మనం ఊహించలేం.

సంఘర్షణలేని స్థితిని, సృజనాత్మకమైన ఆ జీవన స్థితిని అవగాహన చేసుకోవటానికి, కృషి వల్ల ఏర్పడే మొత్తం సమస్యని మనం పరిశోధించాలి, నిశ్చయంగా. ప్రయాస అంటే, తను అనుకున్నది నెరవేరటం కోసం, ఏదో అవటం కోసం ప్రయత్నించటం అని మనం అనుకుంటున్నాం - లేదా? నేను '' ఇది'', నేను ''అది'' అవాలనుకుంటున్నాను; నేను 'అది' కాదు, నేను ''అది'' అయితీరాలి. ''అది'' అవటంలో పోరాటం, యుద్ధం, సంఘర్షణ, పెనుగులాట అన్నీ ఉంటాయి. ఈ సంఘర్షణలో, ఒక ఫలితాన్ని పొందటంకోసం కార్యసాధన అనివార్యమైపోతుంది. ఒక వస్తువు ద్వారా, ఒక మనిషి ద్వారా, ఒక భావం ద్వారా మనం అనుకున్నది నెరవేరటం కోసం ప్రయత్నిస్తున్నాం. దానికోసం నిరంతర యుద్ధం, సంఘర్షణ, ఏదో అవటం కోసం, సాధించటం కోసం ప్రయత్నం చేయవలసి వస్తుంది. కనుక, ఈ కృషి అనివార్యం

అనుకున్నాం. కానీ, ఇంకేదో అవటానికి జరుగుతున్న ఈ పోరాటం నిజంగా అనివార్యమా అని నా అనుమానం. ఎందుకుంటోంది ఈ పోరాటం? కోరిక నెరవేరాలనుకున్నప్పుడు, ఏ దశలో అయినా, ఏ స్థాయిలో అయినా సంఘర్షణ ఉండి తీరుతుంది. కృషి వెనకనున్న ఉద్దేశం, ప్రోత్సాహం కోరిక నెరవేరాలన్నదే. ఒక ఉన్నత కార్యనిర్వాహకుడిలోగాని, గృహిణిలోగాని, పేదవానిలోగాని - అందరిలోనూ 'అవటాని'కీ, అనుకున్నది నెరవేరటానికీ ఈ యుద్ధం సాగుతూనే ఉంటుంది.

తనకి నెరవేరాలి అనే కోరిక ఎందుకు కలుగుతోంది? తను శూన్యంగా ఉండటాన్ని గుర్తించినప్పుడు, ఏదో నెరవేరాలనీ, ఏదో అవాలనీ కోరిక పుడుతుందన్నది స్పష్టం. నేను శూన్యంగా ఉన్నాను కనుక, నేను అసంపూర్ణంగా ఉన్నాను కనుక, లోలోపల ఖాళీగా ఉన్నాను కనుక, అంతర్గతంగా బీదగా ఉన్నాను కనుక, నేను ఏదో అవటానికి కృషి చేస్తాను. బాహ్యంగా గాని, అంతరంగంలో గాని, ఒక మనిషి ద్వారానో, ఒక వస్తువు ద్వారానో ఒక భావం ద్వారానో నా కోరిక నెరవేరటానికి ప్రయాసపడతాను. ఆ శూన్యతని పూరించటమే మన జీవిత విధానం. మనం శూన్యంగా, అంతర్గతంగా బీదగా ఉన్నామని తెలుసుకుని బాహ్యంగా వస్తువులను సేకరించటానికి గాని, అంతర్గత సంపత్తిని పెంపొందించుకోవటానికి గాని అవస్థపడుతూ ఉంటాం. అంతర్గత శూన్యత నుంచి చర్య ద్వారా గాని, ధ్యానం ద్వారా గాని, సంపాదన ద్వారా గాని, ఫలప్రాప్తి ద్వారాగాని, అధికారం ద్వారాగాని, అన్యథాగాని తప్పించుకుంటున్నప్పుడే ప్రయాస ఉంటుంది. అదే మన దైనందిన జీవితం. నా అసంపూర్ణతనీ, నా అంతర్గత దారిద్ర్యాన్నీ నేనెరుగుదును. అందుచేతనే దాన్నుండి పారిపోవటానికో, దాన్ని పూరించటానికో కష్టపడతాను. ఈ పారిపోవటానికీ, తప్పించుకోవటానికీ, లేక, శూన్యాన్ని పూరించటానికీ అవస్థపడటం, ప్రయాసపడటం, ప్రయత్నం చేయటం అవసరమవుతోంది.

కనుక, ఎవరైనా అలా పారిపోవటానికి ప్రయత్నం చెయ్యకపోతే ఏమవుతుంది? ఆ ఒంటరితనంతోనే, శూన్యతతోనే జీవిస్తారు. ఆ శూన్యతని అంగీకరించటంలో, ప్రయాసతో గాని, ప్రయత్నంతో గాని నిమిత్తం లేని సృజనాత్మక స్థితిని కనుక్కుంటారు. అంతర్గతమైన ఒంటరితనాన్నీ, శూన్యతనీ తప్పించుకోవటానికి ప్రయత్నిస్తున్నంత వరకే కృషి ఉంటుంది. కానీ, మనం దానివైపు చూసి, పరిశీలించి, తప్పించుకోకుండా, ఉన్నదాన్ని అంగీకరించినప్పుడు సమస్త సంఘర్షణా సమసిపోయిన స్థితి ఏర్పడటం చూస్తాం. ఆ స్థితే సృజనాత్మకమైన స్థితి. అది సంఘర్షణ ఫలితం కాదు.

కాని, ఉన్న స్థితిని, అంటే, శూన్యతని, అంతర్గత అసంపూర్ణతని అవగాహన చేసుకున్నప్పుడు, ఆ అసంపూర్ణతతో జీవిస్తూ, దాన్ని సంపూర్ణంగా అవగాహన చేసుకున్నప్పుడు సృజనాత్మకమైన సత్యం, సృజనాత్మకమైన వివేకం ప్రాప్తిస్తుంది. అదే ఆనందాన్నిస్తుంది.

కాబట్టి, మనకి తెలిసిన క్రియ నిజానికి ప్రతిక్రియ మాత్రమే. ఇది నిరంతరం అవుతూండటమే, అది ఉన్న స్థితిని కాదనటమే, తప్పించుకోవటమే. కానీ, ఆ శూన్యతని

ఇష్టాయిష్టాలు లేకుండా తెలుసుకుని ఉంటున్నప్పుడు, ఖండించటం గాని, సమర్థించటం గాని చెయ్యకుండా ఉన్నప్పుడే, ఉన్నస్థితిని అవగాహన చేసుకోవటంలోనే క్రియ జరుగుతుంది. ఈ క్రియ సృజనాత్మకంగా ఉండటమే, క్రియలో మిమ్మల్ని మీరు తెలుసుకుంటున్నట్లయితే, ఇది మీకు అవగాహన అవుతుంది. మీరు చర్య తీసుకుంటున్నప్పుడు, బాహ్యంగానేకాక, మీ ఆలోచన, అనుభూతి ఏవిధంగా మెదుల్తున్నాయో చూస్తూ మిమ్మల్ని మీరు గమనించండి. మీరు ఆ కదలికని తెలుసుకుంటున్నప్పుడు, మీ ఆలోచనా విధానం ఎలా ఉందో, అంటే, మీ అనుభూతీ, క్రియాకూడా ఏదో అవటం అనే భావం మీద ఆధారపడి ఉన్నట్లు తెలుసుకుంటారు. భద్రత లేదన్న భావం కలిగినప్పుడే ఏదో అవాలి అన్న భావం కలుగుతుంది. ఆ భద్రత లేదన్న భావం, అంతర్గత శూన్యతని తెలుసుకుని ఉన్నప్పుడే కలుగుతుంది. ఆలోచన, అనుభూతి - వీటి ప్రక్రియని మీరు తెలుసుకుంటున్నప్పుడు, ఉన్న స్థితిని మార్చటానికీ, సరిదిద్దటానికీ, వేరేగా చెయ్యటానికీ ఒక నిరంతర ప్రయాస, ప్రయత్నం జరుగుతున్నట్లు మీరు కనిపెడతారు. ఇదే అవటానికి చేసే కృషి. అవటం ఉన్న స్థితి నుంచి సూటిగా తప్పించుకోవటమే. స్వీయజ్ఞానం ద్వారా, నిరంతరం తెలుసుకుంటూ ఉండటం ద్వారా, ఈ పోరాటం, యుద్ధం, అవటంకోసం సంఘర్షణ - ఇదంతా బాధకీ, దుఃఖానికీ, అజ్ఞానానికీ దారి తీస్తుందని మీరు తెలుసుకుంటారు. మీరు అంతర్గత దారిద్ర్యాన్ని తెలుసుకుంటూ, దాన్నుంచి పారిపోకుండా, దాన్ని పూర్తిగా అంగీకరించి, దానితో కలిసి జీవించినట్లయితే, అప్పుడు ఒక అసాధారణమైన ప్రశాంతతని కనుగొంటారు. ఈ ప్రశాంతత కల్పించబడినదీ, తయారుచేయబడినదీ కాదు. అది ఉన్న స్థితిని అవగాహన చేసుకోవటం వల్ల ఏర్పడిన ప్రశాంతత. అటువంటి ప్రశాంత స్థితిలోనే సృజనాత్మకంగా ఉండటం సాధ్యమవుతుంది.

అధ్యాయం-VIII

వైరుధ్యం

మనలోనూ, మనచుట్టూ వైరుధ్యాన్ని చూస్తున్నాం. మనం వైరుధ్యంలో ఉన్నాం కనుకనే, మన లోపలా, బయటా కూడా శాంతి లేకుండా పోతోంది. మనలో నిరంతరం కాదనటం, అవుననటం - మనం అవాలనుకునేదీ, మనం వాస్తవంగా ఉన్నదీ - ఇటువంటి వైరుధ్య స్థితి సంఘర్షణని సృష్టిస్తుంది, ఈ సంఘర్షణ ఉన్నప్పుడు శాంతి ఉండదు - ఇది ప్రాథమికమైన, సుస్పష్టమైన విషయం. ఈ అంతర్గత వైరుధ్యాన్ని ఏదో తాత్త్విక సంబంధమైన ద్వైతంగా అనువదించకూడదు. ఎందుకంటే, అది తప్పించుకుపోవటానికి సులభమార్గం అవుతుంది. అంటే, వైరుధ్యం ఒక ద్వివిధ స్థితి అని చెప్పేస్తే మనం దాన్ని పరిష్కరించేసినట్లు భావిస్తాం - కానీ, అది సంప్రదాయం నుంచీ, వాస్తవం నుంచీ పారిపోవటానికొక ఉపాయం అన్నది స్పష్టం.

ఇక, మన ఉద్దేశంలో సంఘర్షణ, వైరుధ్యం అంటే ఏమిటి? నాలో వైరుధ్యం ఎందువల్ల ఉంటోంది? నేనున్నట్లుగా కాకుండా ఇంకోలా ఉండాలనే తాపత్రయం దేనికి? నేను 'ఇలా' ఉన్నాను, కానీ, 'అలా' అవాలనుకుంటున్నాను. మనలోని వైరుధ్యం వాస్తవమేగాని, తాత్త్విక ద్వైతం కాదు. ఉన్న స్థితిని అవగాహన చేసుకోవటానికి తత్త్వజ్ఞానం అవసరంలేదు. ద్వైతం అంటే ఏమిటో, అది ఉందో లేదో మనం చర్చిస్తే చర్చించవచ్చు. కానీ, మనలో వైరుధ్యం ఉన్నదనీ, పరస్పర విరుద్ధమైన కోరికలూ, అభిరుచులూ, ఆకాంక్షలూ ఉన్నాయని గ్రహించనట్లయితే, అటువంటిదానికి విలువేముంటుంది? నేను మంచిగా ఉండాలని కోరుతున్నాను, కానీ, ఉండలేకపోతున్నాను. ఈ వైరుధ్యాన్నీ, మనలోని ఈ వ్యతిరేకతనీ అవగాహన చేసుకోవాలి. ఎందుచేతనంటే, ఇది సంఘర్షణని సృష్టిస్తుంది. సంఘర్షణలో, పోరాటంలో వ్యక్తిగతంగా మనం ఏమీ సృజించలేం. మనం ఉన్నస్థితిని స్పష్టంగా తెలుసుకోవాలి. వైరుధ్యం ఉంది కనుక సంఘర్షణ ఉండితీరాలి. సంఘర్షణ అంటే వినాశం, వ్యర్థం. అటువంటి స్థితిలో వైరం, పోరాటం, మరింత పగ, దుఃఖం తప్ప ఇంకేదీ సృజించలేం. దీన్ని పూర్తిగా అవగాహన చేసుకున్న మీదట వైరుధ్యం నుంచి స్వేచ్ఛని పొందగలిగినట్లయితే, అప్పుడు అంతర్గత శాంతి ఉంటుంది, అప్పుడు ఒకరి నొకరు అవగాహన చేసుకోవటం సాధ్యమవుతుంది.

సమస్య ఇదీ - సంఘర్షణ వినాశకరమనీ, వ్యర్థమనీ తెలిసినప్పుడు, మనలో ప్రతి వారిలోనూ ఈ వైరుధ్యం ఉండటానికి కారణం ఏమిటి? దాన్ని అవగాహన చేసుకోవటానికి మనం ఇంకా ముందుకి పోవాలి. పరస్పర విరుద్ధమైన కోరికలు ఎందుకు

కలుగుతున్నాయి? మనలో ఈ వైరుధ్యం - కోరటం, వద్దనటం; ఒక విషయాన్ని జ్ఞప్తికి తెచ్చుకోవటం, కొత్తవిషయం కోసం దాన్ని మరిచిపోవటానికి ప్రయత్నించటం - మనలో ఇలా జరుగుతున్నట్లు మనకి తెలుసో లేదో నాకు తెలియదు. ఊరికే కనిపెట్టి చూడండి. అది చాలా సులభం, అతి సామాన్యం. అది అసాధారణమైనదేం కాదు. వాస్తవం ఏమిటంటే, వైరుధ్యం ఉండటం. అయితే, ఈ వైరుధ్యం ఎందుచేత ఏర్పడుతోంది?

వైరుధ్యం అంటే ఏమిటి? అస్థిరమైన స్థితి ఒకటి ఉండటం, దానికి వ్యతిరేకంగా మరొక అస్థిరమైన స్థితి ఉండటం అని అర్థం కాదా? నాలో స్థిరమైన కోరిక ఒకటి ఉందనుకుంటాను. ఆ కోరికని నాలో స్థిరపరచుకుంటాను; కానీ మరో కోరిక బయలుదేరి దాన్ని వ్యతిరేకిస్తుంది. ఈ వ్యతిరేకతే సంఘర్షణకి కారణమవుతుంది. అంటే, అంతా వ్యర్థమవుతుంది. కనుక, నిరంతరం ఒక కోరికని మరో కోరిక వ్యతిరేకించటం, ఒక ప్రయత్నాన్ని మరో ప్రయత్నం విఫలం చేయటం జరుగుతోంది. అయితే, శాశ్వతమైన కోరిక అనేది ఏదైనా ఉంటుందా? నిశ్చయంగా, కోరిక అంతా అస్థిరమైనదే - తాత్త్వికంగా కాదు, వాస్తవంగానే. నాకో ఉద్యోగం కావాలి, అంటే, ఆ ఉద్యోగం వల్ల నాకు ఆనందం కలుగుతుందని అనుకుంటాను. కానీ, అది దొరికిన తరవాత అసంతృప్తి కలుగుతుంది. నేను మేనేజరుని అవాలని కోరతాను, తరవాత యజమానిని, తరవాత మరొకటి, మరోటి; ఈ లోకంలోనే కాదు, ఆధ్యాత్మిక లోకం అనేదాన్లోకూడా బోధకుడు ప్రధాన బోధకుడిగానూ, పూజారి మత గురువుగానూ, శిష్యుడు గురువుగానూ అవాలని కోరుతూ ఉంటారు.

నిరంతరం ఇలా అవుతూండటం, ఒక స్థితి తరవాత మరొక స్థితిని పొందటం వైరుధ్యాన్ని కలుగజేస్తుంది - కాదా? కాబట్టి, జీవితాన్ని స్థిరమైన ఒక్కటే కోరికగా చూడకుండా, పరస్పర విరుద్ధమైన వాటిగా, అస్థిరమైన ఇచ్ఛా పరంపరగా ఎందుకు చూడకూడదు? అలా అయితే, మనస్సు వైరుధ్య స్థితిలో ఉండనక్కర్లేదు. నేను జీవితాన్ని ఒకే శాశ్వతమైన కోరికగా ఎంచకుండా, నిరంతరం మారుతున్న తాత్కాలిక ఇచ్ఛా పరంపరగా ఎంచినట్లయితే, అప్పుడు వైరుధ్యం ఏమీ ఉండదు.

మనస్సులో కోరిక కొక స్థిరమైన కేంద్రం ఉన్నప్పుడే వైరుధ్యం ఏర్పడుతుంది. అంటే, మనస్సు మొత్తం కోరికని చంచలమైనదిగానూ, తాత్కాలికమైనదిగానూ ఎంచక, ఏదో ఒక కోరికని పట్టుకుని దానికి శాశ్వతత్వాన్ని ఆపాదించినప్పుడు - అప్పుడే, అంటే, ఇతర కోరికలు ఉత్పన్నమవుతున్నప్పుడు వైరుధ్యం ఉంటుంది. కానీ, కోరికలన్నీ నిరంతరం చలనం కలిగి ఉన్నవే; కోరికకి స్థిరత్వం ఉండదు. కోరికలో స్థిరమైన కేంద్రం ఉండదు. కానీ, మనస్సు ఒక స్థిరమైన కేంద్రాన్ని ఏర్పరుస్తుంది. ఎందుచేతనంటే, అది ప్రతి విషయాన్నీ ఒకచోటికి చేరటానికీ, ఒకదాన్ని పొందటానికీ సాధనంగా ఎంచుతుంది. ఎవ్వరైనా ఒక స్థితికి చేరాలని కోరుకున్నంతకాలం, వైరుధ్యం, సంఘర్షణా ఉండితీరతాయి. మీరు చేరాలనీ, విజయం సాధించాలనీ, పరమదైవాన్నిగాని, మీకు శాశ్వతంగా సంతుష్టి కలిగించే సత్యాన్నిగానీ కనుక్కోవాలని ఎదురుచూస్తారు. కాబట్టి, మీరు సత్యాన్నిగానీ,

దైవాన్ని గానీ అన్వేషించటం లేదు. మీరు శాశ్వతమైన సంతుష్టిని కోరుతున్నారు. ఆ సంతుష్టిని మీరు ఒక భావంతో అలంకరించి, దైవం, సత్యం - అనే గౌరవ పదాలతో నామకరణ చేస్తున్నారు; నిజంగా మనందరం సంతుష్టినే కోరుతున్నాం. ఆ సంతుష్టినీ, ఆ తృప్తినీ అత్యున్నత స్థానంలో ఉంచి, దాన్ని దైవమంటున్నాం; అతి నీచమైన స్థానం తాగుడు. మనస్సు సంతుష్టిని కోరుతున్నంత కాలం దైవానికీ, తాగుడుకీ మధ్య విశేష భేదం ఏమీ ఉండదు. సాంఘికంగా తాగుడు చెడ్డదే కావచ్చు; కానీ, అంతర్గత సంతుష్టి, లాభం పొందాలనే కోరిక ఉండటం తాగుడుకంటే ఎక్కువ హానికరమైనది - కాదా? మీరు నిజంగా సత్యాన్ని కనుక్కోవాలని కోరినట్లయితే, మీరు మాటల స్థాయిలోనే కాక, అత్యంత చిత్తశుద్ధితో ఉండాలి, అసాధారణమైన స్పష్టత కలిగివుండాలి. వాస్తవాలను ఎదుర్కొనేందుకు మీరు సంసిద్ధులై ఉండనట్లయితే, మీరు స్పష్టంగా ఉండలేరు.

అయితే, మనలో ప్రతి ఒక్కరిలోనూ వైరుధ్యం దేనివల్ల కలుగుతోంది? నిశ్చయంగా, ఏదో అవాలనే కోరిక ఉండటం వల్ల కాదా? మనందరం ఏదో అవాలనీ, ప్రపంచంలో విజయవంతం అవాలనీ, అంతర్గతంగా ఒక ఫలితాన్ని సాధించాలనీ కోరతాం. మనలో కాలానికి సంబంధించి ఆలోచన సాగుతున్నంతవరకూ వైరుధ్యం ఉండి తీరుతుంది. ఏవిధంగా చూసినా, మనస్సు కాలానికి ఫలితమే. ఆలోచన నిన్నటి రోజు మీద, గతం మీద ఆధారపడింది కదా? ఆలోచన కాలం పరిధిలో పనిచేస్తూ - భావిని గురించి ఆలోచిస్తూ, అవాలనీ, పొందాలనీ, విజయవంతం కావాలనీ ఆలోచిస్తున్నంత వరకూ వైరుధ్యం ఉండి తీరుతుంది. ఎందుచేతనంటే, అప్పుడు వాస్తవంగా ఉన్నస్థితిని ఎదుర్కోవటానికి అసమర్థులమైపోతాం. ఉన్న స్థితిని అవగాహన చేసుకోవటం వల్లనూ, అర్థం చేసుకోవటం వల్లనూ, ఇష్టాయిష్టాలు లేకుండా తెలుసుకోవటం వల్లనూ మాత్రమే, వైరుధ్యం అనే విచ్ఛిన్నకర శక్తి నుంచి స్వేచ్ఛ లభించటానికి సాధ్యమవుతుంది.

కాబట్టి, మన ఆలోచనా విధానంలోనే వైరుధ్యం ఉంది కనుక, దాన్ని గురించి సమగ్రంగా అవగాహనచేసుకోవటం అత్యావసరం - కాదా? మనగురించి మొత్తం ప్రక్రియని అవగాహన చేసుకోనందువల్లే, ఆలోచనే ఒక వైరుధ్యం అయిపోయింది. అటువంటి అవగాహన ఎప్పుడు సాధ్యమవుతుందంటే, మన ఆలోచన గురించి మనం పూర్తిగా తెలుసుకుంటూ ఉన్నప్పుడు - ఆ తెలుసుకోవటం ఒక పరిశీలకుడు తన ఆలోచనని నడిపిస్తున్నట్లుగా కాకుండా, ఇష్టాయిష్టాలతో ప్రమేయంలేకుండా, సమగ్రంగా అవగాహన చేసుకోవాలి - అది అత్యంత కఠినం. అప్పుడే, ఆ వినాశకరమైన, బాధాకరమైన వైరుధ్యం అంతరించిపోతుంది.

మానసికంగా ఏదైనా ఫలితాన్ని ఆశిస్తున్నంత కాలం, అంతర్గత భద్రతని కోరుతున్నంత కాలం, మన జీవితంలో వైరుధ్యం ఉండి తీరుతుంది. ఈ వైరుధ్యాన్ని మనలో చాలా మంది సరిగ్గా తెలుసుకుంటున్నారని నాకనిపించదు. మనం ఒకవేళ తెలుసుకున్నా, దాని నిజమైన ప్రాముఖ్యాన్ని మనం గ్రహించటం లేదు. అంతేకాదు, ఈ వైరుధ్యం జీవించటానికి మనకొక ప్రోత్సాహాన్నిస్తోంది. ఈ సంఘర్షణ అనేదానివల్లనే

మనం సజీవులుగా ఉన్నామని అనుకుంటూ ఉంటాం. ప్రయాస, వైరుధ్యంలో గల సంఘర్షణా మనకో విధమైన శక్తి నిస్తాయి. అందుచేతనే యుద్ధాలంటే మనకి ప్రీతి. నిస్పృహ వల్ల కలిగే అంతర్యుద్ధమంటే మనకి ఆనందం. ఫలితాన్ని పొందాలనే కోరిక - అంటే, మానసికంగా భద్రత ఉండాలనే కోరిక ఉన్నంతకాలం, వైరుధ్యం ఉండి తీరుతుంది. వైరుధ్యం ఉన్నప్పుడు మనస్సు ప్రశాంతంగా ఉండదు. జీవితం యొక్క ప్రాముఖ్యాన్ని పూర్తిగా అవగాహన చేసుకోవాలంటే మనస్సు ప్రశాంతంగా ఉండటం ఆవశ్యకం. ఆలోచన ఎప్పుడూ ప్రశాంతంగా ఉండలేదు. కాలఫలితమైన ఆలోచన కాలరహితమైనదాన్ని కాలాతీతమైనదాన్ని ఎన్నటికీ తెలుసుకోలేదు. మన ఆలోచనయొక్క స్వభావమే వైరుధ్యం. ఎందువల్లనంటే, మనం ఎప్పుడూ గతానికి సంబంధించి గానీ, భవిష్యత్తుకి సంబంధించి గానీ ఆలోచిస్తాం. కనుక, వర్తమానాన్ని, ఉన్న స్థితిని ఎన్నడూ పూర్తిగా గుర్తించం, పూర్తిగా తెలుసుకుంటూ ఉండం.

ఉన్న స్థితిని పూర్తిగా తెలుసుకుంటూ ఉండటం చాలా కష్టమైన పని. ఎందుచేతనంటే, వంచనలేకుండా, ప్రత్యక్షంగా, సూటిగా వాస్తవాన్ని గమనించటం మనస్సుకి సాధ్యంకాదు. ఆలోచన గతంయొక్క ఫలితం. కనుక, గతానికీ, భవిష్యత్తుకీ సంబంధించి మాత్రమే ఆలోచించగలదు గానీ, వర్తమానంలోని వాస్తవాన్ని సంపూర్ణంగా తెలుసుకోలేదు. గతం యొక్క ఫలితమైన ఆలోచన వైరుధ్యాన్నీ, దానివల్ల ఉత్పన్నమైన ఇతర సమస్యల్నీ తప్పించుకోవాలని ప్రయత్నిస్తోందంటే, అది కేవలం ఒక ఫలితాన్ని ఆశించి, ఒక గమ్యాన్ని చేరుకోదలచి, అలా ప్రయత్నం చేస్తోంది. అటువంటి ఆలోచన మరిన్ని వైరుధ్యాలనీ, తద్వారా, మనలోనూ, మన చుట్టూ కూడా సంఘర్షణలనీ, దుఃఖాన్నీ, గందరగోళాన్నీ మాత్రమే సృష్టిస్తుంది.

వైరుధ్యం లేకుండా ఉండాలంటే, ఇష్టాయిష్టాలతో ప్రమేయం లేకుండా, వర్తమానాన్ని తెలుసుకోవాలి. వాస్తవం మీకెదురుగా ఉన్నప్పుడు ఎంచుకోవటం ఎలా కుదురుతుంది? ఆలోచన వాస్తవానికి సంబంధించి ఏదో అవాలనీ, మార్చాలనీ, వేరేగా చెయ్యాలనీ ప్రయోగాలు చేస్తున్నంతకాలం, వాస్తవాన్ని అవగాహన చేసుకోవటం అసాధ్యమవుతుంది. కనుక, స్వీయజ్ఞానంతోనే అవగాహన ప్రారంభమవుతుంది. స్వీయజ్ఞానం లేకుంటే, వైరుధ్యం, సంఘర్షణా కొనసాగుతాయి. తన్నుతాను సమగ్రంగా తెలుసుకోవటానికి ఏ నిపుణుడూ అవసరంలేదు, అధికారీ అవసరంలేదు. అధికారిని అనుసరించటం వల్ల భయం పెరుగుతుందంతే. సమర్థుడూ, ప్రత్యేకనిపుణుడూ - ఎవ్వరూ 'నేను'ని తెలుసుకునే మార్గాన్ని చూపించలేరు. ఎవరికి వారు అధ్యయనం చేయవలసినదే. మీరూ, నేను కలిసి దాని గురించి మాట్లాడుకుని ఒకరి కొకరు సహాయం చేసుకోవచ్చు. కానీ, ఎవ్వరూ, ఏ నిపుణుడు గాని, బోధకుడుగాని మనల్ని ఆవిష్కరించలేడు, మన కోసం పరిశోధన చెయ్యలేడు. మన సంబంధంలోనే - వస్తువులతోనూ, ఆస్తితోనూ, మనుషులతోనూ, భావాలతోనూ మనకి గల సంబంధంలోనే మనం దాన్ని తెలుసుకోగలం. చర్య ఒక భావానికి సన్నిహితమవుతూ,

దాన్ని అనుసరిస్తున్నప్పుడే వైరుధ్యం ఏర్పడుతోందని సంబంధంలోనే మనం కనుక్కుంటాం. సంకేతంలా స్పష్టమైన ఆలోచనే భావం. ఆ సంకేతాన్ని అనుసరించి జీవించటానికి చేసే ప్రయత్నం వల్ల వైరుధ్యం ఏర్పడుతోంది.

కాబట్టి, ఆలోచనా పద్ధతి ఉన్నంతవరకూ వైరుధ్యం ఉండితీరుతుంది; ఆ పద్ధతినీ, దాంతోబాటు వైరుధ్యాన్నీ అంతమొందించటానికి స్వీయజ్ఞానం కావాలి. 'నేను' ని అవగాహన చేసుకోవటం అనేది - ఎవరో కొంతమందికే పరిమితమైనది కాదు. దైనందిన జీవితంలో మన సంభాషణలోనూ, మనం ఆలోచించే, అనుభూతి పొందే విధానంలోనూ, ఇతరుల్ని మనం చూసే పద్ధతిలోనూ, ప్రతి చిన్న విషయంలోనూ 'నేను' ని అవగాహన చేసుకోవాలి. ప్రతి ఆలోచననీ, ప్రతి అనుభూతినీ అనుక్షణం తెలుసుకుంటున్నట్లయితే, అప్పుడు ఆ సంబంధంలో 'నేను' యొక్క ప్రక్రియలన్నీ అవగాహన చేసుకోగలమని తెలుసుకుంటాం. అప్పుడే మనశ్శాంతి సాధ్యమవుతుంది. అందులోనే పరమసత్యం ఆవిష్కారమవుతుంది.

అధ్యాయం-IX

'నేను' అంటే ఏమిటి?

'నేను' అంటే ఏమిటో మనకి తెలుసునా? అంటే నా ఉద్దేశంలో - భావం, స్మృతి, నిర్ణయం, అనుభవం, చెప్పదగిన, చెప్పలేని ఉద్దేశాలూ, ఉండాలనీ, ఉండకుండా ఉండాలనీ ఉద్దేశపూర్వకంగా చేసే ప్రయత్నం, అవ్యక్తంగా ఉన్న జ్ఞాపకాల సంచయం. జాతీయ, వర్గ, వ్యక్తిగత, కుల సంబంధమైన, తదితరమైనవన్నీ - బహిరంగంగా ఆచరణలో ప్రదర్శితమైనా, లేక, ఆధ్యాత్మికంగా సుగుణాలుగా చెప్పుకోబడినా - వీటన్నిటి కోసం తాపత్రయపడేదే 'నేను.' పోటీ, ఏదో అవాలనే కోరికా అందులో భాగమే. 'నేను' యొక్క ప్రక్రియనంతటినీ, ప్రత్యక్షంగా చూసినట్లయితే, ఇదంతా దుష్టమైనదని మనకి వాస్తవంగా తెలుస్తుంది. ''దుష్ట'' అనే మాటని నేను బుద్ధి పూర్వకంగానే వాడుతున్నాను. ఎందుచేతనంటే, 'నేను' విభజిస్తుంది. 'నేను' తన చుట్టూ గూడుకట్టుకుని దాని కార్యకలాపాలు ఎంత మహనీయమైనవైనా, విడిగా ఉంటూ, వేరుగా ఉండేట్లు చేస్తుంది. ఇదంతా మనకి తెలుసును. 'నేను' లేనప్పుడు, ఏదో సాధిస్తున్న భావన, ప్రయత్నం చేస్తున్న భావన లేకుండా ఉండే అసాధారణ క్షణాలు కూడా మనకి తెలుసు - అటువంటివి ప్రేమ ఉన్నప్పుడే సాధ్యం.

అనుభవం 'నేను' ని ఎలా శక్తిమంతం చేస్తుందో అవగాహన చేసుకోవటం ముఖ్యం. మనకి చిత్తశుద్ధి ఉన్నట్లయితే, అనుభవం అనే సమస్యని మనం అవగాహన చేసుకోవాలి. అనుభవం అంటే మన ఉద్దేశం ఏమిటి? మనకి నిత్యం అనుభవాలు కలుగుతూ ఉంటాయి, ఉద్దేశాలు ఏర్పడుతూ ఉంటాయి. ఈ భావాల్ని మనం అనువదించి, వాటిని అనుసరించి క్రియలనో, ప్రతిక్రియలనో జరుపుతాం. మనం జాగ్రత్తగా అంచనా వేస్తాం. కపటంగా ప్రవర్తిస్తాం. ఇంకా ఎన్నో చేస్తాం. బాహ్యరూపంలో మనం తటస్థంగా చూసేదానికీ, మన ప్రతిక్రియకీ నిరంతరం పరస్పర సంబంధం ఏర్పడుతూ ఉంటుంది. అంతేగాక, చేతనకీ, అంతశ్చేతనలోని జ్ఞాపకాలకీ మధ్య కూడా ఈ పరస్పర సంబంధం ఉంటుంది.

నేను దేన్ని చూసినా, ఎటువంటి అనుభూతుల్ని పొందినా అన్నిటికీ నా జ్ఞాపకాల బట్టి ప్రతిక్రియ జరుపుతూ ఉంటాను. నేను చూసేదానికీ, అనుకునేదానికీ, తెలిసిన దానికీ, నమ్మేదానికీ, నేను ప్రతిక్రియ జరిపే విధానంలో అనుభవం కలుగుతోంది - లేదా? చూసిన దానికి ప్రతిస్పందన, ప్రతిక్రియ - ఇదే అనుభవం. నేను మిమ్మల్ని చూసినప్పుడు 'నేను' ప్రతిస్పందిస్తాను. ఆ ప్రతిక్రియకి నామకరణం చేయటం

అనుభవం. ప్రతిక్రియకి పేరు పెట్టకపోతే అది అనుభవం కాదు. మీ ప్రతిస్పందనలని, అంటే ప్రతిక్రియలని కనిపెట్టి చూడండి. మీలో ఏం జరుగుతోందో గమనించండి. ప్రతిస్పందనలతో బాటు అదే సమయంలో నామకరణం కూడా జరక్కపోతే అనుభవం ఉండదు. నేను మిమ్మల్ని గుర్తించనట్లయితే, మిమ్మల్ని కలుసుకున్న అనుభవం ఎలా కలుగుతుంది? ఇది స్పష్టంగా, సరళంగా కనిపిస్తోంది. ఇది నిజం కాదా? అంటే, నా జ్ఞాపకాల ననుసరించి, నన్ను ప్రభావితం చేసిన వాటి ననుసరించి నేను ప్రతిక్రియ జరపనట్లయితే, నాకో అనుభవం కలిగిందని నాకెలా తెలుస్తుంది?

తరువాత, ఎన్నోరకాల కోరికలు బయటపడుతూ ఉంటాయి. నాకు రక్షణ కావాలి; అంతర్గతంగా భద్రత కావాలి, లేదా, ఒక మహాత్ముడో, గురువో, బోధకుడో, దేవుడో కావాలి. నేను పైకి ప్రదర్శించినదాన్నే అనుభవం పొందుతాను. అంటే, పైకి ఒక కోరిక వెలువడితే అదొక రూపాన్ని ధరిస్తుంది. నేను దానికో పేరు పెడతాను. అది నేను ప్రదర్శించినదే. నేను పేరుపెట్టినదే. ఏ కోరిక నాకు అనుభవాన్నిస్తోందో అది ''నాకు అనుభవం ఉంది'' ''నేను మహాత్ముణ్ణి కలుసుకున్నాను'', లేదా, ''నేను మహాత్ముణ్ణి కలుసుకోలేదు'' - అని నాచేత చెప్పిస్తోంది. అనుభవానికి నామకరణం చేసే విధానం అంతా మీకు తెలుసు. కోరికనే మీరు అనుభవం అని చెబుతున్నారు కదా?

మనస్సు నిశ్శబ్దంగా ఉండాలని నేను కోరినప్పుడు ఏం జరుగుతుంది? ఏం సంభవిస్తుంది? అనేక కారణాల మూలాన్ని నిశ్శబ్దంగా ఉండే మనస్సు ఉండటం, ప్రశాంతంగా ఉండే మనస్సు ఉండటం ముఖ్యమని తెలుసుకుంటాను. ఉపనిషత్తులూ, మతగ్రంథాలూ, ఋషులూ చెప్పటం చేతా, నా మనస్సు రోజంతా వాగుతూ ఉండటంవల్ల ప్రశాంతంగా ఉంటే ఎంత బావుంటుందని అప్పుడప్పుడు నాకు అనిపించటంచేతా ప్రశాంతమైన మనస్సు యొక్క ప్రాముఖ్యాన్ని గ్రహిస్తాను. అప్పుడప్పుడు ప్రశాంతమైన, నిర్మలమైన మనస్సు ఉంటే ఎంత బావుంటుందో, ఎంత ఆనందంగా ఉంటుందో అనిపిస్తుంది. నిశ్శబ్దాన్ని అనుభవించాలన్నదే నా కోరిక. కనుక, ''అది నాకెలా లభిస్తుంది?'' అని ప్రశ్నిస్తాను. ఈ పుస్తకం, ఆ పుస్తకం ధ్యానం గురించి ఏం చెప్పాయో నేనెరుగుదును; క్రమశిక్షణా పద్ధతులన్నీ తెలుసు. కనుక ఒక విధమైన శిక్షణని సాధనచేసి నిశ్శబ్దాన్ని అనుభవంలో పొందటానికి ప్రయత్నిస్తాను. కనుక, ''ఆత్మ'', ''నేను'' నిశ్శబ్దాన్ని అనుభవించాలనే దాంట్లో స్థిరపడిపోతుంది.

సత్యమంటే ఏమిటో అవగాహన చేసుకోవాలని ఉంది, అది నా కోరిక, నా ఆకాంక్ష; తరవాత, సత్యాన్ని గురించి ఎన్నో చదివాను కనుక, సత్యమంటే నాకు గల అభిప్రాయాన్ని వెలిబుచ్చుతాను. అనేకమంది దాన్నిగురించి మాట్లాడటం విన్నాను, మత గ్రంథాలు చేసిన వివరాలని చూశాను; అదంతా నాక్కావాలి. ఏం జరుగుతుంది? ఆ కోరికే, ఆ వాంఛే పైకి ప్రదర్శిత మవుతుంది. ఆ బహిర్గతమైన స్థితిని గుర్తించాను కనుక, అనుభవం పొందుతాను. ఆ స్థితిని గుర్తించి ఉండకపోయినట్లయితే, దాన్ని నేను సత్యం అని చెప్పను. నేను గుర్తించాను కనుక, అనుభవించాను. ఆ అనుభవం ''ఆత్మ''కి,

''నేను''కి శక్తినిస్తుంది - కాదా? 'నేను' అనుభవంలో పాతుకుపోయి స్థిరపడిపోతుంది. అప్పుడు మీరు ''నేనెరుగుదును'' ''మహాత్ములున్నారు'', ''దేవుడున్నాడు'', లేక, ''దేవుడు లేడు'' అంటారు. ఒకరకం ప్రభుత్వవిధానం సరియైనదనీ, తక్కినవి కావనీ చెబుతారు.

కాబట్టి, అనుభవం ఎప్పుడూ ''నేను''ని శక్తిమంతం చేస్తుంది. మీరు మీ అనుభవంలో ఎంత ఎక్కువగా పాతుకుపోయి స్థిరపడిపోతారో, అంత ఎక్కువగా 'నేను' కి శక్తి కలుగుతుంది. దీని ఫలితంగా, మీ స్వభావానికీ, మీ జ్ఞానానికీ, నమ్మకానికీ ఒక విధమైన శక్తివస్తుంది. ఇతరులు మీ అంత తెలివిగలవారు కాదని మీకు తెలుసుకనుక, మీకు రాయటంలోనో, మాట్లాడటంలోనో శక్తి ఉండటంచేత, మీరు యుక్తిగల వారవటంచేత, మీకున్నదంతా ఇతరుల ముందు ప్రదర్శిస్తారు. 'నేను' ఇంకా పనిచేస్తూండటంచేత, మీ నమ్మకాలూ, మీ మహాత్ములూ, మీ కులాలూ, మీ ఆర్థిక విధానాలూ - అంతా ప్రత్యేకించే పద్ధతే అవుతుంది. మీరు కనుక, నిజంగా, ఈ విషయమై గంభీరంగా, చిత్తశుద్ధితో ఉన్నట్లయితే, ఈ కేంద్రాన్ని పూర్తిగా అంతం చెయ్యాలి గానీ, సమర్థించకూడదు. అందుచేతనే, మనం అనుభవం యొక్క ప్రక్రియని అవగాహన చేసుకోవాలి.

ప్రదర్శించకుండా ఉండటం, కోరకుండా ఉండటం, అనుభవించకుండా ఉండటం 'నేను'కి సాధ్యమేనా? 'నేను' యొక్క అనుభవాలన్నీ నిరాకరణ అనీ, వినాశమే అనీ మనం గమనించాం, అయినా, వాటిని అనుకూలమైన చర్య అంటాం - అనటంలేదా? దాన్నే అనుకూలమైన జీవితవిధానం అంటాం. ఈ యావత్ప్రక్రియనీ రూపుమాపటం నిరాకరణ అనిపిస్తుంది మీకు. మీరలా అనుకోవటం సమంజసమేనా? మనం, మీరూ, నేనూ, వ్యక్తులుగా మూలవిషయానికి పోయి, 'నేను' యొక్క ప్రక్రియని అవగాహన చేసుకోగలమా? 'నేను'ని రూపుమాపేదేమిటి? మతాలూ, ఇతర వ్యవస్థలూ '' ఐక్యం అవటం'' అని సమాధానం చెబుతాయి - కాదా? ''ఎక్కువదానితో ఐక్యం అయితే, ఆత్మ లీనమవుతుంది'' అని చెబుతారు. కానీ, నిశ్చయంగా, ఐక్యం అవటం అనేది కూడా 'నేను' యొక్క ప్రక్రియే. ' ఎక్కువది' అనుకున్నది కూడా కేవలం 'నేను' చేత ప్రదర్శితమైనదే; దాన్ని నేను అనుభవిస్తాను, కాబట్టి, అది 'నేను'ని శక్తిమంతం చేస్తుంది.

అన్ని రకాల శిక్షణా, నమ్మకం, జ్ఞానం, నిశ్చయంగా, 'నేను'ని శక్తిమంతం చేస్తూనే ఉంటాయి. 'నేను'ని రూపుమాపగల మూల పదార్థమేదైనా ఉందేమో మనం కనుక్కోగలమా? లేక, అది తప్పుప్రశ్నా? మనం ప్రాథమికంగా కోరుకునేది అదే. ''నేను''ని రూపుమాపగల దేన్నైనా కనుక్కోవాలని కోరతాం - కాదా? అనేక సాధనాలు - ఐక్యత పొందటం, నమ్మకం, మొదలైనవన్నీ ఉన్నాయని అనుకుంటాం. కానీ, అవన్నీ ఒక స్థాయిలోనే ఉన్నాయి. ఒకదానికంటె మరొకటి ఉన్నతమైనది కాదు. ఎందుచేతనంటే, అవన్నీ 'నేను'ని, 'తన'ని ప్రబలం చేయటంలో సమానశక్తికలవే. అందుచేత 'నేను' ఎక్కడ పని చేస్తున్నా, దాని వినాశకరమైన శక్తుల్నీ, బలాన్నీ చూడగలనా? దానికి నేనేపేరు

పెట్టినా, అది వేరుచేసే శక్తే, అది వినాశకరమైన శక్తే. అందుచేత దాన్ని రూపుమాపే మార్గాన్ని కనుక్కోవాలని కోరతాను. మీమట్టుకు మీరూ 'నేను' పని చేయటం ఎప్పుడూ చూస్తూనే ఉన్నారు. అదెప్పుడూ ఆందోళననీ, భయాన్నీ, నిస్పృహనీ, నిరాశనీ, దుఃఖాన్నీ నాకేగాక, నాచుట్టూ ఉన్నవారికి కూడా తెచ్చిపెడుతోంది. ''ఈ 'నేను' ని కొద్దిగాకాక, సంపూర్ణంగా రూపుమాపటానికి సాధ్యమవుతుందా?'' అని మిమ్మల్ని మీరు ప్రశ్నించుకుని ఉంటారు. మనం దాని మూలానికి పోయి దాన్ని నాశనం చెయ్యగలమా? అదే నిజంగా చేయవలసిన పని - కాదా? అసంపూర్ణ వివేకం కాదు, సంపూర్ణ వివేకం కావాలి నాకు. మనలో చాలా మంది వేరువేరు స్థాయిల్లో తెలివితేటలు కలిగి ఉంటారు - మీరు ఒక దానిలోనూ, నేను మరొకదానిలోనూ. మీలో కొందరు వ్యాపారంలో నిపుణులు, మరికొందరు కార్యాలయాల్లో పనిచేయటంలో, అలాగే మరికొందరు వేరే వేరే విధాలుగా నైపుణ్యం కలిగి ఉన్నారు, కానీ, మనం సమగ్ర వివేకం ఉన్నవాళ్ళంకాదు. సమగ్ర వివేకం కలిగి ఉండటం అంటే 'నేను' లేకుండా ఉండటం. అది సాధ్యమేనా?

ఇప్పుడే 'నేను' పూర్తిగా లేకుండా ఉండటం సాధ్యమేనా? సాధ్యమని మీకు తెలుసు. కావలిసిన పాళ్లూ, అవసరమైన వస్తువులూ ఏమిటి? వాటిని తీసుకురాగల అంశం ఏమిటి? నేను కనుక్కోగలనా? ''నేను కనుక్కోగలనా?'' అని ప్రశ్నించినప్పుడు, అది సాధ్యమే అని నాకు నమ్మకం ఉంది. కనుక, అప్పుడే 'నేను' శక్తిమంతమయేలా ఒక అనుభవాన్ని సృజించాను- లేదా? 'నేను'ని అవగాహన చేసుకోవటానికి విశేషమైన తెలివితేటలు, అపారమైన అప్రమత్తత, చురుకుతనం, అది జారిపోకుండా నిత్యం కాపలా - అన్నీ అపారంగా కావాలి. ఎంతో చిత్తశుద్ధితో ఉన్న నేను 'నేను' ని రూపురేఖలు లేకుండా చెయ్యాలని కోరుతున్నాను. అలా అన్నానంటే 'నేను' ని రూపుమాపటం సాధ్యం అని నాకు తెలుసునన్నమాట. ''దీన్ని రూపురేఖలు లేకుండా చెయ్యాలనుకుంటున్నాను'' అని ఎప్పుడన్నానో, ఆ క్షణంలోనే, అందులోనే 'నేను' అనుభవం పొందటం జరుగుతుంది. కనుక, 'నేను' బలపడుతోంది. కాబట్టి, 'నేను' అనుభవం పొందకుండా ఎలా వీలవుతుంది? సృజనాత్మకస్థితి అంటే స్వానుభవం కాదని ఎవరైనా గమనించ వచ్చు. 'నేను' లేనప్పుడే సృజన జరుగుతుంది. ఎందుచేతనంటే, సృజించటం మేధకీ మనస్సుకీ సంబంధించినది కాదు. అది 'నేను' చేత బహిర్గతం చేయబడినది కాదు, అది సమస్త అనుభవానికీ అతీతమైనది. కనుక, మనస్సు పూర్తిగా ప్రశాంతంగా ఉండటానికీ, గుర్తింపులేని స్థితిలో ఉండటానికీ, అంటే, అనుభవం పొందని స్థితిలో ఉండటానికీ, సృజన జరిగే స్థితిలో ఉండటానికీ, అంటే, అక్కడ 'నేను' లేకుండా, ఆత్మరహితమైన స్థితిలో ఉండటానికీ సాధ్యమేనా? సమస్య ఇదే - కాదా? మనస్సులో చలనం అనుకూలంగా కాని, వ్యతిరేకంగా కాని, ఏదైనా అనుభవమే అవుతుంది; అది వాస్తవంగా 'నేను' ని బలపరుస్తుంది. గుర్తించకుండా ఉండటం మనస్సుకి సాధ్యమేనా? సంపూర్ణమైన నిశ్శబ్దం ఉన్నప్పుడే అది సంభవం - 'నేను' పొందే అనుభవంవంటి, 'నేను' ని శక్తిమంతం చేసేటటువంటి నిశ్శబ్దం మాత్రంకాదు.

'నేను' ని చూడగలిగినదీ, 'నేను' ని రూపుమాపగలిగినదీ, 'నేను' కానట్టిదీ, వేరే ఏదైనా ఉందా? 'నేను' ని రద్దు చేసేది, దాన్ని నాశనం చేసేది, దాన్ని దూరంగా తోసిపారేసే ఆధ్యాత్మిక అస్తిత్వం ఏదైనా ఉందా? ఉందని మన అభిప్రాయం - కాదా? వివిధ మతస్తులు ఎంతోమంది అటువంటి అంశం ఉందని భావిస్తారు. భౌతికవాది ''నేను' ని నాశనం చెయ్యటం అసాధ్యం, దాన్ని నిబద్ధీకరించగలం, అణచి ఉంచగలం - రాజకీయంగానూ, ఆర్థికంగానూ, సాంఘికంగానూ, ఒక నిర్ణీత పద్ధతిలో దాన్ని దృఢంగా పట్టి ఉంచగలం; దాన్ని విఫలం చేయగలం, కనుక, ఉన్నతమైన జీవితాన్ని, నైతిక జీవితాన్ని జీవిస్తూ, దేనిలోనూ కలుగజేసుకోకుండా, సాంఘిక విధానాన్ని మాత్రం అనుసరిస్తూ, కేవలం ఒక యంత్రంలా పనిచేసేటట్లు దాన్ని నిరోధించగలం'' అంటారు. దాన్ని మనం ఎరుగుదుం. ఇంకా మరికొందరు - మతస్తులు అనబడేవారు - వారి గురించి మనం అలా చెప్పినా, నిజానికి వారు మతాన్ని అనుసరించేవారు కానేకాదు - ''ప్రధానంగా అటువంటి అంశం ఒకటి ఉంది, దాన్ని మనం అందుకోగలిగితే, అది 'నేను' ని రూపుమాపుతుంది'' అని చెబుతారు.

'నేను' ని రూపుమాపేటటువంటి అంశం ఏదైనా ఉందా? మనం ఏం చేస్తున్నామో, దయచేసి చూడండి. 'నేను' ని ఒక మూలకి నెట్టివేస్తున్నాం. దాన్ని మీరొక మూలకి నెట్టివేస్తే ఏం జరుగుతుందో చూస్తారు. కాలరహితమైనదీ, 'నేను' కి సంబంధించనిదీ, ఏదో ఒక అంశం ఉంటుందనీ, అది మధ్యవర్తిగా వచ్చి కలుగజేసుకుని 'నేను' ని రూపుమాపుతుందనీ మనం ఆశిస్తాం - దాన్నే దేవుడంటాం. మనస్సు ఊహించగలిగినదేదైనా ఉంటుందా? ఉండవచ్చు, ఉండకపోవచ్చు. విషయం అది కాదు. అయితే, 'నేను' ని రూపుమాపటానికి పూనుకుని, కాలరహితమైన ఆధ్యాత్మిక స్థితిని మనస్సు కోరుతున్నప్పుడు అది కూడా 'నేను' ని బలపరిచే అనుభవానికి మరో రూపం - కాదా? మీరు నమ్ముతున్నప్పుడు, అదేకదా వాస్తవంగా జరుగుతున్నది? సత్యం ఉంది, దేవుడున్నాడు, కాలరహితమైనదీ, అమరత్వం అనేదీ ఏదో ఉంది అని మీరు నమ్ముతున్నప్పుడు, అది 'నేను' ని బలపరిచే విధానమే కదా 'నేను' ని రూపుమాపుతుందని మీరనుకుంటున్నారో, విశ్వసిస్తున్నారో, అది 'నేను' ప్రదర్శించినదే. కనుక, కాలరహితమైన స్థితిలో, ఒక ఆధ్యాత్మిక అస్తిత్వం కొనసాగుతూ ఉండాలనే భావాన్ని ప్రదర్శించి, ఒక అనుభవాన్ని పొందుతున్నారు. ఆ అనుభవం 'నేను' ని శక్తిమంతం చేస్తుందంతే. కనుక, మీరు చేసిందేమిటి? మీరు వాస్తవంగా 'నేను' ని రూపుమాపలేదు. కానీ, దానికి వేరొక పేరుపెట్టి, వేరే గుణాన్ని ఆపాదించారు. 'నేను' ఇంకా అక్కడే ఉంటుంది - మీరు దాన్ని అనుభవించారు కనుక. ఆ ప్రకారంగా మన కార్యకలాపం ఆది నుంచి అంతం వరకూ ఒకే చర్య, కానీ, అదిపరిణామం చెందుతోంది, వృద్ధి చెందుతోంది, అంతకంత కెక్కువ అందంగా అవుతోంది - అని మనం అనుకుంటాం, అంతే. మీరు కనుక, అంతర్గతంగా పరిశీలించినట్లయితే, ఒకే కార్యకలాపం సాగుతోందనీ, వెనకటి 'నేనే' వేరు వేరు స్థాయిల్లో వేరువేరు సంకేతాలతో, వేరువేరు పేర్లతో వ్యవహరిస్తోందనీ కనిపెట్టగలుగుతారు.

మీరు 'నేను' యొక్క ప్రక్రియనంతటినీ, దాని కపటత్వాన్నీ, అసాధారణ, వినూత్న కల్పనలనీ, తెలివితేటల్నీ గమనించినప్పుడు, అది ఐక్యత ద్వారా, సద్గుణం ద్వారా, అనుభవం ద్వారా, నమ్మకం ద్వారా, జ్ఞానం ద్వారా ఎలా తన్నుతాను కప్పి పుచ్చుకుంటోందో చూసినప్పుడు, మనస్సు ఎప్పుడూ ఒక వృత్తంలో, స్వీయ నిర్మితమైన పంజరంలో ఎలా తిరుగుతోందో మీరు చూసినప్పుడు, ఏం జరుగుతుంది? మీరు దాన్ని తెలుసుకుని ఉన్నప్పుడు, పూర్తిగా తెలుసుకుని గుర్తించినప్పుడు - బలవంతాన కాకుండా, ప్రతిఫలాపేక్ష లేకుండా, భయంవల్లకాకుండా, సహజంగా - అసాధారణమైన ప్రశాంతతతో ఉండరా? మనస్సులోని ప్రతి గమనమూ కేవలం 'నేను'ని శక్తిమంతం చేసే విధానమేనని మీరు గుర్తించినప్పుడు, మీరు దాన్ని పరిశీలించినప్పుడు, చూసినప్పుడు, అది పనిచేసేతీరుని మీరు పూర్తిగా తెలుసుకున్నప్పుడు, మీరాస్థితికి వచ్చినప్పుడు - సిద్ధాంతరీత్యా కాకుండా, మాటలద్వారా కాకుండా, ప్రదర్శించిన అనుభవంద్వారా కాకుండా - మీరు వాస్తవంగా ఆ స్థితిలో ఉన్నప్పుడు, మనస్సు పూర్తిగా నిశ్చలంగా ఉండటంవల్ల దానికి సృజనాత్మక శక్తిలేదని గమనిస్తారు. మనస్సు ఏది సృష్టించినా ఒక పరిధిలోనే సృష్టిస్తుంది. 'నేను' అనే క్షేత్రంలోనే సృష్టిస్తుంది. 'నేను' సృష్టించలేని స్థితిలో ఉన్నప్పుడు, అప్పుడే సృష్టి జరుగుతుంది. అది గుర్తించరాని ప్రక్రియ.

వాస్తవాన్ని, సత్యాన్ని గుర్తించటం సాధ్యం కాదు. సత్య దర్శనం అవాలంటే నమ్మకం, జ్ఞానం, అనుభవం, సద్గుణం కోసం తాపత్రయం - ఇదంతా పోవాలి. సద్గుణాన్ని అవలంబిస్తున్నానన్న స్పృహతో ఉన్న సద్గుణవంతుడు ఎన్నటికీ వాస్తవాన్ని కనిపెట్టలేడు. అతడు చాలా సత్పురుషుడు కావచ్చు, కానీ, సత్యవంతుడయి ఉండటం, అవగాహన చేసుకునే వాడయిటం ఉండటం- అది వేరే విషయం. సత్యవంతుడికి సత్యదర్శనమవుతుంది. సద్గుణశీలుడు సదాచారపరాయణుడు. సదాచార పరాయణుడైన్నటికీ సత్యాన్ని అవగాహన చేసుకోలేడు. ఎందుచేతనంటే, సద్గుణం అతని ఆత్మకి ఒక ముసుగువంటిది. అతని సద్గుణం అతని ఆత్మని శక్తిమంతం చేస్తుంది. అతను, ''నేను లోభం లేకుండా ఉండాలి'' అని అన్నప్పుడు, లోభం లేకుండా ఉండే స్థితిని అతను అనుభవిస్తున్నాడు కనుక, అది అతని ఆత్మని శక్తిమంతం చేస్తుంది. అందుచేతనే, ఐహిక విషయాల్లోనే గాక, నమ్మకంలోనూ, జ్ఞానంలోనూ కూడా పేదగా ఉండటం అతి ముఖ్యం. లౌకిక సంపదలున్న శ్రీమంతుడు గానీ, జ్ఞానార్జనలోనూ, నమ్మకాలలోనూ గొప్పవాడైనవాడు గానీ, అంధకారాన్ని తప్ప ఎన్నడూ ఏమీ ఎరుగడు; దుశ్చర్యకీ, దుస్థితి అంతకీ కేంద్రం అవుతాడు. కానీ, మీరూ, నేనూ వ్యక్తులుగా ఈ 'నేను' ఎలా పనిచేస్తోందో దాన్ని అంతటినీ చూడగలిగినట్లయితే, అప్పుడు ప్రేమ అంటే ఏమిటో తెలుసుకోగలుగుతాం. అటువంటి సంస్కరణ ఒక్కటే ప్రపంచాన్ని మార్చగలుగుతుందని నమ్మకంగా చెప్పగలను. ప్రేమ 'నేను'కి సంబంధించినది కాదు; 'నేను' ప్రేమని గుర్తించలేదు. ''నేను ప్రేమిస్తాను'' అని మీరంటారు; కానీ అలా చెప్పటంలోనే, అలా అనుభవం పొందటంలోనే ప్రేమ ఉండదు; కానీ, మీరు ప్రేమని తెలుసుకున్నప్పుడు 'నేను' ఉండదు. ప్రేమ ఉన్నప్పుడు 'నేను' ఉండదు.

అధ్యాయం-X

భయం

భయం అంటే ఏమిటి? భయం ఏదో ఒకదానికి సంబంధించి ఉంటుందిగాని, దానంతట అది ప్రత్యేకంగా ఉండదు. మరణం గురించి నేనెలా భయపడగలను? నేనెరుగనిదాన్ని గురించి ఎలా భయపడగలను? నాకు తెలిసినదాన్ని గురించే భయపడగలను. మరణం గురించి నేను భయపడుతున్నానని చెప్పినప్పుడు, తెలియనిదాన్ని గురించి, అంటే మరణం గురించి భయపడుతున్నానా, లేక నేను ఎరిగున్నదాన్ని నష్టపోతానని భయపడుతున్నానా? నా భయం మరణం గురించి కాదు, నాకు సంబంధించిన వస్తువులతోగల సాహచర్యాన్ని నష్టపోతాననే. నా భయం ఎప్పుడూ తెలిసినదానికి సంబంధించి ఉంటుందిగాని, తెలియనిదానికి సంబంధించి ఉండదు.

ఇప్పుడు నేను పరిశీలించేదేమిటంటే, తెలిసినదానికి సంబంధించిన భయంనుంచి అంటే, నా కుటుంబం, నా పేరు ప్రతిష్ఠలు, నా శీలం, బ్యాంకులో నా ధనం, నా తృష్ణలు మొదలైన వాటినన్నిటినీ పోగొట్టుకుంటాననే భయంనుంచి స్వేచ్ఛగా ఉండటం ఎలా? భయం అంతరాత్మలోంచి పుడుతుందని మీరనవచ్చు. కానీ, మీ అంతరాత్మ మీమీద ఉన్న ప్రభావాల నుంచి ఏర్పడినదే కనుక, అంతరాత్మ తెలిసినదానికి ఫలితమే. నాకు తెలిసిందేమిటి? జ్ఞానం అంటే భావాలు కలిగి ఉండటం, విషయాలగురించి అభిప్రాయాలుండటం, తెలిసినదానికి సంబంధించినదంతా కొనసాగాలనే భావం ఉండటం - అంతకుమించి మరేమీలేదు. భావాలు జ్ఞాపకాలే, అనుభవ ఫలితాలే, అంటే, సమస్యకి ప్రతిక్రియలే. తెలిసినదాన్నిగురించి భయపడుతున్నాను, అంటే, తెలిసిన మనుషుల్నీ, వస్తువుల్నీ, భావాల్నీ పోగొట్టుకుంటానని భయపడుతున్నాను; నేనెవరినో తెలిసిపోతుందని భయపడుతున్నాను, అన్నీ పోగొట్టుకుంటాననీ, నష్టం వచ్చినప్పుడూ, లాభం పొందనప్పుడూ కలిగే బాధ గురించీ భయపడుతున్నాను.

బాధని గురించి భయం ఉంటుంది. శారీరకబాధ నరాలకి సంబంధించినది, కానీ మానసికబాధ నాకు సంతృప్తి కలిగించే వస్తువులను పట్టుకుని వదలకుండా ఉండటంవలన కలుగుతుంది. ఎందుచేతనంటే, నానుంచి నా వస్తువుల్ని, ఎవరైనా ఏదైనా నా నుంచి పట్టుకుపోవచ్చునని భయపడుతూ ఉంటాను. మానసిక సంచితాలకు ఎలాంటి భంగం వాటిల్లనంతవరకూ మానసిక బాధ లేకుండా ఉంటుంది. అంటే, నేను సంచితాలూ, అనుభవాలూ కలిసిన మూటని - దానికేవిధమైన తీవ్రవిఘాతం కలగకుండా చూసుకుంటుందది - నేను కలతచెందటానికిష్టపడను. కాబట్టి, వాటికి నష్టం కలిగించే వారెవరికైనా భయపడతాను. కనుక, నా భయం తెలిసినదాన్నిగురించే.

బాధనీ, దుఃఖాన్నీ తొలగించే సాధనంగా నేను కూడబెట్టిన భౌతిక, మానసిక సంచితాలను గురించి భయపడుతున్నాను. కానీ, మానసికబాధని తొలగించటానికి చేస్తున్న సంచిత విధానంలోనే నిజంగా దుఃఖం ఉంది. జ్ఞానం కూడా బాధని నివారించటానికి సహాయపడుతుంది. వైద్యశాస్త్రం శారీరకబాధ రాకుండా చేయటానికి ఎలా సహాయపడుతుందో, అలాగే నమ్మకాలు మానసికబాధలు కలగకుండా చేయటంలో సహాయపడతాయి. అందుచేత నా నమ్మకాలగురించి నాకు సంపూర్ణమైన జ్ఞానంగానీ, వాటి యథార్థాన్నిగురించి కచ్చితమైన రుజువులుగానీ లేకపోయినా, ఆ నమ్మకాలను పోగొట్టుకోవాలంటే భయపడతాను. నాకు స్వానుభవంవల్ల కలిగిన శక్తి, ధైర్యం, జ్ఞానం మూలాన్ని నామీద రుద్దబడిన కొన్ని సాంప్రదాయపు నమ్మకాల్ని నేను నిరాకరించవచ్చు. కానీ, ఆ నమ్మకాలూ, నేను సంపాదించిన జ్ఞానమూ, అన్నీకూడా మౌలికంగా ఒక్కటే - బాధని నివారించే సాధనాలే.

తెలిసినదాన్ని పోగుచేస్తున్నంతవరకూ భయం ఉంటుంది. దానితోబాటు, అది పోతుందేమోననే భయాన్నికూడా సృష్టిస్తుంది. కాబట్టి, తెలియనిదాన్నిగురించి ఉన్న భయం వాస్తవానికి, సంచితమైన తెలిసినదాన్ని పోగొట్టుకుంటామన్న భయమే. సంచయం చేయటం అంటే, తప్పనిసరిగా భయం అనే అర్థం. అంటే, బాధ అని అర్థం. ఎప్పుడైతే ''నేను పోగొట్టుకోకూడదు'' అంటానో, ఆ క్షణంలోనే భయం వేస్తుంది. పోగు చేయటంలో నా ఉద్దేశం బాధని నివారించటానికే అయినప్పటికీ, ఆ పోగుచేసే ప్రక్రియ లోనే స్వతస్సిద్ధంగా భయం ఉంటుంది. నాకు ఉన్న వస్తువులే భయాన్ని సృష్టిస్తున్నాయి. అదే బాధ.

రక్షణ చేసుకోవాలనుకోవటమే హింసకి దారి తీస్తుంది. నాకు భౌతికంగా భద్రత కావాలి. అందుచేత, సార్వభౌమాధికారంగల ప్రభుత్వాన్ని ఏర్పాటు చేస్తున్నాను. దానికి యుద్ధ పరికరాలతోకూడిన సైన్యం అవసరం. అంటే, యుద్ధమన్నమాటే- దానితో భద్రత నశించిపోతోంది. ఎక్కడ రక్షణ కావాలన్న కోరిక ఉంటుందో అక్కడ భయం ఉంటుంది. భద్రత కావాలనటంలోగల అసంబద్ధతని గమనించినట్లయితే, ఇక పోగుచేయటాన్ని కొనసాగించను. గమనించాంగాని, పోగుచేయటం తప్పుదు అని మీరు చెబుతున్నారంటే, పోగు చేయటంలోనే స్వతస్సిద్ధంగా బాధ ఉన్న సంగతి మీరు నిజంగా చూడటంలేదు కనుకనే.

పోగు చేసే ప్రక్రియలోనే భయం ఉంటుంది. ఒకదానిలో నమ్మకం కలిగి ఉండటం ఆ పోగుచేయటంలో భాగమే. నా కొడుకు చనిపోయాడు, మానసికంగా నాకు ఎక్కువ బాధ కలగకుండా నివారించటానికి పునర్జన్మ ఉంటుందని నమ్ముతాను. కానీ, ఆ నమ్మే విధానంలోనే సంశయం ఉంటుంది. బాహ్యంగా, వస్తువుల్ని పోగుచేస్తాను; యుద్ధాన్ని తెస్తాను; అంతర్గతంగా నమ్మకాల్ని పోగుచేస్తాను; బాధని తెచ్చుకుంటాను. భద్రంగా ఉండాలని కోరుతున్నంతకాలం, బ్యాంకులో డబ్బూ, సుఖాలూ అవీ కోరు కుంటున్నంతకాలం, భౌతికంగాగాని, మానసికంగాగాని ఏదో ఒకటి కావాలని

కోరుతున్నంతకాలం బాధ ఉండి తీరుతుంది. బాధని నివారించటానికి నేను చేసే పనులే నాకు భయాన్నీ, బాధనీ కలిగిస్తున్నాయి.

ఒక ప్రత్యేక పద్ధతిలో ఉండాలని కోరుకున్నప్పుడు భయం ఉత్పన్నమవుతుంది. భయం లేకుండా జీవించటం అంటే, ఏ ప్రత్యేక పద్ధతీ లేకుండా జీవించటం. ఒక ప్రత్యేక పద్ధతిలో జీవించాలని నేను కోరితే, అదే సహజంగా భయానికి కారణమవుతుంది. ఒక విధమైన చట్రంలో జీవించాలనే నా కోరికే నా సమస్య. ఆ చట్రాన్ని పగలగొట్టగలనా? చట్రం భయం కలిగిస్తోందనీ, ఈ భయమే చట్రాన్ని బలంగా ఉంచుతోందన్న సత్యాన్నీ గమనించినప్పుడు మాత్రమే ఆ పని చేయగలుగుతాను. ''భయంలేకుండా స్వేచ్ఛగా ఉండాలి కాబట్టి చట్రాన్ని పగలగొట్టాలి'' అని నేనంటే, నేను కేవలం మరో పద్ధతిని అనుసరిస్తున్నట్లే, మళ్లీ అదికూడా మరింత భయానికి కారణమవుతుంది. చట్రాన్ని పగలగొట్టాలనే కోరికతో నేనేపని చేసినా, మరోపద్ధతినీ, దానితోబాటు భయాన్నీ సృష్టిస్తున్నాను. భయం కలక్కుండా చట్రాన్ని పగలగొట్టడం, అంటే దాని విషయమై వ్యక్తంగాగాని, అవ్యక్తంగాగాని ఏ పనీ చేయకుండా చట్రాన్ని పగలగొట్టడం ఎలా? దీని అర్థం ఏమిటంటే, నేను ఏ పనీ చేయకూడదు, చట్రాన్ని పగలగొట్టడానికి ఏవిధమైన ప్రయత్నం చేయకూడదు. నేనేమీ చెయ్యకుండా, కేవలం చట్రంవైపు చూస్తూంటే నాకేం జరుగుతుంది? నా మనస్సే ఒక చట్రం అనీ, అదే పద్ధతి అనీ, దానంతట అదే రూపొందించుకున్న పద్ధతిలో, అలవాటైన పద్ధతిలో అది జీవిస్తోందనీ గమనిస్తాను. కాబట్టి, మనస్సే భయం. మనస్సు ఏంచేసినా, పాత పద్ధతిని శక్తిమంతం చేయటమో లేక, కొత్తగా ఒకదాన్ని రూపొందించటమో అవుతుంది. దీని అర్థం ఏమిటంటే, భయాన్ని నివారించటానికి మనస్సు ఏంచేసినా భయాన్ని కలిగిస్తుంది.

భయం అనేక విధాలుగా తప్పించుకోవటానికి ప్రయత్నిస్తుంది. సామాన్యమైన ఒక విధానం- తాదాత్మ్యం పొందటం - కాదా? దేశంతోనో, సంఘంతోనో, ఒక భావంతోనో. మీరొక ఉత్సవాన్నిగానీ, సేనల ఊరేగింపుగానీ, మత సంబంధమైన ఊరేగింపుగానీ, లేక, దేశంమీద శత్రువులు దండెత్తే ప్రమాదాన్నిగానీ చూసినప్పుడు మీలో ఎలాంటి భావాలు కలుగుతాయో మీరెప్పుడూ గమనించలేదా? మీరు దేశంతోనో, ఒక ప్రాణితోనో, ఒక సిద్ధాంతంతోనో ఐక్యభావాన్ని పొందుతారు. ఇతర సందర్భాల్లో మీరు మీ బిడ్డతోనో, మీ భార్యతోనో, ఏదో ఒక పని చెయ్యటంతోనో, చెయ్యక పోవటంతోనో ఐక్యభావాన్ని పొందుతారు. ఐక్యభావాన్ని పొందటం అంటే తన్ను తాను మరిచిపోవటానికి చేసే ప్రయత్నమే. నన్ను గురించి నాకు స్పృహ ఉన్నంతవరకూ నాకు బాధ ఉంటుంది, సంఘర్షణ ఉంటుంది, నిరంతరభయం ఉంటుంది. కానీ, ఇంకేదో గొప్పదానితోనో, లాభకరమైనదానితోనో, సౌందర్యంతోనో, జీవితంతోనో, సత్యంతోనో, నమ్మకంతోనో, జ్ఞానంతోనో ఐక్యభావం పొందగలిగినట్లయితే 'నేను' నుంచి తాత్కాలికంగానైనా తప్పించుకు పోవటానికి వీలవుతుంది కదా? ''నా దేశం'' గురించి మాట్లాడినప్పుడు, కొంచెంసేపు నన్ను నేను మరిచిపోతున్నాను, పోవటంలేదా? దేవునిగురించి ఏదైనా చెప్పగలిగితే నన్ను నేను మరిచిపోతాను. నా కుటుంబంతోనూ,

ఒక వర్గంతోనూ, ఒక పక్షంతోనూ ఐక్యత పొందగలిగానంటే, కొంతకాలం తప్పించుకు పోవచ్చు.

కనుక, ఐక్యభావం 'నేను' నుంచి తప్పించుకోవటానికొకమార్గం. అలాగే సద్గుణంగూడా 'నేను' నుంచి తప్పించుకునే మార్గమే, సద్గుణాన్ని అలవరచుకునే మనిషి 'నేను'ని నుంచి తప్పించుకుంటున్నాడు. అతని మనస్సు సంకుచితమైనది. అది సద్గుణంతో ఉన్న మనస్సుకాదు. సద్గుణాన్ని కావాలని అలవరచుకోవటం కుదరదు. మీరు సద్గుణవంతులు కావాలని ప్రయత్నించినకొద్దీ 'నేను'ని 'తన'ని అంతకంతకు పటిష్ఠం చేస్తారు. మనందరికీ సామాన్యంగా రకరకాల రూపాల్లో ఉన్న భయం ఎప్పుడూ ప్రత్యామ్నాయంకోసం చూస్తూ ఉంటుంది. కనుక, మన సంఘర్షణని వృద్ధిచేస్తూ ఉంటుంది. మీరో ప్రత్యామ్నాయంతో ఎంత ఎక్కువగా ఐక్యభావం పొందుతారో, దేనికోసం పోరాడటానికీ, ప్రాణాలర్పించడానికీ సంసిద్ధులవుతారో, దాన్ని గట్టిగా పట్టు కోవటానికి అంత శక్తి వస్తూ ఉంటుంది. ఎందుచేతనంటే, దానివెనక భయం ఉంటుంది.

భయం అంటే ఏమిటో ఇప్పుడు మనకి తెలుసా? అది ఉన్నస్థితిని అంగీకరించక పోవటమే కదా? 'అంగీకరించటం' అనే మాటని మనం అర్థం చేసుకోవాలి. ఆ మాటని వాడటంలో నా ఉద్దేశం అంగీకరించటానికి చేసే కృషి అనికాదు. ఉన్నస్థితిని నేను చూసి అవగాహన చేసుకున్నప్పుడు అంగీకరించటం అన్న ప్రశ్నే లేదు. ఉన్నస్థితిని నేను సుస్పష్టంగా చూడనప్పుడే, అంగీకరించటం అనే ప్రసక్తి తీసుకొస్తాను. కనుక, భయం అంటే ఉన్నస్థితిని అంగీకరించకపోవటమే. నేను - ఈ ప్రతిక్రియలూ, ప్రతిస్పందనలూ, జ్ఞాపకాలూ, ఆశలూ, నిస్పృహలూ, నిరాశలూ, వీటన్నిటి సమ్మేళనాన్నీ, చైతన్య స్రవంతిని నిరోధించగా వచ్చిన ఫలితాన్నీ అయిన నేను అంతకన్నముందుకి ఎలా పోగలను? మనస్సు ఈ ఆటంకం, అవరోధాలూ లేకుండా చైతన్యవంతంగా ఉండగలదా? ఎటువంటి ఆటంకమూ లేనప్పుడు, ఎంత సంతోషంగా ఉంటుంది. శరీరం ఆరోగ్యంగా ఉన్నప్పుడు, ఒక విధమైన సంతోషం హాయీ ఉంటాయని మీకు తెలియదా? మనస్సు పూర్తిగా స్వేచ్ఛగా ఉన్నప్పుడే, ఏవిధమైన ఆటంకం లేనప్పుడే, ''నేను'' అని గుర్తించే కేంద్రం లేనప్పుడే, ఒక విధమైన సంతోషం అనుభవమవుతుందని మీకు తెలియదా? 'నేను' అన్నది లేనట్టి ఈ స్థితిని మీరు అనుభవించలేదా? మనందరం నిశ్చయంగా అనుభవించాం.

మొత్తం 'నేను'ని సమగ్రంగా చూడగలిగినప్పుడే, అది అవగాహన అవటం, దాన్నుండి స్వేచ్ఛగా ఉండటం జరుగుతుంది. ఆలోచనకి వ్యక్తరూపమే కోరిక. ఆ కోరికనుంచి జనించే కార్యకలాపాన్నంతటినీ - కోరికా, ఆలోచనా వేరుకావు కాబట్టి - దాన్ని అవగాహన చేసుకున్నప్పుడే అంటే, సమర్థించటంగాని, ఖండించటంగాని, అణచివేయటంగాని చెయ్యకుండా, అవగాహన చేసుకున్నప్పుడే అది నాకు సాధ్యమవుతుంది. నేను దాన్ని అవగాహన చేసుకున్నప్పుడు, 'నేను' అనే దాని పరిమితులను దాటి ముందుకి పోవటం సాధ్యమా అన్నది తెలుస్తుంది.

అధ్యాయం-XI

నిరాడంబరత

నిరాడంబరత అంటే ఏమిటో చర్చించాలనుకుంటున్నాను. తద్వారా బహుశా సున్నితత్వాన్ని కనుక్కోవచ్చునేమో! నిరాడంబరత అంటే కేవలం బాహ్యవైఖరి అనీ, 'వదులుకోవటం' అనీ - స్వల్పంగానే సంపదలుండటం, కౌపీనం ధరించటం, ఇల్లులేకుండా ఉండటం, కొంచెమే బట్టలుండటం, బ్యాంకులో కొద్దిగానే డబ్బు ఉండటం - ఇదంతా నిరాడంబరత అని మనం అనుకుంటున్నట్లు తోస్తుంది. నిశ్చయంగా, అది నిరాడంబరత కాదు. అదంతా బాహ్యప్రదర్శనే. నిరాడంబరత అత్యవసరం అనిపిస్తుంది నాకు కానీ, స్వీయజ్ఞానం యొక్క ప్రాముఖ్యాన్ని అవగాహన చేసుకున్నప్పుడే నిరాడంబరత ఏర్పడుతుంది.

కేవలం ఒక పద్ధతికి అనుగుణంగా సర్దుకుపోవటం నిరాడంబరతకాదు, పైకి ఎంత యోగ్యమైనదనిపించినా, కేవలం ఒక పద్ధతికి అనుగుణంగా ఉండటం కాకుండా, నిరాడంబరంగా ఉండాలంటే ఎంతో వివేకం అవసరం. దురదృష్టవశాత్తూ, మనలో చాలామంది బాహ్యవిషయాల్లోనే నిరాడంబరంగా ఉండటంతో ప్రారంభిస్తారు. కొద్ది వస్తువులతో ఉండటం, కొద్ది వస్తువులతో తృప్తిపొందటం, కొంచెంతో సంతృప్తిపడుతూ, బహుశా ఆ కొంచెంకూడా ఇతరులతో పంచుకుంటూ ఉండటం కొంతవరకు సులభమే. కానీ, వస్తువుల్లోనూ, సంపదల్లోనూ బాహ్యంగా నిరాడంబరతని కనపరచి నంతమాత్రాన దాని అర్థం అంతర్గతంగా నిరాడంబరంగా ఉన్నట్లు కాదు, నిశ్చయంగా. ఎందుచేతనంటే, ప్రస్తుత ప్రపంచంలో అనేకానేక విషయాలు బాహ్యంగా బయటనుంచి మనపై ఒత్తిడి తీసుకొస్తున్నాయి. జీవితం అంతకంతకు సంక్లిష్టంగా అవుతోంది. దాన్నుంచి తప్పించుకోవటానికి, మనం వస్తువుల్ని - మోటారుకార్లనీ, ఇళ్లనీ, సంస్థల్నీ, సినిమాలనీ, బయటనుంచి మనపై వచ్చిపడుతున్న అసంఖ్యాకమైన వాటిని విసర్జించటానికీ, వాటికి దూరంగా ఉండటానికీ ప్రయత్నిస్తాం. అలా వదులుకోవటంతో మనం నిరాడంబరంగా ఉండగలమని మన అభిప్రాయం. అనేకమంది ఋషులూ, గురువులూ ప్రపంచాన్ని త్యజించారు. మనలో ఎవరైనా అలా పరిత్యజించినా మన సమస్య పరిష్కారం కాదని నాకు తోస్తుంది. ప్రధానమైన, వాస్తవమైన నిరాడంబరత అంతర్గతంగా రావాలి. అప్పుడది బాహ్యరూపం దాలుస్తుంది. కనుక, నిరాడంబరంగా ఎలా ఉండాలన్నది మన సమస్య. ఎందుచేతనంటే, అటువంటి నిరాడంబరత మనిషిని అంతకంతకు సున్నితంగా చేస్తుంది. సున్నితమైన మనస్సు, సున్నితమైన హృదయం అత్యవసరం. అటువంటప్పుడే సత్వరం గ్రహించటం, సత్వరం అవగాహన చేసుకోవటం సాధ్యమవుతుంది.

తనని పట్టుకున్న అసంఖ్యాకమైన ప్రతిబంధకాల్నీ, మమకారాల్నీ, భయాల్నీ అవగాహన చేసుకోవటంవల్లనే ఎవరైనా అంతర్గతంగా నిరాడంబరంగా ఉండగలుగుతారు, నిశ్చయంగా. కానీ, మనలో చాలామందికి మనుషులతో, సంపదలతో, భావాలతో కట్టుబడి ఉండటమే ఇష్టం. బంధితులుగా ఉండటమే మనకిష్టం. బాహ్యంగా అతి నిరాడంబరంగా కనిపిస్తున్నప్పటికీ, అంతర్గతంగా మనం వాస్తవంగా బంధితులుగానే ఉన్నాం. మన కోరికలకీ, మన అవసరాలకీ, మన ఆదర్శాలకీ, అసంఖ్యాకమైన ప్రేరేపణలకీ మనం అంతర్గతంగా బంధితులమే. అంతర్గతంగా స్వేచ్ఛ లేనట్లయితే నిరాడంబరత సాధ్యం కాదు. కనుక, అంతర్గతంగా ప్రారంభం కావాలిగాని, బాహ్యంగా కాదు.

నమ్మకం అనే దాని మొత్తం ప్రక్రియని - అసలు మనస్సు ఒక నమ్మకాన్ని ఎందుకు పట్టుకుని ఉంటుందో అనేదాన్ని అవగాహన చేసుకున్నప్పుడే, అసాధారణమైన స్వేచ్ఛ కలుగుతుంది. నమ్మకాల నుంచి స్వేచ్ఛ కలిగినప్పుడు నిరాడంబరత ఉంటుంది. ఆ నిరాడంబరతకి వివేకం కావాలి. వివేకవంతంగా ఉండాలంటే తనకి ఉన్న ప్రతిబంధ కాలన్నిటినీ తెలుసుకుని ఉండాలి. తెలుసుకుంటూ ఉండటానికి నిరంతరం అప్రమత్తతతో కనిపెట్టి ఉండాలి. ప్రత్యేకమైన ఏ గాడిలోగానీ, ప్రత్యేక ఆలోచనా విధానంలోగాని, ఆచరణలోగానీ స్థిరపడిపోకూడదు. ఇంతకీ, ఎవరైనాసరే అంతర్గతంగా ఎలా ఉన్నారో, అది బాహ్యంగా ఉన్నదాన్ని ప్రభావితం చేస్తుంది. సంఘమైనా, ఏ క్రియారూపమైనా అది మన బాహ్య ఆవిష్కరణమే. అంతర్గతంగా పరివర్తన చెందకుండా కేవలం శాసనాలు చేసినంతమాత్రాన బాహ్యంగా ప్రాముఖ్యం ఉండదు. కొన్ని సంస్కరణలు చేయవచ్చు, కొన్ని దిద్దుబాట్లు చేయవచ్చు. కానీ, అంతర్గతంగా ఉన్నదే ఎప్పుడూ చివరికి బాహ్యంగా ఉన్నదాన్ని జయిస్తుంది. అంతరంగం ప్రలోభంతోనూ, కాంక్షతోనూ ఉండి, ఏవో కొన్ని ఆదర్శాలను పెట్టుకుని ఉంటే, బయట సంఘాన్ని ఎంత జాగ్రత్తగా ప్రణాళికాబద్ధం చేసినా, అంతరంగంలోని జటిలత చిట్టచివరికి సంఘాన్ని తలకిందులుచేసి కూలదోస్తుంది.

కాబట్టి, ఎవరైనా లోనుంచే ప్రారంభించాలికానీ, బయటిదాన్ని పూర్తిగా విడిచిపెట్టిగాని, నిరాకరించిగాని కాదు. బాహ్యంగా ఉన్నస్థితిని అవగాహన చేసుకోవటం ద్వారానే, బాహ్యంగా ఉన్న పోరాటం, సంఘర్షణ, బాధ ఎలా ఉన్నదీ తెలుసుకోవటం ద్వారానే, అంతరంగందాకా వస్తారు, నిశ్చయంగా. బాహ్యపరిస్థితుల్ని క్రమక్రమంగా పరిశోధిస్తూ, సహజంగా, ఆ బాహ్యసంఘర్షణలకూ బాధలకూ దోహదం చేసిన మానసిక స్థితిగతులవరకూ వస్తారు. బాహ్యస్థితి మన అంతర్గతస్థితియొక్క చిహ్నమే. కానీ, అంతర్గతస్థితిని తెలుసుకోవటం బాహ్యస్థితిద్వారానే మొదలుపెట్టాలి. మనం చాలావరకు అలాగే చేస్తాం. కానీ, అంతరంగాన్ని అవగాహన చేసుకోవటానికి బాహ్యస్థితిని పూర్తిగా విసర్జించటంగానీ, నిరాకరించటంగానీ చెయ్యకుండా, బాహ్యస్థితిని అవగాహన చేసుకుంటూ, తద్వారా అంతరంగాన్ని చేరుకుని, క్రమంగా లోనున్న మన అస్తిత్వం యొక్క జటిలతని పరిశోధించినకొద్దీ, మనం అంతకంతకి సున్నితంగానూ, స్వేచ్ఛగానూ ఉంటామని తెలుసుకుంటాం. అంతర్గత నిరాడంబరతే సున్నితత్వాన్ని కలుగజేస్తుంది.

కనుక ఇది అత్యంతావశ్యకం. సున్నితత్వంలేని, అప్రమత్తతలేని, అవగాహనలేని మనస్సు దేన్నైనా గ్రహించటానికిగానీ, సృజనాత్మక క్రియకిగానీ సామర్థ్యం లేకుండా ఉంటుంది. మనల్ని నిరాడంబరంగా చేసుకోవటానికి దేన్నైనా అనుసరించటం అనే పద్ధతిని సాధనంగా ఉపయోగించినట్లయితే, వాస్తవంగా, మనస్సునీ, హృదయాన్నీ మొద్దుగా, బండ బారేటట్లుగా చేయడం జరుగుతుంది. ప్రభుత్వమో, తనంతటతనో ఒక ఆదర్శాన్ని సాధించాలనే ఆకాంక్షో, మరేదో అధికారపూర్వకంగా నిర్దేశించినప్పుడు, దేన్నైనా ఏ రకంగానైనా అనుసరించడం జరిగినప్పుడు అంతర్గతంగా నిరాడంబరంగా ఉండక పోవటంవల్ల మొద్దుబారినట్లుగా అయితీరుతుంది. వివిధ మతాలననుసరించేవారిలో అనేకమంది చేస్తున్నట్లు, బాహ్యంగా ఒక విధానాన్ని అనుసరించటంతో నిరాడంబరంగా ఉన్నట్లు పైకి కనిపించవచ్చు. వారు అనేకవిధాల సాధనలు చేస్తారు, వేరువేరు సంస్థల్లో చేరతారు, ఏదో ఒక పద్ధతిలో ధ్యానం చేయడం వంటివి చేస్తారు - ఇవన్నీ పైకి నిరాడంబరంగా కనిపించేట్లు చేస్తాయి. కానీ, అటువంటి అనుసరణ నిరాడంబరతని కలిగించలేదు. ఏ విధమైన నిర్బంధమైనా ఎన్నటికీ నిరాడంబరతకి దారి తీయలేదు. అంతేకాదు, మీరు ఎంత ఎక్కువగా అణచివేస్తే, ఎంత ఎక్కువగా ప్రత్యామ్నాయాలు వాడితే, ఎంత ఎక్కువ మహనీయతని ఆపాదిస్తే, అంత తక్కువగా ఉంటుంది నిరాడంబరత. కానీ, ఈ మహనీయం చేయటాన్నీ, నిరోధించటాన్నీ, ప్రత్యామ్నాయాన్ని వాడటాన్నీ ఎంత ఎక్కువగా మీరు అవగాహన చేసుకుంటారో నిరాడంబరంగా ఉండటానికి అంత ఎక్కువ అవకాశం ఉంటుంది.

మన సాంఘిక, పర్యావరణ, రాజకీయ, మత సమస్యలు ఎంత జటిలంగా ఉన్నాయంటే, వాటిని నిరాడంబరంగా ఉండటం ద్వారానే పరిష్కరించగలంగాని, అసాధారణమైన పాండిత్యప్రకర్షతోనూ, తెలివితేటలతోనూ కాదు. నిరాడంబరమైన మనిషి జటిలమనస్కుడికంటే ఎక్కువ సూటిగా చూడగలడు, ఎక్కువ ప్రత్యక్షాను భవాన్ని పొందగలడు. మన మనస్సులు అంతులేని జ్ఞానంతోనూ, ఇతరులు చెప్పినదానితోనూ కిక్కిరిసిపోయి ఉన్నాయి. అందుచేత, నిరాడంబరంగా ఉండటానికీ, స్వయంగా మనంతట మనం ప్రత్యక్షానుభవం పొందటానికీ అసమర్థులమైపోయాం. ఈ సమస్యలన్నిటికీ ఒక నూతన దృక్పథం అవసరం. మనం నిరాడంబరంగా ఉన్నప్పుడే, అంతర్గతంగా, నిజంగా నిరాడంబరంగా ఉన్నప్పుడే, వాటిని ఆ విధంగా చూడగలం. స్వీయజ్ఞానం ద్వారానే అంటే, మనల్ని మనం అవగాహన చేసుకోవటం ద్వారానే - మన ఆలోచనల, అనుభూతుల తీరుతెన్నుల్నీ, ఆలోచనల గమనాన్నీ, ప్రతిస్పందనల్నీ - బుద్ధుడూ, క్రైస్తూ, గొప్ప ఋషులూ, ఇతరులూ చెప్పినవాటిని అనుసరించకపోతే అంతా ఏమనుకుంటారో అన్నభయంతో, వాటికి అనుగుణంగా ఎలా ప్రవర్తిస్తూ ఉంటామో - ఇవన్నీ అవగాహన చేసుకున్నప్పుడే అటువంటి నిరాడంబరత వస్తుంది. ఇదంతా, మన స్వభావం అనుసరించటానికీ, భద్రంగా ఉండటానికీ, క్షేమంగా ఉండటానికీ ఎలా అలవాటుపడిందో తెలియజేస్తుంది. భద్రతని కాంక్షించేవాళ్లు సహజంగా, భయంతో ఉంటారు, అంచేత నిరాడంబరత ఉండదు.

నిరాడంబరంగా ఉండకపోతే, చెట్లూ, పక్షులూ, పర్వతాలూ, మనచుట్టూ ప్రపంచంలో నిత్యం జరుగుతున్న సంఘటనలూ - అన్నిటిపట్లా సున్నితంగా ఉండలేరు. నిరాడంబరంగా లేకపోతే, ఏ విషయంలోనూ అంతర్గతంగా వచ్చే సూచనల్ని సున్నితంగా తీసుకోలేరు. మనలో చాలామంది మన చైతన్యపుపైభాగంలోనే, పైపైనే జీవిస్తూ ఉంటారు. అక్కడే ఆలోచించటానికీ, తెలివిగా ఉండటానికీ ప్రయత్నిస్తాం. దాంతో, మతం అంటే భక్తి శ్రద్ధ లున్నాయని అనుకుంటాం; అక్కడ మన మనస్సుల్ని బలవంతంగా, క్రమశిక్షణ ద్వారా నిరాడంబరంగా చేయటానికి ప్రయత్నిస్తాం. కానీ, అది నిరాడంబరత కాదు. మనం పైమనస్సుని నిరాడంబరంగా ఉంచటానికి నిర్బంధంచేసినప్పుడు, అటువంటి నిర్బంధం మనస్సుని ఎక్కువ కఠినంగా చేస్తుందేగాని, మృదువుగా, స్వచ్ఛంగా, చురుకుగా చేయలేదు. మొత్తం మన చైతన్యప్రక్రియ అంతటా నిరాడంబరంగా ఉండటం అమిత ప్రయాసతో కూడినది. ఎందుచేతనంటే, లోపల ఏ విధమైన సందేహం ఉండకూడదు. కనుక్కోవాలనీ, మొత్తం మన అస్తిత్వాన్ని పరిశోధించాలనీ ఆత్రుత ఉండాలి. అంటే, ప్రతి సంకేతంపట్లా, ప్రతి సూచనపట్లా మెలుకువగా ఉండాలి. మన భయాల్నీ, ఆశల్నీ తెలుసుకుని, వాటిని పరిశోధించి, వాటినుంచి అంతకంతకి మరింత స్వేచ్ఛగా ఉండాలి. అప్పుడే, మన మనస్సూ, హృదయమూ నిజంగా నిరాడంబరంగా ఉన్నప్పుడే, కఠినమవకుండా మృదువుగా ఉన్నప్పుడే, మనల్ని ఎదుర్కొంటున్న ఎన్నో సమస్యల్ని పరిష్కరించగలుగుతాం.

జ్ఞానం మన సమస్యల్ని పరిష్కరించలేదు. ఉదాహరణకి, పునర్జన్మ ఉందనీ, మరణానంతరంకూడా కొనసాగుతూ ఉంటుందనీ మీకు తెలిసే ఉంటుంది. మీకు తెలుసేమో. మీకు తెలుసునని నేననటంలేదు. లేదా, ఆ విషయమై మీరు నమ్ముతున్నారేమో. కానీ, అదేదీ సమస్యని పరిష్కరించలేదు. మీ సిద్ధాంతంతోగాని, సమాచారంతోగాని, నమ్మకంతోగాని మరణాన్ని వెనక్కి తోసెయ్యలేరు. మరణం అంతకన్న నిగూఢమైనదీ, ప్రగాఢమైనదీ, సృజనాత్మకమైనదీను.

ఈ విషయాలన్నిటినీ పునఃపరిశోధన చేయగల సామర్థ్యం ఉండాలి. ఎందుచేతనంటే, ''ప్రత్యక్షానుభవం'' ద్వారానే మన సమస్యలు పరిష్కారం కాగలవు. ప్రత్యక్షానుభవం ఉండాలంటే నిరాడంబరత ఉండితీరాలి. అంటే, సున్నితత్వం ఉండాలి, జ్ఞానభారంచేత మనస్సు మొద్దుబారిపోతుంది. గతంవల్లా, భవిష్యత్తువల్లా మనస్సు మొద్దుబారిపోతుంది. వర్తమానంతో అవిరామంగా, అనుక్షణం సర్దుకుపోగల సామర్థ్యం ఉన్న మనస్సే, నిరంతరం మన పరిసరాలు మనపై చూపే ప్రభావాలనీ, ఒత్తిడులనీ ఎదుర్కోగలుగుతుంది.

కనుక, కాషాయవస్త్రాన్ని ధరించేవాడుగాని, కౌపీనాన్ని ధరించేవాడుగానీ, ఒంటిపూట భుజించేవాడుగానీ, అసంఖ్యాకమైన మొక్కులు మొక్కుకుని ఇలా ఉండాలి, అలా ఉండాలి అని ప్రయత్నించేవాడుగానీ నిజంగా ధార్మికుడు కాడు. అంతర్గతంగా నిరాడంబరంగా ఉన్నవాడూ, ఏదీ అవాలని ఆశించనివాడూ, అతడే నిజమైన ధార్మికుడు.

అటువంటివాడి మనస్సు అసాధారణ గ్రహణశక్తి కలిగి ఉంటుంది, ఎందుచేతనంటే, దానికి ఆటంకంగానీ, భయంగానీ, ఒక గమ్యంవైపు పోవటంగానీ, ఏదీ ఉండదు కనుక, అటువంటి మనస్సు కటాక్షాన్ని, దైవాన్ని, సత్యాన్ని - ఏ పేరుతో మీరు పిలిచినా - దాన్నిపొందేశక్తిని కలిగి ఉంటుంది. అంతేగాని, సత్యంకోసం పరుగులెత్తే మనస్సు నిరాడంబరమైన మనస్సుకాదు; ప్రయత్నిస్తూ, అన్వేషిస్తూ, తడుములాడుతూ, వ్యాకులపడుతూ ఉండే మనస్సు నిరాడంబరమైన మనస్సుకాదు; అంతర్గతంగాకాని, బాహ్యంగాకాని, ఏదైనా అధికారాన్ని ప్రతీకగా తీసుకొని దాన్ని అనుసరించే మనస్సు సున్నితంగా ఉండలేదు. మనస్సు నిజంగా సున్నితంగా ఉన్నప్పుడే, అప్రమత్తతతో తనలోని అన్ని సంఘటనల్నీ, ప్రతిస్పందనల్నీ, ఆలోచనల్నీ తెలుసుకుంటూ ఉన్నప్పుడే, ఏదో 'అవుతూఉండ' కుండా ఉన్నప్పుడే, ఒకే పద్ధతిలో 'ఉండాలని' తన్నుతాను రూపొందించుకోకుండా ఉన్నప్పుడే - అప్పుడు మాత్రమే సత్యమనేదాన్ని గ్రహించటం సాధ్యమవుతుంది. అప్పుడే ఆనందం కలుగుతుంది. ఎందుకంటే, ఆనందం ఒక గమ్యంకాదు - అది వాస్తవంయొక్క ఫలితం. మనస్సు, హృదయం నిరాడంబరంగా అవడంద్వారా - బలవంతంగాగానీ, ఆదేశంచేతగానీ, విధించటంవల్లగానీ కాకుండా - సున్నితంగా అయినప్పుడు మన సమస్యలు సులభంగా, సరళంగా పరిష్కారమవుతాయి. మన సమస్యలు ఎంత క్లిష్టంగా ఉన్నప్పటికీ, వాటన్నిటినీ తాజాగా ఎదుర్కొని, వేరేరీతిలో చూడగలుగుతాం. ప్రస్తుతస్థితిలో కావలసిందదే. ఏ పక్షానికి చెందిన సిద్ధాంతాలతోగాని, సూత్రాలతోగాని - వామపక్షానివిగాని, దక్షిణ పక్షానివిగాని - లేకుండా, బాహ్యంగా ఉన్న ఈ గందరగోళాన్నీ, సంక్షోభాన్నీ, వైరాన్నీ సరికొత్తగా, సృజనాత్మకంగా, సరళంగా ఎదుర్కోవటానికి సామర్థ్యం ఉన్నమనుషులు కావాలి. మీరు నిరాడంబరంగా లేనట్లయితే మీరు దాన్ని ఎదుర్కోనే లేరు.

ఈ విధంగా సమస్యని సమీపించగలిగినప్పుడే దాన్ని పరిష్కరించగలం. ఏవో కొన్ని మత సంబంధమైన, రాజకీయ, తదితర భావజాలం ప్రకారం ఆలోచిస్తున్నట్లయితే, సరికొత్తగా దాన్ని సమీపించలేం. నిరాడంబరంగా ఉండాలంటే, వీటన్నిటినుండీ స్వేచ్ఛగా ఉండాలి. అందుచేతనే మన ఆలోచనావిధానాన్ని అవగాహన చేసుకోగల సామర్థ్యం ఉండాలని మనల్ని మనం సంపూర్ణంగా తెలుసుకుని ఉండటం ముఖ్యం. దాన్నుంచే నిరాండంబరత సిద్ధిస్తుంది. నైతికశీలంగానీ, అభ్యాసంగానీ కానట్టి సహజమైన నమ్రత వస్తుంది. అలవరచుకున్న నమ్రత నమ్రత అవదు. తన్నుతాను అణకువగా చేసుకున్న మనస్సు అణకువగా ఉండలేదు. అభ్యాసంవల్ల వచ్చిన నమ్రత కాక, సహజమైన నమ్రత కలిగినవాడే ఎంతో ఒత్తిడి చేస్తున్న జీవిత సమస్యల్ని ఎదుర్కోగలుగుతాడు; ఎందుచేతనంటే, అప్పుడు తను ముఖ్యంకాడు, తనపైన ఉన్న ఒత్తిడులతోగానీ, తను ముఖ్యం అన్న భావంతోగానీ చూడడు, సమస్యకోసమే సమస్యని చూస్తాడు; అప్పుడు దాన్ని పరిష్కరించగలుగుతాడు.

అధ్యాయం-XII

ఎరుక

మనల్ని మనం తెలుసుకోవటం అంటే, ప్రపంచంతో - భావాలతో, మనుషులతో కూడిన ప్రపంచంతోనేకాక, ప్రకృతితోనూ, మనకి ఉన్నవస్తువులతో కూడా - మనకి గల సంబంధాన్ని తెలుసుకోవటం. అది మన జీవితం. జీవితం అంటే ఈ మొత్తం అన్నిటితో గల సంబంధమే. ఆ సంబంధాన్ని తెలుసుకోవటానికి ప్రత్యేకనైపుణ్యం అవసరమా? కాదన్నది స్పష్టమే. కావలసినదేమిటంటే మొత్తం జీవితాన్నంతటినీ ఎదుర్కోవటానికి ఎరుక ఉండాలి. అలా ఎరుక కలిగి ఉండటం ఎలా? అదే మన సమస్య. ఈ మాటని - ఆ 'ఎరుక కలిగి ఉండటం' ఎలా అనే దాన్ని ప్రత్యేక నైపుణ్యం అనే భావంతో వాడటంలేదు. మొత్తం జీవితాన్నంతటినీ ఎదుర్కోగల సామర్థ్యం ఎలా కలుగుతుంది? మొత్తం జీవితం అంటే, మీ ఇరుగుపొరుగుతో ఉన్న సంబంధమేకాక, ప్రకృతితోనూ, మీ సంపదలతోనూ, భావాలతోనూ, మనస్సు కల్పించే భ్రమలూ, కోరికలూ మొదలైనవాటన్నిటితోనూ గల సంబంధం. ఈ మొత్తం సంబంధ విధానాన్ని తెలుసుకుంటూ ఉండటం ఎలా? నిశ్చయంగా, అదే మన జీవితం - కాదా? సంబంధం లేనిదే జీవితమే లేదు. ఈ సంబంధాన్ని తెలుసుకోవటం అంటే ఏకాంతవాసం కాదు. అలాకాకపోవటమే కాదు, అందుకు మొత్తం సంబంధ విధానాన్ని సంపూర్ణంగా గుర్తించి, తెలుసుకుంటూ ఉండటం అవసరం.

తెలుసుకుంటూ ఉండటం ఎలా? దేన్నిగురించైనా మనకి ఎలా తెలుస్తుంది? ఒక మనిషితో గల సంబంధాన్ని మీరెలా తెలుసుకుంటున్నారు? వృక్షాలగురించీ, పక్షికూతలగురించీ ఎలా తెలుసుకుంటున్నారు? మీరు వార్తాపత్రిక చదివినప్పుడు మీ మానసికానుభవాల్ని ఎలా తెలుసుకుంటున్నారు? మనస్సు పైపైప్రతిస్పందనల్నేకాక, అంతర్గత ప్రతిస్పందనల్ని కూడా తెలుసుకుంటున్నామా? దేన్నిగురించైనా తెలుసుకోవటం ఎలా? ప్రప్రథమంగా, ఒక ప్రేరణకి ప్రతిస్పందించటం తెలుసుకుంటాం, కాదా? ఇది స్పష్టమైన వాస్తవమే. నేను చెట్లని చూస్తున్నాను. ఒక ప్రతిస్పందన కలిగింది, తరవాత అనుభూతి, సాన్నిహిత్యం, తాదాత్మ్యత, కోరిక - అదే మామూలు ప్రక్రియ - కాదా? ఏ పుస్తకాల్నీ చదవక్కర్లేకుండా వాస్తవంగా ఏం జరుగుతోందో చూడగలం.

కనుక, తాదాత్మ్యభావం ద్వారా మీకు సుఖదుఃఖాలు కలుగుతున్నాయి. మన ''సామర్థ్యం'' - సుఖాన్ని పొందటం, దుఃఖాన్ని వదిలించుకోవటం కదా? దేనిలోనైనా మీకు ఆసక్తి ఉంటే, అది మీకు ఆనందాన్నిస్తే, వెంటనే ''సామర్థ్యం'' కలుగుతుంది. వెంటనే ఆ వాస్తవం తెలుస్తుంది. అది బాధ కలిగిస్తే, దాన్ని తప్పించుకోవటానికి

''సామర్థ్యం'' కలుగుతుంది. మనల్ని మనం అవగాహన చేసుకోవటానికి ఈ ''సామర్థ్యం'' కోసం చూస్తున్నంతవరకూ మనం నిరాశ చెందుతామనే నాకు తోస్తుంది. ఎందుచేతనంటే, మనల్ని మనం అవగాహన చేసుకోవటం ''సామర్థ్యం'' మీద ఆధారపడిలేదు. మీరు దాన్ని వృద్ధిచేసి, తీర్చిదిద్ది, నిరంతరం దానికి పదునుపెడుతూ కాలక్రమాన అభివృద్ధి చెయ్యటానికి అదేమీ సాంకేతిక విధానం కాదు. తన్నుతాను తెలుసుకున్నదాన్ని ఇతరులతో గల సంబంధాన్ని క్రియారూపంలో నిశ్చయంగా పరీక్షించవచ్చు - మనం మాట్లాడటంలో, మన ప్రవర్తనలో పరీక్షించవచ్చు. ఏకీభవించటంగానీ, పోల్చుకోవటంగానీ, నిందించటంగానీ ఏదీ లేకుండా, మిమ్మల్ని మీరు గమనించండి; ఊరికే గమనించండి, అత్యద్భుతమైనది సంభవించటం చూస్తారు. అంతశ్చేతనలో జరుగుతున్న కార్యకలాపాన్ని అంతమొందించటమేగాక - మన కార్యకలాపం చాలావరకు అంతశ్చేతనలోనే జరుగుతూ ఉంటుంది కనుక - దాన్ని అంతమొందించటమే కాకుండా, ఏ విచారణా జరపకుండానే, తవ్విచూడక్కర్లేకుండానే, ఆ కార్యకలాపం ఆంతర్యాల్ని గుర్తిస్తారు.

మీరు తెలుసుకుంటున్నప్పుడు, మీ ఆలోచననీ, మీ చర్యనీ, యావత్ప్రక్రియనీ చూస్తారు. కానీ, ఖండించకుండా ఉన్నప్పుడే అది సంభవిస్తుంది. నేను దేన్నైనా నిందించినప్పుడు దాన్ని అవగాహన చేసుకోవటం జరగదు. అవగాహన చేసుకోకుండా తప్పించుకోవటానికి నిందించటం ఒక మార్గం. మనలో చాలామంది బుద్ధిపూర్వకంగా అలా చేస్తారని నాకనిపిస్తుంది. వెంటనే నిందిస్తాం. అర్థం చేసేసుకున్నాం అనుకుంటాం. ఖండించటంమాని, శ్రద్ధతో గమనించి, తెలుసుకున్నట్లయితే, అప్పుడు అలా చేయటంలో గల ఆంతర్యం, ప్రాముఖ్యం బహిర్గతమవుతాయి. ప్రయోగం చేసి చూడండి. మీ అంతట మీరే గ్రహిస్తారు. ఊరికే, తెలుసుకుని ఉండండి - సమర్థించే ఉద్దేశం ఏమీ లేకుండా - ఇదంతా వ్యతిరేకపద్ధతిగా కనిపించవచ్చు, కానీ, వ్యతిరేకం కాదు. అంతేకాదు, అందులో నిష్పక్షవైఖరి ఉంటుంది. అదే ప్రత్యక్షచర్య. మీరు ప్రయోగం చేసిచూస్తే మీరే కనిపెడతారు.

ఇంతకీ, మీరు దేన్నైనా అవగాహన చేసుకోవాలంటే, మీరు ఉదాసీన స్థితిలో ఉండాలి - కాదా? దాన్నిగురించి ఆలోచిస్తూ, ఊహిస్తూ, ప్రశ్నిస్తూ ఉండకూడదు. దానిలో ఉన్నదాన్ని అవగాహన చేసుకోవటానికి అందుకు తగినట్లుగా సున్నితంగా ఉండాలి మీరు. ఛాయాచిత్రాల్ని తీయటానికి ఉపయోగించే రేకులా సున్నితంగా ఉండాలి. నేను మిమ్మల్ని అవగాహన చేసుకోవాలంటే, నేను ఉదాసీనంగా ఉండి తెలుసుకుంటూ ఉండాలి, అప్పుడే మీరు మీ కథంతా చెప్పటం ప్రారంభిస్తారు. అందులో సామర్థ్యంగానీ, ప్రత్యేకనైపుణ్యంగానీ ఏమీలేదు, నిశ్చయంగా. ఆ విధంగా మనల్ని మనం - మన చైతన్యపు పైపైపొరలనేగాక, మరింతముఖ్యమైన నిగూఢమైనవాటినికూడా అవగాహన చేసుకోవటం ఆరంభిస్తాం. ఎందుచేతనంటే, ఇవే మనలో ఉండే రహస్యాలోచనలూ, అస్పష్టమైన అవసరాలూ, చింతలూ, భయాలూ, తృష్ణలూ - బాహ్యంగా ఉన్నవాటన్నిటినీ మనం

అదుపులో ఉంచుకోవచ్చు. కానీ, లోలోపల అవి మరుగుతూంటాయి. వాటన్నిటినీ సంపూర్ణంగా తెలుసుకుని అవగాహన చేసుకోనంతవరకూ స్వేచ్ఛగా ఉండటం సాధ్యంకాదు. ఆనందంగా ఉండటం సాధ్యంకాదు. వివేకం ఉండదు, నిశ్చయంగా.

మన మొత్తం ప్రక్రియని తెలుసుకోవటమే వివేకం అయినప్పుడు, వివేకం ఒక ప్రత్యేకనైపుణ్యం అవుతుందా? ప్రత్యేకనైపుణ్యంద్వారా వివేకాన్ని అలవరచుకోగలమా? ప్రస్తుతం జరుగుతున్నదదే - కాదా? మతగురువు, వైద్యుడు, ఇంజనీరు, పారిశ్రామికవేత్త, వ్యాపారి, ఆచార్యుడు - మనందరిదీ ఆ నైపుణ్యాన్ని అలవరచుకునే మనస్తత్వమే.

అత్యుత్తమమైన వివేకాన్ని - సత్యాన్ని, దైవాన్ని, వర్ణనాతీతమైనదాన్ని - గ్రహించటానికి మనందరం ప్రత్యేక నిపుణులం కావల్సి ఉందని అనుకుంటూ ఉంటాం. మనం చదువుకుంటాం, తడుముకుంటూ ఉంటాం, అన్వేషిస్తూ ఉంటాం. నిపుణుల మనస్తత్వంతోనో, నిపుణులకోసం చూస్తూనో, మన సంఘర్షణల్నీ, మన దుఃఖాల్నీ ఆవిష్కరించటానికి సహాయపడే సామర్థ్యాన్ని పెంపొందించుకోవాలని మనగురించి మనం అధ్యయనం చేస్తూ ఉంటాం.

మన సమస్య ఏమిటంటే - మనం నిజంగా తెలుసుకుని ఉన్నట్లయితే- మన నిత్యజీవితంలోని సంఘర్షణల్నీ, దుఃఖాల్నీ, బాధల్నీ ఇతరులెవరైనా పరిష్కరించగలరా అని. ఇతరులు చేయలేనప్పుడు, వాటిని ఎదుర్కోవటం ఎలా సాధ్యం? ఏదైనా సమస్యని అవగాహన చేసుకోవటానికి ఒక విధమైన వివేకం కావాలన్నది స్పష్టం. అయితే, ఆ వివేకం ప్రత్యేక నైపుణ్యంవల్లగానీ, నైపుణ్యాన్ని అలవరచుకోవటంవల్లగానీ కలగదు. మన చైతన్యప్రక్రియనంతనీ ఉదాసీనంగా తెలుసుకుంటున్నప్పుడే ఆ వివేకం కలుగుతుంది; అంటే, ఇది సరియైనది, ఇది కాదు అనే ఏ వివక్ష లేకుండా మనల్ని మనం తెలుసుకుంటూ ఉండాలి. అలా ఉదాసీనంగా తెలుసుకుంటూ ఉండటం సోమరితనం కాదు, నిద్రకాదు; అది తీవ్రమైన అప్రమత్తత. అటువంటిస్థితిలో సమస్య అంతా ఒక నూతన ప్రాముఖ్యం సంతరించుకున్నట్లు మీరు తెలుసుకుంటారు. అంటే, ఇకమీదట, సమస్యతో ఏకీభవించటంగాని, దానిపై తీర్పుచెప్పటంగాని ఉండదు. అందుచేత, సమస్య ఆంతర్యం అంతా బయటపడుతుంది. మీరు నిరంతరం, నిరవధికంగా అలా చేయ గలిగినట్లయితే ప్రతి సమస్యా పైపైనేగాక, మౌలికంగా పరిష్కరింపబడుతుంది. అదే కష్టం. ఎందుచేతనంటే, మనలో చాలామంది ఉదాసీనంగా, తెలుసుకుంటూ ఉండలేరు.

మన వ్యాఖ్యానం లేకుండా సమస్యని తన కథని చెప్పనివ్వం. ఏ సమస్యనీ కూడా నిష్పక్షపాతంగా చూడలేం. దురదృష్టవశాత్తూ మనకది సాధ్యమవటం లేదు. ఎందుచేతనంటే, సమస్యవల్ల మనకొక ఫలితం కావాలి, మనకో సమాధానం కావాలి; మనం ఒక గమ్యంవైపు చూస్తాం లేదా, మన సుఖదుఃఖాలకు అనుగుణంగా సమస్యని పరిష్కరించటానికి ప్రయత్నిస్తాం. అదికాకపోతే, సమస్యని పరిష్కరించటానికి ఇదివరకే మన దగ్గరో పరిష్కారం సిద్ధంగా ఉంటుంది. కనుక, ఎప్పటికప్పుడు కొత్తగా ఉన్న సమస్యని మన పూర్వపద్ధతిని అనుసరించి పరిష్కరించటానికి ప్రయత్నిస్తాం. సమస్య

ఎప్పుడూ కొత్తదే. మన సమాధానంమాత్రం ఎప్పుడూ పాతదే. సమస్యకి తగినట్లుగా, సంపూర్ణంగా ఎదుర్కోవాలంటే మనకి కష్టమనిపిస్తుంది. సమస్య ఎప్పుడూ సంబంధం గురించే - వస్తువులతోనూ, మనుషులతోనూ, భావాలతోనూ సంబంధం ఉన్న సమస్యే. ఇతర సమస్య ఏమీ ఉండదు. ఎప్పటికప్పుడు భిన్నంగా ఉండే రూపాల్లో ఈ సంబంధాలనుంచి వచ్చే సమస్యని సరియైన పద్ధతిలో, దానికి తగినట్లు ఎదుర్కోవటానికి మనం ఉదాసీనంగా ఉండి తెలుసుకోవాలి. ఈ ఉదాసీనత పట్టుదలవల్లగానీ, ఇచ్ఛవల్లగానీ, క్రమశిక్షణవల్లగానీ వచ్చేదికాదు. మనం ఉదాసీనంగా లేము అని తెలుసుకోవటంతోనే ప్రారంభం. ఒక్కొక్క సమస్యకి మన కొక్కొక్క ప్రత్యేక పరిష్కారం కావాలను కుంటామన్న విషయాన్ని ముందుగా తెలుసుకోవాలి. నిశ్చయంగా, అదే ప్రారంభం. సమస్యకీ, మనకీ గల సంబంధం, సమస్యని ఎలా పరిష్కరించబోతున్నామన్న విషయం తెలుసుకోవటమే ప్రారంభం. అప్పుడు, మన సమస్యకి సంబంధించి మనం మనల్ని తెలుసుకోవటం ప్రారంభించడంతోటే - ఈ సమస్యని ఎదుర్కోవటంలో మనం ఏ విధంగా ప్రతిస్పందించామో, మన దురభిప్రాయాలు ఏమేమిటో, అవసరాలేమిటో, ఆకాంక్షలేమిటో - ఇవన్నీ తెలుసుకున్నప్పుడు, ఆ ఎరుకే మన ఆలోచనా ప్రక్రియనంతటినీ ఆవిష్కరిస్తుంది, మన అంతర్గత స్వభావాన్ని బయటపెడుతుంది; అందులోనే విముక్తి ఉంటుంది.

ఎంపిక సంఘర్షణకి దారి తీస్తుంది కనుక, అవి లేకుండా, తెలుసుకోవటం చాలా ముఖ్యం. ఎంచుకునేవాడు గందరగోళంలో ఉంటాడు. కనుకనే అతడు ఎంచుకోవలసి వస్తుంది. అతడు గందరగోళంలో లేనట్లయితే ఎంచుకునేందుకేమీ ఉండదు. గందరగోళంలో ఉన్న మనిషే ఏం చెయ్యాలో, ఏం చెయ్యకూడదో ఎంచుకోవాలను కుంటాడు. సుస్పష్టంగా, నిరాడంబరంగా ఉన్న మనిషి ఎంచుకోడు. ఉన్నదేదో ఉంటుంది. ఒక అభిప్రాయాన్ని అనుసరించి చేసేపని ఎంచుకుని చేసినపనే. అటువంటి చర్య విముక్తి కలిగించదు. అంతేకాక, ప్రభావితమైన ఆలోచనని అనుసరించి, అది మరింత ప్రతిఘటననీ, సంఘర్షణనీ సృష్టిస్తుంది. కనుక, ముఖ్యవిషయం ఏమిటంటే, తెలుసుకోవటంవల్ల కలిగిన అనుభవాన్ని పోగుచేయటం మానేసి, అనుక్షణం తెలుసుకుంటూ ఉండాలి. ఎందుచేతనంటే, ఏ క్షణంలో పోగుచేస్తారో, ఆ క్షణానే, పోగుచేసినదాన్ని అనుసరించి, ఆ పద్ధతిని అనుసరించి, ఆ అనుభవాన్ని అనుసరించి తెలుసుకోవటం మొదలవుతుంది. అంటే, మీరు తెలుసుకుంటున్నది మీరు పోగుచేసినదానిచే ప్రభావితమవుతుంది. అందుచేత, అటుపైన పరిశీలించి చూడటం ఉండదు, అనుసరించటం మాత్రమే జరుగుతుంది. అనుసరించటం ఎప్పుడుంటుందో, అప్పుడు ఎంచుకోవటం జరుగుతుంది. ఎంచుకోవటం సంఘర్షణని సృష్టిస్తుంది. సంఘర్షణ ఉన్నప్పుడు అవగాహన అవటం కుదరదు.

జీవితం సంబంధంతో కూడినది. స్థిరస్వభావంలేని ఆ సంబంధాన్ని అవగాహన చేసుకోవటానికి మృదుత్వంతో తెలుసుకోవటం, అప్రమత్తతతో ఉదాసీనంగా ఉండి

తెలుసుకోవటం అవసరం - దుడుకుగా చర్య తీసుకోవటం కాదు. ఇంతకుముందు చెప్పినట్లు, ఉదాసీనంగా ఉండి తెలుసుకోవటం ఏ విధమైన క్రమశిక్షణ ద్వారాగాని, అభ్యాసం ద్వారాగాని రాదు. మన ఆలోచనల్నీ, మన అనుభూతుల్నీ జాగ్రదావస్థలోనే కాక, క్షణక్షణం కేవలం తెలుసుకుంటూ ఉండటమే. ఎందుచేతనంటే, ఎక్కువ ప్రగాఢంగా చూసినట్లయితే, మనం కలలు కంటామనీ, అన్నిరకాల సంకేతాల్నీ ప్రదర్శించటం ప్రారంభిస్తామనీ, వాటినే కలలుగా చూస్తామనీ తెలుస్తుంది. ఆ ప్రకారం, నిగూఢంగా దాగివున్న దాని ద్వారాన్ని తెరుస్తాం. దాగి ఉన్నది బహిర్గతమయి, తెలిసినది అవుతుంది. కానీ, అజ్ఞాతంగా ఉన్నదాన్ని కనుక్కోవాలంటే, ద్వారాన్ని దాటి ముందుకి పోవాలి - అదే, నిశ్చయంగా, మన కష్టం. యథార్థాన్ని మనస్సు ద్వారా తెలుసుకోవటానికి వీలులేదు. ఎందుచేతనంటే, మనస్సు తెలిసినదానికి, అంటే గతానికి ఫలితం. కాబట్టి, మనస్సు తన్నుతాను, తన పనితీరునీ, తన నిజాన్నీ అవగాహన చేసుకోవాలి. అప్పుడే, అంతవరకూ తెలియనిదేదైనా సంభవించటం సాధ్యం.

అధ్యాయం-XIII

కోరిక

మనలో చాలామందికి కోరిక నిజంగానే ఒక సమస్య అయిపోయింది. ఆస్తికోసం, పదవికోసం, అధికారంకోసం, సౌఖ్యంకోసం, అమరత్వంకోసం, కొనసాగటంకోసం, ఇతరులచే ప్రేమించబడటంకోసం, శాశ్వతంగా ఉండే, సంతృప్తినిచ్చే, చిరకాలం ఉండే, కాలాతీతమయినదానికోసం కోరిక. అయితే, ఈ కోరిక ఏమిటి? మనల్ని ఇలా ప్రేరేపిస్తూ, తొందరపెడుతున్నదేమిటి? మనకున్నదాంతో తృప్తిపడి, మనం ఎలా ఉన్నామో అలాగే ఉండాలని నేను సూచించటంలేదు. మనం ఉన్నస్థితి మనం కోరేదానికి వ్యతిరేకమైనదే. కోరిక అంటే ఏమిటో తెలుసుకోవాలని ప్రయత్నిస్తున్నాం. మనం ప్రయోగాత్మకంగా, సంశయాత్మకంగా దాన్ని తెలుసుకోవటానికి ప్రయత్నించినట్లయితే, కేవలం, కోరిన ఒకదానికి బదులు మరొకటి తీసుకురావటం మాత్రమే కాకుండా, పరివర్తన తీసుకురాగలమనుకుంటాను. సాధారణంగా మనం అనుకునే 'మార్పు' అదే - కాదా? ఒక కోరుకున్న వస్తువు స్థానంలో మరో కోరుకున్న వస్తువుని సాధించి తృప్తి పొందుతాం. మనం ఒక కోరికనుంచి మరో కోరికకి అనంతంగా సాగుతూ ఉంటాం - ఒక కోరికకన్న గొప్పది మరొకటీ, అంతకన్న గొప్పదీ, ఉన్నతమైనదీ, పరిశుద్ధమైనదీ - ఇలా. కానీ, ఎంత పరిశుద్ధమైనదైనా కోరిక కోరికే - ఈ ఇచ్ఛాగతిలో అంతులేని పోరాటం; వ్యతిరేకమైనవాటి మధ్య సంఘర్షణ ఉంటుంది.

కనుక, కోరికంటే ఏమిటో, దాన్ని మార్పు చేయటం సాధ్యం అవునో కాదో తెలుసుకోవటం ముఖ్యం కాదా? కోరిక అంటే ఏమిటి? అదొక సంకేతం, దానివల్ల కలిగే ఇంద్రియానుభూతీ కదా? పొందాలనుకునేదానివల్ల కలిగిన ఇంద్రియానుభూతే కోరిక. ఒక సంకేతం, దాని ఇంద్రియానుభూతీ లేకుండా కోరిక ఉంటుందా? ఉండదు, నిశ్చయంగా. ఆ సంకేతం ఒక చిత్రం కావచు. ఒక మనిషో, శబ్దమో, పేరో, రూపమో, భావమో కావచ్చు. దానివల్ల నాకు ఇంద్రియానుభూతి కలుగుతుంది. అప్పుడు నాకు అది ఇష్టం అనో, ఇష్టం లేదనో అనుకుంటాను. ఆ ఇంద్రియానుభూతి సంతోషకరంగా ఉంటే, దాన్ని పొందాలనుకుంటాను, దాన్ని సొంతం చేసుకోవాలనుకుంటాను. దాని సంకేతాన్ని పట్టి వుంచుకుని, ఆ సుఖంలోనే ఉండటం కొనసాగిస్తాను. నా ఇష్టాలూ, వాటి తీవ్రతనిబట్టి ఎప్పటికప్పుడు చిత్రాన్నీ, రూపాన్నీ, వస్తువునీ మార్చుకుంటాను. ఒకరకం సుఖంతో మొహంమొత్తి, విసుగుపుట్టి, అలిసిపోయి, ఒక కొత్త ఇంద్రియానుభూతి, కొత్త భావం, కొత్త సంకేతంకోసం చూస్తాను. పాత ఇంద్రియాను

భూతిని తీసేసి, కొత్తదాన్ని కొత్తమాటల్తో, కొత్త విలువల్తో, కొత్త అనుభవాలను స్వీకరిస్తాను. పాతదాన్ని నిరోధించి, కొత్తదానికి లొంగిపోతాను. ఈ కొత్తది మరింత గొప్పదీ, ఉత్తమమైనదీ, మరింత సంతృప్తికరమైనదీ అనుకుంటాను. కనుక, కోరికలో ప్రతిఘటించటం, లొంగిపోవటం, ఒక ఆకర్షణకి గురి కావటం ఉంటాయి. అయితే, కోరికయొక్క ఒక ప్రత్యేక సంకేతానికి లొంగిపోవటంలో ఎప్పుడూ నిరాశ కలుగుతుందేమోనన్న భయం ఉంటుంది.

నాలోని ఇచ్ఛా ప్రక్రియని మొత్తం పరిశీలించినట్లయితే, నా మనస్సు ఎప్పుడూ మరింత ఇంద్రియానుభూతి కోసం ఒక వస్తువు వైపు మొగ్గటం - ఆ ప్రక్రియలో ప్రతిఘటన, ఆకర్షణ, క్రమశిక్షణ ఉండటం చూస్తాను. గ్రహించటం, ఇంద్రియానుభూతి, సాన్నిహిత్యం ఇచ్ఛ - ఈ ప్రక్రియ అంతటికీ మనస్సు ఒక యాంత్రికసాధనం అవుతోంది. ఇందులో సంకేతాలూ, మాటలూ, వస్తువులూ కేంద్రంగా అయితే, ఈ కేంద్రం చుట్టూ అన్ని కోరికలూ, అన్ని అన్వేషణలూ, అన్ని ఆకాంక్షలూ నిర్మితమవుతున్నాయి. ఆ కేంద్రమే నేను. ఆ ఇచ్ఛాకేంద్రాన్ని - నిస్పృహ కలుగుతుందేమోనని ఎప్పుడూ భయంతోఉండే ఏదో ఒక ప్రత్యేకమైన కోరిక, తృష్ణ, ఆశా కాకుండా - వీటిమొత్తం నిర్మాణాన్ని పూర్తిగా రూపుమాపగలనా? నిరాశ ఎంత ఎక్కువగా కలిగితే, 'నేను' కి అంత ఎక్కువ శక్తినిస్తాను. ఆశించటం, వాంఛించటం ఉన్నంతకాలం, భయం నేపథ్యంగా ఉంటుంది. అది తిరిగి ఆ కేంద్రాన్ని శక్తిమంతం చేస్తుంది. పరివర్తన ఎప్పుడూ ఆ కేంద్రస్థానంలోనే సాధ్యమవుతుంది, పైపైన కాదు. బాహ్యంగా జరిగేది కేవలం దృష్టిని మరోవైపుకి మళ్ళించటం, పైపైన మార్పుచేయటం మాత్రమే - అది తుంటరిపనికి దారితీస్తుంది.

నేను కోరిక నిర్మాణాన్ని మొత్తం తెలుసుకున్నప్పుడు, నా మనస్సు మృతకేంద్రం అయిపోవటం, జ్ఞాపకాలు యాంత్రిక ప్రక్రియగా అవటం చూస్తాను. ఒక కోరికతో విసుగుపుట్టి, వెంటనే మరో కోరికతో సంతృప్తి పొందటానికి అనాలోచితంగానే ప్రయత్నిస్తూ ఉంటాను. నా మనస్సు ఎప్పుడూ ఇంద్రియానుభూతి పరంగా అనుభవం పొందుతోంది. అది ఇంద్రియానుభూతికి సాధనం. ఒక ఇంద్రియానుభూతితో విసుగుపుడితే కొత్త ఇంద్రియానుభూతిని ఆశిస్తాను; అది నేను అనుకునే దైవ సాక్షాత్కారం కావచ్చు. కానీ అదికూడా ఒక అనుభూతే, ఈ లోకంతోనూ, దాని వేదనతోనూ విసుగుచెంది, శాంతిని - శాశ్వతంగా ఉండే శాంతిని - కోరతాను. కనుక, ధ్యానం చేస్తాను, నియంత్రిస్తాను, శాంతిని అనుభవం పొందేలా మనస్సుని మలుస్తాను. ఆ శాంతిని అనుభవించటం కూడా ఇంద్రియానుభూతే. కనుక, నా మనస్సు ఇంద్రియానుభూతికీ, జ్ఞాపకానికీ యాంత్రికంగా సాధనం అవుతోంది. అంతేకాదు, నా పనులకీ, ఆలోచనలకీ అదొక మృతకేంద్రం. నేను కాంక్షించే వస్తువులన్నీ నా మనస్సు ప్రదర్శించే సంకేతాలే. ఆ సంకేతాలనుంచే మనస్సు ఇంద్రియానుభూతుల్ని పొందుతోంది. ''దేవుడు'' అనే మాట, ''ప్రేమ'' అనే మాట, ''కమ్యూనిజం'',

''ప్రజాస్వామ్యం'', ''జాతీయత'' - ఈ మాటలన్నీ మనస్సుకి ఇంద్రియాను భూతులనిచ్చే సంకేతాలు కనుక, మనస్సు వాటిని విడువకుండా పట్టుకుని ఉంటుంది. ప్రతి ఇంద్రియానుభూతీ ఆఖరవుతుంది. కనుక, ఒకదాన్నుంచి మరోదానికోసం పోతూ ఉంటుందని మీకూ, నాకూ తెలిసినదే. ప్రతి ఇంద్రియానుభూతీ ఇంకా ఎక్కువ ఇంద్రియానుభూతిని పొందాలనే అలవాటుని ప్రబలంగా చేస్తుంది. ఆ ప్రకారం మనస్సు ఇంద్రియానుభూతికీ, జ్ఞాపకానికీ కేవలం సాధనం అవుతోంది; ఈ ప్రక్రియలో మనం చిక్కుకుపోయి ఉన్నాం. మనస్సు మరింతగా అనుభవాన్ని కోరుతున్నంతవరకూ, ఇంద్రియానుభూతుల గురించే ఆలోచిస్తూ ఉంటుందది. ఏదైనా అనుభవం అప్రయత్నంగా కలిగినదీ సహజంగా, సృజనాత్మకంగా, సజీవంగా, అద్భుతంగా, వినూత్నంగా ఉన్నదీ అయితే, మనస్సు వెంటనే దాన్ని ఇంద్రియానుభూతినిగా మార్చి, దాన్ని అనుసరిస్తుంది. ఇక అది జ్ఞాపకం అవుతుంది. కనుక, ఆ అనుభవం నశిస్తుంది. మనస్సు కేవలం గతం అనే నిలవనీటిమడుగు అవుతుంది.

మనం కనుక ప్రగాఢంగా ఆలోచిస్తే, ఈ ప్రక్రియ అంతా తెలుస్తుంది; దాన్ని అతిక్రమించిపోవటం మనకి అసాధ్యం అనిపిస్తుంది. అంతులేని ఈ నిత్యకార్యక్రమంలో ఇంద్రియానుభూతుల్ని యాంత్రికంగా అనుసరించటంతో అలిసిపోతాం కనుకనే, మనం దానికి అతీతంగా పోవాలని ఆకాంక్షిస్తాం. అంచేత, మనస్సు సత్యం, దేవుడు అనే భావాల్ని ప్రదర్శిస్తూ ఉంటుంది; ఏదో ప్రధానమైన మార్పు రావాలనీ, అందులో తను ప్రముఖ పాత్ర వహించాలనీ, ఇంకా ఏమేమిటో కలలు కంటుంది. అందుచేత సృజనాత్మకస్థితి ఎన్నటికీ సిద్ధించటంలేదు. నాలో నేను ఈ కోరిక కొనసాగుతూ ఉండటం చూస్తున్నాను. అదంతా యాంత్రికంగానూ, చర్వితచర్వణంగానూ ఉంది, మనస్సుని ఒక నిర్ణీత మార్గంలో పెట్టి ఉంచి, సృజనాత్మకమైన సహజత్వం లేకుండా, గతం అనే మృతకేంద్రంగా చేసినట్లుగా ఉంది. అయితే, మనస్సుకిగానీ, జ్ఞాపకానికిగానీ, ఇంద్రియానుభూతికిగానీ సంబంధం లేనటువంటి సృజనాత్మకమైన ఆకస్మిక క్షణాలు కూడా ఉంటాయి.

కాబట్టి మన సమస్య కోరికను అవగాహన చేసుకోవటం - అది ఎంతవరకు పోవాలి, ఎక్కడ అంతం అవాలి అనికాక, ఇచ్ఛాప్రక్రియనంతటినీ - తపనల్నీ, వాంఛల్నీ, జ్వలించే తృష్ణల్నీ, అన్నింటినీ అవగాహన చేసుకోవటమే. కొద్దిపాటి ఆస్తినే ఉంచు కోవటం కోరికనుంచి విముక్తి పొందటాన్ని సూచిస్తుందని మనలో చాలామంది అనుకుంటారు - అత్యల్పంగా ఆస్తులు పెట్టుకున్నవారిని మనం ఎలా ఆరాధిస్తాం! కౌపీనం, కాషాయాంబరం - మనం కోరికల్లేకుండా స్వేచ్ఛగా ఉండాలనే కోరికకి చిహ్నాం; అదికూడా ఉత్త పైపైప్రతిక్రియే. మనస్సు లెక్కలేనన్ని కోరికలతో, లెక్కలేనన్ని అవసరాలతో, నమ్మకాలతో సంఘర్షణల్లో చిక్కుకుని శిథిలమై ఉన్నప్పుడు, బాహ్యంగా ఉన్న ఆస్తుల్ని విసర్జిస్తూ, పైపైస్థాయిలోనే ఎందుకు ప్రారంభించాలి? పరివర్తన కావలసినది నిజానికి 'అక్కడే' గాని, ఎంత ఆస్తి ఉండాలి, ఎటువంటి బట్టలు కట్టుకోవాలి, ఎన్నిసార్లు తినాలి అనే విషయాల్లో కాదు. కానీ, మన మనస్సులు కేవలం పైపైనే పనిచేస్తాయి కనుక, వీటివల్లనే మనం ప్రభావితులమవుతున్నాం.

మనస్సు ఎప్పటికైనా కోరికనుంచీ, ఇంద్రియానుభూతినుంచీ స్వేచ్ఛ పొందగలదా అన్నదే మీకూ, నాకూ ఉన్న సమస్య. సృష్టికీ, ఇంద్రియానుభూతికీ నిశ్చయంగా ఎటువంటి సంబంధమూ లేదు. సత్యంగాని, దేవుడుగాని - దాన్ని మీరే మన్నా సరే - ఇంద్రియానుభూతిలా అనుభవించగలిగిన స్థితికాదు. మీకొక అనుభవం కలిగినప్పుడు ఏం జరుగుతుంది? అది మీకోవిధమైన ఇంద్రియానుభూతి నిస్తుంది, ఉల్లాసంగా. ఉన్న భావంగాని, నిస్పృహ కలిగిన భావంగాని సహజంగా, నిస్పృహ కలిగించేదైతే దాన్ని తప్పించుకోవటానికీ, తోసివేయటానికీ ప్రయత్నిస్తారు. కానీ, అది సంతోషకరమైనదీ, ఉల్లాసం కలిగించేదీ అయితే, దాన్నే అనుసరించరు. మీ అనుభూతి సంతోషకరమైన అనుభవంవల్ల కలగటంచేత అది ఇంకా ఎక్కువ కావాలని కోరతారు. ఆ 'ఎక్కువే' ఎప్పుడూ ఇంకా ఇంకా మరింత అనుభవాన్ని వాంఛించే మనస్సుయొక్క మృతకేంద్రాన్ని బలపరుస్తుంది. కనుక, మనస్సు కొత్తదాన్ని దేన్నీ అనుభవించలేదు. అంతేకాదు, కొత్తదాన్ని అనుభవించటానికి దానికెటువంటి సామర్థ్యం ఉండదు, ఎందుకంటే, అది ఎప్పుడూ జ్ఞాపకం ద్వారా, గుర్తించటం ద్వారా పనిచేస్తుంది. జ్ఞాపకంచేత గుర్తింపబడినది సత్యంకాదు, సృజనకాదు, వాస్తవంకాదు. అటువంటి మనస్సు వాస్తవాన్ని అనుభవించలేదు. అది అనుభూతిని మాత్రమే పొందగలదు. సృష్టి అనుభూతికాదు. అది అనంతంగా అనుక్షణం కొత్తగా ఉంటూ ఉంటుంది.

ఇప్పుడు నా మనస్సుయొక్క స్థితిని నేను గ్రహించాను; అది ఇంద్రియానుభూతికీ, కోరికకీ సాధనం అనీ, అంతేకాక, అది కేవలం ఇంద్రియానుభూతీ, కోరికా మాత్రమేననీ, అది యంత్రంలా నిత్యకార్యక్రమంలో చిక్కుకుని ఉన్నదనీ గ్రహించాను. అటువంటి మనస్సు ఎన్నటికీకూడా కొత్తదాన్ని పొందటానికిగానీ, అవగాహన చేసుకోవటానికిగానీ సామర్థ్యం లేనిది. ఎందువల్లనంటే, కొత్తది ఇంద్రియానుభూతికి అతీతమైనదేదో అయి ఉండాలన్నది స్పష్టం. కానీ, ఇంద్రియానుభూతి ఎప్పటికీ పాతదే. కనుక, ఈ యాంత్రికమైన ప్రక్రియ దాని అనుభూతులతోసహా అంతమొందవలసి ఉంది - కాదా? ఇంకా కావాలని కోరటం, సంకేతాలనీ, మాటల్నీ, ఊహారూపాల్నీ, వాటి అనుభూతులతోసహా కాంక్షించటం - అదంతా మొత్తం అంతమవాలి. అప్పుడు మాత్రమే మనస్సు ఎప్పుడూ 'కొత్తది' సంభవించే సృజనాత్మకస్థితిలో ఉండటానికి సాధ్యమవుతుంది. మాటలపట్లా, అలవాట్లపట్లా, భావాలపట్లా వ్యామోహం చెందకుండా, వాటికి వశమైపోకుండా, మీరు కనుక మనస్సుమీద ఎప్పుడూ కొత్తదాని ప్రభావం పడుతూండటం ఎంత ముఖ్యమో గ్రహించినట్లయితే, అప్పుడు బహుశా, ఇచ్ఛాప్రక్రియ, క్రమంగా విసుగు పుట్టించే మందకొడితనం, నిరంతరం అనుభూతికోసం పడే తపనా మీకు అవగాహన అవుతుందేమో, అప్పుడు, వాస్తవంగా అన్వేషిస్తున్న మనిషి జీవితంలో కోరికకి ఎంత అత్యల్ప ప్రాధాన్యం ఉందో మీరు చూడటం ప్రారంభిస్తారనుకుంటాను. శరీరానికి కొన్ని భౌతిక అవసరాలున్న సంగతి స్పష్టమే - ఆహారం, వస్త్రం, వసతీ, మొదలైనవి. కానీ, అవేవీ మానసిక తృష్ణలుగానీ, మనస్సు తననొక ఇచ్ఛాకేంద్రంగా

నిర్మించుకునేందుకు ఆధారంకాగలవిగానీ ఎన్నటికీ కాలేవు. శరీరావసరాలకు మించిన 'ఎటువంటి' కోరిక అయినాసరే - మహిమకోసం, సత్యంకోసం, సద్గుణంకోసం - ఏ కోరిక ఉన్నా అది మనస్సు 'నేను' అనే భావాన్ని కేంద్రంగా నిర్మించుకుని, ఆ కేంద్రంలోనే శక్తిమంతం అయే మానసిక ప్రక్రియగా తయారవుతుంది.

మీరీ ప్రక్రియని చూసినప్పుడు, వ్యతిరేకించకుండా, ప్రేరేపణ పొందకుండా, ప్రతిఘటన లేకుండా, సమర్థించటంగాని, తీర్పు చెప్పటంగాని లేకుండా, వాస్తవంగా దాన్నంతనీ తెలుసుకుంటున్నప్పుడు, మనస్సు కొత్తదాన్ని గ్రహించటానికి శక్తి కలిగి ఉన్నదనీ, కొత్తది ఎప్పటికీ అనుభూతి కాదనీ మీరు కనిపెడతారు; కనుక దాన్ని మీరు ఎన్నడూ గుర్తించలేరు, తిరిగి అనుభవించలేరు. అది ఆహ్వానం ఏమీలేకుండా, జ్ఞాపకం అనేదిలేకుండా, సంభవించే సృజనాత్మకస్థితి; అదే యథార్థం.

అధ్యాయం-XIV

సంబంధం, వేరుచేసుకోవటం

జీవితం అంటే అనుభవం - సంబంధంలో అనుభవం. ఎవ్వరూ వేరుగా ఉంటూ జీవించలేరు. కనుక, జీవితం అంటే సంబంధం, సంబంధం అంటే చర్య. ఎవరైనా జీవితం అనే సంబంధాన్ని అవగాహన చేసుకోగల సామర్థ్యాన్ని పొందడం ఎలా? సంబంధం అంటే, మనుషులతో సమ్మేళనమే కాకుండా వస్తువులతోనూ, భావాలతోనూ కూడా సాన్నిహిత్యం ఉండటం కాదా? వస్తువులతోనూ, మనుషులతోనూ, భావాలతోనూ గల సన్నిహిత సంపర్కం ద్వారా వ్యక్తమవుతున్న సంబంధమే జీవితం. సంబంధాన్ని అవగాహన చేసుకోవటంతో జీవితాన్ని సంపూర్ణంగా, సవ్యంగా ఎదుర్కోగల సామర్థ్యం కలిగి ఉంటాం. కనుక మన సమస్య సామర్థ్యం కాదు - సంబంధంతో ప్రమేయం లేకుండా సామర్థ్యం ఉండదు కనుక - మన సమస్య సంబంధాన్ని అవగాహన చేసుకోవటమే. అవగాహన చేసుకోవటంతో, చైతన్యవంతమైన మృదుత్వం, సత్వరం సరిదిద్దుకునే, ప్రతిస్పందించే సామర్థ్యం సహజంగా ఏర్పడతాయి.

సంబంధం అనేది మిమ్మల్ని మీరు ఆవిష్కరించుకునే అద్దం. సంబంధం లేకపోతే మీరు ఉండనే ఉండరు. ఉండటం అంటేనే సంబంధం కలిగి ఉండటం. సంబంధం కలిగి ఉండటమే జీవనం మీరు ఉండేది సంబంధంలోనే. లేకపోతే మీరు ఉండరు. జీవనం అర్థశూన్యమవుతుంది. మీరు ''ఉన్నారని అనుకోవటం'' వల్లమాత్రమే మీరు జీవించటంలేదు; సంబంధం కలిగి ఉన్నారు కనుకనే మీరు జీవించి ఉన్నారు. సంబంధాన్ని సరిగ్గా అవగాహన చేసుకోకపోవటంవల్లనే సంఘర్షణ ఏర్పడుతోంది.

ప్రస్తుతం మనం సంబంధాన్ని అవగాహన చేసుకోవటంలేదు. ఎందువల్లనంటే, ఇంకా ఎక్కువ సాధించటానికీ, ఇంకా పరివర్తన తేవటానికీ, ఇంకా ఏదో అవటానికీ మాత్రమే మనం సంబంధాన్ని ఉపయోగించుకుంటున్నాం. కానీ, సంబంధం అంటే 'ఉండటం' కనుక, జీవించటమే కనుక, స్వీయావిష్కరణకి అది సాధనం అవుతుంది. సంబంధం లేకపోతే నేను లేను. నన్ను నేను అవగాహన చేసుకోవాలంటే సంబంధాన్ని అవగాహన చేసుకోవాలి. నన్ను నేను చూసుకోగల అద్దమే సంబంధం. ఆ అద్దాన్ని వక్రంగా చేయవచ్చు. లేదా, ఉన్నదాన్ని ఉన్నట్లుగా ప్రతిబింబించేటట్లు చేయవచ్చు. కానీ, మనలో చాలామంది మనం చూడాలని 'కోరేవాటినే' చూస్తాంకాని, ఉన్నదాన్నిమాత్రం చూడం. ఆదర్శమయంగా చేసుకుంటాం, తప్పించుకుంటాం, లేదా, భవిష్యత్తులోనైనా జీవిస్తాం. అంతేగాని, తక్షణం వర్తమానంలోని సంబంధాన్నిమాత్రం అవగాహన చేసుకోం.

ఇప్పుడు, మన జీవితాన్ని, ఇతరులతోగల మన సంబంధాన్నీ పరీక్షించినట్లయితే, అది వేరుచేసుకునే విధానం అని అర్థమవుతుంది. వాస్తవంగా, ఇంకొకరి గురించి మనం పట్టించుకోం. మనం ఆ విషయమ్మై విస్తారంగా మాట్లాడతామేగాని, వాస్తవంగా పట్టించుకోం. ఎవరితోనైనా సంబంధం మనకి సంతుష్టి కలిగించినంతకాలం, మనకి శరణు ఇచ్చినంతకాలం, తృప్తి కలిగించినంతకాలం ఉంటుంది. కానీ, ఏ క్షణంలో మనకి అసౌకర్యం కలిగించే కలత ఏర్పడుతుందో, ఆ క్షణంలోనే మనం ఆ సంబంధాన్ని విడిచిపెట్టేస్తాం. అంటే, మనకి సంతృప్తి కలుగుతున్నంతకాలమే సంబంధం ఉంటుంది. నేను చెప్పేది కఠోరంగా అనిపించవచ్చు. కానీ, మీరు సన్నిహితంగా మీ జీవితాన్ని పరిశీలించినట్లయితే, ఇది వాస్తవమే అని మీరు గమనిస్తారు. వాస్తవాన్ని తప్పించుకోవటం అజ్ఞానంలో జీవించటమే, అది ఎన్నటికీ సరియైన సంబంధాన్ని కలుగజేయలేదు. మన జీవితాల్ని పరిశీలించి, సంబంధాన్ని సరిగ్గా చూసినట్లయితే, ఇతరులపట్ల ప్రతిఘటన అనే గోడని నిర్మించటం, ఆ గోడపై నుంచి ఇతరుల్ని చూడటం మీరు గమనిస్తారు. కానీ, ఆ గోడనిమాత్రం అలాగే ఉంచి, దానివెనకాలే ఉంటాం మనం - ఆ గోడ మానసికమైనదిగాని, ఇటుకలగోడగాని, ఆర్థికమైన గోడగాని, జాతీయత అనేగోడగాని - మనం ఒక గోడ వెనకనే ఉండి ఒంటరిగా జీవిస్తున్నంతకాలం ఇతరులతో మనకి సంబంధం ఉండదు. మనచుట్టూ మూసుకుని ఉంటే ఎక్కువ సంతృప్తి కలుగుతుందనీ, ఎక్కువ భద్రంగా ఉంటామనీ అనుకుని జీవిస్తాం. ప్రపంచం ఎన్నోవిచ్ఛిన్నకర శక్తులతోనూ, ఎంతో దుఃఖంతో, బాధతో, యుద్ధంతో, వినాశంతో, దైన్యంతో నిండి ఉండటంచేత, మనం తప్పించుకుపోయి, సురక్షితమైన మన మనోప్రాంగణంలో జీవించాలని కోరుకుంటాం. కనుక, మనలో చాలామందికి సంబంధం, వాస్తవానికి, వేరుచేసుకునే విధానమైపోయింది. అందుచేత, అటువంటి సంబంధం వేరేగా విడిగా ఉంచే సంఘాన్నే నిర్మిస్తుంది. ప్రపంచమంతటా వాస్తవంగా అదే జరుగుతోంది. మీరు ఒంటరిగా ఉంటూ, చేతినిమాత్రం గోడమీంచి బయటికిచాచి, దాన్నే జాతీయత అనీ, సోదరత్వం అనీ, మీ ఇష్టంవచ్చినట్లు చెబుతారు. కానీ, వాస్తవంగా సంపూర్ణాధికారం గల ప్రభుత్వాలూ, సైన్యాలూ అన్నీ వెనకటిలాగే ఉంటాయి. మీ వెనకటి పరిమితులలోనే మీరు ఉంటూ, మీరు ప్రపంచసమైక్యత గురించీ, ప్రపంచశాంతిని సృష్టించగలమనీ ఆలోచిస్తూ ఉంటారు - అది అసంభవం. సరిహద్దులు జాతీయమైనవిగానీ, ఆర్థికమైనవిగానీ, మతపరమైనవిగానీ, సాంఘికమైనవిగానీ - ఉన్నంతకాలం ప్రపంచంలో శాంతి ఉండటం సాధ్యం కాదన్నది స్పష్టమైన వాస్తవం.

వేరు చేసుకునే విధానం అధికారాన్ని వాంచించే విధానం. అధికారాన్ని వ్యక్తిగతంగా గానీ, ఒక జాతికోసంగానీ, ఒక దేశంకోసంగానీ, వాంఛిస్తున్నంతకాలం వేర్పాటు తప్పదు; ఎందుకంటే, అధికారంకోసం, పదవికోసం గల కాంక్ష, సహజంగా ప్రత్యేకత కోసమే. ఇంతకీ, ప్రతి ఒక్కరూ కోరుకునేది అదేకదా? అతడికి అధికారం చలాయించగల శక్తివంతమైన స్థానం కావాలి - ఇంట్లోగానీ, కార్యాలయంలోగానీ, అధికార యంత్రాంగంలోగానీ. ప్రతి ఒక్కరూ అధికారాన్ని కోరుతున్నారు. అలా కోరటంతో,

అధికారంమీద - సైనిక, పారిశ్రామిక, ఆర్థిక మొదలైన అధికారాలపై - ఆధారపడి ఉండే సంఘాన్ని నిర్మించటానికి కారణభూతులవుతున్నారు - ఇదంతా స్పష్టమే. అధికారంకోసం వాంఛ స్వతస్సిద్ధంగా వేరు చేస్తుంది కదా? దీన్ని అవగాహన చేసుకోవటం అతిముఖ్యం అని తోస్తుంది నాకు. ఎందుకంటే, శాంతియుతమైన ప్రపంచాన్ని, యుద్ధాలు లేనట్టి ప్రపంచాన్ని, భయంకర వినాశం లేనట్టి ప్రపంచాన్ని, అపరిమితమైన దుర్భరమైన దుఃఖం, బాధాలేనట్టి ప్రపంచాన్ని చూడాలనుకునేవారు ఈ ప్రధానమైన సమస్యని అర్థం చేసుకోవాలి - చేసుకోనక్కర్లేదా? అనురాగం ఉన్న కరుణామయుడికి అధికారభావం ఉండదు. అందుచేత, అతడు ఏ జాతికీ, ఏ పతాకానికీ బద్ధుడు కాడు. అతడికి ఏ జెండా ఉండదు.

వేరుగా జీవించటం అనేది ఉండదు - ఏ దేశం, ఏ మనుషులూ, ఏ వ్యక్తీ వేరుగా జీవించటం సాధ్యంకాదు. అయినప్పటికీ, మీరు అనేకవిధాల అధికారాన్ని కోరుతున్నారు కాబట్టి వేర్పాటుతనాన్ని పెంచుతున్నారు. జాతీయవాది తన జాతీయభావంతోనూ, దేశభక్తితోనూ, ప్రత్యేకమైన గోడని కల్పిస్తున్నాడు కనుకనే అతడో శాపం అవుతున్నాడు. తన దేశంతో అంతగా ఐక్యం అయిపోతున్నాడు కనుకనే, అతడు ఇతరుల కెదురుగా గోడ కడుతున్నాడు. దేనికైనా అడ్డంగా మీరో గోడ కడితే, ఏం జరుగుతుంది? అది నిత్యం మీ గోడని పడగొట్టాలని చూస్తుంది. మీరు దేన్నైనా ప్రతిఘటించినప్పుడు, ఆ ప్రతిఘటనే మీకూ దానికీ మధ్య సంఘర్షణని సూచిస్తుంది. జాతీయతత్వం వేరుచేసే విధానమే కనుక అది అధికారవాంఛాఫలితం కనుక, ప్రపంచంలో శాంతిని నెలకొల్పలేదు. జాతీయవాదిగా ఉండి, సౌభ్రాతృత్వం గురించి మాట్లాడేవాడు అబద్ధం చెబుతున్నాడు. అతడు వైరుధ్యపూరితమైన స్థితిలో జీవిస్తున్నాడు.

అధికారాన్నిగానీ, పదవినిగానీ, ఆధిపత్యాన్నిగానీ కాంక్షించకుండా లోకంలో ఎవరైనా జీవించగలరా? జీవించగలరు, నిశ్చయంగా. తనకంటే గొప్పదానితో ఐక్యత పొందకుండా ఉంటే జీవించవచ్చు. తనకంటె ఘనమైన పక్షం, దేశం, జాతి, మతం దేవుడు - వీటితో ఈ ఐక్యత పొందటమే అధికారాన్వేషణ. మీలో మీరు స్వతః శూన్యంగా, మందకొడిగా, దుర్బలంగా ఉంటారు కనుకనే మీకంటే గొప్పదానితో ఐక్యత పొందాలని కాంక్షిస్తారు. మీకంటే ఉన్నతమైన దానితో ఐక్యత పొందాలనే కాంక్షే అధికారవాంఛ.

సంబంధం ఆత్మావిష్కరణ విధానం; తన్నుతాను తెలుసుకోకుండా, తన మానసిక ప్రవృత్తినీ, తన హృదయాన్నీ తెలుసుకోకుండా, కేవలం బాహ్యంగా ఒక క్రమపద్ధతినీ, ఒక విధానాన్నీ, ఒక కపట సూత్రాన్నీ ఏర్పాటు చెయ్యాలనుకోవటంలో అర్థం లేదు. తనకు ఇతరులతో గల సంబంధాన్ని అవగాహన చేసుకోవటమే ముఖ్యం. అప్పుడు సంబంధం వేరుపరిచే విధానంగా కాకుండా, మీ సొంత ఉద్దేశాలనూ, సొంత భావాలనూ, సొంత వ్యవహారాలనూ తెలుసుకునే ప్రక్రియ అవుతుంది. ఆ ఆవిష్కరణే విముక్తికి ఆరంభం, పరివర్తనకి ప్రారంభం.

అధ్యాయం-XV

ఆలోచించేవాడు, ఆలోచన

మన అనుభవాలన్నిట్లోనూ అనుభవించేవాడొకడుంటాడు ఎప్పుడూ. అతడు పరిశీలకుడు, ఇంకా ఇంకా పోగుచేసుకుంటూ ఉండటమో, వర్ధనుకుంటూ ఉండటమో చేస్తూ ఉంటాడు. అది తప్పుపద్ధతి కాదా? సృజనాత్మకస్థితి కలగకుండా చేసే వ్యవహారం కాదా? అది తప్పుపద్ధతి అయితే, దాన్నిపూర్తిగా తుడిచేసి, పక్కన పెట్టెయ్యగలమా? నేను ఆలోచించేవాడుగా కాకుండా, వేరే విధంగా అంటే, తప్పువిధానాన్ని 'తప్పు'దని తెలుసుకుని, ఆలోచించేవాడూ, ఆలోచనా - రెండూ వేరుగా కాక ఒక్కటిగా ఉన్నస్థితిని అనుభవించగలిగినప్పుడు మాత్రమే అది సంభవ మవుతుంది.

నేను అనుభవాన్ని పొందుతున్నంతవరకూ, నేను ఏదో అవుతున్నంతవరకూ ఈ ద్వంద్వస్వభావంతో క్రియ జరుగుతూనే ఉంటుంది. ఆలోచించేవాడూ, ఆలోచనా - రెండూ ఉండి తీరతాయి, రెండు రకాలుగా క్రియ జరుగుతూ ఉండవలసిందే; అయితే, సమైక్యత ఉండదు. సామూహికంగా గాని, వ్యక్తిగతంగా గాని, జాతీయంగా గాని, మరోరకంగా గాని, ఉండటానికీ, ఉండకుండా ఉండటానికీ కార్యేచ్ఛ ద్వారా పనిచేస్తున్న కేంద్రం ఒకటి సర్వదా ఉంటుంది. సర్వత్రా ఇదే ప్రక్రియ. కృషిని అనుభవించేవాడూ, అనుభవం అని రెండుగా విభజించినంతకాలం క్షీణించటం తప్పదు. ఆలోచించేవాడు పరిశీలకుడుగా ఉండనప్పుడే సమైక్యత సాధ్యమవుతుంది. అంటే, ప్రస్తుతం, ఆలోచించేవాడూ - ఆలోచనా, చూసేవాడూ - చూడబడేదీ, అనుభవించేవాడూ - అనుభవం - ఇలా ఉన్నాయని మనకి తెలుసు; రెండు వేరువేరు స్థితులు ఉన్నాయి - ఇప్పుడు రెండింటినీ ఏకం చేయటానికి మన ప్రయత్నం.

కార్యేచ్ఛ ఎప్పుడూ ద్వంద్వరీతిలో ఉంటుంది. వేరుగా ఉండాలనే ఇచ్ఛని అధిగమించి, ద్వంద్వ కార్యకలాపం లేనిస్థితి కనుక్కోవటం సాధ్యమవుతుందా? ఆలోచించేవాడే ఆలోచన అనే దాన్ని ప్రత్యక్షంగా అనుభవించగలిగినప్పుడే ఆ స్థితిని తెలుసుకుంటాం. ఇప్పుడు, ఆలోచనా, ఆలోచించేవాడూ వేరు వేరు అనుకుందాం. కానీ, నిజంగానా? ఆలోచించేవాడు తన ఆలోచన ద్వారా విషయాల్ని వివరంగా చెప్పగలుగుతాడు కాబట్టి, రెండూ వేరు అనుకుంటాం. ఆలోచించేవాడి కృషి, ఉన్నదానికన్న ఎక్కువ అవటమో, తక్కువ అవటమో; కనుక, ఆ సంఘర్షణలో, ఇచ్ఛ పనిచేసే తీరులో, ఆ 'అవటం'లో ఎప్పుడూ క్షీణించే అవకాశం ఉంటుంది. మనం

అనుసరించేది తప్పుడు విధానమేగాని, సరియైనది కాదు.

ఆలోచించేవాడికీ, ఆలోచనకీ మధ్య విభజన ఉందా? రెండూ వేరువేరు విభాగాలయినంత కాలం మన కృషి వ్యర్థమైనట్లే. వినాశకరమైనటువంటి, క్షీణింప చేసేటటువంటి తప్పుపద్ధతిని అనుసరిస్తున్నట్లే. ఆలోచించేవాడు వేరు, ఆలోచన వేరు అనుకుంటాం. నేను లోభిగా ఉండి, అన్నీ సొంతం చేసుకోవాలని కోరుతూ క్రూరంగా ఉన్నప్పుడు, నేనిలా ఉండకూడదు అనుకుంటాను. అప్పుడు ఆలోచించేవాడు తన ఆలోచనల్ని మార్చటానికి ప్రయత్నిస్తాడు. కనుక ఏదో 'అవటానికి' ప్రయత్నిస్తాడు. అలా కృషిచేసే విధానంలోనే అతడు అసత్యమైన భ్రమని అనుసరిస్తున్నాడు. వాస్తవంగా ఒకే ప్రక్రియ ఉండగా, రెండు వేరు వేరు ప్రక్రియలు ఉన్నాయనుకుంటాడు. అందులోనే క్షీణత కలిగించే ప్రధానమైన అంశం ఉందని నాకు తోస్తుంది.

అనుభవం పొందేవాడూ, అనుభవం అని రెండు ప్రక్రియలుకాక, ఒకే అస్తిత్వం ఉండే స్థితిని అనుభవించటం సాధ్యమవుతుందా? అయినట్లయితే, బహుశా, సృజనాత్మకంగా ఉండటం అంటే ఏమిటో, మనిషి ఎటువంటి సంబంధంతో ఉన్నా క్షీణత పొందకుండా ఉండే స్థితి ఏమిటో మనం కనుక్కోవచ్చునేమో!

నేను అత్యాశతో ఉన్నాను. 'నేను' 'అత్యాశ' వేరు వేరు స్థితులు కావు. ఒక్కటే ఉంటుంది. అది అత్యాశ. నేను అత్యాశతో ఉన్నానని తెలుసుకుంటే ఏం జరుగుతుంది? సాంఘిక కారణాలవల్లనైతేనేం, మత సంబంధమైన కారణాలవల్లనైతేనేం, నేను అత్యాశతో ఉండకుండా ఉండటానికి ప్రయత్నిస్తాను. ఆ కృషి ఎప్పుడూ పరిమితమైన చిన్నపరిధిలోనే జరుగుతుంది. ఆ పరిధిని నేనెంతగా పెంచినా అది పరిమితమైనదే అవుతుంది. కనుక క్షీణత కలుగజేసే అంశం ఉంటుందక్కడ. కానీ, నేను కొంచెం ప్రగాఢంగా, సునిశితంగా చూసినట్లయితే, కృషిచేసేవాడే అత్యాశకు కారణమనీ, అతడే అత్యాశ అని కూడా తెలుస్తుంది. అంతేకాక, నేనూ, అత్యాశ - రెండూ వేరు వేరుగా లేవనీ, అత్యాశ ఒక్కటే ఉందనీ కూడా తెలుసుకుంటాను. నేను అత్యాశతో ఉన్నాననీ, అత్యాశతో ఉన్నానని చెప్పే పరిశీలకుడు వేరే లేడనీ, నేనే అత్యాశ అనీ గ్రహించినట్లయితే, మన సమస్య అంతా పూర్తిగా వేరుగా ఉంటుంది. మన ప్రతిస్పందన కూడా పూర్తిగా భిన్నంగా ఉంటుంది. అప్పుడు మన కృషి వినాశకరంగా ఉండదు.

మీ యావత్తు అస్తిత్వం అత్యాశే అయినప్పుడు, మీరేంచేసినా అత్యాశే అయినప్పుడు, మీరేం చేస్తారు? దురదృష్టవశాత్తూ, మనం ఈ విధంగా ఆలోచించం. 'నేను' అనుకునే ఒక ఉన్నతమైన వ్యక్తి నియంత్రిస్తూ, అధికారం చూపిస్తూ ఉండే ఒక యోధుడు ఉంటాడు. అటువంటి ప్రక్రియ వినాశకరమైనదనిపిస్తుంది నాకు. అదొక భ్రమ; మనం ఎందుకలా చేస్తున్నామో మనకి తెలుసు. భవిష్యత్తులో కొనసాగుతూ ఉండేందుకు, ఉన్నతం - నీచం అని నన్ను నేను విభజించుకుంటాను. అత్యాశ ఒకటే ఉండి, 'నేను' ఆ అత్యాశని ఏమీ చెయ్యకుండా, నేనే పూర్తిగా ఆ అత్యాశ అయి ఉంటే, ఏమవుతుంది? నిశ్చయంగా, అప్పుడొక కొత్తప్రక్రియ పనిచేస్తూ ఉంటుంది. ఒక

కొత్తసమస్య ఉత్పన్నమవుతుంది. ఆ సమస్యే సృజనాత్మకమైనది; అందులో 'నేను' అనే భావం శాసించటం, అనుకూలంగానో ప్రతికూలంగానో అవటం ఉండదు. సృజనాత్మకంగా ఉండాలంటే, మనం ఆ స్థితికి రావాలి. ఆ స్థితిలో కృషి చేసేవాడు ఉండడు. అది కేవలం మాటల్లో చెప్పటంగానీ ఆ స్థితి ఏమిటో తెలుసుకోవడానికి ప్రయత్నించడంగానీ కాదు. అలా చేస్తే మళ్లీ మీరు తప్పిపోతారు, ఎప్పటికీ కనుక్కోలేరు. ముఖ్యమైన విషయం ఏమిటంటే, కృషిచేసేవాడూ, దేన్నిగురించి కృషిచేస్తున్నాడో ఆ విషయమూ, రెండూ ఒకటిగా ఉండేలా చూడటమే ముఖ్యం. దానికోసం, మనస్సు 'ఉన్నతం - నీచం' అని - ఉన్నతం అంటే భద్రత, శాశ్వతత్వం - తన్నుతాను ఎలా విభజించుకుంటుందో, విభజించుకున్నా, ఆలోచనాప్రక్రియగానే, కాలానికి సంబంధించినదిగానే ఎలా మిగిలిపోతుందో గమనించటానికి అపారమైన అవగాహనాశక్తీ, అప్రమత్తతా అవసరం. దీన్ని మన ప్రత్యక్షానుభవంతో అవగాహన చేసుకోగలిగినట్లయితే, ఒక కొత్త అంశం ఉద్భవిస్తుందని మీరే గమనిస్తారు.

అధ్యాయం-XVI

ఆలోచన మన సమస్యల్ని పరిష్కరించగలదా?

ఆలోచన మన సమస్యల్ని ఇంతవరకూ పరిష్కరించలేదు, ఎన్నటికైనా పరిష్కరిస్తుందని నేననుకోను. మన సంక్లిష్టతలోంచి బయటపడటానికి మనం మేథమీదే ఆధారపడ్డాం. మన బుద్ధి ఎంత కపటంగా, ఎంత వికృతంగా, ఎంత సూక్ష్మంగా ఉంటుందో, మన విధానాలూ, సిద్ధాంతాలూ, భావాలూ అంత వైవిధ్యంతో కూడి ఉంటాయి. కానీ భావాలు మానవ సమస్యల్లో దేనినీ పరిష్కరించవు. ఎప్పుడూ పరిష్కరించలేదు. పరిష్కరించరు. పరిష్కరించేది మనస్సుకాదు, మన ఆలోచించే విధానం పరిష్కారమార్గం కాదు, నిశ్చయంగా. ఈ ఆలోచనా ప్రక్రియని ముందుగా మనం అర్థంచేసుకోవాలి. ఆ తరవాతే ముందుకి పోగలమేమోనని అనిపిస్తుంది నాకు. ఎందుచేతనంటే, ఆలోచన ఆగిపోయినప్పుడే, మన సమస్యలన్నింటినీ - వ్యక్తిగత మైనవేకాక, సామూహిమైన వాటినికూడా - పరిష్కరించుకునే మార్గం బహుశా మనం కనుక్కోగలమేమో.

ఆలోచన మన సమస్యల్ని ఇంతదాకా పరిష్కరించలేదు. తెలివిగలవాళ్ళూ, వేదాంతులూ, పండితులూ, రాజకీయ నాయకులూ మానవ సమస్యల్లో దేనినీ పరిష్కరించలేదు. సమస్యలంటే, మీకూ ఇతరులకూ, మీకూ నాకూ మధ్యగల సంబంధాలు. సమస్యని పరిశోధించి, ఏదో ఒక పరిష్కార మార్గాన్ని కనుక్కోవటానికి మన మనస్సూ, బుద్ధీ సహాయపడతాయనే ఆశతో ఇంతవరకూ వాటినే ఉపయోగించాం. ఆలోచన సమస్యల నెన్నటికైనా రూపుమాపగలదా? పరిశోధనశాలలోనో, రాతబల్లమీదో తప్ప, ఆలోచన ఎప్పుడూ తన్నుతాను సంరక్షించుకుంటూ తన్నుతాను నిరంతరం కొనసాగేటట్లు చూసుకుంటూ ప్రభావితమై లేదా? దాని కార్యకలాపం ఎప్పుడూ 'నేను' మీద కేంద్రితమై ఉండదా? ఆలోచన సృష్టించిన సమస్యల్ని ఆలోచన ఎన్నటికైనా పరిష్కరించగలదా? మనస్సు తాను సృష్టించిన సమస్యల్నీ, తనంతట తను తీసుకొచ్చిన వాటినీ తానే పరిష్కరించగలదా?

ఆలోచన ఒక ప్రతిక్రియే. నేను మిమ్మల్ని ఏదైనా ప్రశ్నిస్తే, మీ జ్ఞాపకాన్ని అనుసరించి, మీ దురభిప్రాయాలననుసరించి, మీ పెంపకం, పరిసరాలు మిమ్మల్ని

ప్రభావితం చేసిన మొత్తం నేపథ్యాన్ని అనుసరించి మీరు సమాధానం చెబుతారు. దాని ప్రకారమే మీరు సమాధానం చెబుతారు, అందుకు అనుగుణంగా ఈ నేపథ్యానికి కేంద్రం అయిన 'నేను' అనేది ఈ కార్యకలాపంలో ఉంటుంది. ఆ నేపథ్యాన్ని అవగాహన చేసుకోనంతవరకూ, ఆ ఆలోచనాప్రక్రియని - సమస్యని సృష్టించే 'నేను' ని అవగాహన చేసుకుని, దాన్ని అంతం చేయనంతవరకూ మన లోపలా, మన బయటా కూడా ఆలోచనలోనూ, భావోద్వేగంలోనూ, ఆచరణలోనూ మనకి సంఘర్షణ ఉండి తీరుతుంది. ఎటువంటి పరిష్కారమైనా, ఎంత తెలివైనదైనా, ఎంతబాగా ఆలోచించినా, మనిషికీ మనిషికీ మధ్య, మీకూ నాకూ మధ్య ఉన్న సంఘర్షణని ఎన్నటికీ అంతం చెయ్యలేదు. ఈ విషయాన్ని గ్రహించి, ఆలోచన ఎలా, ఏ మూలానుంచి పుట్టు కొస్తున్నదో గ్రహించాక, ఇప్పుడు ''ఆలోచన ఎప్పటికైనా అంతమవగలదా?'' అని ప్రశ్నించుకుందాం.

సమస్యల్లో అదొక సమస్య కాదా? ఆలోచన మన సమస్యల్ని పరిష్కరించగలదా? సమస్యని గురించి ఆలోచించటంవల్ల దాన్ని పరిష్కరించారా? ఏ సమస్య అయినాసరే - ఆర్థికమైనదిగానీ, సాంఘికమైనదిగానీ, మతానికి సంబంధించినదిగానీ - అది ఆలోచనవల్ల ఎన్నడైనా పరిష్కరింపబడిందా? మీ నిత్యజీవితంలో ఏదైనా సమస్య గురించి మీరు ఎంత ఎక్కువ ఆలోచిస్తే, అది అంత క్లిష్టంగా, మరింత సంశయాత్మకంగా, మరింత అనిశ్చితంగా అవుతుంది. మన వాస్తవిక దైనందిన జీవితంలో అలా కాదా? ఒక సమస్య గురించి కొన్ని విషయాలు బాగా ఆలోచించినప్పుడు, ఇతరుల దృక్పథాన్నీ, అభిప్రాయాల్నీ ఎక్కువ స్పష్టంగా గ్రహించవచ్చుగాని, సమస్యని సంపూర్ణంగా, సమగ్రంగా ఆలోచన ద్వారా దర్శించలేరు. ఆలోచన అసంపూర్ణంగా మాత్రమే చూడగలదు; అసంపూర్ణ సమాధానం ఎన్నటికీ సంపూర్ణ సమాధానం కాలేదు; అందుచేత అది సరియైన పరిష్కారం కాదు.

ఏదైనా సమస్యని గురించి మనం ఆలోచించినకొద్దీ, పరిశోధన చేసినకొద్దీ, విశ్లేషణా, చర్చా చేసినకొద్దీ, అది మరింత క్లిష్టమవుతుంది. కాబట్టి, సమస్యని సమగ్రంగా, సంపూర్ణంగా చూడగలగడం సాధ్యమా? ఇది ఎలా సాధ్యమవుతుంది? ఎందుచేతనంటే, అదే మనకున్న పెద్ద సమస్య అనిపిస్తోంది నాకు. మన సమస్యలన్నీ అధికమవుతున్నాయి - ఏ నిముషంలోనైనా యుద్ధం రాగల ప్రమాదం ఉంది. మన సంబంధాల్లో అన్నిరకాల కల్లోలమూ ఉంది. దీన్నంతటినీ సమగ్రంగా, సంపూర్ణంగా అవగాహన చేసుకోగలగటం ఎలా? ప్రత్యేక విభాగాలుగానూ, విడివిడిగానూ కాకుండా, మొత్తంగా చూడగలిగినప్పుడే పరిష్కరించగలమన్నది స్పష్టం. అది ఎప్పుడు సాధ్యమవుతుంది? ఆలోచనా ప్రక్రియకి మూలమైన 'తను', 'నేను' అనేది - సంప్రదాయం, ప్రభావాలూ, అపోహలూ, ఆశ, నిరాశలతో కూడిన నేపథ్యంతో ఉన్నది అంతం అయినప్పుడే అది సాధ్యమవుతుంది. ఈ 'నేను' ని విశ్లేషించకుండా, ఉన్నది ఉన్నట్లుగా, ఒక సిద్ధాంతంలా కాకుండా, వాస్తవంగా చూసి అవగాహన చేసుకోగలమా? ఒక ఫలితాన్ని సాధించటంకోసం 'నేను' ని

రూపుమాపాలని కాకుండా 'నేను', 'తను' అనేదాని నిత్యకార్యకలాపాన్ని గమనించి, దాన్ని అవగాహన చేసుకోగలమా? నాశనం చెయ్యటానికిగాని, ప్రోత్సహించటానికిగాని ఏవిధమైన చర్యా తీసుకోకుండా, 'ఊరికే' చూడగలమా? అదే సమస్య కాదా? మనలో ప్రతి ఒక్కరిలోనూ, అధికారాన్నీ, పదవినీ, ఆధిపత్యాన్నీ, కొనసాగింపునీ ఆత్మ సంరక్షణనీ ఆశించే 'నేను' అనే కేంద్రం లేకుండా ఉండి ఉంటే, నిజంగా మన సమస్యలన్నీ అంతమవుతాయి!

'నేను' అనే సమస్య ఆలోచన పరిష్కరించలేని సమస్య. ఆలోచనతో సంబంధం లేకుండా తెలుసుకోవడం జరగాలి. నిందించటంగాని, సమర్థించటంగాని లేకుండా 'నేను' యొక్క కార్యకలాపాల్ని తెలుసుకున్నట్లయితే చాలు - కేవలం తెలుసుకుని ఉంటే చాలు. సమస్యని ఎలా పరిష్కరించటం అనే ఉద్దేశంతోగాని, సమస్యని మార్చటానికిగాని, ఒక ఫలితాన్ని పొందటానికిగాని తెలుసుకున్నట్లయితే అది 'నేను' పరిధిలో ఉన్నట్లే. విశ్లేషణ ద్వారాగాని, తెలుసుకోవటం ద్వారాగాని, ప్రతి ఆలోచననీ నిరంతరం పరిశీలించటం ద్వారాగాని ఒక ఫలితాన్ని ఆశిస్తున్నంతకాలం మనం ఆలోచనాక్షేత్రంలో - అంటే, 'తను', 'నేను', 'అహం' ఏదన్నా అనండి - దాని పరిధిలో ఉన్నట్లే:

మానసిక కార్యకలాపం ఉన్నంతవరకూ, ప్రేమ ఉండటం సాధ్యంకాదు. నిశ్చయంగా. ప్రేమ ఉన్నప్పుడు మనకి ఎటువంటి సాంఘికసమస్యలూ ఉండవు. కానీ, ప్రేమ సంపాదించగలిగినదికాదు. ఒక కొత్త ఆలోచనలా, ఒక కొత్త పరికరంలా, ఒక కొత్త ఆలోచనా విధానంలా మనస్సు దాన్ని పొందటానికి ప్రయత్నించవచ్చు. కానీ, ఆలోచన ప్రేమని పొందుతున్నంతకాలం, మనస్సులో ప్రేమ ఉండదు. అత్యాశ లేకుండా ఉండాలి అనే ఉద్దేశంలో మనస్సు ప్రయత్నిస్తున్నంతవరకూ, నిశ్చయంగా అది ఇంకా అత్యాశతో ఉన్నట్లే - కాదా? అదే విధంగా, మనస్సు ప్రేమతో ఉండే స్థితికోసం ఆశిస్తూ, కాంక్షిస్తూ, అభ్యాసం చేస్తున్నంతవరకూ, నిశ్చయంగా ఆ స్థితి లేకుండా చేస్తుంది కదా?

ఈ సమస్యని, క్లిష్టమైన ఈ జీవిత సమస్యని చూసి, మన ఆలోచనా ప్రక్రియనంతటినీ తెలుసుకుని ఉంటూ, దానివల్ల ఏవిధమైన ఫలితం కలగదని గ్రహించినప్పుడు, దాన్ని ప్రగాఢంగా గ్రహించినప్పుడు వ్యక్తికిగాని, సంఘానికిగాని చెందని వివేకం ఉండే స్థితి ఏర్పడుతుంది. అప్పుడు వ్యక్తికీ - సంఘానికీ, వ్యక్తికీ - మనుషులికీ, వ్యక్తికీ - వాస్తవానికీ సంబంధించిన సమస్యలన్నీ అంతమవుతాయి. ఎందుచేతనంటే, అప్పుడు వ్యక్తిగతం కానట్టి, వ్యక్తి నిరపేక్షం కానట్టి వివేకమే ఉంటుంది. ఈ వివేకమే మన అసంఖ్యాకమైన సమస్యలన్నింటినీ పరిష్కరించగలదని నాకనిపిస్తుంది. ఏ ఒక ఫలితం కాదు. ఈ ఆలోచనాప్రక్రియ అంతటినీ వ్యక్తచేతనలోకాక, ప్రగాఢంగా, నిగూఢంగా ఉన్న అంతశ్చేతన స్థాయిల్లో జరిగే ప్రక్రియని కూడా మనం సంపూర్ణంగా అవగాహన చేసుకున్నప్పుడు మాత్రమే అది ఉద్భవిస్తుంది.

ఈ సమస్యల్లో దేన్నైనా అవగాహన చేసుకోవాలంటే, మన మనస్సు అతి ప్రశాంతంగా, అతి నిశ్చలంగా ఉండాలి. అప్పుడే మనస్సు ఇతర అభిప్రాయాల్నీ,

సిద్ధాంతాల్నీ మధ్యలోకి తీసుకురాకుండా, ఎటువంటి అన్యాకర్షణా లేకుండా చూడగలదు. అది మన సమస్యల్లో ఒకటి - ఎందుకంటే, ఆలోచన అన్యాకర్షణ అవుతుంది కనుక, దేన్నైనా అవగాహన చేసుకోవాలంటే, చూడాలంటే, దాన్నిగురించి ఆలోచించ నవసరంలేదు - దానివైపు ''చూస్తాను.'' ఎప్పుడైతే ఆలోచించటం ప్రారంభిస్తానో, భావాలూ అభిప్రాయాలూ మొదలవుతాయో, ఆ క్షణంలోనే అన్యాకర్షణలో పడి అవగాహన చేసుకోవలసినదానికి దూరమైపోతాను. కనుక, మనకి ఒక సమస్య ఉన్నప్పుడు ఆలోచన - అంటే, భావం, అభిప్రాయం, తీర్పు, పోలిక - ఏది ఉన్నా అన్యాకర్షణే అవుతుంది. అది సమస్యవైపు సరిగ్గా చూడకుండా అవగాహన చేసుకోకుండా పరిష్కరించకుండా అడ్డుకుంటుంది. దురదృష్టవశాత్తూ, మనలో చాలామందికి ఆలోచన అతి ముఖ్యం అయిపోయింది. ''ఆలోచించకుండా ఎలా జీవించగలను? ఎలా ఉండగలను? ఖాళీ మనస్సుతో ఉండటం ఎలా?'' అని మీరంటారు. ఖాళీ మనస్సుతో ఉండటం అంటే స్పృహలేకుండా ఉండటం వంటిది. లేదా, పిచ్చిగా ఉండటం వంటిది. కనుక, మీరు సహజంగా బెదిరిపోయి, తిరస్కరిస్తారు. కాని, ఎంతో ప్రశాంతంగా అయిన మనస్సు, స్వీయచింతనవల్ల వ్యాకులం చెందని మనస్సు, ధారాళంగా తెరచి ఉన్న మనస్సు ఏ విధమైన సమస్యనైనా ప్రత్యక్షంగా, ఎంతో సరళంగా చూడగలదు. మన సమస్యల్ని ఎటువంటి వ్యాకులతా లేకుండా చూడగల శక్తే ఏకైక పరిష్కారమార్గం. అందుకోసం, నిశ్శబ్దంగా ఉండే, ప్రశాంతంగా ఉండే మనస్సు ఉండాలి.

అటువంటి మనస్సు ఒక ఫలితంకాదు: సాధనవల్లగాని, ధ్యానంవల్లగాని, నిగ్రహం వల్లగాని కలిగే ఫలితం కాదు, చివరగా లభించేదికాదు. ఏ క్రమశిక్షణా, బలవంతం, పరిశుద్ధీ లేకుండా ఉన్నప్పుడు ''నేను'' చేసే కృషీ, ఆలోచనా లేనప్పుడు, ఆలోచనా ప్రక్రియనంతటినీ సమగ్రంగా అవగాహన చేసుకున్నప్పుడు, వాస్తవాన్ని ఎటువంటి అన్యాకర్షణకీ లోనుకాకుండా చూడగలిగినప్పుడు, అది ఉద్భవిస్తుంది. నిజమైన నిశ్చలతతో, ప్రశాంతంగా ఉన్న ఆ మానసికస్థితిలో ప్రేమ ఉంటుంది. ప్రేమ ఒక్కటే మానవ సమస్యలన్నిటినీ పరిష్కరించగలదు.

అధ్యాయం-XVII

మనస్సు ప్రవృత్తి

మీరు మీ మనస్సుని పరిశీలిస్తున్నప్పుడు మనస్సు పైస్థాయిలు అనుకునేవాటినే కాకుండా, అంతశ్చేతనని కూడా మీరు గమనిస్తారు. మనస్సు వాస్తవంగా ఏం చేస్తోందో చూస్తారు కదా? మీరు పరిశోధన జరిపే మార్గం అదొక్కటే. అది ఏం చెయ్యాలో, ఎలా ఆలోచించాలో, ఎలా చర్యతీసుకోవాలో వంటి వాటిని మీరు దానిమీద పెట్టకండి; అలాచేస్తే అది కేవలం వివరించటమే అవుతుంది. మనస్సు ఇలా ఉండాలి, అలా ఉండకూడదు అన్నట్లయితే మీరు మీ పరిశోధనా, ఆలోచనా అంతా మానేసినట్లే. లేదా, మీరేదైనా గొప్ప ప్రామాణికమైనదాన్ని ఉదాహరించినట్లయితే, అప్పుడు కూడా మీరా ఆలోచన మానేసినట్లే - కాదా? మీరు బుద్ధుణ్ణో, క్రీస్తునో, మరెవరినో ఉదాహరించినట్లయితే, అన్వేషణ, ఆలోచన, పరిశోధన - అంతా మానేసినట్లే. కనుక, ఆ విషయమై జాగ్రత్తగా ఉండాలి. మీరు నాతోబాటు ఈ 'నేను' అనే సమస్యని పరిశోధించేటట్లయితే ఈ మానసిక సూక్ష్మచర్యలన్నిటినీ వదిలిపెట్టాలి.

మనస్సు ప్రవృత్తి ఏమిటి? దాన్ని కనుక్కోవాలంటే, మనస్సు వాస్తవంగా ఏం చేస్తోందో మీరు తెలుసుకోవాలి. మీ మనస్సు ఏం చేస్తుంది? అదంతా ఆలోచనా ప్రక్రియ కాదా? కాకపోతే, మనస్సు అక్కడ ఉండనే ఉండదు. మనస్సు వ్యక్తంగా గానీ, అవ్యక్తంగా గానీ, ఆలోచించకుండా ఉన్నట్లయితే చైతన్యం ఉండదు. మనం మన దైనందిన జీవితంలో ఉపయోగించే మనస్సుతోపాటు మనలో చాలమందికి తెలియకుండా ఉన్న అంతశ్చేతన మన సమస్యల విషయంలో ఏం చేస్తోందో తెలుసుకోవలసి ఉంది. మనస్సు స్వతః ఎలా ఉందో చూడాలిగాని, ఎలా ఉండాలో అన్నది కాదు.

అయితే, అది పనిచేస్తున్న ప్రకారం మనస్సు అంటే ఏమిటి? అదొక వేరుచేసే ప్రక్రియ కాదా? ప్రధానంగా, ఆలోచనా ప్రక్రియ అదే. సామూహికంగా ఉన్నట్లు ఉంటూ, ప్రత్యేకధోరణిలో ఆలోచిస్తూ ఉంటుంది. మీ ఆలోచనని మీరు పరిశీలించినట్లయితే, అది వేరు చేసుకునేటటువంటి, విచ్ఛిన్నకరమైనటువంటి ప్రక్రియగా మీరు గమనిస్తారు. మీ ప్రతిక్రియల ప్రకారం - మీ జ్ఞాపకం, మీ అనుభవం, మీ జ్ఞానం, మీ నమ్మకంబట్టి జరిపే ప్రతిక్రియల ప్రకారం మీరు ఆలోచిస్తారు. వాటన్నిటినిబట్టి మీరు ప్రతిక్రియలు జరుపుతున్నారు - కాదా? మౌలిక విప్లవం రావాలి అని నేను అంటే మీలో తక్షణమే ప్రతిక్రియ జరుగుతుంది. మీకు మంచి మంచి పెట్టుబడులు, ఆధ్యాత్మికమైనవిగాని, ఇతరత్రాగాని ఉన్నట్లయితే నేనన్న 'మౌలిక విప్లవం' అన్నమాటకే ఆక్షేపణ తెలుపుతారు.

కనుక, మీ ప్రతిక్రియ మీ జ్ఞానంమీదా, మీ నమ్మకంమీదా, మీ అనుభవంమీదా ఆధారపడి ఉంటుంది. ఈ వాస్తవం స్పష్టం. ప్రతిక్రియలు అనేకరూపాల్లో ఉంటాయి. 'నేను సోదర భావంతో ఉండాలి', 'నేను సహకరించాలి', 'నేను స్నేహభావంతో ఉండాలి', 'నేను దయగా ఉండాలి' అని మీరు అంటారు. ఇవన్నీ ఏమిటి? ఇవన్నీ ప్రతిక్రియలే. కానీ, ఆలోచన యొక్క ప్రధాన ప్రతిక్రియ వేరుగా చేసుకునే ప్రక్రియే. మీలో ప్రతి ఒక్కరూ మీ మీ మనస్సుల కార్యకలాపాల్ని పరిశీలిస్తున్నారు. అంటే, మీ చర్యనీ, నమ్మకాన్నీ, జ్ఞానాన్నీ, అనుభవాన్నీ పరిశీలనగా గమనిస్తున్నారు. అవన్నీ భద్రతనిచ్చేవే - కాదా? అవి భద్రతనిస్తాయి, ఆలోచనాప్రక్రియకి బలాన్ని చేకూర్చుతాయి. ఆ ప్రక్రియ 'తన'ని, మనస్సుని, 'నేను'ని - మీరు దాన్ని ఉన్నతమైనదంటారో, నీచమైనదంటారో - దాన్ని శక్తిమంతం చేస్తుంది. మన మతాలూ, మన సాంఘిక నియమాలూ, మన శాసనాలూ, అన్నీ కూడా వ్యక్తినీ, వ్యక్తిగతమైనదాన్నీ, వేరుగా ఉండే చర్యనీ బలపరచటానికే ఉన్నాయి. దానికి వ్యతిరేకంగా, సంపూర్ణ నిరంకుశాధికారంతో పాలింప బడుతున్న దేశాలు కూడా ఉన్నాయి. మీరు కనుక అంతశ్చేతనలోకి ప్రగాఢంగా పోయినట్లయితే, అక్కడకూడా అదే విధానం పని చేస్తున్నట్లు తెలుస్తుంది. అక్కడ, మనం ఒకవైపు సాముదాయకంగా ఉంటున్నాం - మన చుట్టూ ఉన్న పరిసరాలు, వాతావరణం, సంఘం, తండ్రి, తల్లి, తాత మొదలైన ప్రభావాలకి లోనై ఉన్నాం. అక్కడ మరోవైపు అధికారికంగా ఉండాలనీ, వ్యక్తిగా ఆధిపత్యం వహించాలనీ, 'నేను' గా ఉండాలనీ కోరిక ఉంటుంది.

మనకి తెలిసినదాన్నిబట్టీ, మనం అనుదినం వ్యవహరిస్తున్నదాన్నిబట్టీ చూసి నట్లయితే, మనస్సు పనిచేసే విధానం అంతా ప్రత్యేకించుకోవాలని కదా? మీరు వ్యక్తిగతంగా మోక్షం కావాలనుకోవటం లేదా? భవిష్యత్తులో మీరేదో అవాలనుకుంటున్నారు, లేదా ఈ జన్మలోనే గొప్పవారుగానో, గొప్ప రచయితగానో కావాలనుకుంటున్నారు. మన ప్రవృత్తి అంతా ప్రత్యేకించుకోవాలనే. అంతకుమించి మనస్సు ఇంకేదైనా చెయ్యగలదా? ప్రత్యేకించుకోవాలనే భావంతోనూ, తనచుట్టూ మూసుకున్నట్లుగానూ, శకలాలుగానూ ఆలోచించకుండా ఉండటం మనకి సాధ్యమా? అది అసాధ్యం. అందుచేత మనస్సుని ఆరాధిస్తాం. మనస్సు అసాధారణమైన ప్రాముఖ్యం వహించింది. మీరు కనుక కొంచెం యుక్తిగా, కొంచెం జాగ్రత్తగా ప్రవర్తిస్తూ, కొంచెం విషయ పరిజ్ఞానాన్నీ, జ్ఞానాన్నీ కూడబెట్టుకున్న తక్షణం మీరు సంఘంలో ఎంత ప్రముఖులవుతారో మీకు తెలియదా? మీకంటే ఉన్నతమైన మేధావుల్నీ, న్యాయవాదుల్నీ, ఆచార్యుల్నీ, వక్తల్నీ, గొప్ప రచయితల్నీ, వ్యాఖ్యాతల్నీ, భాష్యకారుల్నీ ఎలా ఆరాధిస్తారో మీకు తెలుసు కదా! మీరు మేధనీ, మనస్సునీ పెంచి పోషించారు.

మనస్సు ప్రవృత్తి వేరుపడటమే, లేకపోతే మనస్సే లేదు. శతాబ్దాలపాటు దాన్ని పెంచి పోషించటంవల్ల మనం ఏమీ సహకరించలేకపోతున్నాం. ఏదో ఒక అధికారమో, ఆర్థిక భయమో, లేక ఆధ్యాత్మిక భయమో మనల్ని తొందరపెట్టి బలవంతంగా ముందుకి తోసి నడిపించాలి. చైతన్యంతో వ్యవహరించటంలోనేగాక, ప్రగాఢమైన స్థాయిల్లోనూ, మన ప్రేరణల్లోనూ, ఉద్దేశాల్లోనూ, వ్యవహారాల్లో కూడా అదేవిధంగా జరుగు

తున్నప్పుడు, మన సహకారం ఎలా లభిస్తుంది? ఏదైనా చెయ్యాలంటే వివేకం సమకూడటం ఎలా? అది దాదాపు అసంభవమే కనుక, మతాలూ, సాంఘిక వ్యవస్థలూ వ్యక్తిని కొన్ని క్రమశిక్షణ మార్గాల నవలంభించేలా చేస్తున్నాయి. అప్పుడు మనం సమకూడాలన్నా, కలిసి పని చెయ్యాలన్నా క్రమశిక్షణ విధాయకమవుతుంది.

ఈ వేర్పాటు ఆలోచనా విధానాన్నీ, 'నేను', 'నాదీ' అనేదానికి సాంఘికంగా గాని, వ్యక్తిగతంగా గాని ప్రాధాన్యాన్నిచ్చే విధానాన్నీ మనం ఎలా అధిగమించగలమో అవగాహన చేసుకోనంతవరకూ మనకి శాంతి లభించదు; నిరంతరం సంఘర్షణ, యుద్ధం మనకి తప్పవు. ఈ ప్రత్యేకించుకునే ఆలోచనాపద్ధతిని ఎలా అంతమొందించటం అనేదే మన సమస్య. ఆలోచన కేవలం మాటల్ని రూపొందించటం, ప్రతిక్రియ జరపటం అయినప్పుడు, ఆలోచన 'నేను' ని ఎన్నటికైనా రూపుమాపగలదా? ఆలోచన ప్రతిక్రియ తప్ప మరేమీ కాదు. ఆలోచన సృజనాత్మకమైనది కాదు. అటువంటి ఆలోచన తన్నుతాను అంతం చేసుకోగలదా? అదే మనం కనుక్కోవటానికి ప్రయత్నిస్తున్నది. 'నేను సాధన చెయ్యాలి', 'నేను సరిగ్గా ఆలోచించాలి', 'నేను ఇలా ఉండాలి', 'అలా ఉండాలి' మొదలైన రీతుల్లో నేను ఆలోచిస్తూంటే, ఆలోచన తన్నుతాను నిర్బంధించుకుంటూ, ప్రోత్సహించుకుంటూ, ఇలా అవాలి, అలా అవాలి అంటూ క్రమశిక్షణలో పెట్టు కుంటుంది. అది ప్రత్యేకించుకునే విధానం కాదా? కనుక, అది సమైక్యంగా పని చేయుగలిగినట్టి, సహకారం పొందగలిగినట్టి సమగ్ర వివేకం కాదు.

మీరు ఆలోచన అంతమయేస్థితికి ఎలా వస్తారు? అంటే, ప్రత్యేకింపబడిన, విభజింపబడిన, పాక్షికమైన ఆలోచన ఎలా అంతమవుతుంది? మీరు ఎలా సాధిస్తారు? మీరు చెప్పే క్రమశిక్షణ దాన్ని అంతం చెయ్యగలదా? ఇన్ని సంవత్సరాలు గడిచినా మీరు సాధించలేకపోయారన్నది విదితమే. లేకపోతే, మీరంతా ఇక్కడికి వచ్చి ఉండేవారు కాదు. దయచేసి, క్రమశిక్షణ విధానాన్ని కొంచెం పరిశీలించండి. అది ఆలోచనా విధానం మాత్రమే. దానిలో ఉండే లొంగదీయటం, అణచివేయటం, నిగ్రహించటం, అధికారం - అన్నీ అంతశ్చేతన మీద ప్రబలమైన ప్రభావం చూపిస్తూ, మీకు వయస్సు పెరుగుతున్నకొద్దీ అది బలపడిపోతుంది. అంతకాలంపాటు ఏ ఫలితాన్నీ పొందకుండా వ్యర్థంగా ప్రయత్నించిన తరవాత, 'నేను' ని అంతం చెయ్యటానికి క్రమశిక్షణ సరియైన పద్ధతి కాదని మీకు స్పష్టమై ఉంటుంది. క్రమశిక్షణ 'నేను' ని శక్తిమంతం చేసే విధానం కనుక, క్రమశిక్షణ ద్వారా 'నేను' ని అంతం చేయలేరు. కానీ, మీ మతాలన్నీ దాన్ని సమర్థిస్తున్నాయి. మీ ధ్యానాలన్నీ, మీ ప్రకటనలన్నీ దానిమీద ఆధారపడి ఉన్నాయి. జ్ఞానం ఎన్నటికైనా 'నేను' ని అంతం చేయుగలదా? నమ్మకం అంతం చేయుగలదా? అంటే, మనం ప్రస్తుతం చేస్తున్నదేదైనా - 'నేను' కి మూలమైనదాన్ని చేరుకోవటానికి ప్రస్తుతం మనం చేస్తున్నదేదైనా, ఏ కార్యకలాపాలైనా విజయం సాధిస్తాయా? ఈ ప్రత్యేకించుకునే విధానం, ప్రతిక్రియా విధానం అయిన ఆలోచనా ప్రక్రియలో నిమగ్నులమైపోయి ఇలా శ్రమించటం మౌలికంగా వృథా కాదా? ఆలోచన దానంతట అది అంతం కాదని, ప్రధానంగా ప్రగాఢంగా మీరు గ్రహించినప్పుడు మీరేం చేస్తారు? ఏం జరుగుతుంది?

మీరే కనిపెట్టి చూడండి. మీరీ వాస్తవాన్ని సంపూర్ణంగా తెలుసుకున్నప్పుడు ఏం జరుగుతుంది? ఏ ప్రతిక్రియ అయినా ప్రభావితమై ఉంటుందనీ, ఈ ప్రభావాల మూలంగా ఆదిలోగాని, అంతంలోగాని స్వేచ్ఛ ఉండదనీ - స్వేచ్ఛ ఎప్పుడూ ఆదిలోనే ఉంటుంది గాని అంతంలో కలిగేది కాదనీ అవగాహన చేసుకుంటారు.

ఏ ప్రతిక్రియ అయినా ఒక రకమైన ప్రభావమేననీ, అది 'నేను' ని అనేక విధాలుగా కొనసాగిస్తూ ఉంటుందనీ మీరు గ్రహించినప్పుడు వాస్తవంగా ఏం జరుగుతుంది? ఈ విషయమై మీరు చాలా స్పష్టంగా ఉండాలి. నమ్మకం, జ్ఞానం, క్రమశిక్షణ, అనుభవం, ఒక ఫలితాన్నీ, పర్యవసానాన్నీ పొందటంకోసం జరుగుతున్న యావత్ప్రక్రియ, ఈ జన్మలోనో మరో జన్మలోనో ఏదో అవాలనే ఆకాంక్ష - ఇదంతా వేరు చేసుకునే విధానమే. అది వినాశానికీ, దుస్థితికీ, యుద్ధాలకీ దారి తీస్తుంది. దానినుంచి ఎటువంటి సామూహిక చర్యాకూడా విముక్తి కలిగించలేదు - నిర్బంధ శిబిరాలూ మొదలైనవాటితో మిమ్మల్ని బెదిరించినాసరే, మీరా వాస్తవాన్ని తెలుసుకున్నారా? 'అది నిజమే', 'అదే నా సమస్య', 'నేను ఉన్నది సరిగ్గా అందులోనే.' 'జ్ఞానం, క్రమశిక్షణ ఏం చెయ్యగలవో, ఆకాంక్ష ఏం చేస్తుందో నేను గ్రహించాను' అని చెప్పేవారి మానసికస్థితి ఎలా ఉంటుంది? మీరు దాన్ని అంతా గమనించి ఉన్నట్లయితే, నిశ్చయంగా, మరో ప్రక్రియ పనిచేయటం ప్రారంభించిందని గుర్తిస్తారు.

మేధా మార్గాలను చూస్తాంగాని, ప్రేమని కనుక్కోలేం. మేధ ద్వారా ప్రేమ మార్గాన్ని కనుక్కోవడం జరగదు. మేధ యొక్క శాఖోపశాఖలు - దాని కోరికలూ, దాని ఆకాంక్షలూ, ప్రయత్నాలూ, అన్నీ సమూలంగా అంతమైనప్పుడుగాని ప్రేమ సంభవం కాదు. మీరు ప్రేమించేటప్పుడు మీరు సహకరిస్తారనీ, మీ గురించి మీరు ఏమీ ఆలోచించరనీ మీకు తెలియదా? అదే అత్యున్నతమైన వివేకం - అంతేకాని, మీరొక గొప్పవారనుకుని ప్రేమించటంలోనూ, మీరు మంచి పదవిలో ఉన్నప్పుడు ప్రేమించటం లోనూ ప్రేమ ఉండదు - అది భయంతప్ప వేరే ఏమీకాదు. మీకు స్వలాభం కలిగించే విషయాలున్నప్పుడు ప్రేమ ఉండదు - భయంవల్ల జరిపే దోపిడీ విధానం మాత్రమే ఉంటుంది. కనుక, మనస్సు లేనప్పుడే ప్రేమ ఉంటుంది. కాబట్టి, మొత్తం మానసిక ప్రక్రియనీ, మనస్సు పనిచేసే విధానాన్నీ అవగాహన చేసుకోవాలి.

మనకి ఒకరినొకరు ప్రేమించటం తెలిసినప్పుడే సహకారం ఉంటుంది, వివేకంతో పని చేయటం జరుగుతుంది, ఏ సమస్యకోసమైనా కలిసిరావటం జరుగుతుంది. అప్పుడే, దేవుని గురించిగాని, సత్యం గురించిగాని తెలుసుకోవటం సాధ్యమవుతుంది. ఇప్పుడయితే, మేధద్వారా, అనుకరణ ద్వారా, అంటే, విగ్రహారాధన ద్వారా సత్యాన్ని కనుక్కోవటానికి ప్రయత్నిస్తున్నాం. 'నేను' యొక్క మొత్తం నిర్మాణాన్ని అవగాహన చేసుకోవటం ద్వారా దాన్ని పూర్తిగా విసర్జించినప్పుడే, ఆ అనంతమైనది, కాల రహితమైనది, అపరిమితమైనది సంభవించటం సాధ్యం. మీరు దానివద్దకి పోలేరు, అదే మీ వద్దకి వస్తుంది.

అధ్యాయం-XVIII

ఆత్మవంచన

ఆత్మవంచన అనే విషయం గురించీ, మనస్సు ఎటువంటి భ్రమలకు లోనవుతుందో, వాటిని తనమీదా, ఇతరులమీదా ఎలా ఆపాదిస్తుందో అనే విషయం గురించీ చర్చించాలనీ, పరిశీలించాలనీ అనుకుంటున్నాను. ప్రపంచం ప్రస్తుతం ఎదుర్కొంటున్నటువంటి క్లిష్టపరిస్థితుల్లో అది చాలా తీవ్రమైన విషయం అయింది. కానీ ఆత్మవంచన అనే సమస్యని సంపూర్ణంగా అవగాహన చేసుకోవాలంటే మనం కేవలం మాటలస్థాయిలోనే కాకుండా, దాన్ని వాస్తవికంగా, మౌలికంగా, ప్రగాఢంగా పరిశీలించ వలసి ఉంటుంది. మాటలతోనూ, వాదప్రతివాదాలతోనూ మనం అతి సులభంగా తృప్తి పొందుతాం. మనం లౌకికులం. లౌక్యం ఉంది కాబట్టి, మనం చేయగలిగిందల్లా ఏదో అవుతుందని ఆశించటమే. యుద్ధం గురించి ఎంత వివరంగా చెప్పినా, యుద్ధాన్ని నివారించలేకపోవటం మనం చూస్తూనే ఉన్నాం. అసంఖ్యాకమైన చరిత్రకారులూ, ధర్మశాస్త్రజ్ఞులూ, ధార్మికులూ యుద్ధం గురించీ, అది ఎలా సంభవిస్తున్నదో వివరిస్తూనే ఉన్నారు. కానీ, యుద్ధాలు మాత్రం ఎప్పుడూ లేనంత వినాశకరంగా కొనసాగుతున్నాయి. మనలో చిత్తశుద్ధి కలవారంతా మాటల్నిదాటి, మనలోనే మౌలిక విప్లవం తెచ్చేందుకు ప్రయత్నించాలి. మానవజాతికి శాశ్వతమైన, మౌలిక విమోచనం కలిగించటానికి అదొక్కటే ఉపాయం.

అలాగే, ఈ విధమైన ఆత్మవంచన గురించి చర్చిస్తున్నప్పుడు, పైపై వివరణలూ, వాటిపై వాదనలూ మనల్ని తప్పుదారి పట్టించకుండా జాగ్రత్తపడాలని నా ఉద్దేశం. నేను సూచించేదేమిటంటే, కేవలం ఉపన్యాసకుడి మాటల్ని వినటమేకాకుండా, మన నిత్యజీవితంలో మనకి తెలిసిన సమస్యని గమనిస్తూ ఉండాలి, అంటే, మన ఆలోచనలోనూ, క్రియలోనూ మనల్ని మనం జాగ్రత్తగా గమనించాలి. ఇతరుల మీద ఎలాంటి ప్రభావాన్ని కలిగిస్తున్నామో, మన మట్టుకు మనం ఎలా ప్రవర్తిస్తున్నామో జాగ్రత్తగా గమనించాలి.

ఆత్మవంచనకి కారణం ఏమిటి, ఆధారం ఏమిటి? మనల్ని మనం మోసగించు కుంటున్నామని మనలో ఎంతమందికి తెలుసు వాస్తవంగా? ''ఆత్మవంచన అంటే ఏమిటి, అది ఎలా జరుగుతోంది?'' అనే ప్రశ్నకి సమాధానం చెప్పేముందు మనం వంచన చేసుకుంటున్నామని స్పష్టంగా తెలుసుకోనక్కర్లేదా? మనల్ని మనం వంచన చేసుకుంటున్నట్లు మనకి తెలుసా? ఈ వంచన అంటే మన ఉద్దేశం ఏమిటి? ఇది చాలా

ముఖ్యమైన విషయం అనిపిస్తుంది నాకు; ఎందుచేతనంటే, మనల్ని మనం ఎంత ఎక్కువగా వంచన చేసుకుంటే, ఆ వంచనలో అంత శక్తి పెరుగుతుంది. అందుచేత, ఆ వంచన మనకి ఒక విధమైన జీవాన్నీ, ఒక విధమైన శక్తినీ, ఒక విధమైన సామర్థ్యాన్నీ ఇస్తుంది. అంతేకాదు, మన వంచనని ఇతరులమీద కూడా రుద్దేటట్లు పురికొల్పుతుంది. కనుక, క్రమంగా మనల్ని మనం వంచించుకోవటమేకాక, ఇతరుల్నికూడా వంచిస్తాం. ఈ ఆత్మవంచన పరస్పరం జరిగే పద్ధతి. ఈ విధానం గురించి మనం ఏమైనా ఎరుగుదుమా? మనం చాలా స్పష్టంగా, ప్రయోజనాత్మకంగా, సూటిగా ఆలోచిస్తామని అనుకుంటాం. కానీ, ఈ ఆలోచనా విధానంలో ఆత్మవంచన ఉందని మనం తెలుసుకుంటున్నామా?

ఆలోచనే ఒక విధమైన అన్వేషణ, సమర్థించుకోవటానికి ప్రయత్నం, భద్రతకోసం, ఆత్మరక్షణకోసం కృషి, మంచివారనిపించుకోవాలనే కోరిక, పదవికోసం, పరపతికోసం, అధికారంకోసం కాంక్ష - కాదా? రాజకీయంగానో, మత, సాంఘికపరంగానో ఏదో ఒకటి 'అవాలనే' ఆకాంక్షే ఆత్మవంచనకి అసలు కారణం కాదా? కేవలం భౌతిక జీవనానికి అత్యావశ్యకమైన ఐహిక పదార్థాలే కాకుండా, ఎప్పుడైతే నేను ఇంకోదాన్ని కోరుతున్నానో, ఆ క్షణంలోనే అటువంటిదాన్ని సృష్టించి, తెచ్చి, స్వీకరించేస్థితిలో లేనా? ఈ ఉదాహరణని తీసుకోండి; మనలో చాలామందికి మరణానంతరం ఏం జరుగుతుందో తెలుసుకోవాలని అభిలాష ఉంటుంది. మనకి వయస్సు పెరిగిన కొద్దీ ఆ అభిలాష పెరుగుతుంది. దానిలో ఉన్న సత్యాన్ని తెలుసుకోవాలనుకుంటాం. మనం ఎలా తెలుసుకుంటాం? పుస్తకపఠనంవల్లగానీ, వివిధ వివరణలవల్లగానీ సాధ్యంకాదు, నిశ్చయంగా.

మీరు దాన్ని ఎలా తెలుసుకుంటారు? మొదటగా మధ్యలో అడ్డుగా ఉన్న ప్రతి అంశాన్నీ - ప్రతి ఆశనీ, ఇకముందు కూడా ఉండాలనే ప్రతి కోరికనీ, అవతలివైపు ఏముందో తెలుసుకోవాలనే ప్రతి కోరికనీ - మీ మనస్సునుంచి పూర్తిగా తొలిగించి పరిశుద్ధం చేయాలి. మనస్సు ఎప్పుడూ భద్రతని కాంక్షిస్తుంది కనుక, అది కొనసాగాలని కోరుకుంటుంది, ఉండాలని కోరుతుంది. ఆశలు ఫలించేందుకు భావి జీవితంకోసం మార్గాలని అన్వేషిస్తుంది. అటువంటి మనస్సు మరణానంతర జీవిత సత్యాన్నిగానీ, పునర్జన్మని గానీ, మరేదైనా గానీ తెలుసుకోవాలని ప్రయత్నించినప్పటికీ, ఆ సత్యాన్ని తెలుసుకోలేకపోతోంది - కాదా? పునర్జన్మ సిద్ధాంతం సత్యమా, కాదా అనే విషయం ముఖ్యంకాదు - మనస్సు ఆత్మవంచన ద్వారా ఎలా తనక్కావల్సిన విషయానికి - అది నిజంగానీ, కాకపోనీ - అనుకూలమైన సమాధానంకోసం ఎలా అపేక్షిస్తోంది - అన్నది ముఖ్యం. సమస్యనెలా ఎదుర్కొంటున్నారన్నది, ఏ ఉద్దేశంతో, ఏ ప్రేరణతో, ఏ కోరికతో ఆ సమస్యని ఎదుర్కొంటున్నారన్నది ముఖ్యం.

ఆకాంక్షించే వాడెప్పుడూ ఈ విధంగా తన్నుతాను వంచించుకుంటున్నాడు, ఇతరులెవరూ వంచించటం లేదతన్ని, తనంతటతానే ఆ పని చేస్తున్నాడు. మనం ఒక వంచనని సృష్టించుకుని, తరవాత దానికి దాసులవుతాం. ఈ ఆత్మవంచనలో గల

ప్రధానమైన అంశం ఏమిటంటే, ఈ లోకంలోనూ, భావిలోకంలోనూ ఏదో 'అవాలని' నిరంతరం కాంక్షించటమే. ఈ లోకంలో 'అవాలనే' కోరికయొక్క ఫలితం మనకి తెలిసినదే. కేవలం గందరగోళం - ఒకరితో ఒకరు పోటీచేస్తూ, శాంతి పేరుతో ఒకరినొకరు హత్యచేసుకుంటూ ఉండటం. మనం పరస్పరం ఎలా ప్రవర్తిస్తూ ఉంటామో మీకు తెలుసుకదా! అదొక అసాధారణ ఆత్మవంచన. అలాగే, పైలోకంలో కూడా భద్రత, ఒక పదవీ కోరుకుంటాం.

కనుక, ఎప్పుడైతే మనలో ఉండాలనీ, అవాలనీ, సాధించాలనీ, ప్రేరేపణ కలుగుతుందో అప్పుడే మనల్ని మనం వంచించుకోవటం ప్రారంభిస్తాం. మనస్సు దాన్నుంచి తప్పించుకుని స్వేచ్ఛగా ఉండటం బహుకష్టమైన విషయం. మన జీవితంలో అదొక మౌలికసమస్య. ఈ లోకంలో జీవిస్తూ శూన్యంగా ఉండటం సాధ్యమేనా? అప్పుడే, సమస్తమైన వంచననుంచీ స్వేచ్ఛ లభిస్తుంది - ఎందుకంటే, అప్పుడే, మనస్సు ఒక ఫలితాన్నిగానీ, సంతృప్తికరమైన సమాధానాన్నిగానీ, ఏ విధమైన సమర్థననిగానీ, ఎటువంటి సంబంధంలోనూ ఏ విధమైన భద్రతనిగానీ కోరకుండా ఉంటుంది. ఎప్పుడైతే మనస్సు వంచనకి గల అవకాశాలనూ, వంచనలో గల సూక్ష్మాంశాలనూ అవగాహన చేసుకుని, ఆ అవగాహనతో అన్నిరకాల సమర్థననూ భద్రతనూ విసర్జిస్తుందో, అప్పుడే, అంటే, మనస్సు సంపూర్ణంగా శూన్యం కాగల శక్తి కలిగివున్నప్పుడే అది సంభవిస్తుంది. అది సాధ్యమేనా?

ఏరకంగానైనా మనల్ని మనం వంచన చేసుకుంటున్నంతవరకూ, ప్రేమ అనేది ఉండదు. మనస్సు ఒక భ్రమని కల్పించి, తనపై ఆపాదించుకునే సమర్థత ఉన్నంతవరకూ, అది సంపూర్ణమైన, సమగ్రమైన అవగాహనకి దూరమై, వేరుగా ఉంటుందన్నది స్పష్టం. మనకున్న సమస్యల్లో అదొకటి. ఎలా సహకరించాలో మనకి తెలియదు. మనకి తెలిసినదల్లా ఏమిటంటే, మన ఉభయులం కలిసి రూపొందించినదానికోసం కలిసి పని చెయ్యటానికి ప్రయత్నించటం. ఆలోచన కల్పించే సమష్టి ఆశయం మీకూ నాకూ కూడా లేనప్పుడే మన మధ్య సహకారం ఉంటుంది. మీరూ, నేనూ ఏదీ అవాలని కాంక్షించకుండా ఉన్నప్పుడే సహకారం సాధ్యమవుతుందని అవగాహన చేసుకోవటం చాలా ముఖ్యం. మీరూ, నేనూ ఏదైనా అవాలని కాంక్షించినప్పుడు, నమ్మకం మొదలైనవన్నీ అవసరమవుతాయి, స్వయంకల్పిత ఊహాలోకం అవసరమవుతుంది. కానీ, ఎటువంటి ఆత్మవంచనా లేకుండా - నమ్మకం, జ్ఞానం, మొదలైన అడ్డంకులేమీ లేకుండా, భద్రతకోసం ఎటువంటి కోరికా లేకుండా, మీరూ, నేనూ అనామకంగా సృజిస్తున్నప్పుడు, అప్పుడు నిజమైన సహకారం ఉంటుంది.

ఒక లక్ష్యం ఏదీ పెట్టుకోకుండా మనం సహకరించుకోవటానికీ, కలిసి పని చేయటానికీ సాధ్యమవుతుందా? మీరూ, నేనూ ఏ ఫలితాన్నీ ఆశించకుండా కలిసి పనిచేయగలమా? నిశ్చయంగా, అదే సరియైన సహకారం - కాదా? మీరు, నేనూ బాగా ఆలోచించి, ఒక ఫలితాన్ని ఆశించి, ప్రణాళిక నొకటి తయారుచేసి, ఆ ఫలితంకోసం

పని చేస్తున్నట్లయితే, అందులో ఏ పద్ధతి ఉంటుంది? మన ఆలోచనలూ, మన మేధావంతమైన మనస్సులూ కలుస్తున్నాయి, వాస్తవమే. కానీ, మన భావావేశాల మూలంగా మన మొత్తం అస్తిత్వమే ప్రతిఘటించవచ్చు. అందుచేత వంచన జరుగుతుంది. మీకూ నాకూ మధ్య సంఘర్షణకి దారి తీస్తుంది. మన దైనందిన జీవితంలో ఇది స్పష్టమైన, పరిశీలించదగిన వాస్తవం. ఎవరికివారు అవగాహన చేసుకోవలసిన విషయం. మీరు, నేనూ మానసికంగా ఒక పని చేయటానికి అంగీకరిస్తాం కానీ, అంతశ్చేతనలో, ప్రగాఢంగా మీరూ, నేనూ ఒకరితో ఒకరం సంఘర్షిస్తూ ఉంటాం. నాకు సంతృప్తినిచ్చే ఫలితాన్ని నేను కోరతాను, నేను అధికారాన్ని చూపించాలని కోరతాను. నేను మీతో కలిసి పని చేయవలసి ఉన్నప్పటికీ మీ పేరుకంటే నా పేరు ముందుండాలని కోరుకుంటాను. కనుక, ప్రణాళికా నిర్మాతలమయిన మనమిద్దరం బాహ్యంగా ప్రణాళికని అంగీకరించినా, వాస్తవంగా ఒకరి నొకరు వ్యతిరేకిస్తూ ఉంటాం.

మీరు, నేనూ సహకరించుకుంటూ, సమష్టిగా ఉంటూ, కలిసిమెలిసి జీవిస్తూ, ఇద్దరం శూన్యంగా ఉంటూ లోకంలో జీవించటం సాధ్యమవుతుందా అని తెలుసుకోవటం ముఖ్యం కాదా? పైపైస్థాయిలో కాక, మౌలికంగా, వాస్తవంగా, నిజంగా మనం సహకరిస్తూ పని చెయ్యగలమా? ఇది మనకున్న అత్యంత క్లిష్టసమస్యల్లో ఒకటి. బహుశా క్లిష్టతరమైనది కావచ్చు. నేనొక విషయంతో తాదాత్మ్యం చెందినప్పుడు, మీరు కూడా అదే విషయంతో తాదాత్మ్యం చెందినప్పుడు మనకిద్దరికీ అందులో అభిరుచి ఉంటుంది. ఇద్దరం దాన్ని సాధించాలనుకుంటున్నాం. ఇటువంటి ఆలోచన, నిశ్చయంగా పైపైనే జరుగుతోంది. ఎందువల్లనంటే, తాదాత్మ్య చెందటంద్వారా మనిద్దరం వేర్పాటు సృష్టిస్తున్నాం. మన నిత్యజీవితంలో అది స్పష్టంగా కనిపిస్తూనే ఉంది. మీరు హిందువులు, నేను కేథలిక్కుని. ఇద్దరం సౌభ్రాతృత్వాన్నే బోధిస్తున్నాం. కానీ, ఒకరి గొంతుక నొకరు కోయటానికి ప్రయత్నిస్తున్నాం. ఎందుచేత? అది మన సమస్యల్లో ఒకటి కాదా? అంతశ్చేతనలో, ప్రగాఢంగా మీ విశ్వాసాలు మీకున్నాయి. నావి నాకున్నాయి. సోదరత్వం గురించి మాట్లాడినంతమాత్రంచేత నమ్మకాలకు సంబంధించిన మొత్తం సమస్యని మనం పరిష్కరించలేదు. సిద్ధాంతరీత్యా, మేధాపరంగా మాత్రమే మనం సౌభ్రాతృత్వం మంచిదని అంగీకరించాం. కానీ అంతర్గతంగా, ప్రగాఢంగా మనం ఒకరికొకరు వ్యతిరేకంగా ఉన్నాం.

ఆత్మవంచనగా పరిణమిస్తున్నటువంటి, మనకోవిధమైన జీవశక్తినిస్తున్నటువంటి అడ్డంకులన్నింటినీ మనం రూపుమాపనంతవరకూ, మీకూ, నాకూ మధ్య సహకారం ఉండటం కుదరదు. ఒక వర్గంతో, ఒక భావంతో, ఒక ప్రత్యేకదేశంతో ఐక్యత పొందటంద్వారా సహకారాన్ని ఎన్నటికీ అందించలేం.

నమ్మకం ద్వారా సహకారం ఎన్నటికీ లభించదు. అంతేకాదు, అది విభజిస్తుంది. రాజకీయపక్షాలు ఎవరికి వారు ఆర్థికసమస్యల గురించి వేరువేరు సిద్ధాంతాల్నీ, నమ్మకాల్నీ పెట్టుకుని ఒకరి నొకరు ఎలా వ్యతిరేకిస్తున్నారో మనం చూస్తూనే ఉన్నాం కదా! వాళ్ళంతా

ఒకరితో ఒకరు యుద్ధం చేస్తారు. ఉదాహరణకి; ఆకలి సమస్యని పరిష్కరించాలని వారు తీర్మానించటంలేదు. వారు ఆసక్తి చూపించేదల్లా ఆ సమస్యని పరిష్కరించటానికి గల సిద్ధాంతాలపైన మాత్రమే. ఆ సమస్యని ఏ విధంగా పరిష్కరించాలన్నదే గాని, వాస్తవంగా సమస్యని పరిష్కరించాలని కాదు వారి ఆసక్తి. వారికి పరిష్కారాల గురించిన భావాలతోనే పనిగాని, పరిష్కారాలతో కాదు. కనుక, ఇద్దరిమధ్యా వివాదం ఉండితీరుతుంది. అదే విధంగా ధార్మికులు ఒకరి నొకరు వ్యతిరేకించుకుంటారు. మాటల్లోమాత్రం జీవమంతా ఒకటే అనీ, దేవుడొక్కడే అనీ చెబుతూ ఉంటారు. అదంతా మీకు తెలిసిన విషయమే. అంతరంగంలో వారి విశ్వాసాలూ, వారి అభిప్రాయాలూ, వారి అనుభవాలూ వారిని నాశనం చేస్తూ, వారిని వేరుపరుస్తున్నాయి.

మన మానవ సంబంధాల్లో అనుభవం విభజనకి కారణం అవుతోంది. అనుభవం ఒకరకమైన వంచన. నాకో అనుభవం అయితే, నేను దాన్ని పట్టి ఉంచుకుంటాను, అనుభవంపొందే విధానంయొక్క మొత్తం సమస్యనీ, దాని నిజాన్నీ తెలుసుకోవటానికి ప్రయత్నించను. నాకో అనుభవం కలిగింది కనుక నాకింక చాలు, దాన్ని వాటేసుకుంటాను. ఆ విధంగా భారాన్ని మోస్తూ ఆ అనుభవం ద్వారా నన్ను నేను వంచించుకుంటాను.

మనకున్న సమస్య ఏమిటంటే, ప్రతి ఒక్కరం ఏదో ఒక నమ్మకంతోనో, ఆనందాన్ని కలిగించే ఒక ప్రత్యేక విధానంతోనో, ఆర్థిక విధానంతోనో తాదాత్మ్యం చెందుతాం. అందుచేత మనస్సు దాని అధీనంలో ఉండటంతో, అసలు సమస్యని గాఢంగా పరిశీలించటానికి అసమర్థులం అవుతున్నాం, కాబట్టి మన ప్రత్యేక మార్గాల్లో మన నమ్మకాలతో, అనుభవాలతో ఎవరికివారు వేరువేరుగా దూరంగా ఉండాలని కోరుకుంటున్నాం. పైపైస్థాయిలోనే కాక, ప్రగాఢస్థాయిల్లో కూడా అవగాహన ద్వారా వాటిని రూపుమాపనంతవరకూ, ప్రపంచంలో శాంతి ఉండదు. అందుచేతనే, నిజంగా చిత్తశుద్ధి ఉన్నవారు ఈ సమస్యనంతటినీ - ఏదో అవాలనీ, సాధించాలనీ, లాభం పొందాలనీ ఉండే కోరికని - పైపైస్థాయిలోనే కాక, మౌలికంగా, ప్రగాఢంగా అవగాహన చేసుకోవటం చాలా ముఖ్యం. లేకపోతే, ప్రపంచంలో శాంతి ఉండటం సాధ్యంకాదు.

సత్యం పొందగలిగిన ఒక వస్తువు కాదు. ప్రేమని పట్టి ఉంచుకోవాలనుకునే వారికిగాని, దానితో ఐక్యత పొందాలనుకునేవారికిగాని ప్రేమ లభించటం సాధ్యం కాదు. సత్యం, ప్రేమ వంటివి మనస్సు వాటికోసం కాంక్షించనప్పుడే, మనస్సు పూర్తిగా ప్రశాంతంగా ఉన్నప్పుడే, తనకి ఆలంబనాన్నీ, శక్తినీ ఇచ్చేటటువంటి, ఆత్మవంచనకి చిహ్నాలయినట్టి ఉద్యమాలనీ నమ్మకాలనీ సృష్టించకుండా ఉన్నప్పుడే, అటువంటివి సంభవమవుతాయి. ఈ ఇచ్ఛా ప్రక్రియనంతటినీ మనస్సు పూర్తిగా అవగాహన చేసుకున్నప్పుడే అది నిశ్చలంగా ఉండగలుగుతుంది. అప్పుడే మనస్సు, ఉండాలనిగాని, ఉండకూడదనిగాని ఎటువంటి ఊగిసలాటా లేకుండా ఉంటుంది. అప్పుడే, ఎటువంటి వంచనా లేకుండా ఉండే స్థితి ఏర్పడటానికి సాధ్యమవుతుంది.

అధ్యాయం-XIX

స్వీయకేంద్రిత కార్యకలాపం

స్వీయకేంద్రిత కార్యకలాపాలను ప్రతిఘటించటానికి మనకెన్నోవిధమైన ప్రోద్బలాలూ, ప్రేరణలూ లభిస్తున్నాయని మీలో చాలామందికి తెలుసుననుకుంటాను. మతాలు వాగ్దానాల ద్వారా, నరకభయంద్వారా, అనేక రకాల శిక్షల ద్వారా వివిధరీతుల్లో, 'నేను' అనే కేంద్రంనుంచి ఉద్భవించే నిరంతర కార్యకలాపాలనుంచి మనిషిని విముఖుణ్ణి చేయటానికి ప్రయత్నిస్తూనే ఉన్నాయి. ఇవన్నీ వృథా అవటంచేత రాజకీయ సంస్థలు ఈ కార్యాన్ని చేబట్టాయి. అక్కడకూడా ప్రోద్బలమే, అక్కడకూడా ఏదో ఆదర్శలోకం లభిస్తుందని ఆశపెట్టడమే. ఎటువంటి ప్రతిఘటననైనా వ్యతిరేకించటానికి అనేక రకాల శాసనాలు - పరిమితమైనవాటినుంచి తీవ్రమైన నిర్బంధ శిబిరాలవరకూ ప్రయోగింపబడటం, విధింపబడటం జరిగింది. అయినా, మనం మన స్వార్థపరమైన చర్యల్ని కొనసాగిస్తూనే ఉన్నాం. మనకి తెలిసిన చర్య అదొక్కటే అనిపిస్తుంది. ఈ విషయమంతా మనం ఆలోచించినట్లయితే, సవరించటానికి ప్రయత్నిస్తాం. మనం తెలుసుకుని ఉన్నట్లయితే, దాని మార్గాన్ని మళ్లించటానికి ప్రయత్నిస్తాం. కానీ, మౌలికంగా, ప్రగాఢంగా ఏ విధమైన పరివర్తనా లేదు, ఆ కార్యకలాపాన్ని సమూలంగా అంతం చేయటంలేదు. ఆలోచనాపరులు ఇదంతా తెలుసుకుంటూనే ఉన్నారు. 'నేను' అనే కేంద్రంనుంచి జరిగే కార్యకలాపమంతా అంతం అయినప్పుడే ఆనందం కలుగుతుందని వారికి తెలుసు. స్వీయకేంద్రిత కార్యకలాపం సహజం అనీ, దాని ఫలితంగా జరిగే అనివార్యమైన చర్యల్ని కొద్దిగా మార్చటమో, సరిదిద్దటమో, నిగ్రహించటమో మాత్రమే చేయగలమనీ, అంతకుమించి మనం చేయగలిగిందేమీ లేదనీ మనలో చాలామంది నమ్ముతారు. కానీ, వారికంటే కొంచెం ఎక్కువ తీవ్రంగా, చిత్తశుద్ధితో - మనఃపూర్వకంగా మాత్రం కాదు, ఎందుచేతనంటే, మనఃపూర్వకంగా అనగానే ఆత్మవంచన ప్రారంభమవుతుంది కనుక - ఆలోచించేవారు ఈ ఆత్మగత కార్యకలాపం యొక్క మొత్తం ప్రక్రియని బాగా తెలుసుకుని ఉంటారు కనుక, దీన్ని అధిగమించ గలమా అనేది కనుక్కోవలసి ఉంటుంది.

ఈ ఆత్మగత కార్యకలాపాన్ని అవగాహన చేసుకోవటానికి, దాన్ని జాగ్రత్తగా పరిశీలించాలి; గమనించి, దాని మొత్తం ప్రక్రియని తెలుసుకుంటూ ఉండాలి అనేది స్పష్టం. దాన్ని పూర్తిగా తెలుసుకుని ఉండగలిగినట్లయితే దాన్ని రూపుమాపటం సాధ్యమవుతుంది. కానీ, తెలుసుకుని ఉండాలంటే కొంత అవగాహన, విషయాన్ని

వ్యాఖ్యానించకుండా, మార్పుచేయకుండా, నిందించకుండా ఉన్నవిషయాన్ని ఉన్నట్లుగా ఎదుర్కోగలిగిన కచ్చితమైన ఉద్దేశం అవసరం. మనం ఏం చేస్తున్నామో, ఆ స్వీయకేంద్రిత స్థితినుంచి ఉత్పన్నమయే కార్యకలాపం ఎటువంటిదో అంతా పూర్తిగా తెలుసుకుని ఉండాలి, దాని గురించి చైతన్యం ఉండాలి. మనకున్న ముఖ్యమైన సమస్యల్లో ఒకటి ఏమిటంటే, ఎప్పుడైతే మనం ఆ కార్యకలాపం గురించి చైతన్యవంతంగా ఉంటామో ఆ క్షణంలోనే మనం దాన్ని తీర్చిదిద్దాలనీ, దాన్ని నిగ్రహించాలనీ, దాన్ని నిందించాలనీ, సరిదిద్దాలనీ ప్రయత్నిస్తాం. కనుక, ఏమీ చెయ్యకుండా, సూటిగా ఉన్నది ఉన్నట్లుగా చూడటం మనకి సాధ్యమవటంలేదు. ఎప్పుడైనా చూసినా, మనలో చాలా కొద్దిమంది మాత్రమే ఏం చెయ్యాలో తెలుసుకోగలుగుతున్నారు.

స్వీయకేంద్రిత కార్యకలాపాలు నష్టదాయకమైనవనీ, వినాశకరమైనవనీ మనం గ్రహించాం. దేనితో ఐక్యత చెందినా - దేశంతోగానీ, ఒక ప్రత్యేకవర్గంతోగానీ, ఒక ప్రత్యేక ఇచ్ఛతోగానీ, ఇక్కడో పరలోకంలోనో ఏదైనా ఫలితాన్ని కాంక్షించటంగానీ, ఏదో భావాన్ని మహనీయం చేయటంగానీ, సద్గుణంకోసం ప్రయత్నించటంగానీ, మరేదైనాగానీ - ఇది ప్రధానంగా స్వార్థపూరిత వ్యక్తియొక్క కార్యకలాపమే అని మనం గ్రహించాం. ప్రకృతితోనూ మనుషులతోనూ, భావాలతోనూ మనకి గల సంబంధాలన్నీ ఆ కార్యకలాపం ఫలితమే. ఇదంతా తెలుసుకున్నప్పుడు ఎవరైనా ఏం చెయ్యాలి? అటువంటి కార్యకలాపమంతా ఆత్మనిగ్రహంద్వారా, అన్యప్రభావాలద్వారా, బోధనలద్వారా కాకుండా - దానంతట అదే సమసిపోవాలి.

ఈ స్వీయకేంద్రిత కార్యకలాపం అల్లరి సృష్టిస్తుందనీ, అస్తవ్యస్తతకి దారితీస్తుందనీ మనలో అనేకమందికి తెలుసు. కానీ, కొన్ని మార్గాల్లో మాత్రమే వాటిని గుర్తిస్తున్నాం. మన కార్యకలాపాల్ని మరిచిపోయి, ఇతరుల కార్యకలాపాల్లో స్వార్థ పరత్వాన్ని చూస్తాం, లేదా ఇతరులతో మనకి గల సంబంధాల్లో మన స్వార్థపరత్వాన్ని గుర్తించి, దాన్ని మార్చాలనో, దానికి ప్రత్యామ్నాయాన్ని కనిపెట్టాలనో, దాన్ని అధిగమించాలనో కోరుకుంటాం. ఈ విషయమై ఏదైనా చేసేందుకు ముందు, ఈ ప్రక్రియ అంతా ఎలా సంభవిస్తోంది అన్న విషయాన్ని స్పష్టంగా తెలుసుకోవాలి - అక్కర్లేదా? ఏదైనా ఒక విషయాన్ని తెలుసుకోవాలంటే, దానివైపు చూడగలగటం చేతకావాలి. దానివైపు చూడటానికి చేతనా చేతనల వివిధస్థాయిల్లో జరిగే వివిధ కార్యకలాపాలను - చేతనంగా వచ్చే నిర్దేశాలనే కాకుండా, అచేతనంగా మెదిలే స్వీయకేంద్రిత ఉద్దేశాలనూ, సంకల్పాలనూ తెలుసుకోవాలి.

ఈ 'నేను' అనేదాని కార్యకలాపం ఎప్పుడు తెలుస్తుందంటే, నేను వ్యతిరేకిస్తున్నప్పుడూ, నా చైతన్యానికి విఘాతం కలిగినప్పుడూ, 'నా'కేదైనా ఫలితం సాధించాలనిపించినప్పుడూ మాత్రమే - కాదా? లేకపోతే సుఖం అంతమయిపోయాక ఇంకా కావాలని కోరుకున్నప్పుడు 'నేను' అనే కేంద్రాన్ని గుర్తిస్తాను. అప్పుడు ప్రతిఘటన ఏర్పడుతుంది. నాకు సంతోషాన్నీ, సంతృప్తినీ ఇయ్యగలిగే నిర్దిష్టమైన ఆశయం ప్రకారం

మనస్సుని బుద్ధిపూర్వకంగా రూపుదిద్దటం జరుగుతుంది. సద్గుణంకోసం బుద్ధిపూర్వకంగా ప్రయత్నిస్తున్నప్పుడు నా గురించీ, నా కార్యకలాపాల గురించీ తెలుసుకునే ఉంటాను. సద్గుణాన్ని బుద్ధిపూర్వకంగా అలవరచుకునేవాడు సద్గుణవంతుడుకాడు, నిశ్చయంగా. నమ్రత అలవరచుకుంటే వచ్చేదికాదు, అదే నమ్రతలో ఉన్న అందం.

ఈ 'నేను' కేంద్రంగా జరిగే ప్రక్రియ కాలం యొక్క ఫలితం కాదా? ఈ కార్యకలాపానికి కేంద్రం ఏవిధంగా ఉన్నా - చేతనంగానైనా, అచేతనంగానైనా - అందులో కాలగతి ఉంటుంది. గతం, వర్తమానం, భవిష్యత్తూ కలిసి ఉన్నాయన్న చైతన్యం నాకుంది. 'నేను' యొక్క స్వీయకేంద్రిత కార్యకలాపం కాలగతికి చెందిన ప్రక్రియ. ఆ కేంద్రంయొక్క కార్యకలాపం కొనసాగేటట్లు చేసేది జ్ఞాపకం - అంటే, 'నేను.' మిమ్మల్ని మీరు జాగ్రత్తగా పరిశీలిస్తూ ఆ కేంద్రంయొక్క కార్యకలాపాన్ని తెలుసుకున్నట్లయితే, అది కేవలం కాలగతి అనీ, జ్ఞాపకం అనీ - అనుభవం పొందటం, ఆ అనుభవాన్ని జ్ఞాపకంప్రకారం అనువదించటం అనీ గమనిస్తారు; ఈ 'నేను' యొక్క కార్యకలాపం గుర్తింపు అనీ, అది కూడా మానసిక ప్రక్రియేననీ గమనిస్తారు.

ఇదంతా లేకుండా మనస్సు స్వేచ్ఛగా ఉండగలదా? అరుదుగా కొన్ని కొన్నిక్షణాల్లో అది సాధ్యం కావచ్చు. మనం అనాలోచితంగా, ఉద్దేశరహితంగా, ప్రయోజనరహితంగా ఏదైనా చేసినప్పుడు అది సంభవించవచ్చు. కానీ, మనస్సుకి స్వీయకేంద్రిత కార్యకలాపం నుంచి పూర్తిగా స్వేచ్ఛ పొందటానికి ఎప్పటికైనా సాధ్యమవుతుందా? అది మనందరం ఎవరికివారు వేసుకోవలసిన అతిముఖ్యమైన ప్రశ్న. ఎందువల్లనంటే, ఆ ప్రశ్న వేసుకోవటంలోనే సమాధానం దొరుకుతుంది. ఈ స్వీయకేంద్రిత కార్యకలాపం యొక్క ప్రక్రియని పూర్తిగా తెలుసుకున్నట్లయితే, మీ చేతన యొక్క వివిధ స్థాయిల్లో దాని కార్యకలాపాన్ని పూర్తిగా తెలుసుకున్నట్లయితే, అప్పుడు నిశ్చయంగా, మిమ్మల్ని మీరు ''ఈ కార్యకలాపం అంతమవటం సాధ్యమేనా?'' అని ప్రశ్నించుకుని తీరాలి. కాలంతో ప్రమేయం లేకుండా, ''నేనేమవుతాను? నేనిదివరకు ఎలా ఉన్నాను? ఇప్పుడెలా ఉన్నాను?'' అనే ధోరణిలో ఆలోచించకుండా ఉండటం సాధ్యమేనా? అటువంటి ఆలోచనవల్లనే స్వీయకేంద్రిత కార్యకలాపం అంతా ప్రారంభమవుతుంది. అటువంటి ఆలోచనలోనే ఏదో అవాలనే పట్టుదల, ఎంచుకునేందుకూ, వద్దనుకునేందుకూ నిర్ణయం ప్రారంభమవుతాయి; ఇవన్నీ కాలగతికి సంబంధించినవే. ఆ ప్రక్రియలో అపారమైన నష్టం, దుఃఖం, గందరగోళం, వక్రత, క్షీణత మనకి గోచరిస్తాయి.

కాలగతి విప్లవాత్మకమైనదికాదు, నిశ్చయంగా కాలగతిలో పరివర్తన ఉండదు. కొనసాగటమేగాని, అంతం ఉండదు. గుర్తింపు తప్ప ఇంకేమీ ఉండదు. కాలగతి పూర్తిగా అంతమైనప్పుడే, స్వీయకేంద్రిత కార్యకలాపం పూర్తిగా సమసిపోయినప్పుడే, విప్లవం, పరివర్తన, నవ్యత సంభవం కాగలవు.

''నేను'' అనే దానియొక్క కార్యకలాపాన్నంతటినీ తెలుసుకున్నమీదట, మనస్సు చెయ్యవలసిందేమిటి? నవ్యత ఏర్పడటం పునరుజ్జీవనంద్వారా, విప్లవాత్మక పరివర్తన

ద్వారా మాత్రమే. అంతేకాని, పరిణామం ద్వారా కాదు - ''నేను'' పూర్తిగా అంతమవటం ద్వారానే గాని, ''నేను'' ఏదో అవటంద్వారా కాదు. కాలగతి నవ్యతని తేలేదు. కాలం సృజనకి మార్గం కాదు.

మీకెవరికైనా సృజనాత్మకమైన క్షణం ఎన్నడైనా సంభవించి ఉంటుందా? నాకు తెలియదు. ఏదో ఆదర్శభావాన్ని ఆచరణలో పెట్టి చూడటం గురించి కాదు నేను అంటున్నది. గుర్తించటం జరగనట్టి సృజనాత్మక క్షణం అని నా ఉద్దేశం. ఆ క్షణంలో, గుర్తించటంద్వారా పనిచేసే 'నేను' శూన్యమైపోయిన అద్భుతస్థితి సంభవిస్తుంది. మనం కనుక తెలుసుకుని ఉన్నట్లయితే, ఆ క్షణంలో, ఆ స్థితిలో, జ్ఞాపకం ఉంచుకునేవాడు, అనువదించుకునేవాడు, గుర్తించేవాడు, ఐక్యత చెందేవాడు, అనుభవించేవాడు ఉండడని గమనిస్తాం. కాలానికి సంబంధించిన ఆలోచనాప్రక్రియ ఉండదు. సృజనాత్మకమైన ఆ స్థితిలో, కాలరహితమైన నవ్యసృష్టి జరిగేస్థితిలో ''నేను'' యొక్క కార్యకలాపమే ఉండదు.

మనం అడిగే ప్రశ్న: తాత్కాలికంగానూ, అరుదైనక్షణంలోనూకాక, - శాశ్వతంగా, లేదా ఎల్లప్పుడూ అనే మాటల్లో కాలం స్ఫురిస్తుంది కనుక ఆ మాటల్ని వాడదలుచుకోలేదు - కాలంతో ప్రమేయం లేకుండా, ఆ స్థితిలో ఉండటం మనస్సుకి సాధ్యమేనా? మనలో ప్రతి ఒక్కరూ కనుక్కోవలసిన ముఖ్యవిషయం అది, నిశ్చయంగా. ఎందుచేతనంటే, ప్రేమకి అదే ద్వారం. ఇతర ద్వారాలన్నీ స్వీయకేంద్రిత కార్యకలాపాలకు మార్గాలే. 'నేను'కి సంబంధించిన క్రియ ఎక్కడుంటుందో అక్కడ ప్రేమ ఉండదు. ప్రేమ కాలానికి సంబంధించినది కాదు. మీరు ప్రేమని అభ్యసించలేరు. మీరు ప్రయత్నిస్తే, అది ప్రేమించటంద్వారా ఒక ఫలితాన్ని పొందటానికి ఆశించే స్వీయకేంద్రిత కార్యకలాపమే అవుతుంది.

ప్రేమ కాలానికి సంబంధించినది కాదు. బుద్ధిపూర్వకంగా కృషి చేయటం ద్వారాగానీ, క్రమశిక్షణ ద్వారాగానీ, ఐక్యత పొందటం ద్వారాగానీ, మీకది లభించదు. ఎందువల్లనంటే, అదంతా కాలానికి సంబంధించిన ప్రక్రియే. మనస్సు కాలగతిని ఒక్కదాన్నే ఎరిగి ఉండటంవల్ల, ప్రేమని గుర్తించలేదు. అనంతమైన నవ్యలక్షణం కలిగినది ప్రేమ ఒక్కటే. మనలో చాలా మందిమి కాలఫలితమైన మనస్సుని వృద్ధి చేశాం కనుక ప్రేమంటే ఏమిటో ఎరుగం. మనం ప్రేమని గురించి మాట్లాడతాం. మనుషుల్ని ప్రేమిస్తామనీ, మన బిడ్డల్ని ప్రేమిస్తామనీ, భార్యనీ, ఇరుగుపొరుగు వారినీ ప్రేమిస్తామనీ, ప్రకృతిని ప్రేమిస్తామనీ చెబుతాం. కానీ, మనం ప్రేమిస్తున్నట్లు ఎప్పుడు గుర్తిస్తామో, ఆ క్షణంలోనే స్వీయకేంద్రిత కార్యకలాపం ప్రారంభమవుతుంది. కనుక, అది ప్రేమ కాలేదు.

మనస్సు యొక్క ఈ ప్రక్రియనంతటినీ సంబంధం ద్వారానే - ప్రకృతితోనూ, మనుషులతోనూ, మన సంకల్ప ప్రదర్శనలతోనూ, మనగురించి ప్రతిదానితోనూ ఉండే సంబంధంద్వారానే అవగాహన చేసుకోవాలి. సంబంధం లేకుండా మనం ఒంటరిగా ఉండాలని ప్రయత్నించినా, అది లేకుండా మనం జీవించలేం. సంబంధం బాధాకరంగా ఉన్నా, ఏకాంతవాసం ద్వారాగానీ, సన్యాసి అవటం ద్వారాగానీ, మరే మార్గానగానీ

దాన్నుంచి తప్పించుకోలేం. ఈ పద్ధతులన్నీ స్వీయకేంద్రిత కార్యకలాపానికి నిదర్శనాలే. ఈ దృశ్యాన్నంతా చూసిన తరవాత, చైతన్యరూపమైన కాలం యొక్క మొత్తం ప్రక్రియని ఎంపిక చేయకుండా, బుద్ధిపూర్వకమైన, ప్రయోజనాత్మకమైన ఉద్దేశం ఏమీలేకుండా, ఎటువంటి ఫలితాన్నీ ఆశించకుండా, పూర్తిగా తెలుసుకుని ఉన్నట్లయితే, ఈ కాలగతి అంతా దానంతటదే అంతమవుతుంది - ఒకరి ప్రేరణవల్లకాదు, ఇచ్ఛాఫలితంగా కాదు. ఆ కాలగతి అంతమైనప్పుడు, అనంతమైన నవ్యతతో ప్రేమ ఉద్భవిస్తుంది.

మనం సత్యంకోసం అన్వేషించనక్కర్లేదు. సత్యం ఎక్కడో దూరంగా ఉన్నది కాదు. అది మనస్సును గురించిన సత్యం. అనుక్షణం జరిగే దాని కార్యకలాపాల గురించిన సత్యం. అనుక్షణం ఈ సత్యాన్నీ, ఈ కాలగతి అంతటినీ తెలుసుకున్నట్లయితే, ఆ తెలుసుకోవటమే చైతన్యాన్ని, లేక శక్తిని విడుదల చేస్తుంది. అదే వివేకం. అదే ప్రేమ. మనస్సు చైతన్యాన్ని స్వీయకేంద్రిత కార్యకలాపంగా ఉపయోగించినంతవరకూ, కాలం, దాన్ని అనుసరించి ఉండే దుఃఖం, సంఘర్షణ, అనర్థాలూ, స్వప్రయోజనార్థం వంచనలూ మొదలైనవన్నీ సంభవిస్తాయి. మనస్సు ఈ కాలగతినంతటినీ సమగ్రంగా అవగాహన చేసుకుని, అంతమయినప్పుడే, ప్రేమ సాధ్యమవుతుంది.

అధ్యాయం-XX

కాలం, పరివర్తన

కాలం అంటే ఏమిటో కొద్దిగా మాట్లాడాలనుకుంటున్నాను. ఎందుచేతనంటే, కాలంయొక్క మొత్తం ప్రక్రియని అవగాహన చేసుకున్నప్పుడే, కాలరహితమైన దానియొక్క, సత్యంయొక్క సంపన్నతనీ, సౌందర్యాన్నీ, విశిష్టతనీ అనుభవించ గలుగుతాం. ఎంతైనా, మనందరం ఎవరిమార్గాన వారు ఆనందానుభూతికోసం, సంపన్నతకోసం ప్రయత్నిస్తున్నాం. అర్థవంతమైన జీవితానికీ, నిజమైన ఆనందంతో కూడిన సంపన్నతకీ కాలంతో నిమిత్తంలేదు. ప్రేమలాగే అటువంటి జీవితంకూడా కాలరహితమైనది. కాలరహితమైనదాన్ని అవగాహన చేసుకోవాలంటే కాలంద్వారా ప్రయత్నించకుండా, కాలాన్నే అవగాహన చేసుకోవటం ఉచితం. కాలరహితమైనదాన్ని పొందటానికిగానీ, సాధించటానికిగానీ, తెలుసుకోవటానికిగానీ కాలాన్ని ఒక సాధనంగా ఉపయోగించకూడదు. కానీ, మన జీవితకాలంలో మనం చాలావరకు చేస్తున్నపని అదే. కాలరహితమైనదాన్ని పట్టుకోవటంకోసమే కాలాన్ని గడుపుతున్నాం. కనుక, కాలం అంటే ఏమిటో అవగాహన చేసుకోవటం చాలా ముఖ్యం. ఎందుచేతనంటే, కాలంనుంచి స్వేచ్ఛగా ఉండటం సాధ్యం అని నా ఉద్దేశం. కాలాన్ని అసంపూర్ణంగా కాకుండా, పూర్తిగా అవగాహన చేసుకోవటం చాలా ముఖ్యం.

మన జీవితాలు చాలావరకు కాలంలోనే గడుస్తున్నాయని గ్రహిస్తే చిత్రంగా ఉంటుంది. కాలం అంటే నిమిషాలూ, గంటలూ, రోజులూ, సంవత్సరాలూ అని కాలానుక్రమ భావంలో కాకుండా, మానసికస్మృతి అనే ఉద్దేశంతో మాట్లాడుతున్నాను. మనం కాలం మూలాన్నే జీవిస్తున్నాం, మనం కాలంయొక్క ఫలితం. మన మనస్సులు లెక్కలేనన్ని నిన్నటిరోజుల ఫలితమే. వర్తమానం కేవలం గతంనుంచి భవిష్యత్తుకి మార్గంగా మాత్రమే ఉంది. మన మనస్సులూ, మన కార్యకలాపాలూ, మన అస్తిత్వం, అన్నీ కాలంమీదే ఆధారపడి ఉన్నాయి. కాలం లేకుండా మనం ఆలోచించలేం. ఎందుకంటే, ఆలోచన కాలం యొక్క ఫలితమే. ఆలోచన ఎన్నో నిన్నటిరోజుల ఫలితం. జ్ఞాపకం లేనిదే ఆలోచన ఉండదు. జ్ఞాపకమే కాలం. ఎందుకంటే, కాలం రెండురకాలుగా ఉంటుంది - కాలక్రమంగా ఉండేది, మానసికంగా ఉండేది. గడియారం లెక్కప్రకారం చెప్పే నిన్నటిరోజు ఉంది. జ్ఞాపకాన్నిబట్టి చెప్పే నిన్నటిరోజుకూడా ఉంటుంది. కాలక్రమానుగతమైన కాలాన్ని నిరాకరించలేరు. అది అసందర్భంగా ఉంటుంది - మీరు రైలు తప్పిపోతారు. కానీ, కాలక్రమానుగతమైన కాలంకాక, వేరే ఇంకేదైనా కాలం ఉందా?

నిన్న అని చెప్పేకాలం ఒకటుంది. కానీ, మనస్సు కాలం అని భావించేది ఏదైనా వాస్తవంగా ఉందా? మనస్సుతో ప్రమేయం లేనికాలం ఉందా? కాలం - మానసిక కాలం నిశ్చయంగా మనోకల్పితమే. ఆలోచన అనే పునాది లేకపోతే కాలమే లేదు. నిన్నటి స్మృతి నేటితో కలిసి రేపుని సృజిస్తుంది. అంటే, నిన్నటి అనుభవస్మృతి నేటి అనుభవాలకి ప్రతిస్పందిస్తూ, రేపుని సృజిస్తుంది - ఇదంతా ఆలోచనా ప్రక్రియయే, మానసిక విధానమే. ఆలోచనావిధానం కాలంలో మానసిక ప్రగతిని తీసుకొస్తుంది. కానీ ఇది కాలక్రమానుగతమైన కాలంలాగ వాస్తవికమైనదేనా? మనోనిర్మితమైనకాలం అనంతమైనదాన్నీ, కాలరహితమైనదాన్నీ తెలుసుకోవటానికి సాధనం కాగలదా? నేను చెప్పినట్లుగా, ఆనందం నిన్నటిది కాదు. ఆనందం కాలంయొక్క ఫలితం కాదు. అదెప్పుడూ వర్తమానంలోనే ఉంటుంది. అది కాలరహితమైన స్థితి. మీరు ఆనందపరవశులై ఉన్నప్పుడు సృజనాత్మకమైన సంతోషాన్ని అనుభవిస్తున్నప్పుడు, ప్రకాశవంతమైన మేఘాలబారు చుట్టూ నల్లనిమబ్బుల్ని చూసినప్పుడు, ఆ క్షణంలో కాలం ఉండదన్న సంగతి మీరెప్పుడైనా గమనించారో లేదో నాకు తెలియదు. అప్పుడు కేవలం తక్షణ వర్తమానం మాత్రమే ఉంటుంది. మనస్సు వర్తమానంలో ఈ అనుభవం పొందిన తరవాత, జ్ఞప్తికి తెచ్చుకుని, దాన్ని కొనసాగించాలని కోరుతూ, తన అనుభూతినే ఇంకా ఇంకా పోగుచేస్తూ, కాలాన్ని సృష్టిస్తుంది. కనుక, కాలం 'ఇంకా' అనేదానితో కల్పించబడుతోంది. కాలం అంటే పోగుచెయ్యటం, కాలం అంటే వదులుకోవటం, అది కూడా మనస్సు పోగుచేసుకోవటమే. కనుక, మనస్సుకి కేవలం కాలంలో క్రమశిక్షణనివ్వటం, జ్ఞాపకం అనే కాలపరిధిలో ఆలోచనని బంధించటం - ఈ ప్రక్రియ అంతా కాలరహితమైనదాన్ని ఆవిష్కరించలేదు నిశ్చయంగా.

పరివర్తన కాలంతో వచ్చేదా? మనలో చాలమందికి పరివర్తన తీసుకురావటానికి సమయం కావాలి అనుకోవటం అలవాటయిపోయింది. నేనొకరకంగా ఉన్నాను; అలా ఉన్నటువంటి నేను ఉండవలసిన నేనుగా మారటానికి వ్యవధి కావాలి. నేను అత్యాశతో ఉన్నాను. అత్యాశ ఫలితాలైన గందరగోళం, వైరుధ్యం, సంఘర్షణ, దుఃఖంతో సహా పరివర్తనని పొందాలంటే సమయం అవసరమని అనుకుంటాను. పరివర్తన - అత్యాశలేని స్థితికి పరివర్తన తేవటానికి సమయం అవసరం అనుకుంటాం. అంటే, ఉన్నస్థితిని అంతకంటే ఉన్నతమైనదానిగా వికసింపజేయటానికి, మరొకలా అవటానికి కాలం ఒక సాధనంగా పరిగణింపబడుతోంది. కనుక ఇదీ సమస్య: ఒకరు దౌర్జన్యంతో, అత్యాశతో, అసూయతో, కోపంతో, దుర్మార్గంతో, లేదా కామోద్రేకంతో ఉంటారు. ఆ ఉన్నస్థితిని మార్చటానికి కాలం అవసరమా? అసలు ఆ ఉన్నస్థితిని మార్చటానికిగానీ, కొత్తస్థితిని తీసుకురావాలనిగానీ మనం ఎందుకు కోరుతున్నాం? ఎందుచేత? ఎందుచేతనంటే, మనం ఉన్నస్థితి మనకి అసంతృప్తికరంగా ఉంది; దానివల్ల సంఘర్షణ, కలత కలుగుతున్నాయి కనుక. అందుచేత, ఆ స్థితిని నిరసిస్తూ, అంతకంటె మంచిస్థితిని, మహత్తరమైన స్థితిని, ఎక్కువ ఆదర్శప్రాయమైనస్థితిని తీసుకురావాలని కోరుతున్నాం. కనుక, బాధ,

అసౌకర్యం, సంఘర్షణ ఉన్నాయనే కారణంచేత పరివర్తనని కోరుతున్నాం. కాలంవల్ల సంఘర్షణ తొలగింపబడుతోందా? కాలం గడిచినకొద్దీ తొలిగిపోతుందని మీరు సమాధానం చెప్పినట్లయితే, మీరు ఇంకా సంఘర్షణలోనే ఉన్నారని అర్థం. సంఘర్షణని నివారించటానికి, మీరు మారటానికి ఇరవైరోజులో, ఇరవైసంవత్సరాలో పట్టవచ్చునని మీరు చెపొచ్చు. కానీ, ఆ కాలంలో మీరింకా సంఘర్షణలోనే ఉంటారు; కనుక కాలం పరివర్తనని తేలేదు. ఒక లక్షణాన్నిగాని, ఒక సద్గుణాన్నిగాని, ఒక స్థితినిగాని పొందటానికి కాలాన్ని ఉపయోగిస్తున్నప్పుడు, ఉన్నస్థితిని నిలిపి ఉంచటమో, లేక దాన్నుంచి తప్పించుకోవటమో జరుగుతుంది. ఈ విషయాన్ని బాగా అవగాహన చేసుకోవటం ముఖ్యం అనుకుంటున్నాను. అత్యాశ, హింస, పరస్పర సంబంధాలు ఉన్నలోకంలో- అంటే, సమాజంలో - బాధనీ, కలతనీ కలుగజేస్తాయి. అత్యాశ, హింస అనే ఆ కల్లోలస్థితిని గుర్తించినమీదట, మనం ''సకాలంలో దీన్ని నిర్మూలించాలి, నేను అహింసావిధానాన్ని సాధన చేస్తాను, అసూయ లేకుండా ఉండేలా సాధన చేస్తాను, శాంతిని సాధన చేస్తాను'' అని మనస్సులో అనుకుంటాం. చూడండి: హింస సంఘర్షణకీ, కల్లోలానికీ కారణం అవటంచేత అహింసతోఉండటానికి సాధన చెయ్యాలని మీరు కోరుతున్నారు. సకాలంలో మీరు అహింసని సాధించి, సంఘర్షణని జయిస్తారని అనుకుంటున్నారు. వాస్తవంగా జరుగుతున్నదేమిటి? సంఘర్షణతో కూడిన స్థితిలో వుంటూ, సంఘర్షణ లేని స్థితిని పొందాలని కోరుతున్నారు. ఆ సంఘర్షణ లేని స్థితి కాలంయొక్క, వ్యవధియొక్క ఫలితమా? కాదన్న విషయం స్పష్టం; ఎందుచేతనంటే, హింసారహిత స్థితిని పొందాలనుకుంటున్న కాలంలో మీరింకా హింసాయుతంగానే ఉన్నారు. కనుక, సంఘర్షణతో కూడిన స్థితిలోనే ఉన్నారు.

మన సమస్య ఏమిటంటే, ఏదైనా సంఘర్షణగానీ, కలతగానీ ఒక వ్యవధిలో - రోజులు కానీయండి, సంవత్సరాలు కానీయండి, జన్మలు కానీయండి - ఆ వ్యవధిలో నిర్మూలింపబడతాయా? ''కొంతపరిమితకాలంపాటు నేను అహింసావిధానాన్ని సాధన చేస్తానని'' మీరు చెప్పినప్పుడు ఏం జరుగుతుంది? మీ సాధనే మీరు సంఘర్షణలో ఉన్నారని సూచించదా? సంఘర్షణని ఎదుర్కోనవసరం లేకపోతే మీరు సాధన చెయ్యవలసిన అవసరమే లేదు. సంఘర్షణని జయించాలంటే, సంఘర్షణని ప్రతి ఘటించటం అవసరమనీ, ఆ ప్రతిఘటనకి కాలం అవసరమనీ మీరంటారు. కానీ, సంఘర్షణని ప్రతిఘటించటమే ఒక రకం సంఘర్షణ అవుతుంది. అత్యాశ అసూయ, హింస అనే రూపంలో ఉన్న సంఘర్షణని ప్రతిఘటించటానికి మీ శక్తిని వ్యయం చేస్తున్నారు. కానీ, మీ మనస్సు ఇంకా సంఘర్షణలోనే ఉంటుంది. కనుక, హింసని ప్రతిఘటించటానికి కాలంమీద ఆధారపడే విధానంలోని అసత్యాన్ని గమనించటం, తద్వారా, ఆ విధానం నుంచి విముక్తులవటం ముఖ్యం. అప్పుడు మీరు ఎలా ఉన్నారో అలా ఉండగలిగి ఉంటారు. అంటే హింసారూపంలో ఉన్న ఒక మానసిక కల్లోలంలో ఉంటారు.

దేనినైనా, ఒక మానవ సమస్యనిగాని, సాంకేతిక సమస్యనిగాని అవగాహన చేసుకోవాలంటే ఏమిటి అత్యవసరం? నిశ్చలమైన మనస్సు - కాదా? అవగాహన

చేసుకోవాలని ఆత్రుతపడే మనస్సు. అది ప్రత్యేకతతో, ఏకాగ్రతతో ఉండాలని ప్రయత్నించే మనస్సు కాదు. ఎందుకంటే, ఏకాగ్రతతో ఉండటం అంటే ప్రతి ఘటించటానికి చేసే కృషి. నేను నిజంగా దేన్నైనా అవగాహన చేసుకోవాలని కోరేటప్పుడు, వెంటనే మనస్సు నిశ్చలంగా ఉంటుంది. మీ కిష్టమైన సంగీతం వినాలనుకున్నా, మీకెంతో ఇష్టమయిన చిత్రాన్ని చూడాలనుకున్నా మీ మనస్సు ఎటువంటి స్థితిలో ఉంటుంది? తక్షణమే నిశ్చలమవుతుంది కదా? మీరు సంగీతాన్ని వింటున్నప్పుడు మీ మనస్సు ఇటూ అటూ తిరుగుతూ ఉండదుకదా! మీరు వింటూ ఉంటారు. అదేవిధంగా, మీరు సంఘర్షణని అవగాహన చేసుకోవాలనుకున్నప్పుడు కాలంమీద ఎంతమాత్రం ఆధారపడరు. ఉన్నస్థితిని, అంటే సంఘర్షణని ముఖాముఖీచూస్తారు. అప్పుడు వెంటనే ఒకవిధమైన ప్రశాంతత, నిశ్చల మానసికస్థితి ఏర్పడుతుంది. ఉన్నస్థితిని మార్చటానికి కాలంమీద ఆధారపడటం తప్పుపద్ధతి అని మీరు గ్రహించి, కాలంమీద ఆధారపడటం మానేసినప్పుడు ఉన్నస్థితిని ఎదుర్కొంటారు. ఉన్నస్థితిని అవగాహన చేసుకోవటమే మీ ఉద్దేశం కనుక, సహజంగా, మనస్సు నిశ్చలమవుతుంది. అప్రమత్తతతో ఉండికూడా, ఉదాసీనంగా ఉండే ఆ స్థితిలో అవగాహన కలుగుతుంది. మనస్సు సంఘర్షణలో ఉంటూ నిందిస్తూ, ప్రతిఘటిస్తూ, ఖండిస్తూ ఉన్నంతకాలం అవగాహన కలగదు. నేను మిమ్మల్ని అవగాహన చేసు కోవాలంటే మిమ్మల్ని నిందించకూడదన్నది స్పష్టమేకదా! ఆ ప్రశాంతమైన మనస్సు, నిశ్చలమైన మనస్సు - అదే పరివర్తన తీసుకురాగలదు. మనస్సు ఉన్నస్థితిని ప్రతిఘటించటం మానివేసినప్పుడు, నిందించటం, తిరస్కరించటం మానివేసినప్పుడు కేవలం ఉదాసీనంగా తెలుసుకుంటున్నప్పుడు, మనస్సు ఆ ఉదాసీనస్థితిలో, మీరు సమస్యని నిజంగా పరిశీలించినట్లయితే, పరివర్తన సంభవిస్తుంది.

విప్లవం ప్రస్తుతమే సాధ్యంకాని, భవిష్యత్తులో కాదు, పునరుజ్జీవనం నేడేగాని రేపు కాదు. నేను చెబుతున్న విషయం గురించి మీరు ప్రయోగం చేసినట్లయితే, తక్షణం ఒక పునరుజ్జీవనం, ఒక నవ్యత, ఒక విధమైన స్వచ్ఛత ఏర్పడటం తెలుస్తుంది మీకు. ఎందుచేతనంటే, నిజమైన ఆసక్తి ఉన్నప్పుడు, దాన్ని కోరుకున్నప్పుడు, దాన్ని అవగాహన చేసుకోవాలనే ఉద్దేశం కలిగినప్పుడు మనస్సు ఎప్పుడూ నిశ్చలంగా ఉంటుంది. మనలో చాలామందితో ఉన్న ఇబ్బంది ఏమిటంటే, మనకి అవగాహన చేసుకోవాలనే ఉద్దేశమే ఉండదు. ఎందుచేతనంటే, మనం అవగాహన చేసుకున్నట్లయితే, మన జీవితంలో విప్లవాత్మకమైన చర్య ఏదో జరుగుతుందని భయపడతాం, అందుకని ప్రతిఘటిస్తాం. క్రమక్రమంగా మార్పు చెందటానికి కాలాన్నిగానీ, ఒక ఆదర్శాన్నిగానీ సాధనంగా ఉపయోగిస్తున్నప్పుడు మనలో ఆత్మరక్షణ యంత్రాంగం పనిచేస్తూ ఉంటుంది.

కనుక, పునరుజ్జీవనం వర్తమానంలో, ఇప్పుడే సాధ్యంకాని, భవిష్యత్తులోకాదు, రేపుకాదు. ఆనందాన్ని పొందటానికిగానీ, సత్యాన్ని - దైవాన్ని తెలుసుకోవటానికిగానీ కాలాన్ని సాధనంగా ఉపయోగిస్తూ, దానిపైన ఆధారపడే మనిషి కేవలం తన్నుతాను మోసగించుకుంటున్నాడు. అతడు అజ్ఞానంలో అంటే, సంఘర్షణలో జీవిస్తున్నాడు.

మన కష్టంలోంచి బయటపడటానికి కాలం మార్గం కాదని అవగాహన చేసుకుని, అసత్యమైన దాన్నుంచి స్వేచ్ఛగా ఉన్నవాడు సహజంగా, అవగాహన చేసుకోవాలనే ఉద్దేశంతో ఉన్నవాడే. కనుక, అతని మనస్సు అప్రయత్నంగా నిశ్చలమవుతుంది - బలవంతం లేకుండా, సాధన లేకుండా. మనస్సు నిశ్చలంగా, ప్రశాంతంగా ఉండి, ఏ సమాధానాన్నిగాని, పరిష్కారాన్నిగాని ఆశించకుండా, ప్రతిఘటించకుండా, తప్పించుకోకుండా ఉన్నప్పుడే పునరుజ్జీవనం సంభవం కాగలదు. ఎందువల్లనంటే, అప్పుడు, మనస్సు సత్యాన్ని గ్రహించగల సామర్థ్యాన్ని కలిగిఉంటుంది. సత్యమే విమోచనం కలిగిస్తుందిగాని, స్వేచ్ఛగా ఉండాలని మీరు చేసే కృషి కాదు.

అధ్యాయం-XXI

అధికారం, అవగాహన

సంఘంలోనూ, మనలోనూ, వ్యక్తిగత, సామూహిక సంబంధాల్లోనూ, మౌలికమైన మార్పు రావలసిన అవసరాన్ని మనం చూస్తున్నాం. దాన్నితీసుకురావటం ఎలా? మనోకల్పితమైన ఒక పద్ధతిప్రకారంగానీ, హేతుబద్ధంగా అధ్యయనం చేసి తయారుచేసిన ప్రణాళిక ప్రకారంగానీ మార్పు తీసుకురాదలుచుకుంటే, అదికూడా మానసికక్షేత్రంలోనే ఉంటుంది. కాబట్టి, మనస్సు దేన్నైతే నిర్ణయిస్తుందో అదే ఆశయమవుతుంది. మనల్నీ, ఇతరుల్నీకూడా ఆహుతి చేసుకోవటానికి సంసిద్ధులయేలాచేసే ఊహే ఆదర్శం. మీరు దాన్ని సమర్థిసున్నారంటే అర్థం - మనం మానవులమే అయినా, కేవలం మానసికసృష్టిమాత్రమే అని- అంటే, అనుసరణ, నిర్బంధం, పశుత్వం, నిరంకుశాధికారాలూ, నిర్బంధ శిబిరాలూ - మొదలైన వ్యవహారమంతా. మనస్సుని ఆరాధిస్తున్నప్పుడు అదంతా అందులో ఇమిడివుంది కదా? నేనీ విషయాన్నంతా గ్రహించినప్పుడు, క్రమశిక్షణ, నిగ్రహం - వీటి నిరర్థకతని తెలుసుకున్నప్పుడు, మనిషిని అణచివేయటానికున్న వివిధ విధానాలన్నీ 'నేను' 'నాది' అనుకునేదాన్ని ప్రబలం చేస్తూండటం చూసినప్పుడు నేనేంచెయ్యాలి?

ఈ సమస్యని పూర్తిగా పరిశీలించాలంటే చైతన్యం అంటే ఏమిటన్న విషయాన్ని పరిశీలించవలసి ఉంది. దానిగురించి మీ అంతట మీరు ఆలోచించారో, లేక పుస్తకాలు చైతన్యాన్నిగురించి రాసినదాన్ని చెబుతున్నారో నాకు ఆశ్చర్యం కలిగిస్తోంది. మీ స్వానుభవాన్ని బట్టీ, అవగాహన చేసుకున్నదాన్నిబట్టీ, మిమ్మల్ని మీరు అధ్యయం చేసుకున్నదాన్ని బట్టీ, ఈ చైతన్యంగురించి మీరేమనుకుంటున్నారో నాకు తెలియదు - చైతన్యం అంటే దైనందిన కార్యకలాపాల్లో వ్యక్తమయేదేకాక, అంతరంగంలో నిగూఢంగా ఉన్న, గాఢతరమైన, మరింత విలువైన, మరింత కష్టసాధ్యమైన చైతన్యంకూడా. మనలోనూ, మనద్వారా ప్రపంచంలోనూ మౌలికపరివర్తన తీసుకొచ్చి, ఆ పరివర్తనద్వారా ఒక నూతన ఊహాదృశ్యాన్నీ, ఒక ఉత్తేజాన్నీ, ఒక తపననీ, విశ్వాసాన్నీ, ఆశనీ మనలో పురికొల్పి, కార్యాచరణకి అవసరమయే ప్రేరణనియ్యగల నిశ్చితత్వాన్ని కలిగించాలంటే, ఈ విషయాన్నంతటినీ చర్చించాలంటే, దీన్నంతటినీ అవగాహనచేసుకోవాలంటే, చైతన్యం అంటే ఏమిటి అన్న విషయాన్ని పూర్తిగా పరిశీలించటం అవసరం కాదా?

మనస్సు పైపైస్థాయిలో చైతన్యంఅంటే ఏమిటో మనం తెలుసుకోగలం. అది ఆలోచనాప్రక్రియ, ఆలోచనఅన్నది స్పష్టమే. ఆలోచనస్మృతిఫలితం - మాటల రూపాన్నివ్వటం, ఇతరులకు తెలియజేయటానికి వీలుగా అనుభవానికి ఒక పేరుపెట్టి,

సుస్థిరంచేసి, దాన్ని నిలువచేయటం - ఈ స్థాయిలోకూడా అనేకవిధాలుగా అణచి పెట్టడం, నిగ్రహించటం, ఆంక్షలు విధించటం, క్రమశిక్షణని విధించటం జరుగుతుంది. ఇదంతా మనకి బాగా తెలిసిన విషయమే. ఇంకా లోతుగాపోయి చూసినట్లయితే, గ్రహణశక్తి, సంపర్కం, కోరికమూలంగా కలిగిన ఫలితాలు - జాతీయసంచితాలూ, నిగూఢభావాలూ, ఆకాంక్షలూ, సామూహిక, వ్యక్తిగత ఆశయాలూ, అపోహలూ - అన్నీ గోచరిస్తాయి. నిగూఢమైనదీ, వ్యక్తమైనదీ - ఈ మొత్తం చైతన్యం అంతా 'తను' 'నేను' అనే భావం చుట్టూ కేంద్రీకృతమైవుంది.

మార్పు తేవటం ఎలా అని చర్చిస్తున్నప్పుడు, మార్పు పైపైస్థాయిలోనే అని సాధారణంగా అనుకుంటాం కదా? నిర్ణయాలద్వారా, నిశ్చితాభిప్రాయాలద్వారా, నమ్మకాలద్వారా, నియంత్రణలద్వారా మనం కోరే, తపించే ఒక కృతకమైన ఆశయంకోసం శ్రమిస్తూ ఉంటాం. అంతశ్చేతన, మనస్సులోని ప్రగాఢస్థాయిల సహాయంతో మన ఆశయాన్ని సాధించగలమని ఆశిస్తాం. కనుకనే, మనలోని అగాధాలను వెలికి తీయటం అవసరమనుకుంటాం. కానీ, పైపైస్థాయిలకీ, లోలోపలిస్థాయిలకీ మధ్య నిత్యం సంఘర్షణ జరుగుతూ ఉంటుంది. మానసిక శాస్త్రవేత్తలూ, స్వీయజ్ఞానం పొందాలని కృషి చేసేవారూ ఈ విషయాన్ని బాగాఎరుగుదురు.

ఈ అంతర్గత సంఘర్షణవల్ల మార్పు ఏమైనా రాగలదా? మనలో సమూలమైన మార్పు తీసుకురావటం ఎలా అన్నదే మన దైనందిన జీవితంలో అతి మౌలికమైన, ముఖ్యమైన ప్రశ్న కాదా? కేవలం పైపైస్థాయిలో చేసే మార్పువల్ల అది సిద్ధిస్తుందా? చైతన్యంలోని వివిధస్థాయిల్లో 'నేను'ని అవగాహన చేసుకోవటంవల్లా, గతంలో పసితనంనుంచీ నేటివరకూ కలిగిన అనేక విధాలైన స్వానుభవాల్ని బయటపెట్టడంవల్లా, తండ్రి, తల్లి, తాతముత్తాతల అనుభవాలూ జాతీ నేను ఉంటున్న సంఘంయొక్క ప్రభావాలూ నాలో ఎలా ఉన్నవీ తెలుసుకోవటంవల్లా - ఈ విశ్లేషణ అంతా చేయటంవల్ల మార్పు వస్తుందా - కేవలం సర్దుకుపోవటం కానట్టి మార్పు వస్తుందా?

ప్రతి ఒక్కరి జీవితంలోనూ మౌలికమైన పరివర్తన రావటం అత్యావశ్యకమని - కేవలం ప్రతిక్రియలాంటి మార్పుకాకుండా, మన చుట్టూఉన్న పరిస్థితుల ఒత్తిడి, భారంవల్ల కాకుండా, పరివర్తన రావటం అత్యావశ్యకమని నేను అనుకుంటున్నట్టే మీరూ తప్పక అనుకోవాలి. అటువంటి పరివర్తన తీసుకురావటం ఎలా? నా చైతన్యం- అంటే, మొత్తం మానవజాతి అనుభవంతోబాటు, వర్తమానంతో నాకు గల ప్రత్యేక సంబంధం - మార్పు తేగలదా? నా చైతన్యాన్నీ, నా కార్యకలాపాలనీ అధ్యయనం చేయటంవల్లా, నా ఆలోచనలనీ, భావాలనీ తెలుసుకుంటూ, ఖండించకుండా గమనించటానికి మనస్సుని నిశ్చలంగా ఉంచటంవల్లా- ఈ పద్ధతిని అవలంబించటంవల్ల ఏదైనా పరివర్తన కలుగుతుందా? నమ్మకంవల్లగానీ, ఆదర్శం అనే ఒక మానసిక ఊహాచిత్రంతో తాదాత్మ్యం పొందటంవల్లగానీ, మార్పు రాగలదా? ఇదంతా, నేను ఉన్నటువంటిస్థితికీ, ఏదో కావాలనుకుంటున్నస్థితికీ మధ్య సంఘర్షణ ఉన్నట్లు సూచించటంలేదా? సంఘర్షణ

ఎన్నటికైనా మౌలికపరివర్తన తీసుకురాగలుగుతుందా? నాలోనూ, సంఘంలోనూకూడా నిరంతరం యుద్ధం జరుపుతూనే ఉన్నాను - కాదా? నేనున్నస్థితికీ ఉండాలనుకున్న స్థితికీ మధ్య నిరంతరం సంఘర్షణ సాగుతూనే ఉంది. ఈ సంఘర్షణ, ఈ పోరాటం మార్పుతేగలదా? మార్పు అత్యవసరమని గ్రహించాను. నా చైతన్య ప్రక్రియనంతటినీ పరీక్షించటంద్వారా, పోరాటంద్వారా, క్రమశిక్షణద్వారా, అనేకరకాల నిగ్రహరీతుల్ని సాధనచేయటంద్వారా మార్పు తేగలనా? అటువంటి పద్ధతి మార్పు తీసుకురాలేదని నాకనిపిస్తుంది. ఈ విషయమై కచ్చితంగా తెలుసుకోవాలి. ఈ విధానం మౌలికపరివర్తననీ, ప్రగాఢమైన అంతర్గతవిప్లవాన్నీ తీసుకురాలేదు; అయితే మరి ఏది తీసుకురాగలదు?

నిజమైన విప్లవాన్ని మీరెలా తీసుకురాగలరు? అటువంటి విప్లవాన్ని తీసుకురాగల శక్తి ఏమిటి? దాన్ని బయటికి తీసుకురావటం ఎలా? మీరు క్రమశిక్షణలను సాధన చేశారు. ఆదర్శాలనూ, అనేక ఊహాసిద్ధాంతాలనూ అనుసరించటానికి ప్రయత్నించారు - మీరే దైవమనీ, మీలోని ఆ దైవత్వాన్ని సాక్షాత్కరింపజేసుకుంటే, లేదా, ఆత్మనో, పరమమో - మీరు దాన్ని ఏమంటారో - దాన్ని సాధించగలిగినట్లయితే, ఆ సాధించటంద్వారానే మౌలికపరివర్తన కలుగుతుందన్నవాటిని అనుసరించటానికి ప్రయత్నించారు. అలా అవుతుందా? మొట్టమొదట, ఒక పరమాత్మ ఉందనీ, అందులో మీరొక అంశమనీ ప్రతిపాదించి, తరవాత దానిచుట్టూ అనేక సిద్ధాంతాలనూ, ఊహలనూ, నమ్మకాలనూ, సూత్రాలనూ, అంచనాలనూ కల్పించి, వాటిని అనుసరించి జీవిస్తున్నారు. ఆ పద్ధతిప్రకారం ఆలోచించి, ఆచరించినట్లయితే మౌలికపరివర్తన తీసుకురాగలుగుతారని ఆశిస్తారు - అలా చేయగలరా?

వివిధ మతాలవారు చాలామంది అనుకునేట్లుగా, ఒకవేళ, మీలో ప్రధానంగా, ప్రగాఢంగా సత్యసారం ఉన్నదనీ, సుగుణాన్ని పెంపొందించుకోవటంద్వారా నిగ్రహం, నిరోధం, విరక్తి, త్యాగం మొదలైన అనేకరకాల క్రమశిక్షణద్వారా ఆ సత్యాన్ని అనుభవం పొందినట్లయితే, కావలసిన పరివర్తన రాగలదని అనుకోండి. అనుకోవటంకూడా ఆలోచనలో భాగమే కదా? అది ఒక ప్రత్యేకపద్ధతిలో, కొన్ని ఆదర్శాల ప్రకారం ఆలోచించేలా ప్రభావితమైన మనస్సుకి ఫలితం కాదా? ఒక చిత్రాన్నీ, భావాన్నీ, సిద్ధాంతాన్నీ, నమ్మకాన్నీ ఆశనీ సృషించి, మీరు సృష్టించినదే ఈ మౌలిక పరివర్తనని తీసుకురాగలదనే ఆశతో ఎదురుచూస్తూ ఉంటారు.

'నేను' యొక్క, మనస్సుయొక్క అసాధారణమైన, చతుర కార్యకలాపాల్ని మొదట తెలుసుకోవాలి. భావాలూ, నమ్మకాలూ, ఊహలూ, వీటన్నిటినీ దూరంగా నెట్టివెయ్యాలి. ఇవన్నీ వాస్తవంగా వంచనలేకావా? కొందరు యథార్థాన్ని అనుభవం పొంది ఉండవచ్చు. కానీ, మీకు అనుభవం లేనప్పుడు, దాన్నిగురించి ఊహించటంలోగానీ, మీరు స్వతస్సిద్ధంగా ఏదో సత్యం, అమరం, దివ్యం అని భావించటంలోగాని ప్రయోజనం ఏమిటి? అదంతా ఆలోచనాక్షేత్రంలోనిదే. ఆలోచన నుంచి ఉత్పన్నమైనది ఏదైనా ప్రభావితమైనదే, కాలానికీ, స్మృతికీ సంబంధించినదే, కనుక, అది నిజం కాదు.

ఈ విషయాన్ని వాస్తవంగా గ్రహించినట్లయితే - అంచనా వేయటంద్వారాగాని, ఊహించటంద్వారాగాని, మూర్ఖంగాగాని గ్రహించటం కాకుండా - మనస్సు ఊహాలోకంలో అన్వేషించటంద్వారా, తాత్త్విక అన్వేషణద్వారా, ఊహించటం, ఆశపడటంద్వారా ఆత్మవంచన చేసుకుంటోందని వాస్తవంగా గ్రహించినట్లయితే - అప్పుడు, ఈ మౌలిక పరివర్తన తీసుకురాగల శక్తి, సృజనాత్మకమైన శక్తి ఏమిటి?

బహుశా, ఈ విషయాన్ని చర్చించటంలో మనం వ్యక్త మనస్సుని ఉపయోగించి ఉండవచ్చు. మనం వాదాన్ని అనుసరించాం, దాన్ని ఖండించాం, లేదా అంగీకరించాం, దాన్ని స్పష్టంగానో, అస్పష్టంగానో చూశాం. ఇంకా ముందుకిపోయి ఇంకా ప్రగాఢంగా అనుభవం పొందాలంటే నిశ్చలంగా, అప్రమత్తంగా కనుగొనటానికి యోగ్యమైన మనస్సు ఉండాలి - అక్కర్లేదా? ఇప్పుడికమీదట అది భావాలవెంబడి పోవటంలేదు, ఎందుకంటే, ఒక భావాన్ని అనుసరించిపోతే, చెప్పేదాన్ని 'ఆలోచించేవాడు' అనుసరిస్తాడు. కనుక, వెంటనే ద్వంద్వస్థితి ఏర్పడుతుంది. మౌలిక పరివర్తన అనే విషయాన్ని ఇంకా ప్రగాఢంగా తెలుసుకోవాలంటే, చురుకుగా పనిచేసే మనస్సు నిశ్చలంగా ఉండక్కర్లేదా? నిశ్చయంగా, మనస్సు నిశ్చలంగా ఉన్నప్పుడే ఈ మహాక్లిష్టస్థితిని - ఆలోచించేవాడు - ఆలోచన, అనుభవించువాడు - అనుభవం, పరిశీలకుడు - పరిశీలింపబడేది - అనే ద్వంద్వమానసిక ప్రక్రియల క్లిష్టతని అవగాహన చేసుకోగలుగుతుంది. ఆలోచించిచేవాడూ, ఆలోచనా ఒకటే అయినప్పుడు, ఆలోచనని నిగ్రహించే 'కర్త' ఒకరు లేనప్పుడు - అప్పుడు మాత్రమే 'నేను' అనేది లేనటువంటి విప్లవం, ఈ మానసిక, సృజనాత్మక విప్లవం అప్పుడు మాత్రమే రాగలదు. నేను సూచించేదేమిటంటే, ఈ అనుభవం ఒక్కటే ఆ సృజనాత్మకశక్తిని ఉత్పన్నం చేయగలదు. ఈ శక్తే మౌలిక విప్లవాన్ని తీసుకురాగలుగుతుంది. మానసికమైన 'నేను' అనేదాన్ని భగ్నం చేయగలుగుతుంది.

అధికారం ఎలా వస్తుందో మనకి తెలుసు - ఆధిపత్యంద్వారా అధికారం, క్రమశిక్షణ ద్వారా అధికారం, నిర్బంధం ద్వారా అధికారం. రాజకీయ అధికారంద్వారా మౌలిక పరివర్తన తీసుకురాగలమని ఆశిస్తాం; కానీ, అటువంటి అధికారం మరింత అంధకారాన్నీ, వినాశాన్నీ, దౌష్ట్యాన్నీ పెంచుతుంది, 'నేను'ని శక్తిమంతం చేస్తుంది. అనేకరకాల సంచితాన్ని మనం ఎరుగుదుం - వ్యక్తిగతంగానూ, సామూహికంగానూ; కానీ ప్రేమమార్గాన్నిమాత్రం మనం ఎప్పుడూ ప్రయత్నించి చూడలేదు. అసలు అదే మిటో మనకి తెలియనైనా తెలియదు. ఆలోచించేవాడు ''నేను''కి కేంద్రమై ఉన్నంతకాలం ప్రేమ ఉండటం సాధ్యంకాదు, ఇదంతా గ్రహించాక మనం ఏం చెయ్యాలి?

మౌలిక పరివర్తననీ, సృజనాత్మకమైన విమోచననీ తీసుకురాగలిగినది ఒక్కటే, నిశ్చయంగా - అనుదినం అప్రమత్తంగా ఉండటమే, మన ఉద్దేశాల్నీ, వ్యక్తావ్యక్తాలన్నిటినీ అనుక్షణం తెలుసుకుంటూ ఉండటమే. క్రమశిక్షణలూ, నమ్మకాలూ, ఆదర్శాలూ 'నేను'ని శక్తిమంతం చెయ్యటంమాత్రమే జరుగుతుందనీ, కనుక, అవన్నీ కేవలం వృథా అనీ అవగాహన చేసుకున్నప్పుడు, ఆ విషయాన్ని అనుదినం తెలుసుకుంటూ

ఉన్నప్పుడు, ఆ సత్యాన్ని చూసినప్పుడు - తన ఆలోచననుంచీ, తన పరిశీలననుంచీ, తన అనుభవాలనుంచీ, ఆలోచించేవాడు నిరంతరం తన్నుతాను వేరుపరుచు కుంటున్నాడన్న ముఖ్యవిషయాన్ని తెలుసుకోమా? తన ఆలోచనకి దూరంగా ఆలోచించేవాడు ఉంటూ, దానిపై ఆధిపత్యంవహిస్తున్నంతకాలం, మౌలిక పరివర్తన కలగటం సాధ్యంకాదు. 'నేను' 'పరిశీలించేవాడు'గా ఉన్నంతకాలం, అనుభవాన్ని కూడబెట్టుకుంటూ, అనుభవంద్వారా శక్తిమంతమవుతున్నంతకాలం సమూలమైన మార్పురావటంగాని, సృజనాత్మక విమోచనగాని సాధ్యంకాదు. అటువంటి సృజనాత్మక విమోచన, ఆలోచించేవాడే ఆలోచన అయినప్పుడే కలుగుతుంది - కానీ, ఆ అంతరానికి కృషిద్వారా వంతెన కట్టలేరు. ఎలాంటి ఊహఅయినా, ఎలాంటి శబ్దరూపమయినా, ఎలాంటి ఆలోచనారూపమయినా 'నేను'కే శక్తిని సమకూరుస్తుందనీ, ఆలోచించేవాడు ఆలోచనకి విడిగా ఉన్నంతకాలం ప్రతిబంధకం ఉండకుండా ఉండదనీ, ద్వైతంవల్ల కలిగే సంఘర్షణ ఉండి తీరుతుందనీ మనస్సు గ్రహించినప్పుడు జాగ్రత్తగా గమనిస్తుంది - మనస్సు అనుభవంనుంచి తనను ఎలా వేరుపరుచుకుంటున్నదీ, తన్నుతాను దృఢపరుచుకుంటూ, ఎలా శక్తిమంతం అవాలనుకుంటున్నదీ - అంతా అనంతంగా తెలుసుకుంటూ ఉంటుంది. ఆ తెలుసుకోవటంలో, మనస్సు ఒక ఆశయాన్నిగానీ, ఒకగమ్యాన్నిగానీ ఆశించకుండా ఇంకా ప్రగాఢంగా, ఇంకా విస్తృతంగా తెలుసుకుంటూ ఉన్నట్లయితే, అప్పుడు ఆలోచించేవాడూ, ఆలోచనా ఒకటే అయే స్థితి ఏర్పడుతుంది. ఆ స్థితిలో ప్రయత్నం ఉండదు. ఆ స్థితిలో 'నేను' ఉండదు - మనస్సుకి అతీతమైన పరివర్తన జరుగుతుంది కనుక.

మనస్సు శూన్యం అయినప్పుడే సృజన జరగటం సాధ్యం. కానీ, మనలో చాలామందికి పైపైనే ఉండే శూన్యతగురించికాదు నేనంటున్నది- మనలో చాలామంది పైపైకే శూన్యంగా ఉంటారు. అది అన్యాకర్షణకోరటంద్వారా బయటపడుతూ ఉంటుంది. మనకి వినోదం కావాలి, కనుక పుస్తకాలవైపూ, రేడియోవైపూ మళ్లుతూ ఉంటారు, ఉపన్యాసాలు వినటానికి పరుగెడతాం, ప్రామాణికుల వద్దకి వెడతాం. మనస్సు అనంతంగా తనని నింపుకుంటూనే ఉంటుంది. అర్థరహితమైన శూన్యతగురించికాదు నేను చెబుతున్నది. నేను చెప్పేది వేరు. అసాధారణమైన వివేకంవల్ల కలిగే శూన్యత అది - మనస్సు తన శక్తితో ఊహాచిత్రాలను ఎలా సృష్టిస్తుందో తెలుసుకుని, దానికి అతీతంగా పోయినప్పుడు కలిగే అసాధారణ శూన్యతగురించి చెబుతున్నాను.

ఆలోచించేవాడు నిరీక్షిస్తూ, గమనిస్తూ, పరిశీలిస్తూ, అనుభవాన్ని కూడబెట్టు కోవాలనీ, తన్నుతాను శక్తిమంతం చేసుకోవాలనీ చూస్తున్నంతవరకూ సృజనాత్మక శూన్యత ఏర్పడటం సాధ్యంకాదు. అన్ని సంకేతాలూ, శబ్దాలూ, వాటివల్లకలిగే అనుభూతులూ లేకుండా వాటిని పోగుచేసుకునే 'అనుభవించేవాడూ' లేకుండా ఉండగలదా మనస్సు? హేతువాదాలూ, అనుభవాలూ, నియమాలూ, ప్రామాణికాలూ, అన్నీ వదిలించుకుని, మనస్సు శూన్యస్థితిలో ఉండగలదా? ఈ ప్రశ్నకి మీరు సమాధానం చెప్పలేరు, సహజంగానే. మీరు సమాధానం చెప్పటానికి అది అసాధ్యమైన ప్రశ్న.

ఎందుకంటే, మీకు తెలియదు, మీరెన్నడూ ప్రయత్నించలేదు. కానీ, నేను సూచించేదేమిటంటే, దాన్ని శ్రద్ధగా వినండి, మీకా ప్రశ్నని వేయనివ్వండి, విత్తనం చల్లనివ్వండి, మీరు కనుక నిజంగా దాన్ని వింటున్నట్లయితే, మీరు దాన్ని ప్రతిఘటించకుండా ఉన్నట్లయితే, అది ఫలప్రదమవుతుంది.

కొత్తగా ఉన్నదే పరివర్తన తెస్తుంది, పాతదికాదు. పూర్వపద్ధతినే మీరు అనుసరించేట్లయితే, ఎటువంటి మార్పుచేసినా, అది వెనకటిదే, సరిదిద్దబడి, ఇకముందు కూడా కొనసాగుతుంది. అందులో కొత్తదీ, సృజనాత్మకమైనదీ ఏమీ ఉండదు. మనస్సుకూడా కొత్తదైనప్పుడే సృజనాత్మకమైనది సంభవిస్తుంది. మనస్సు స్వీయకేంద్రిత కార్యకలాపాలన్నిటినీ పైపైస్థాయిల్లోనేగాక, అంతరంగంలోని ప్రగాఢ స్థాయిలోకూడా చూడగలిగిన సామర్థ్యం కలిగి ఉన్నప్పుడే తన్నుతాను కొత్తగా చేసుకోగలదు. మనస్సు స్వీయకేంద్రిత కార్యకలాపాలను చూసినప్పుడు, తన కోరికల్నీ, అవసరాల్నీ, ప్రేరేపణల్నీ, వ్యవహారాల్నీ, తనకితానే సృష్టించుకున్న అధికారాల్నీ, భయాల్నీ తెలుసుకున్నప్పుడు; క్రమశిక్షణవల్లా, నిగ్రహంవల్లా తనలో ఏర్పడే ప్రతిఘటననీ, నమ్మకాలూ, ఆదర్శాలూ ప్రదర్శించే ఆశనీ - వీటన్నిటినీ మనస్సు స్పష్టంగా చూడగలిగినప్పుడు, ఈ ప్రక్రియనంతటినీ తెలుసుకున్నప్పుడు, వీటన్నిటినీ ప్రక్కకి తోసేసి, కొత్తగా, సృజనాత్మకంగా, శూన్యంగా ఉండగలదా? అది చేయగలదో లేదో, మీరు దాన్నిగురించి ఎటువంటి అభిప్రాయమూ లేకుండా, ఆ సృజనాత్మకమైన స్థితిని అనుభవం పొందాలని ఆశించకుండా ప్రయోగం చేసి చూస్తే మీకే తెలుస్తుంది. మీరు ఆ అనుభవాన్ని పొందాలని 'కోరి'తే, దాన్ని పొందుతారు, కానీ, మీరు అనుభవించేది సృజనాత్మకమైనస్థితిమాత్రంకాదు; అది కోరికయొక్క బాహ్యారూపమే. కొత్తదాన్ని అనుభవించాలని మీరు పరిశీలించటం మొదలుపెడితే, అనుదినం, అనుక్షణం మీ కార్యకలాపాలను తెలుసుకుంటున్నట్లయితే, అద్దంలోచూసినట్లు మీ అస్తిత్వాన్నంతనీ గమనిస్తున్నట్లయితే, అప్పుడు మీరు అంతకంతకు ప్రగాఢంగా పోయినట్లయితే, అంతిమసమస్య అయిన ఈ శూన్యతని కనుగొంటారు - ఆ స్థితిలోనే నవ్యత ఉంటుంది.

సత్యం, దైవం, మరేదైనా అనండి, అది అనుభవంలో పొందగలిగినదికాదు, ఎందుచేతనంటే, అనుభవించేవాడు కాలానికీ, జ్ఞాపకానికీ, గతానికీ ఫలితం. 'అనుభవించేవాడు' అంటూ ఉన్నంతకాలం వాస్తవం ఉండదు. విశ్లేషించేవాడు, అనుభవించేవాడు, అనుభవింపబడినది - వీటన్నిటినుంచీ మనస్సు పూర్తిగా స్వేచ్ఛగా ఉన్నప్పుడే, వాస్తవం ఉంటుంది. అప్పుడు మీకు సమాధానం దొరుకుతుంది. పరివర్తన మీరు కోరకుండానే సంభవిస్తుందనీ, సృజనాత్మక శూన్యత అనే స్థితి అలవరచుకునేది కాదనీ - అది అక్కడే ఉంటుంది - అజ్ఞాతంగా, ఏ ఆహ్వానం లేకుండా ఉంటుందనీ తెలుసుకుంటారు; అటువంటి స్థితిలోనే పునరుజ్జీవనం, నవ్యత, విప్లవం సాధ్యం.

ప్రశ్నోత్తరాలు:

1. ప్రస్తుత సంక్షోభం

ప్రశ్న: ప్రస్తుత సంక్షోభం అపూర్వమైనదన్నారు మీరు. అది ఏవిధంగా అసాధారణమైనది?

కృష్ణమూర్తి: ప్రపంచమంతటా ఉన్న ఈ ప్రస్తుత సంక్షోభం అసాధారణమైనదీ, అపూర్వమైనదీ అన్నది స్పష్టమే. ప్రపంచ చరిత్రలో వేరువేరుకాలాల్లో వివిధరకాల సంక్షోభాలు - సాంఘికమైనవీ, జాతీయమైనవీ, రాజకీయమైనవీ ఏర్పడ్డాయి. సంక్షోభాలు వస్తాయి, పోతాయి. ఆర్థిక క్షీణత, మాంద్యం ఏర్పడతాయి. దిద్దుబాటు అవుతాయి. మరోరూపంలో కొనసాగుతూ ఉంటాయి. అది మనకి తెలుసు. మనకావిధానం అంతా తెలుసు. ప్రస్తుత సంక్షోభం నిజంగా భిన్నంగా ఉంది - లేదా? మనం ధనంతోగానీ, వాస్తవికమైనవాటితోగానీ కాదు, భావాలతో వ్యవహరిస్తున్నాం - ఇది మొదటి భేదం. భావప్రక్రియకి సంబంధించినదవటంచేత ఈ సంక్షోభం అసాధారణమైనది. మనం భావాలతో సంఘర్షిస్తున్నాం, హత్యని సమర్థిస్తున్నాం. ప్రపంచంలో ప్రతిచోటా ఒక సత్ఫలితాన్ని సాధించటానికి హత్యని ఒక సాధనంగా సమర్థిస్తున్నాం. అదే ఒక అపూర్వమైన విషయం అయింది.

పూర్వం చెడుని చెడుగా గుర్తించేవారు, హత్యని హత్యగానే గుర్తించేవారు. కానీ, ఇప్పుడు ఒక ఉన్నతమైన ఫలితాన్ని సాధించటానికి హత్య ఒక సాధనమైంది. హత్య - ఒక వ్యక్తినిగాని, ఒక గుంపునిగాని - చేసినవాణ్ణి సమర్థించటం జరుగుతోంది. ఎందుచేతనంటే, హంతకుడు, లేదా, హంతకుని పక్షాన ఉన్నవర్గం మానవుడికి లాభకరమైన ఫలితాన్ని సాధించటానికి అదొక సాధనమని ఎంచి, దాన్ని సమర్థిస్తున్నారు. అంటే, మనం వర్తమానాన్ని భవిష్యత్తుకోసం త్యాగం చేస్తున్నాం. మన నిర్దిష్ట ప్రయోజనానికి ఫలితం మానవుడికి లాభదాయకంగా ఉంటుందని మనం అనుకున్నంత వరకూ ఎటువంటి సాధనాలు మనం ప్రయోగించినా ఫరవాలేదని - కాబట్టి, దీనివల్ల చెడ్డసాధనం మంచిఫలితాన్ని ఇవ్వగలదనీ, చెడ్డసాధనాన్ని భావజాలంద్వారా సమర్థిస్తున్నారనీ దీని అంతరార్థం. ఇదివరకు సంభవించిన సంక్షోభాలన్నిటిలోనూ వస్తువుల్నీ, లేదా, మనుషుల్నీ దోపిడీ చెయ్యటమే ముఖ్యాంశమై ఉండేది. ఇప్పుడు ముఖ్యాంశం భావాల్ని దోపిడీచేయటం జరుగుతోంది. ఇది మరింత హానికరం, మరింత ప్రమాదకరం. ఎందుచేతనంటే, భావాల దోపిడీ ఎంతో వినాశకరమైనదీ, ఎంతో

విధ్వంసకరమైనదీ. మనమిప్పుడు ప్రచారానికున్న శక్తిని తెలుసుకున్నాం. మానవులకు సంభవించగల మహత్తరమైన విపత్తులలో అది ఒకటి: మనిషిలో పరివర్తన తీసుకు రావటానికి భావాలను ఉపయోగించటం. ప్రపంచంలో ప్రస్తుతం సంభవిస్తున్నదదే. మనిషిపుడు ముఖ్యంకాదు - విధానాలు, భావాలు ముఖ్యమైపోయాయి. మనిషికి ప్రాధాన్యం ఏమీలేదు. కావలసిన ఫలితాన్ని పొందటానికి లక్షలాదిమంది మనుషుల్ని చంపెయ్యవచ్చు, ఫలితాన్ని భావాలతో సమర్థించవచ్చు. చెడుని సమర్థించటానికి బ్రహ్మాండమైన భావజాలాన్ని సృష్టించాం. నిశ్చయంగా అది అపూర్వమే. చెడు చెడే. అది మంచిని తీసుకురాలేదు. యుద్ధం శాంతికి సాధనం కాదు. యుద్ధంవల్ల ఇతరలాభాలు - ఎక్కువప్రయోజనకరమైన విమానాలు, మొదలైనవి - కలుగవచ్చు. కానీ, మానవుడికి శాంతినిమాత్రం ఇవ్వదు. యుద్ధం శాంతికి సాధనమని మేధాపరంగా సమర్థిస్తున్నారు. మేధది మానవ జీవితంలో పైచేయిగా ఉన్నప్పుడు, అది అపూర్వమైన సంక్షోభాన్ని తెస్తుంది.

అపూర్వమైన సంక్షోభం అని సూచించటానికి ఇతర కారణాలుకూడా ఉన్నాయి. వాటిలో, మానవుడు ఇంద్రియానుభూతికి చెందిన విలువలకీ, ఆస్తికీ, పేరుకీ, కులానికీ, దేశానికీ, మీరు ధరించే చిహ్నానికీ ఆపాదిస్తున్న అసాధారణ ప్రాముఖ్యం ఒకటి. మీరు బహుశా, మహమ్మదీయులో, హిందువులో, క్రైస్తవులో, లేక, కమ్యూనిస్టులో కావచ్చు. పేరు, ఆస్తి, కులం, దేశం - ఇవే అత్యంత ప్రాముఖ్యాన్ని సంతరించుకున్నాయి. అంటే, మనిషి ఇంద్రియానుభూతికి చెందిన విలువల్లోనూ వస్తువుల విలువల్లోనూ చిక్కుకు పోయాడు - ఆ విలువలు మనస్సు సృష్టించినవాటివి కావచ్చు, చేత్తో తయారయినవాటివి కావచ్చు. చేత్తోచేసిన వస్తువులుగాని, మనస్సు సృష్టించినవిగాని, అవి ఎంత ప్రాముఖ్యం వహించాయంటే, వాటిమూలంగా మనం ఒకరినొకరు చంపుకుంటున్నాం, నాశనం చేసుకుంటున్నాం, నరుక్కుంటున్నాం, రూపుమాపుకుంటున్నాం. మనం కొండవాలు అంచుకి చేరుకుంటున్నాం. మనం చేసే ప్రతి చర్యా మనల్ని అక్కడికే తీసుకుపోతోంది - ప్రతి రాజకీయ, ఆర్థికచర్యా మనల్ని ఆ కొండవాలుకే తీసుకుపోతోంది, అరాజకత్వం, గందరగోళం అయిన అగాధంలోకి ఈడ్చుకుపోతోంది. అందుచేత, ఈ సంక్షోభం అపూర్వమైనది, దానిగురించి అపూర్వమైన చర్య తీసుకోవలసిన అవసరం ఉంది. ఆ సంక్షోభాన్ని వదిలి బయటపడటానికి, కాలరహితమైన చర్య అవసరం, అంతేగాని, ఒక భావంమీదా, ఒక విధానంమీదా ఆధారపడినచర్యకాదు, ఎందువల్లనంటే, విధానం మీదగాని, భావంమీదగాని ఆధారపడిన ఏ చర్య అయినా నిస్పృహకి దారి తీయటం అనివార్యం. అటువంటి చర్య మనల్ని మరోమార్గాన ఆ అగాధానికే తీసుకువెడుతుంది. సంక్షోభం అపూర్వమైనది కనుక, తీసుకోవలసిన చర్యకూడా అపూర్వమైనదిగా ఉండాలి. అంటే, వ్యక్తి పునరుజ్జీవనం తక్షణం జరగాలి, సమయం తీసుకునేదికాదు. అది ఇప్పుడే జరగాలి, రేపుకాదు. ఎందుకంటే, రేపు అనేది ఒక విచ్ఛిన్నకర ప్రక్రియ. నన్ను నేను రేపు మార్చుకుంటానని అనుకుంటే, కావాలని గందరగోళంలో పడ్డట్లే, నేను ఇంకా

వినాశకరస్థితిలో ఉన్నట్లే. ఇప్పుడే మారటానికి సాధ్యమవుతుందా? ఎవరికైనా ఇప్పుడే, ఈ క్షణంలోనే తన్నుతాను పరివర్తన చేసుకోవటానికి సాధ్యమవుతుందా? నేను అవునంటాను.

సంక్షోభం అసాధారణ స్వభావం కలది కనుక, దాన్ని ఎదుర్కోవటానికి ఆలోచన లోనే విప్లవం రావలసి ఉంటుంది. ఈ విప్లవం ఇంకొకరిద్వారాగాని, ఒక పుస్తకం ద్వారాగాని, ఒక వ్యవస్థద్వారాగాని సంభవించటం కుదరదు. మనద్వారానే రావాలి. మనలో ప్రతి ఒక్కరిద్వారా రావాలి. అప్పుడే ఒక నూతన సమాజాన్ని, ఒక నూతన నిర్మాణాన్ని - ఈ ఘోరపరిస్థితినుంచి దూరంగా, కూడబెట్టి రాశులుగా పోస్తున్న విధ్వంసకర శక్తులకు దూరంగా - సృష్టించగలుగుతాం. వ్యక్తిగా మిమ్మల్ని మీరు మీ ప్రతి ఆలోచనలో, చర్యలో, అనుభూతిలో తెలుసుకోవటం ప్రారంభించినప్పుడే, అటువంటి పరివర్తన సంభవమవుతుంది.

★★★

2. జాతీయత

ప్రశ్న: జాతీయత పోయినప్పుడు ఏమిటి వస్తుంది?

కృష్ణమూర్తి: వివేకం వస్తుంది నిశ్చయంగా. కానీ, ఈ ప్రశ్నలోని భావం అది కాదని నా అనుమానం. భావం అంటే, జాతీయతకి ప్రత్యామ్నాయంగా ఉండగలది ఏమిటి? ఎటువంటి ప్రత్యామ్నాయమైనా, అది వివేకాన్ని కలిగించలేనటువంటి ప్రక్రియే. ఒక మతాన్ని విడిచిపెట్టి, మరో మతంలో చేరినా, ఒక రాజకీయపక్షాన్ని విడిచి మరో పక్షంలో చేరినా, ఈ నిరంతర ప్రత్యామ్నాయ విధానం వివేకం లేనటువంటి స్థితినే సూచిస్తుంది.

జాతీయత ఎలా పోతుంది? దానిలో ఇమిడి ఉన్న అంశాలన్నింటినీ అవగాహన చేసుకోవటంవల్లనూ, దాన్ని పరీక్షించటంవల్లనూ, బాహ్యచర్యలోనూ, అంతర్గత చర్యలోనూ దాని ప్రాముఖ్యాన్ని పూర్తిగా తెలుసుకోవటంవల్లనూ మాత్రమే అది పోగలదు. బాహ్యంగా అది మనుషుల్లో విభజనల్నీ, వర్గాల్నీ, యుద్ధాల్నీ, వినాశాన్నీ తెస్తోంది. ఈ విషయం ఏ పరిశీలకుడికైనా స్పష్టమవుతుంది. అంతర్గతంగా, మానసికంగా మనకన్న ఉన్నతమైనదానితో ఒక దేశంతోగాని, ఒక భావంతోగాని ఐక్యత పొందటం, నిశ్చయంగా, ఒకవిధమైన ఆత్మవిస్తరణమే. ఒక చిన్నపల్లెలోగాని, ఒక పెద్దపట్టణంలోగాని, నేనెక్కడ జీవిస్తున్నా నేను ఒక అనామకుడిని. కానీ, నేనొక విశాలమైనదానితో - దేశంతో ఐక్యత పొందితే, నన్ను నేను ఒక భారతీయుణ్ణి అనుకుంటే అది నా అహంకారాన్ని

ఇనుమడింపజేస్తుంది, నాకు సంతృప్తినీ, పరపతినీ, ఒక విధమైన సురక్షితభావాన్నీ కలుగజేస్తుంది. విస్తృతమైనదానితో ఐక్యత పొందటం - ఆత్మవిస్తరణ అత్యవసరం అనుకునేవారికి - అది మానసికంగా చాలా అవసరమవుతుంది. అంతేకాక, అది మనుషులమధ్య సంఘర్షణనీ, వైరుధ్యాన్నీ సృష్టిస్తుంది. కాబట్టి, జాతీయత బాహ్యసంఘర్షణనేకాక, అంతర్గతంగా నిస్పృహనికూడా కలిగిస్తుంది. జాతీయతనీ, దాని ప్రక్రియనంతటినీ అవగాహన చేసుకున్నప్పుడు, అది సమసిపోతుంది. జాతీయతని వివేకంతో జాగ్రత్తగా పరిశీలించటంవల్లనూ, జాతీయతావిధానాన్నీ, దేశభక్తినీ మొత్తం పరిశోధించటంవల్లనూ జాతీయత అంటే అవగాహన కలుగుతుంది. ఆ పరిశోధనవల్ల వివేకం కలుగుతుంది. జాతీయతకి ప్రత్యామ్నాయం మరేదీ ఉండదు. జాతీయత స్థానంలో మతాన్నిపెడితే, తక్షణం ఆ మతమే ఆత్మవిస్తరణకొక సాధనం అవుతుంది. మానసిక ఆందోళనకి మరొక మూలకారణమవుతుంది. ఒక నమ్మకంద్వారా తనకుతాను దోహదం చేసుకోవటానికి సాధనం అవుతుంది. కనుక, ఎటువంటి ప్రత్యామ్నాయమైనా, ఎంత ఉన్నతమైనదైనా, అది ఒక రకమైన అజ్ఞానం అవుతుంది. పొగ తాగటానికి బదులు చూయింగ్‌గమ్‌నిగానీ, పోకచెక్కనిగానీ అలవాటు చేసుకున్నట్లుంటుంది. కానీ, పొగతాగే ప్రక్రియనంతటినీ, అలవాట్లు, ఇంద్రియానుభూతులు, మానసిక అవసరాలు మొదలైన వాటినన్నిటినీ మొత్తం నిజంగా అవగాహన చేసుకుంటే పొగతాగటం ఆగిపోతుంది. వివేకం వృద్ధిపొందుతున్నప్పుడు, వివేకం పనిచేస్తున్నప్పుడుమాత్రమే మీరు అవగాహన చేసుకోగలరు. ప్రత్యామ్నాయం చేసినప్పుడు వివేకం పని చేయదు. ప్రత్యామ్నాయం చేయడం ఒకవిధంగా తనకుతాను లంచం ఇచ్చుకోవటమే. ఒకటి చేయటం విడిచిపెట్టి, మరొకటి చేయటానికి ప్రేరేపించుకోవటమే. జాతీయతని - దానిలో ఉండే విషాన్నీ, విషాదాన్నీ, ప్రపంచ సంఘర్షణనీ బాగా అవగాహన చేసుకోవటంవల్ల వివేకం కలిగినప్పుడే అది సమసిపోతుంది. వివేకం పరీక్షల్లో కృతార్థులవటంవల్లనూ, గ్రంథపఠనంవల్లనూ రాదు. సమస్యలు ఉత్పన్నమవుతున్నప్పుడు ఎప్పటికప్పుడు వాటిని అవగాహన చేసుకోవటంద్వారా వివేకం కలుగుతుంది. సమస్యని, దాని వివిధస్థాయిల్లో - బాహ్యంగానేకాక, అంతర్గతంగా, మానసిక ఆంతర్యాలన్నిటినీ అవగాహన చేసుకున్నప్పుడు, ఆ ప్రక్రియలోనే వివేకం కలుగుతుంది. అందుచేత, వివేకం ఉన్నప్పుడు ప్రత్యామ్నాయం ఉండదు. అంతేకాదు, వివేకం ఉన్నప్పుడు జాతీయత, దేశభక్తి అనే ఆ మూర్ఖత్వం మాయమవుతుంది.

★★★

3. ఆధ్యాత్మిక గురువులు దేనికి?

ప్రశ్న: ''గురువులు'' అనవసరమని మీరు అంటారు. కానీ, ''గురువు'' వల్లనే లభ్యం అయే సహాయం, మార్గదర్శకత్వం లేకుండా సత్యాన్వేషణ ఎలా సాధ్యం?

కృష్ణమూర్తి: గురువు అవసరమా, కాదా అన్నది ప్రశ్న. సత్యాన్ని ఒకరిద్వారా తెలుసుకోవటం సాధ్యమా? కొందరు అవునంటారు, కొందరు కాదంటారు. దీంట్లో గల సత్యాన్ని మనం తెలుసుకోవాలి, ఇతరుల అభిప్రాయాన్నీ, దానికి భిన్నంగా ఉండే నా అభిప్రాయాన్నీ కాదు. దీని విషయమైన నాకెటువంటి 'అభిప్రాయమూ' లేదు. అది అలా ఉండవచ్చు, లేకపోవచ్చుకూడా. మీకు గురువు ఆవశ్యకమా, కాదా అనే విషయంలో అభిప్రాయానికి తావులేదు. విషయంలో గల సత్యం ఒక అభిప్రాయంమీద - ఆ అభిప్రాయం ఎంత ప్రగాఢమైనది, ఎంత పాండిత్యసహితమైనది - ఎంత లోకప్రియమైనది, ఎంత విశ్వజనీనమైనది - అనేదానిమీద ఆధారపడి ఉండదు. విషయంలో ఉన్న సత్యాన్ని తెలుసుకోవాలి యథార్థంగా. అసలు, మనకి ''గురువు'' ఎందుకు కావాలి? మేము గందరగోళంలో ఉన్నాం, గురువు మాకు సహాయకారిగా ఉంటాడు, అందుచేత మాకు గురువుకావాలి అంటాం. పైగా, సత్యం ఏమిటో ఆయన చూపిస్తాడు, మనం అవగాహన చేసుకోవటానికి సహాయపడతాడు; జీవితాన్నిగురించి మనకి తెలిసిన దానికంటె ఆయనకి ఇంకా ఎక్కువ తెలుసును; ఆయన మనకి తండ్రిలా, అధ్యాపకుడిలా ఉంటూ మనకి బోధిస్తాడు, ఆయనకి అపారమైన అనుభవం ఉంటుంది, మనకేమీలేదు, ఆయనకున్న అనుభవంతో మనకి సహాయపడతాడు, అని ఇంకా ఏదేదో చెబుతారు. అంటే, మౌలికంగా చూసినట్లయితే, మీరు గందరగోళంలో ఉన్నారు కనుక, మీరో గురువుదగ్గరికి వెడుతున్నారు. మీకే స్పష్టంగా తెలిసి ఉన్నట్లయితే మీరు గురువుదగ్గరికి పోనేపోరు. మీరు పరిపూర్ణ ఆనందంతో ఉన్నప్పుడు, మీకు సమస్యలేమీ లేనప్పుడు, మీరు జీవితాన్ని పూర్తిగా అవగాహన చేసుకున్నప్పుడు మీరు ఏ గురువుదగ్గరికీ వెళ్లరన్నది స్పష్టమే. దీనిలో గల అంతరార్థాన్ని మీరు గ్రహిస్తున్నారనుకుంటాను. మీరు గందరగోళంలో ఉన్నారు కనుకనే మీరు గురువుని అన్వేషిస్తున్నారు. మీకో జీవితమార్గాన్ని చూపించమనీ. మీ గందరగోళాన్ని తొలగించమనీ, సత్యదర్శనం కోసమనీ మీరు గురువు దగ్గరికి వెడతారు. మీరు గందరగోళంలో ఉన్నారు కనుక మీరు గురువుని ఎంచుకుంటున్నారు. మీరు కోరినదాన్ని ఆయన ఇస్తారని ఆశిస్తున్నారు. అంటే మీ అవసరాన్ని తీర్చే 'గురువు'ని మీరు ఎంచుకుంటారు. ఆయన మీకిచ్చే సంతృప్తిని అనుసరించి మీరు ఎంచుకుంటారు. మీ ఎన్నిక మీకు కలిగే సంతృప్తిపైన ఆధారపడివుంటుంది. ''మీపైనే మీరు ఆధారపడాలి'' అని చెప్పే 'గురువు'ని మీరు కోరరు. కనుక, గురువు మీకిచ్చే సంతృప్తి ననుసరించే మీరు గురువుని కోరుకుంటున్నారు కనుక, మీరు గందరగోళంనుంచి బయటపడటానికి

ఒక మార్గాన్ని అన్వేషిస్తున్నారుగాని, సత్యాన్ని అన్వేషించటంలేదు. గందరగోళంనుంచి బయటపడగల మార్గాన్ని పొరపాటుగా సత్యం అని అంటున్నారు.

గురువు గందరగోళాన్ని పోగొట్టగలవాడనే భావాన్ని ముందు పరీక్షించి చూద్దాం. మన గందరగోళాన్ని ఎవరైనా తొలగించగలరా? గందరగోళం మన ప్రతిక్రియలకి ఫలితమేకదా! మనమే దాన్ని సృష్టించాం. 'మరెవరైనా' సృష్టించారని అనుకుంటున్నారా? ఈ దుస్థితిని - లోపలా, బయటా - జీవితంలోని అన్నిస్థాయిల్లోనూ ఏర్పడే ఈ పోరాటాన్ని ఇతరులెవరైనా సృష్టించారా? అది మనల్నిగురించి మనకి అవగాహన లేకపోవటంవల్ల కలిగిన ఫలితమే. మనల్నీ మన సంఘర్షణల్నీ, మన ప్రతిస్పందనల్నీ, మన దుఃఖాల్నీ మనం అవగాహన చేసుకోవటంలేదు కనుకనే, మన గందరగోళంనుంచి మనకి స్వేచ్ఛ కలిగించటంలో సహాయపడగలడని మనం అనుకునే గురువు దగ్గరికి వెడతాం. వర్తమానంతో మనకి ఉన్న సంబంధంలోనే మనల్ని మనం అవగాహన చేసుకోగలం. ఆ సంబంధమే గురువు. పైన ఉన్నవారెవరూ కాదు. ఆ సంబంధాన్ని నేను అవగాహన చేసుకోనంతవరకూ, గురువు ఏం చెప్పినప్పటికీ వ్యర్థమే. ఎందుచేతనంటే, సంబంధాన్ని - ఆస్తితో, మనుషులతో, భావాలతో నాకున్న సంబంధాన్ని నేను అవగాహన చేసుకోకపోతే, నాలో ఉన్న సంఘర్షణని ఎవరు తొలగించగలరు? ఆ సంఘర్షణని తొలగించటానికి నా అంతట నేనే దాన్ని అవగాహన చేసుకోవాలి. అంటే, సంబంధంలో నన్ను నేను తెలుసుకుంటూ ఉండాలి. తెలుసుకుంటూ ఉండటానికి ఏ గురువూ అవసరంలేదు. నన్ను నేను తెలుసుకోనట్లయితే, గురువువల్ల ఉపయోగం ఏమిటి? గందరగోళంలో ఉన్నవాళ్లే రాజకీయ నాయకుణ్ణి ఎన్నుకుంటారు, అంచేత వాళ్లు ఎన్నుకున్నదికూడా గందరగోళంగానే ఉంటుంది. నాలోని గందరగోళం ప్రకారమే గురువుని ఎంచుకుంటాను. కాబట్టి, నేను ఎంచుకున్న గురువు, ఆ రాజకీయ నాయకుని మాదిరిగానే గందరగోళంలో ఉంటాడు.

నేను చెప్పేది సరియైనదా, లేక, గురువు అవసరం అని చెప్పేవారి అభిప్రాయం సరియైనదా అన్నదికాదు ముఖ్యవిషయం. మీకు గురువు ఎందుకు కావాలి అనే విషయాన్ని తెలుసుకోవటమే ముఖ్యం. అనేకవిధాలుగా దోపిడీ, మోసం చేయడానికే గురువులున్నారు, అది అప్రస్తుతం. ఎవరైనా మీరు ఎలా అభివృద్ధి చెందుతున్నారో చెప్పినప్పుడు మీరు తృప్తిపొందుతారు. కానీ, మీకు 'గురువు' ఎందుకు కావాలో కనుక్కునే కీలకమంతా అందులోనే ఉంది. ఇతరులు మీకు మార్గాన్ని చూపించవచ్చు. కానీ, మీకొక గురువు ఉన్నప్పటికీ పనంతా మీరే చేసుకోవాలి. మీరు ఈ సత్యాన్ని ఎదుర్కోవటం ఇష్టపడకపోవటంచేత, మీరు మీ బాధ్యతని గురువుమీదికి తోసేస్తారు. స్వీయజ్ఞానం కాస్తంత ఉన్నా, గురువు నిరర్థకమే. ఏ గురువూ, ఏ పుస్తకమూ, ఏ పవిత్రగంథమూ మీకు స్వీయజ్ఞానాన్ని ఇవ్వటం కుదరదు. మీ సంబంధంలో మిమ్మల్ని మీరు తెలుసుకుంటూ ఉన్నప్పుడు అది వస్తుంది. జీవించి ఉండటం అంటే సంబంధం కలిగి ఉండటం. సంబంధాన్ని అవగాహన చేసుకోకపోవటం అంటే దుఃఖం, సంఘర్షణ. మీ

ఆస్తితో మీకున్న సంబంధాన్ని అవగాహన చేసుకోకపోవటమే గందరగోళానికి గల కారణాల్లో ఒకటి. ఆస్తితో మీకున్న సంబంధాన్ని సరిగ్గా మీరు తెలుసుకోకపోతే, సంఘర్షణ ఉండితీరుతుంది. ఆ సంఘర్షణ సంఘంలో సంఘర్షణని అధికం చేస్తుంది. మీకు మీ భార్యతో ఉన్నసంబంధం, మీ బిడ్డలతో ఉన్నసంబంధం మీరు అవగాహన చేసుకోనట్లయితే, ఆ సంబంధంనుంచి ఉత్పన్నమైన సంఘర్షణని ఇతరులెవరైనా ఎలా తొలగించగలరు? అలాగే, భావాలతోనూ, నమ్మకాలతోనూ, తక్కినవాటితోనూ. మనుషులతోనూ, ఆస్తితోనూ, భావాలతోనూ మీకున్న సంబంధంలోని గందరగోళం మూలాన్ని మీకు గురువు కావాలనుకుంటారు. ఆయన కనుక నిజమైన గురువైతే, మిమ్మల్ని మీరు అవగాహన చేసుకోవాలని చెబుతాడు. సమస్త దురవగాహనకీ, గందరగోళానికీ కారకులు 'మీరే'. కనుక, మిమ్మల్ని మీరు సంబంధాల్లో అవగాహన చేసుకున్నప్పుడే, మీరు ఆ సంఘర్షణని తొలగించగలుగుతారు.

ఇంకెవరిద్వారానూ మీరు సత్యాన్ని తెలుసుకోలేరు. ఎలా తెలుసుకోగలరు? సత్యం స్థిరమైనది కాదు. దానికొక స్థిరమైన స్థావరం లేదు. అది ఒక లక్ష్యంకాదు, గమ్యంకాదు. అందుకు భిన్నంగా, అది సజీవంగా, చురుకుగా, అప్రమత్తంగా, సచేతనంగా ఉంటుంది. అది ఒక లక్ష్యం ఎలా అవుతుంది? సత్యం ఒక స్థిరమైన అంశం అయితే అది సత్యం కానేకాదు; అప్పుడది ఒక అభిప్రాయమే అవుతుంది. సత్యం అజ్ఞాతమైనది. సత్యాన్వేషణచేసే మనస్సు దాన్ని కనుక్కోలేదు, ఎందుకంటే, మనస్సు తెలిసినదానితోటే తయారైనది - అది గతంయొక్క ఫలితం, కాలంయొక్క పర్యవసానం - ఇదంతా మీ అంతటమీరే తెలుసుకోవచ్చును. మనస్సు తెలిసినదానికి సాధనం. కనుక తెలియనిదాన్ని, అజ్ఞాతంగా ఉన్నదాన్ని తెలుసుకోలేదు. తెలిసినదాన్నుంచి తెలిసినదానికే పోతుందది. మనస్సు సత్యాన్ని - గ్రంథాల్లో చదివి తెలుసుకున్న సత్యాన్ని అన్వేషిస్తున్నప్పుడు, ఆ సత్యం తనకు తెలిసినదాని ప్రదర్శనే అవుతుంది. అప్పుడు మనస్సు కేవలం తెలిసినదానికోసం, వెనకటిదానికంటె ఎక్కువ తృప్తినిచ్చే తెలిసినదానికోసమే అన్వేషిస్తుంది. మనస్సు సత్యాన్ని వెతకాలనుకున్నప్పుడు, అది తాను ప్రదర్శించిన దానిలోనే వెతుకుతుందిగాని సత్యాన్ని మాత్రంకాదు. ఆదర్శం అయినా స్వీయప్రదర్శనే. అది కల్పితం, అవాస్తవికం. వాస్తవమైనదంటే ఉన్నస్థితే - అందుకు వ్యతిరేకమైనది కాదు. కానీ, సత్యాన్నీ, దైవాన్నీ అన్వేషించే మనస్సు తెలిసినదాన్నే వెతుకుతోంది. మీరు దేవునిగురించి ఆలోచించేటప్పుడు, మీ దేవుడు మీ ఆలోచన రూపొందించినదే. మీ సాంఘికప్రభావాల ఫలితమే. మీరు తెలిసినదాన్నిగురించే ఆలోచించగలరు. తెలియని దాన్నిగురించి ఆలోచించలేరు. సత్యంమీద ఏకాగ్రత సాధించలేరు. మీరు తెలియనిదాన్నిగురించి ఆలోచించే క్షణంలోనే, అది కేవలం మీకు తెలిసినదాని ప్రదర్శనే అవుతుంది. దైవంగురించిగాని, సత్యంగురించిగాని ఆలోచించడం సాధ్యంకాదు. మీరు దానిగురించి ఆలోచిస్తే అది సత్యంకాదు. సత్యం అన్వేషించదగినది కాదు. దానంతటదే మీకు సిద్ధిస్తుంది. మీకు తెలిసినదాన్నే అన్వేషించగలరు. మనస్సు తెలిసినదానిచేత,

తెలిసినదాని ఫలితంచేత పీడింపబడకుండా ఉన్నప్పుడే సత్యం దానంతట అది ఆవిష్కారమవుతుంది. సత్యం ప్రతి ఆకులోనూ, ప్రతి కన్నీటిబిందువులోనూ ఉంది. అనుక్షణం తెలుసుకోవలసి వుంది. ఎవ్వరూ మిమ్మల్ని సత్యంవద్దకి తీసుకుపోలేరు. ఎవరైనా మిమ్మల్ని వెంటతీసుకువెడితే, అది తెలిసినదాని దగ్గరకే.

తెలిసినదంతా తొలగిపోయి, పూర్తిగా శూన్యంగా ఉన్నమనస్సులోకే సత్యం రాగలదు. తెలిసినది లేనిస్థితిలో, తెలిసినది పనిచేయనిస్థితిలోనే వస్తుందది. మనస్సు తెలిసినదాని భాండారం, తెలిసినదాని అవశేషం. తెలియనిది సంభవం కాగలస్థితిలో మనస్సు ఉండాలంటే, తననీ, తన గత వ్యక్తావ్యక్త అనుభవాలనీ, తన ప్రతిక్రియల్నీ, తన మొత్తం నిర్మాణాన్ని తెలుసుకుని ఉండాలి. సంపూర్ణమైన స్వీయజ్ఞానం కలిగినప్పుడు, తెలిసినది అంతమొందుతుంది. అప్పుడు, తెలిసిందేమీలేకుండా, మనస్సు శూన్యంగా ఉంటుంది. అప్పుడే సత్యం ఎటువంటి ఆహ్వానం లేకుండానే మీ వద్దకి వస్తుంది. సత్యం మీకు చెందనదిగానీ, నాకు చెందినదిగానీ కాదు. దాన్ని మీరు ఆరాధించలేరు. ఏ క్షణంలో తెలుస్తుందో అప్పుడే అది అసత్యమవుతుంది. సంకేతం సత్యంకాదు. కల్పితరూపం సత్యంకాదు. కానీ, 'నేను' ని అవగాహన చేసుకున్నప్పుడు, 'నేను' అంతమొందినప్పుడు అనంతమైనది సంభవమవుతుంది.

★★★

4. జ్ఞానం

ప్రశ్న: మీరు చెప్పినదాన్నిబట్టి కచ్చితంగా తెలిసినదేమిటంటే, పాండిత్యం, జ్ఞానం అవరోధాలని. దేనికి అవరోధాలు?

కృష్ణమూర్తి: నవ్యమైనదాన్ని, కాలరహితమైనదాన్ని, అనంతమైనదాన్నిఅవగాహన చేసుకోవటానికి జ్ఞానం, పాండిత్యం నిశ్చయంగా అవరోధాలే. పరిపూర్ణమైన సాంకేతికవిధానాన్ని అభివృద్ధిపరిచినంతమాత్రంచేత సృజనాత్మకంగా అవలేరు. చిత్రలేఖనం గురించి మీకు అద్భుతంగా తెలిసివుండవచ్చు, మీకు దాని పద్ధతి అంతా తెలిసి ఉండవచ్చు. అంతమాత్రంచేత మీరు సృజనాత్మకమైన చిత్రకారులు కాకపోవచ్చు. మీకు కవిత్వం రాయటం తెలిసి ఉండవచ్చు, రాసేపద్ధతి మీకు పరిపూర్ణంగా తెలిసి ఉండవచ్చు, కానీ మీరు కవి కాకపోవచ్చు. కవి అయి ఉండాలంటే, కొత్తదాన్ని గ్రహించగల శక్తి, కొత్తగా, స్వచ్ఛంగా ఉన్నదాన్నిచూసి స్పందించగల సున్నితత్వం ఉండాలని అర్థంకాదా? మనలో చాలామందికి, జ్ఞానం, పాండిత్యం సంపాదించటం ఒక వ్యసనం అయిపోయింది. జ్ఞానంపొందటంవల్ల సృజనాత్మకం అవతామనుకుంటాం. కిక్కిరిసిపోయి ఉన్నమనస్సు, విషయపరిజ్ఞానంతో, జ్ఞానంతో నిండిపోయిన మనస్సు కొత్తదాన్ని, ఆకస్మికంగా,

అనుకోకుండా వచ్చినదాన్ని గ్రహించగలదా? మీ మనస్సు తెలిసినదానితో కిక్కిరిసి ఉన్నప్పుడు, తెలియనిదాన్ని దేన్నైనా గ్రహించటానికి అవకాశం ఉంటుందా? జ్ఞానం ఎప్పుడూ, నిశ్చయంగా, తెలిసినదాన్నిగురించే. మనం ఆ తెలిసినదానితోనే తెలియని దాన్ని, పరిమితికి అతీతమైనదాన్ని గ్రహించటానికి ప్రయత్నిస్తున్నాం.

మనలో చాలామందికి సామాన్యంగా సంభవించే ఒక విషయాన్ని ఉదాహరణగా తీసుకోండి: మతాలను అనుసరించేవాళ్లు - మతం అన్నమాటకి అర్థం ఏమిటనేది వేరేవిషయం - దేవుణ్ణిగురించి ఊహిస్తారు, లేదా దేవుడంటే ఏమిటని ఆలోచిస్తారు. వాళ్లు లెక్కలేనన్ని పుస్తకాలు చదివారు. అనేకమంది ఋషుల అనుభవాలగురించీ, మహాత్ములూ, గురువులూ మొదలైనవారందరిగురించీ విశేషంగా చదివారు. ఇతరుల అనుభవం ఎటువంటిదో ఊహించటానికీ, అటువంటి అనుభవాల్ని తాము అనుభూతి చెందటానికీ ప్రయత్నిస్తారు. అంటే, తెలిసినదానితో తెలియనిదాన్ని సమీపిస్తున్నారు. మీరాపని చేయగలరా? తెలుసుకోలేనిదాన్నిగురించి మీరు ఆలోచించగలరా? మీకు తెలిసినదాన్ని గురించే మీరు ఆలోచించగలరు. కానీ, ఈ అసాధారణమైన వికృతస్వభావం ప్రపంచంలో కనిపిస్తోంది ప్రస్తుతకాలంలో: ఇంకా ఎంత ఎక్కువ సమాచారం, ఎక్కువ పుస్తకాలూ, ఎక్కువ వాస్తవాలూ, ఎక్కువ ప్రచురణలూ ఉంటే మనం అంతగా అవగాహన చేసుకోగలుగుతామని అనుకుంటాం.

తెలిసినదానిద్వారా ప్రదర్శితంకాని విషయాన్ని తెలుసుకోవాలంటే, అవగాహనద్వారా తెలిసినదాని ప్రక్రియనంతటినీ తొలగించాలి. మనస్సు ఎప్పుడూ తెలిసిన దాన్నే పట్టుకుని ఉండటానికి కారణం ఏమిటి? మనస్సు ఎప్పుడూ నిశ్చితత్వాన్నీ భద్రతనీ కోరుతూ ఉండటమే దీనికి కారణం కాదా? దాని స్వభావమే సహజంగా, తెలిసినదానిలో, కాలంలో పాతుకుని ఉంది. అటువంటి మనస్సు, అంటే గతంమీదా, కాలంమీదా ఆధారపడి ఉన్న మనస్సు కాలరహితమైనదాన్ని ఎలా అనుభవం పొందగలదు? అది ఊహించవచ్చు, సూత్రీకరించవచ్చు, తెలియనిదాన్ని చిత్రించవచ్చు, కానీ అదంతా అర్థరహితమైనదే. తెలిసినదాన్ని అవగాహన చేసుకుని, రూపుమాపి, వదిలించు కున్నప్పుడే తెలియనిది సంభవించగలదు. అది అతికష్టం, ఎందుచేతనంటే, మీకేదైనా ఒక అనుభవం కలిగినవెంటనే మనస్సు తనకు తెలిసినదాన్నిబట్టి అనువదించి, గతంగా మార్చేస్తుంది. ప్రతి అనుభవం తక్షణమే అనువదించబడి, పేరు పెట్టబడి, జాబితాలో చేర్చబడి సుస్థిరం చేయబడటం మీరు గమనించారో లేదో నాకు తెలియదు. కనుక, తెలిసినదాని చలనమే జ్ఞానం. సహజంగా, అటువంటి జ్ఞానం, పాండిత్యం అవరోధమే.

మీరు ఏ మతగ్రంథాన్నిగానీ, మానసిక శాస్త్రగ్రంథాన్నిగాని చదవలేదనుకోండి. మీరు జీవితంయొక్క ప్రాధాన్యాన్నీ, అర్థాన్నీ తెలుసుకోవలసి ఉంది. అప్పుడేం చేస్తారు? ఎలా ప్రారంభిస్తారు? పరమ గురువులుగానీ, మతవ్యవస్థలుగాని, బుద్ధుడుగాని, క్రీస్తుగాని లేరనీ, మొదటినుంచీ మొదలుపెట్టాల్సి ఉందనీ అనుకోండి. మీరప్పుడేం చేస్తారు? మొదట మీ ఆలోచనాప్రక్రియని తెలుసుకోవాలి - వద్దా? అంతేగాని, మిమ్మల్నీ, మీ

ఆలోచనల్నీ భవిష్యత్తులో నిక్షేపించి, మీకు తృప్తి కలిగించే ఒక దేవుణ్ణి సృష్టించరు; అది కేవలం బాల్యలక్షణం అవుతుంది. కనుక, మీ ఆలోచనా ప్రక్రియని మొదట అవగాహన చేసుకోవలసి ఉంది. ఏదైనా కొత్తదాన్ని తెలుసుకోవాలంటే, అదొక్కటే సరియైన మార్గం - కాదా?

పాండిత్యం, జ్ఞానం ఒక అవరోధం అనీ, ఒక ఆటంకం అనీ చెప్పినప్పుడు దానిలో - సాంకేతికజ్ఞానాన్ని - మోటారుకారు నడపటం, యంత్రాన్ని నడిపించటంవంటి జ్ఞానాన్నిగానీ, అటువంటి జ్ఞానంవల్ల కలిగే సామర్థ్యాన్నిగానీ - నేను చేర్చటంలేదు. మన మనస్సులో ఉన్నవిషయం పూర్తిగా వేరు. అది ఎటువంటి జ్ఞానంవల్లగానీ, పాండిత్యం వల్లగానీ లభ్యం కానటువంటి, సృజనాత్మక ఆనందం. సృజనాత్మకంగా ఉండటం అంటే, ఆ మాటయొక్క నిజమైన అర్థంలో - గతంనుంచి అనుక్షణం స్వేచ్ఛగా ఉండటం. ఎందువల్లనంటే, గతమే వర్తమానంమీద నిరంతరం నీడలా పరుచుకుంటోంది. కేవలం సమాచారాన్నీ, ఇతరుల అనుభవాల్నీ, ఇతరులు చెప్పినదాన్నీ - వారెంత గొప్పవారైనా - పట్టుకుని ఉంటూ మీ కార్యకలాపాలను వాటికనుగుణంగా ఉండేట్లు ప్రయత్నించటం - అదేకదా జ్ఞానం? కానీ, కొత్తదాన్ని దేన్నైనా కనిపెట్టాలంటే, మీ మీదనే మీరు ఆధారపడి ప్రారంభించాలి; అన్నిటినీ పూర్తిగా విసర్జించి, ముఖ్యంగా జ్ఞానాన్ని విసర్జించి, ప్రయాణాన్ని ప్రారంభించాలి. ఎందుచేతనంటే, జ్ఞానంద్వారా, నమ్మకంద్వారా అనుభవాల్ని పొందటం చాలా సులభం, కానీ, ఆ అనుభవాలు కేవలం స్వీయ ప్రదర్శనా ఫలితాలే, అందుచేత అవి అవాస్తవికమైనవి, అసత్యమైనవి. కొత్తదేమిటో మీరు సొంతంగా కనిపెట్టాలంటే, పాతబరువుని, ముఖ్యంగా జ్ఞానాన్ని, ఇతరుల జ్ఞానాన్ని - అది ఎంత గొప్పదైనా - దాన్ని మోసుకుపోవటంవల్ల ప్రయోజనంలేదు. మీరు జ్ఞానాన్ని ఆత్మరక్షణకోసం, భద్రతకోసం, ఒక సాధనంగా ఉపయోగిస్తున్నారు. బుద్ధుడికో, క్రీస్తుకో, మరెవరికో కలిగిన అనుభవాలే మీక్కూడా నిశ్చయంగా కలగాలని ఆశిస్తారు. కానీ, జ్ఞానంద్వారా నిరంతరం ఆత్మరక్షణ చేసుకోదలిచినవాడు నిజంగా సత్యాన్ని అన్వేషించేవాడుకాదు.

సత్యాన్వేషణకి మార్గంలేదు. దారీతెన్నూలేని సముద్రంలో మీరు ప్రవేశించాలి. అది దిగులుపడవలసిన విషయం కాదు, సాహసానికి పూనుకోవటంకాదు. మీరు ఏదైనా కొత్తదాన్ని కనుక్కోదలచినప్పుడు, కొత్తదానితో ప్రయోగం చేస్తున్నప్పుడు, మీ మనస్సు బహుప్రశాంతంగా ఉండాలి - ఉండద్దా? మీ మనస్సు కిక్కిరిసి ఉన్నట్లయితే, వాస్తవిక విషయాలతోనూ, జ్ఞానంతోనూ నిండివున్నట్లయితే, అది కొత్తదానికి అవరోధా లవుతాయి. మనలో చాలామందికి వచ్చిన కష్టం ఏమిటంటే, మనకి మనస్సే ఎంతో ముఖ్యం, అత్యంత ప్రధానం అవటంచేత, తెలిసినదానితోబాటు కొత్తదికూడా ఏదైనా కనిపిస్తే, అది కొత్తదానికి ఎప్పుడూ అడ్డొస్తూ, దానిలో జోక్యం కలిగించుకుంటూ ఉంటుంది. కనుక, జ్ఞానం, పాండిత్యం అన్వేషించేవారికీ, కాలరహితమైనదాన్ని అవగాహన చేసుకోవాలని ప్రయత్నించేవారికీ అవరోధాలే అవుతాయి.

5. క్రమశిక్షణ

ప్రశ్న: మనిషిలోని పశులక్షణాల్ని అదుపులో ఉంచటానికి అన్ని మతాలూ ఏదో ఒకవిధమైన స్వీయ క్రమశిక్షణ ఆవశ్యకమని బోధించాయి. స్వీయ క్రమశిక్షణద్వారా ఋషులూ, ఆధ్యాత్మిక శక్తిసంపన్నులూ దైవత్వాన్ని పొందినట్లు ధృవపరిచారు. ఇప్పుడు మీరు, అటువంటి క్రమశిక్షణలన్నీ దైవసాక్షాత్కారానికి అవరోధాలవుతాయని అభిప్రాయపడుతున్నట్లు కనిపిస్తోంది. నాకు గందరగోళంగా ఉంది. ఈ విషయంలో ఎవరు చెప్పినది సరియైనది?

కృష్ణమూర్తి: ఈ విషయంలో ఎవరు చెప్పినది సరియైనది అనేదికాదు ప్రశ్న. మనంతటమనం సత్యాన్ని కనుక్కోవటం ముఖ్యం - అంతేకాని, భారతదేశంనుంచో, మరో దేశంనుంచో - ఆ స్థలం ఎంత విలక్షణమైనదైతే అంత మంచిది - అక్కడనుంచి వచ్చిన ఋషో, ఎవరో చెప్పినప్రకారం కాదు.

ఒకరు క్రమశిక్షణ కావాలంటారు, మరొకరు క్రమశిక్షణ వద్దంటారు - ఈ రెండింటిమధ్యా మీరు చిక్కుకుపోయారు. సామాన్యంగా జరిగేదేమిటంటే, ఏది ఎక్కువ అనుకూలంగా ఉంటుందో, ఏది ఎక్కువ తృప్తికరంగా ఉంటుందో దాన్ని మీరు ఎంచుకుంటారు. మీరు మనిషినిచూసి, అతని చూపుల్నీ, అతని విపరీత లక్షణాల్నీ, అతని పక్షపాతాల్నీ, అటువంటి వాటన్నిటినీచూసి ఇష్టపడతారు. అదంతా అవతలపెట్టి, ఈ విషయాన్ని మనం సూటిగా పరిశోధించి, దానిలోని సత్యాన్ని మనంతటమనం తెలుసుకోవటానికి ప్రయత్నిద్దాం. ఈ ప్రశ్నలో ఎన్నోవిషయాలు ఇమిడి ఉన్నాయి, కనుక, మనం జాగ్రత్తగా, ప్రయోగాత్మకంగా పరిశీలించాలి.

మనలో చాలామందికి, మనం ఏంచెయ్యాలో ఎవరో ఒకరు అధికారపూర్వకంగా చెప్పాలని కోరుకుంటారు. భద్రంగా ఉండటం, ఎక్కువ బాధపడకుండా ఉండటం మనకి సహజం కనుక, మనం ఎలా ప్రవర్తించాలో ఒక మార్గదర్శకత్వంకోసం ఎదురుచూస్తాం. ఎవరో ఆనందాన్నో, మోక్షాన్నో ఏదో పొందారని విన్నమీదట, మనంకూడా దాన్ని అందుకునేలా వారు మనకి సహాయపడతారని ఆశిస్తాం. మనకి కావల్సింది అదే - వారు పొందిన ఆనందమే, ఆ అంతర్గత ప్రశాంతతే, ఆ సంతోషమే. ఈ గందరగోళంతో నిండిన పిచ్చిప్రపంచంలో మనం ఏంచెయ్యాలో ఎవరో ఒకరు చెప్పాలని కోరతాం. మనలో చాలామందికి ఇది సహజలక్షణం. ఆ స్వభావాన్ని అనుసరించి మన చర్యని రూపొందించుకుంటాం. దైవం, ఆ 'పరమం', నామకరణానికి వీలులేనిదీ, మాటలతో వ్యక్తం చేయడానికి వీలులేనిదీ, క్రమశిక్షణద్వారా, ఒక ప్రత్యేక ఆచరణవిధానంద్వారా పొందగలిగినదా? మనం ఒక నిర్దిష్టగమ్యాన్నీ, ఒక నిశ్చితలక్ష్యాన్నీ

చేరుకోవాలని, అభ్యాసంద్వారానో, సాధనద్వారానో నిరోధించటం, విడుదల చేయటం, ప్రత్యామ్నాయం చేయటం, ఉన్నతంగా చేయటం ద్వారానో మనం అన్వేషించేదాన్ని అందుకోగలమని అనుకుంటాం.

క్రమశిక్షణలోని ఆంతర్యం ఏమిటి? మనం ఎందుకు మనల్ని క్రమశిక్షణలో పెట్టుకుంటున్నాం - పెట్టుకుంటున్నట్లయితే? క్రమశిక్షణ, వివేకం, రెండూ కలిసి ఒకచోట ఉండగలవా? ఏదో ఒక సాధనద్వారా మనలోని పశుత్వాన్ని, ఆ అసహ్యకరమైనదాన్ని నిరోధించి, లొంగదీయటం అవసరమని చాలామంది అనుకుంటారు. క్రమశిక్షణద్వారా ఆ పశుత్వాన్ని, ఆ అసహ్యకరమైనదాన్ని నిగ్రహించగలరా? క్రమశిక్షణ అంటే మన ఉద్దేశం ఏమిటి? ఒక ఫలితం కలుగుతుంది అని ఆశచూపే కార్యాచరణ మార్గం. సాధనచేస్తే, మనకి కావల్సినదాన్ని - ఏదో అనుకూలంగాని, ప్రతికూలంగా గాని - మనకి లభించేట్లు చేసే ఆచరణవిధానం; శ్రద్ధగా, విడవకుండా, చాలా తీవ్రంగా, పట్టుదలగా అభ్యసించినట్లయితే చివరికి నేను కోరినదాన్ని సిద్ధింపచేసే ఆచరణమార్గం. అది బాధాకరంగా ఉండవచ్చు. కానీ, దాన్ని పొందటానికి అదంతా చేయటానికి సంసిద్ధంగా ఉంటాను. దౌర్జన్యకరమైన, స్వార్థపూరితమైన, కపటమైన, ఆందోళనతో కూడిన, భయంతో నిండిన 'నేను'ని - మీకు తెలిసినదే అదంతా - అటువంటి 'నేను'ని, మనలోని పశుత్వానికి కారణమైన 'నేని' మార్పుచెయ్యాలనీ, లొంగదియ్యాలనీ, నాశనం చెయ్యాలనీ కోరుతున్నాం. అలా చెయ్యటం ఎలా? క్రమశిక్షణద్వారానా, లేక, 'నేను' యొక్క గతాన్ని - 'నేను' ఏమిటో, అది ఎలా ఏర్పడుతుందో, అదంతా పూర్తిగా వివేకంతో అవగాహన చేసుకోవటంద్వారానా? మనిషిలోని పశుత్వాన్ని నాశనంచేయటం బలవంతంగానా, లేక, వివేకంతోనా? వివేకం క్రమశిక్షణకి సంబంధించినదా? ఋషులూ మొదలైనవారు ఏంచెప్పారో ఒక్కసారి మరిచిపోయి, సమస్యని మొట్టమొదటసారి పరిశీలిస్తున్నవారిలా దాన్ని పరిశీలించటానికి ప్రయత్నిద్దాం. అప్పుడు ఇతరులేం చెప్పారో ఆ ఉదాహరణలు- వాళ్లు చెప్పినవి ఎలాగూ వ్యర్థమూ, నిరుపయోగమూ అయినవే - వాటిని కాకుండా, మనంతట మనం పరిశీలిస్తే, చివరికి ఏదైనా సృజనాత్మకమైనదాన్ని పొందవచ్చు.

మనలో సంఘర్షణ - తెలుపుకీ నలుపుకీ మధ్య, అత్యాశకీ అత్యాశ లేకపోవటానికీ మధ్య, ఇలాంటి సంఘర్షణ ఉందని చెబుతాం మొదట. నేను అత్యాశతో ఉన్నాను, అది బాధ కలిగిస్తోంది, అందుచేత ఆ బాధని వదిలించుకోవటానికి నన్నునేను క్రమశిక్షణలో పెట్టుకోవాలి. అంటే, నాకు బాధని కలిగించే ఏరకమైన సంఘర్షణనైనా - ప్రస్తుతానికి అత్యాశ అని అంటున్నాను - నిరోధించి తీరాలి. తరవాత, దాన్ని సాంఘిక విరుద్ధమనీ, అవినీతికరమైనదనీ, అసాధుత్వమనీ, ఏదో ఒకటి చెబుతూ దాన్ని నిరోధించటానికి, మనకి తెలిసిన అనేక సాంఘిక, మత సంబంధమైన కారణాల్ని వివరిస్తాం. బలవంతంగా అత్యాశని నిర్మూలించగలమా? మనలోంచి తీసిపారేయగలమా? మొదట, అణచి వేయటం, నిర్బంధించటం, నిరాకరించటం, నిరోధించటం - వీటి ప్రక్రియని

పరిశీలిద్దాం. మీరలా చేసినప్పుడు - అత్యాశని నిరోధించినప్పుడు ఏం జరుగుతుంది? అత్యాశని నిరోధిస్తున్నదేమిటి? ఇది మొదటిప్రశ్న - కాదా? మీరు అత్యాశని ఎందుకు నిరోధిస్తున్నారు? ''నేను అత్యాశనుంచి విముక్తుణ్ణి కావాలి'' అని చెప్పేదెవరు? ''నేను స్వేచ్ఛగా ఉండాలి'' అని చెప్పేది కూడా అత్యాశే కదా? ఇంతవరకూ అత్యాశవల్ల అతనికి లాభించింది, ఇప్పుడు బాధగా ఉంది; కనుక, అతను ''నేను దాన్నుంచి విముక్తి పొందాలి'' అంటున్నాడు. దాన్ని వదుల్చుకోవాలనే ఉద్దేశంకూడా అత్యాశ లక్షణమే; ఎందుకంటే, అతను కానటువంటిదాన్ని అతను కోరుతున్నాడు. అత్యాశ లేకుండా ఉండటం ఇప్పుడు లాభకరంగా ఉంటుంది కనుక అత్యాశ లేకుండా ఉండాలని తాపత్రయ పడుతున్నాను. కానీ, ప్రేరణ, ఉద్దేశంమాత్రం ఇప్పటికీ ఏదో ఒక స్థితిలో ఉండాలను కోవటమే - అత్యాశ లేకుండా ఉండేస్థితిలో - అదికూడా అత్యాశే, నిశ్చయంగా. అదికూడా 'నేను'కి ఇస్తున్న ప్రాముఖ్యానికి ఒక వ్యతిరేక రూపమే.

అత్యాశ బాధాకరమైనదని మనకి తెలుసు. అందుకుగల కారణాలన్నీ స్పష్టంగా ఉన్నాయి. మనం దానివల్ల ఆనందించినంతకాలం, అత్యాశతో ఉండటం మనకి లాభించినంతకాలం అది మనకో సమస్యకాదు. అనేక విధాలుగా సమాజమే మన అత్యాశని ప్రోత్సహిస్తోంది. అలాగే మతాలు కూడా అనేకవిధాల మనల్ని ప్రోత్సహిస్తున్నాయి. అది లాభకరంగా ఉన్నంతకాలం, బాధాకరంగా ఉండనంతకాలం దాన్ని అనుసరిస్తాం. కానీ, ఏ క్షణంలో అయితే అది బాధాకరం అవుతుందో అప్పుడు దాన్ని నిరోధించటానికి ప్రయత్నిస్తాం. ఆ నిరోధించడాన్నే అత్యాశకి వ్యతిరేకమైన క్రమశిక్షణ అంటాం. కానీ, నిరోధించటంద్వారాగాని, దానికి ఔన్నత్యాన్ని ఆపాదించటంవల్లగాని, అణచివెయ్యటం వల్లగాని అత్యాశనుంచి విముక్తి పొందుతున్నామా? అత్యాశనుంచి విముక్తి పొందాలని కోరుతూ 'నేను' అనుసరించే ఏ ప్రక్రియ అయినా అత్యాశే అవుతుంది. కాబట్టి, నేను అత్యాశగురించి ఏ చర్యతీసుకున్నా, ఏ ప్రతిక్రియ జరిపినా, అది పరిష్కారం కాదన్నది స్పష్టమే.

మొట్టమొదట, దేన్నైనా అవగాహన చేసుకోవటానికి, అందులోనూ ముఖ్యంగా నాకు తెలియనిదాన్నీ, నా మనస్సుకి అందనిదాన్నీ, ఇప్పుడీ ప్రశ్నవేసినవారు దైవం అని చెప్పేదాన్నీ, అవగాహన చేసుకోవటానికి ప్రశాంతమైన, నిశ్చలమైన మనస్సు ఉండాలి. దేన్నైనా అవగాహన చేసుకోవటానికి - జీవితానికీ, సంబంధానికీ వర్తించే ఏ క్లిష్ట సమస్యనైనా అవగాహన చేసుకోవటానికి మనస్సుకి ఒక విధమైన ప్రశాంత ప్రగాఢత ఉండాలి. అటువంటి ప్రశాంత ప్రగాఢత ఏదైనా నిర్బంధంద్వారా లభించగలదా? పైపైన పనిచేసే మనస్సు తన్నుతాను నిర్బంధించుకుని నిశ్చలంగా ఉండవచ్చు. కానీ, నిజంగా ఆ నిశ్చలత క్షయంలో, మరణంలో ఉండే నిశ్చలత వంటిది. దానికి సర్దుకుపోయే శక్తిగానీ, మృదుత్వంగానీ, సున్నితత్వంగానీ ఉండటం సాధ్యంకాదు. కనుక, నిరోధం సరియైన మార్గంకాదు.

ఈ విషయాన్ని గమనించటానికి వివేకం కావాలి - అక్కర్లేదా? నిర్బంధించటం వల్ల మనస్సు మొద్దుబారిపోతోందని గమనించటం- భయంకొద్దీ ఒక నిర్దిష్టమైన ఆచరణ విధానాన్ని అనుసరించటమే క్రమశిక్షణ అని గమనించటంతోనే వివేకం ప్రారంభ మవుతుంది, అవదా? మనల్ని మనం క్రమశిక్షణలో పెట్టుకోవటంలో గల అంతరార్థం అదే. మనకి కావల్సింది లభించదని మన భయం. మన మనస్సుని క్రమశిక్షణలో పెట్టి నప్పుడు, మీ అస్తిత్వాన్ని క్రమశిక్షణలో పెట్టినప్పుడు ఏం జరుగుతుంది? అది చాలా కఠినంగా అవుతోంది; మృదుత్వం లేకుండా, చురుకుతనం లేకుండా, సర్దుకుపోగల శక్తిలేకుండా కఠినంగా అయిపోతుంది. క్రమశిక్షణ నవలంబించి సాధన చేసినవారిని - ఆ విధంగా ఉన్నవారిని - మీరు ఎరుగరా? పర్యవసానం, నిశ్చయంగా, క్షీణించటమే. అంతర్గతంగా ఉన్న సంఘర్షణని పక్కకి తోసెయ్యటం, దాచెయ్యటం జరుగుతోంది, కానీ, అది లోపలే ఉండి జ్వలిస్తూ ఉంటుంది.

కనుక, క్రమశిక్షణ, అంటే నిరోధం, కేవలం ఒక అలవాటుని మాత్రమే పెంచుతుంది. అలవాటువల్లా సాధనవల్లా వివేకం ఉదయించదన్నది స్పష్టం. మీ చేతివేళ్లతో పియానో మీద రోజంతా అభ్యాసంచేసి గొప్ప ప్రావీణ్యాన్ని పొందవచ్చు. కానీ చేతుల్ని ఆదేశించటానికి వివేకం కావాలి. ఆ వివేకం గురించే మనం ఇప్పుడు పరిశోధిస్తున్నాం.

ఎవరో ఆనందంగా ఉండటం చూసిగానీ, ఎవరో సాక్షాత్కారాన్నిపొంది ఏవో మహిమలు చేస్తుంటే చూసిగానీ వారిలాగే మీరుకూడా ఆనందాన్ని పొందాలనుకుని, వారిని అనుకరిస్తారు. ఈ అనుకరణనే క్రమశిక్షణ అంటారు కదా? ఒకరికి ఉన్నదాన్ని మనం కూడా పొందటంకోసం అనుకరిస్తాం. వారు ఆనందంగా ఉన్నారనుకుని ఆనందంగా ఉండాలని అనుకరిస్తాం. క్రమశిక్షణద్వారా ఆనందం లభిస్తుందా? ఒక నియమాన్ని పాటించటం వల్లగాని, ఒకవిధమైన క్రమశిక్షణని సాధన చెయ్యటం వల్లగాని మీరెప్పుడైనా స్వేచ్ఛగా ఉంటారా? కొత్తదాన్ని కనుక్కోవటానికి స్వేచ్ఛ కావాలి నిశ్చయంగా - అక్కర్లేదా? మీరేదైనా కనుక్కోవాలనుకున్నప్పుడు అంతర్గతంగా స్వేచ్ఛగా ఉండాలి. ఇది స్పష్టమే. మీరు క్రమశిక్షణ పేరుతో ఒక నిర్దిష్టపద్ధతిలో మీ మనస్సుని రూపొందించటంవల్ల మీరు స్వేచ్ఛగా ఉన్నారా? లేరన్నది వాస్తవం. మీరు ఒక పర్యవసానంకోసం ఒక ఆచరణ మార్గాన్ని అనుసరించి నిరోధిస్తున్నట్లయితే, మీరు కేవలం పునశ్చరణ చేసే యంత్రం అవుతున్నారు. క్రమశిక్షణద్వారా స్వేచ్ఛ లభించదు. వివేకంద్వారానే స్వేచ్ఛ లభిస్తుంది. ఏవిధమైన నిరోధమైనా, స్వేచ్ఛకి అంతర్గతంగానూ, బాహ్యంగానూ కూడా ప్రతిబంధకమవుతుందని మీరు గుర్తించిన క్షణంలోనే ఆ వివేకం మేల్కొంటుంది, ఆ వివేకం కలుగుతుంది.

కాబట్టి మొదట కావల్సినది - క్రమశిక్షణ రూపంలో కాదు, స్వేచ్ఛ అన్నది స్పష్టం. సద్గుణమే స్వేచ్ఛని ఇస్తుంది. అత్యాశ గందరగోళమే. క్రోధం కూడా గందరగోళమే. ద్వేషంకూడా గందరగోళమే. అదంతా 'గమనించి' నప్పుడు వాటినుంచి

మీరు స్వేచ్ఛగా ఉంటారు. ఇది నిశ్చయం. మీరు వాటిని నిరోధించరు. స్వేచ్ఛ ఉన్నప్పుడే కనుగొనటం సాధ్యమవుతుందనీ, ఏవిధమైన నిరోధమూ స్వేచ్ఛ కాదనీ, అందుచేత, కనుగొనటం సాధ్యం కాదనీ మీరు గమనిస్తారు. సద్గుణం చేసే పని మీకు స్వేచ్ఛ కలిగించటమే. సద్గుణం లేనివాడు గందరగోళంలో ఉన్న మనిషి. గందరగోళంలో ఉండగా దేన్నైనా ఎలా కనుక్కోగలడు? మీరెలా కనుక్కోగలరు? కనుక, సద్గుణం క్రమశిక్షణవల్ల కలిగే అంతిమ ఫలితంకాదు. సద్గుణం అంటే స్వేచ్ఛే. సద్గుణం లేనటువంటి, స్వతస్సిద్ధంగా నిజం కానటువంటి ఏ చర్యవల్లనయినా స్వేచ్ఛకలగటం సాధ్యంకాదు. మనకున్న కష్టం ఏమిటంటే, మనలో చాలామంది ఎంతో చదువుకున్నవారు, చాలామంది ఉదయాన్నే ఒకే సమయంలో నిద్రలేస్తూ నిర్దిష్టమైన స్థితిలో ఆసీనులవుతూ, మనస్సుల్ని ఒక పద్ధతిలో నిగ్రహించి ఉంచటానికి ప్రయత్నిస్తూ, అనేకరకాల క్రమశిక్షణలని పైపైనే అనుసరిస్తున్నారు. మీకు తెలుసును - సాధన చెయ్యాలి, క్రమశిక్షణ పాటించాలి - ఎంతకాలమైనా సరే - ఎందుచేతనంటే, ఆ ప్రకారం కొన్ని సంవత్సరాలపాటు సాధన చేసినట్లయితే, చివరికి మీకు దేవుడు లభిస్తాడని ఎవరో చెప్పారు మీకు. నేను కొంచెం మోటుగా చెబుతున్నానేమో, కానీ, మన ఆలోచనకి మూలం ఇదే. వాస్తవంగా, దేవుడు అంతసునాయాసంగా వస్తాడా? దైవం కేవలం బజారులో బేరం చేయదగిన వస్తువుకాదు - నేనిది చేస్తాను, నువ్వు దాన్ని నాకియ్యి అనటానికి.

మనలో చాలామందిపై బాహ్యమైన ప్రభావాలు - మతసిద్ధాంతాలూ, నమ్మకాలూ, అంతర్గతంగా దేన్నో చేరాలనీ, ఏదో పొందాలనే కోరికలూ ఎంత ప్రబలంగా ఉంటాయంటే, మనలో కలిగే ప్రేరేపణచేత ఎంత ప్రభావితులవుతారంటే, క్రమశిక్షణ రూపంలోగాక, వేరే ఏ కొత్తరీతిలోనూ ఈ సమస్య గురించి ఆలోచించటం వారికి అంత కష్టమైపోతుంది. ముందుగా, క్రమశిక్షణలో ఉన్న అంతరార్థాలు ఏమిటో, అది మనస్సుని ఎలా సంకుచితం చేస్తుందో, ఎలా పరిమితం చేస్తుందో, మన ఇచ్ఛద్వారా, ప్రభావాలూ మొదలైనవాటిద్వారా ఒక ప్రత్యేకచర్య తీసుకునేలా మనస్సుని ఎలా నిర్బంధిస్తుందో - దీన్నంతటినీ స్పష్టంగా గమనించాలి. ప్రభావితమైన మనస్సు - ఆ ప్రభావం ఎంత సద్గుణవంతమైనదైనా - స్వేచ్ఛగా ఉండే అవకాశం లేదు. అందుచేత అది సత్యాన్ని అవగాహన చేసుకోలేదు. దైవం, సత్యం దాన్ని మీరు ఏమని పిలిచినా, పేరులో ఏమీలేదు కనుక- అది స్వేచ్ఛ ఉన్నప్పుడే సంభవమవుతుంది. అంతేకాదు, ప్రత్యక్షంగా గాని, పరోక్షంగా గాని, భయం, నిర్బంధం ఉన్నప్పుడు స్వేచ్ఛ ఉండదు. మీరొక గమ్యాన్ని అన్వేషిస్తున్నప్పుడు, ఆ గమ్యానికి కట్టుబడి ఉంటారు, కనుక స్వేచ్ఛలేదు. మీరు గతంనుంచి స్వేచ్ఛగా ఉంటే ఉండి ఉండవచ్చు. కానీ, భవిష్యత్తు మిమ్మల్ని పట్టి బంధిస్తుంది. కనుక, అది స్వేచ్ఛకాదు. స్వేచ్ఛగా ఉన్నప్పుడే ఎవరైనా దేన్నైనా కనుక్కోగలుగుతారు. అది ఒక కొత్తభావంకానీ, కొత్త అనుభవంకానీ, కొత్త అవగాహనకానీ - నిర్బంధంమీద ఆధారపడిన క్రమశిక్షణ ఏదీ స్వేచ్ఛని - రాజకీయంగా గాని, మతపరంగాగాని - ఇవ్వలేదు. క్రమశిక్షణ, అంటే, ఒక లక్ష్యాన్ని దృష్టిలో ఉంచుకుని

దాని ప్రకారం చర్య తీసుకోవటం జరుగుతుంది, కనుక, అది నిర్బంధిస్తుంది. కనుక, మనస్సు ఎప్పుడూ స్వేచ్ఛగా ఉండదు. గ్రామఫోన్ రికార్డులా ఒకే గాడిలో పనిచేయగల దంతే.

కనుక, సాధనద్వారా, అలవాటుద్వారా, ఒక పద్ధతిని అనుసరించటంద్వారా మనస్సు తన దృష్టిలో ఏం ఉందో దాన్నే పొందుతుంది. కాబట్టి అది స్వేచ్ఛగా ఉండదు. కనుక, అపరిమితమైనదాన్ని అవగాహన చేసుకోలేదు. ఆ ప్రక్రియనంతా మీరు నిరంతరం తెలుసుకోవాలి - లోకుల అభిప్రాయం ప్రకారంగాని, కొందరు ఋషులమాటల ప్రకారంగాని మిమ్మల్ని మీరు నిత్యం ఎందుకు క్రమశిక్షణలో పెట్టుకుంటున్నారో, ఓ మహర్షి చెప్పినట్లుగాని, ఇరుగుపొరుగువాళ్లు చెప్పినట్లుగాని ఎవరు చెప్పినా ఒకటే - అసలు ఎందుకు అనుసరిస్తున్నారో - సాధన చేయటం, సూక్ష్మపద్ధతుల్లో లొంగిపోవటం, వద్దనుకోవటం, వక్కాణించటం, అణచివేయటం, మహిమాన్వితం చేయటం, ఇవన్నీ ఒక పద్ధతిని అనుసరించటమే అని తెలుసుకోవాలి. అదే స్వేచ్ఛకి ఆరంభం. దీనివల్ల సద్గుణం కలుగుతుంది. నిశ్చయంగా, సద్గుణం అంటే ఒక ప్రత్యేకమైన భావాన్ని అలవరచుకోవటం కాదు. ఉదాహరణకి, అత్యాశ లేకుండా ఉండటాన్ని ఒక లక్ష్యంగా భావించి దాన్ని అనుసరించాలనుకుంటే అది సద్గుణం అవదు - అవుతుందా? అంటే, మీరు అత్యాశ లేకుండా ఉన్నారనే స్పృహ మీకు ఉన్నట్లయితే మీరు సద్గుణవంతులేనా? క్రమశిక్షణద్వారా మనం చేస్తున్నదదే.

క్రమశిక్షణ, అనుసరణ, సాధన- ఇవన్నీ స్వీయ చైతన్యానికి, ''ఒక రకంగా ఉంటున్నాను'' అనే భావానికి బలం చేకూర్చుతాయి. మనస్సు అత్యాశ లేకుండా ఉండటాన్ని సాధన చేయటంవల్ల, అత్యాశ లేకుండా ఉన్నాననే స్వీయచైతన్యంనుంచి స్వేచ్ఛగా ఉండదు. అందుకే అది నిజంగా అత్యాశలేకుండా ఉండదు. అది కేవలం ఒక కొత్తవస్త్రాన్ని ధరించి దానికి అత్యాశ లేకపోవటం అని నామకరణం చేయటమే. ఈ ప్రక్రియనంతనీ మనం గమనించవచ్చు: ఒక ఉద్దేశాన్ని, ఒక లక్ష్యాన్ని కోరటం, ఒక పద్ధతిని అనుసరించటం, ఆ పద్ధతిని అనుసరించటంద్వారా భద్రంగా ఉండాలనే కోరిక - ఇదంతా కేవలం తెలిసినదాన్నుంచి తెలిసినదానికి చలనమే. ఎప్పుడూ మనస్సు తనచుట్టూ గీసుకునే పరిధిలోనే తిరుగుతూ ఉంటుంది. దీన్నంతటినీ గమనించటం, తెలుసుకుంటూ ఉండటం వివేకానికి ఆరంభం. వివేకం సద్గుణమూకాదు, సద్గుణం లేకపోవటమూకాదు. దాన్ని సద్గుణమనీ, సద్గుణం కానిదనీ ఒక మూసలో బిగించటానికి వీలులేదు. వివేకంవలన స్వేచ్ఛ కలుగుతుంది. స్వేచ్ఛ అంటే విచ్చలవిడితనం కాదు. అస్తవ్యస్తత కాదు. ఈ వివేకం లేనిదే సద్గుణం ఉండదు. సద్గుణంవల్ల స్వేచ్ఛ కలుగుతుంది. స్వేచ్ఛవలన సత్యం ఆవిర్భవిస్తుంది. ఈ మొత్తం ప్రక్రియని సమగ్రంగా గమనించి నట్లయితే, సమస్తం చూసినట్లయితే, సంఘర్షణ ఏమీ ఉండదని తెలుసుకుంటారు. మనం సంఘర్షణలో ఉన్నాం కనుకనే, దాన్నుంచి తప్పించుకోవాలని కోరుకుంటాం, అందుకే మనం అనేకరకాల క్రమశిక్షణల్నీ, విరక్తిమార్గాల్నీ, సర్దుబాటు మార్గాల్నీ

అనుసరిస్తూ ఉంటాం. సంఘర్షణా ప్రక్రియని మనం అవగాహన చేసుకున్నట్లయితే క్రమశిక్షణ ప్రసక్తే ఉండదు. ఎందుచేతనంటే, అప్పుడు సంఘర్షణయొక్క పోకడలను అనుక్షణం అవగాహన చేసుకుంటూ ఉంటాం. అందుకు విశేషమైన అప్రమత్తత, నిరంతరం మిమ్మల్ని మీరు పరిశీలించుకుంటూ ఉండటం అవసరమవుతుంది. అందులో ఉన్న ఒక విచిత్రమైన విషయం ఏమిటంటే, మీరు ఎప్పటికప్పుడు ప్రత్యేకంగా పరిశీలిస్తూ ఉండకపోయినా, ఆ ఉద్దేశం ఉన్నట్లయితే, అంతర్గతంగా ప్రతి విషయాన్నీ గమనించడం జరుగుతూనే ఉంటుంది. ఆ అంతర్గత సున్నితత్వం సర్వదా వాటిని చిత్రిస్తూనే ఉంటుంది. ఆ విధంగా, మీరు ప్రశాంతంగా ఉన్న తక్షణమే అంతర్గతంగా ఉన్నచిత్రం బయట ప్రదర్శితమవుతుంది.

కనుక, అది క్రమశిక్షణకి సంబంధించిన సమస్యకాదు. నిర్బంధంద్వారా సున్నితత్వం ఎన్నటికీ ఏర్పడదు. మీరొక కుర్రవాణ్ణి నిర్బంధించి వానిచేత ఒక పని చేయించవచ్చు, మీరా కుర్రవాణ్ణి బలవంతంగా ఒక మూలని ఉంచవచ్చు, ఆ కుర్రవాడు పైకి నెమ్మదిగా ఉండచ్చు. కానీ, లోలోపల ఉడికిపోతూ ఉండచ్చు; కిటికీలోంచి బయటికి చూస్తూ ఉంటాడు. బయటికి పారిపోవటానికి ప్రయత్నిస్తూ ఉంటాడు. ఇప్పటికీ మనం చేస్తున్నదదే. కనుక, క్రమశిక్షణ గురించి ఎవరి అభిప్రాయం సరియైనది, ఎవరిది కాదు అనే విషయాన్ని గురించి మీ అంతట మీరే నిర్ణయించుకోవాలి.

దానికితోడు, మనం విజయాన్నే కోరుకుంటాం కనుక, తప్పుచేస్తామేమోనని భయపడుతున్న సంగతిని కూడా గమనించవచ్చు. క్రమశిక్షణని సాధన చేయాలనే కోరికలో అంతర్గతంగా భయం ఉంటుంది. కానీ, తెలియనిదేదీ క్రమశిక్షణ అనే వలలో చిక్కుకోదు. అంతేకాదు, తెలియనిదానికి ఉండాల్సినది స్వేచ్ఛకాని, మీ మానసిక పద్ధతికి కాదు. అందుచేతనే మానసిక ప్రశాంతత ఆవశ్యకం. మనస్సు ప్రశాంతంగా ఉన్నాననే స్పృహతో ఉన్నట్లయితే, అది ప్రశాంతంగా లేనట్లే. మనస్సు అత్యాశ లేకుండా ఉన్నట్లూ అత్యాశనుంచి విముక్తిపొందినట్లూ స్పృహతో ఉన్నప్పుడు, అత్యాశ లేకపోవటం అనే రూపంలో మనస్సు తన్నుతాను గుర్తించుకుంటుంది. కనుక, అది ప్రశాంతత కాదు. అందుచేతనే, ఈ సమస్య విషయంలో, నిగ్రహించే-వ్యక్తి ఎవరు, నిగ్రహింపబడేది ఏమిటి అనే అంశాన్ని కూడా అవగాహన చేసుకోవాలి. అవి రెండూ వేరువేరు విషయాలు కావు, అది సమ్మిళిత విషయం: నిగ్రహించేవాడూ, నిగ్రహింపబడేదీ ఒక్కటే.

★★★

6. ఒంటరితనం

ప్రశ్న: నేను చాలా ఒంటరిగా ఉన్నానని గ్రహించటం మొదలుపెట్టాను. నేనేం చెయ్యాలి?

కృష్ణమూర్తి: ఈ ప్రశ్న అడిగినవారు తాము ఒంటరితనంతో ఎందుకు బాధపడుతున్నారో తెలుసుకోవాలనుకుంటున్నారు. అసలు మీకు ఒంటరితనం అంటే అర్థం తెలుసా? దానిగురించి మీకు తెలుసా? నాకు చాలా అనుమానమే, ఎందుచేతనంటే, మనం మన కార్యకలాపాలతో, పుస్తకాలతో, సంబంధాలతో, భావాలతో మనల్ని మనం ఉక్కిరిబిక్కిరి చేసుకుంటున్నాం. దాంతో అవన్నీ మనకి ఒంటరితనం అంటే ఏమిటో తెలియకుండా చేస్తున్నాయి. నిజంగా. ఒంటరితనం అంటే మన ఉద్దేశం ఏమిటి? అది పూర్తిగా శూన్యంగా ఉన్నట్టిభావం - ఏమీ లేదనీ, దారీతెన్నూ తెలియని అసాధారణమైన అనిశ్చితత్వం ఉందనీ అనిపించే శూన్యత. అది నిరుత్సాహంకాదు, నిరాశకాదు. అదొక శూన్యభావం, వెలితి ఉన్నభావం, నిస్పృహ కలిగినభావం. మనందరికీ, ఆనందంగా ఉన్నవాళ్లకీ, ఆనందంగా లేనివాళ్లకీ, ఎంతో చురుకైనవాళ్లకీ, జ్ఞానార్జనకి అలవాటు పడినవాళ్లకీ - అందరికీ, నిశ్చయంగా, అటువంటి భావం ఉంటుంది. ఇది అందరికీ తెలిసినదే. అది నిజంగా తీరనిబాధ అనిపించే భావం. దాన్ని దాచుదామన్నా దాగనటు వంటి బాధ అది. అయినా దాన్ని దాచటానికి ప్రయత్నిస్తాం.

ఈ సమస్యని మళ్లీ ఒకసారి చూద్దాం - అసలు వాస్తవంగా ఏం జరుగుతోంది, మీరు ఒంటరిగా ఉన్నట్లు బాధపడుతున్నప్పుడు ఏం చేస్తున్నారు - అనేది చూద్దాం. మీరు ఒంటరితనం అనే బెంగనుంచి తప్పించుకోవాలని ప్రయత్నిస్తారు, ఒక పుస్తకం తీసి చూస్తారు, ఎవరో నాయకుణ్ణి అనుసరిస్తారు, లేదా, ఏదో సినిమాకి వెళతారు, లేదా, సాంఘికంగా చాలాచాలా కార్యాలను చేపడతారు, లేదా పూజ చేస్తారు, ప్రార్థన చేస్తారు, లేదా చిత్రలేఖనం చేస్తారు, లేదా ఒంటరితనం గురించి కవిత్వం రాస్తారు. ఇది వాస్తవంగా జరుగుతున్న వ్యవహారం. ఒంటరితనం అంటే తెలుసుకుని, దాని బాధనీ, అసాధారణమైన, అగాధంలో పడిపోతున్నట్లు ఉండే భయాన్నీ తెలుసుకుని, దాన్నుంచి తప్పించుకునే మార్గంకోసం చూస్తున్నారు. అందుచేత, ఆ తప్పించుకోవటం ఎక్కువ ముఖ్యమైపోతుంది. అందుకు మీరు చేసే ప్రయత్నాలు - మీ జ్ఞానం, మీ దేవతలు, సమాజాలు, రేడియోలు - అన్నీ ముఖ్యమవుతున్నాయి - అవటంలేదా? మీరు అల్పమైన విలువలకి ప్రాముఖ్యాన్ని ఇచ్చినప్పుడు అవి దుస్థితికీ, గందరగోళానికీ దారితీస్తాయి. అల్పమైన విలువలు తప్పనిసరిగా ఇంద్రియానుభూతులకి సంబంధించిన విలువలే, వీటిపైనే ఆధారపడిన ఆధునిక నాగరికత ఒంటరితనాన్ని తప్పించుకునే మార్గాన్ని చూపిస్తోంది - మీ ఉద్యోగం, మీ కుటుంబం, మీ పేరు, మీ చదువులు, చిత్రలేఖనం

మొదలైనవాటిద్వారా - మన నాగరికత అంతా దీనిమీదనే ఆధారపడి ఉంది. ఇది వాస్తవం.

మీరు ఎప్పుడైనా ఒంటరిగా ఉండటానికి ప్రయత్నించారా? మీరు ప్రయత్నిస్తే, అది ఎంత విపరీతమైన కష్టమో తెలుస్తుంది, ఏకాంతంగా ఉండటానికి ఎంత అసాధారణమైన వివేకం కావలసి ఉంటుందో తెలుస్తుంది, ఎందుకంటే, మనస్సు మనల్ని ఏకాంతంగా ఉండనివ్వదు. మనస్సు కలవరపడుతుంది, తప్పించుకునే మార్గాలకోసం ప్రయత్నిస్తుంది; అందుచేత మనం ఏం చేస్తున్నాం? ఈ అసాధారణమైన శూన్యతని తెలిసినదానితో నింపటానికి ప్రయత్నిస్తున్నాం. ఎలా చురుకుగా ఉండాలో, ఎలా కలుపుగోలుగా ఉండాలో కనిపెడతాం. ఎలా చదవాలో, ఎలా రేడియోని వాడుకోవాలో తెలుసుకుంటాం. మనకి తెలియనిదాన్ని తెలిసిన వస్తువులతో నింపుతున్నాం. ఆ శూన్యతని అనేకరకాల జ్ఞానంతోనూ, సంబంధాలతోనూ, వస్తువులతోనూ నింపటానికి ప్రయత్నిస్తాం - అంతేకదా? అదే మన పద్ధతి, అదే మన బ్రతుకు, ఇప్పుడు మీరు చేస్తున్నదేమిటో తెలుసుకున్నప్పుడు ఆ శూన్యతని నింపగలమని ఇంకా అనుకుంటారా? ఒంటరితనపు శూన్యతని నింపటానికి మీకు తెలిసిన సాధనాలన్నిటినీ ఉపయోగించారు. మీ ప్రయత్నం సఫలమైందా? సినిమాల్ని ప్రయత్నించారుగాని, లాభం లేకపోయింది. అందుచేత గురువులకోసం, పుస్తకాలకోసం వెడతారు. సాంఘిక కార్యకలాపాల్లో నిమగ్నులవుతారు. దాన్ని నింపటంలో విజయం సాధించారా? దాన్ని పైపైన మాత్రమే కప్పి ఉంచారా? మీరు పైపైనే కప్పితే, అది అక్కడే ఉంటుంది. కనుక అది తిరిగి పైకొస్తుంది. మీరు పూర్తిగా తప్పించుకోగలిగినట్లయితే, అప్పుడు మిమ్మల్ని పిచ్చి ఆసుపత్రిలో పెడతారు; లేకపోతే మీరు చాలాచాలా మందకొడిగా ఉంటారు. ప్రపంచంలో జరుగుతున్నది ఇదే.

ఈ శూన్యతని, ఈ అగాధాన్ని పూడ్చగలమా? లేనట్లయితే, దాన్నుంచి పారిపోగలమా? తప్పించుకోగలమా? తప్పించుకోవటానికొక సాధనాన్ని ప్రయత్నించి విఫలమైనామని స్వానుభవంవల్ల మనకి తెలిసినప్పుడు, మిగతా సాధనాలు కూడా నిరర్థకం కావా? శూన్యతని మీరు దీనితో నింపినా, దానితో నింపినా ఫలితం ఒక్కటే. ధ్యానం అనేది కూడా తప్పించుకోవటానికొక మార్గమే. పారిపోయే మార్గాన్ని మీరు మార్చినంత మాత్రాన ప్రయోజనం ఏమీలేదు.

కనుక, ఈ ఒంటరితనం గురించి ఏం చెయ్యాలో ఎలా కనుక్కుంటారు? తప్పించుకోవటం మానేసినప్పుడు ఏం చెయ్యాలో తెలుస్తుంది - కాదా? ఉన్నస్థితిని ఎదుర్కోవటానికి సిద్ధంగా ఉన్నప్పుడు - అంటే, రేడియో తిప్పకూడదు, అంటే నాగరికతకి విముఖంగా ఉండాలి - అప్పుడు ఒంటరితనం అంతమొందుతుంది, అది సంపూర్ణంగా పరివర్తన చెందుతుంది కనుక. ఇక మీదట అది ఒంటరితనం కాదు. ఉన్నస్థితిని మీరు అవగాహన చేసుకున్నప్పుడు, ఉన్నదే వాస్తవమవుతుంది. మనసు నిరంతరం, ఉన్నస్థితిని చూడకుండా, దాన్నుంచి నిరంతరం తప్పించుకుంటూ,

పారిపోతూ, ఉన్నస్థితిని చూడటానికి ఇష్టపడకుండా తనకితనే అనేక విధాలైన అడ్డంకుల్ని కల్పించుకుంటోంది. చూడటానికి వీల్లేకుండా అన్నివిధాల అడ్డంకులూ ఏర్పడ్డాయి కనుకనే, ఉన్నస్థితిని మనం అవగాహన చేసుకోలేకపోతున్నాం, అందుకే వాస్తవానికి మనం దూరమై పోతున్నాం. ఉన్నస్థితిని చూడకుండా ఉండటానికే మనస్సు ఈ అడ్డంకులన్నిటినీ తనంతటతనే సృష్టించుకుంటోంది. ఉన్నస్థితిని చూడటానికి విశేషమైన సామర్థ్యం, జరుగుతున్న కార్యకలాపాలను తెలుసుకోగలిగి ఉండటమే కాకుండా, మీరు నిర్మించుకున్నదాన్నంతటినీ- మీ ధనం, మీ పేరుప్రతిష్ఠలు, నాగరికత అనే వాటన్నిటినీ - మీరు వెనక్కి తోసేయగల సంసిద్ధత కూడా కావాలి. ఉన్నస్థితిని మీరు చూస్తున్నప్పుడు, ఒంటరితనం ఎలా పరివర్తన చెందుతుందో తెలుసుకుంటారు.

★★★

7. బాధ

ప్రశ్న: నొప్పి, బాధ, వీటి ప్రాముఖ్యం ఏమిటి?

కృష్ణమూర్తి: మీరు బాధపడుతున్నప్పుడు, మీకు నొప్పికలిగినప్పుడు దాని ప్రాముఖ్యం ఏమిటి? శారీరకమైన నొప్పికి ఒక అర్థం ఉంది. కానీ, బహుశా మనం అనుకునేది మానసికమైన నొప్పి, బాధ. వాటి ప్రాముఖ్యం వేరువేరు స్థాయిల్లో వేరువేరుగా ఉంటుంది. బాధ ప్రాధాన్యం ఏమిటి? బాధ ప్రాధాన్యాన్ని ఎందుకు తెలుసుకోవాలనుకుంటున్నారు? దానికి ప్రాధాన్యం లేదనికాదు - దాన్ని మనం తెలుసుకోవటానికి ప్రయత్నిద్దాం. కానీ, ఎందుకు మీరు తెలుసుకోవాలని ''కోరుతున్నారు''? మీరు ఎందుకు బాధపడుతున్నారు, ఎందుకు తెలుసుకోవాలనుకుంటున్నారు? ''నేనెందుకు బాధపడుతున్నాను'' అని మిమ్మల్ని మీరు ప్రశ్నించుకున్నప్పుడు, దాని కారణంకోసం చూస్తున్నప్పుడు, బాధనుంచి మీరు తప్పించుకుపోవటం లేదా? బాధయొక్క ప్రాధాన్యాన్ని, తెలుసుకోదలచినప్పుడు, నేను దాన్నుంచి మరలిపోవటం లేదా? తప్పించుకోవటం లేదా? దూరంగా పారిపోవటం లేదా? వాస్తవం ఏమిటంటే, నేను బాధపడుతున్నాను, కానీ, ఎప్పుడైతే మనస్సుని దానిమీద లగ్నంచేస్తూ, ''ఇప్పుడు ఎందుకు బాధపడుతున్నాను?'' అని ప్రశ్నిస్తానో ఆ క్షణంలోనే బాధ తీవ్రతని తగ్గించాను. అంటే, బాధని తేలికచెయ్యటానికీ, తగ్గించటానికీ, మరిచిపోవటానికీ, వివరించటానికీ ప్రయత్నిస్తాను. దానివల్ల బాధని అవగాహన చేసుకోవటం కుదరదు, నిశ్చయంగా. బాధనుంచి పారిపోవాలనే కోరిక లేకుండా, నేను స్వేచ్ఛగా ఉన్నట్లయితే, అప్పుడు బాధయొక్క ఆంతర్యాన్ని అవగాహన చేసుకోవటం ప్రారంభిస్తాను.

బాధ అంటే ఏమిటి? ఒక విధమైన కలత కాదా? - వివిధ స్థాయిల్లో - భౌతిక స్థాయిలోనూ, అవ్యక్త చైతన్యంలోని వివిధ స్థాయిల్లోనూ కలత కాదా?. అది ఎంతో తీవ్రమైన కలత. దాన్ని నేను ఇష్టపడటం లేదు. నా కొడుకు చనిపోయాడు. నా ఆశలన్నీ అతనిమీదే పెట్టుకున్నాను - లేదా, నా కూతురిచుట్టూ, నా భర్తచుట్టూ, ఇంకెవరైనా సరే - ఆ వ్యక్తిని నా కోరికలన్నిటిపైనా ప్రతిష్ఠించి, ఆ వ్యక్తిని నాతోడుగా ఉంచుకున్నాను - అటువంటిదంతా మీకు తెలిసినదే. హఠాత్తుగా అతడు పోయాడు. అంచేత కలత కలిగింది - కలగదా? ఆ కలతనే నేను బాధ అంటున్నాను.

నేను ఆ బాధ ఇష్టపడకపోతే, '' ఈ బాధ నాకెందుకు కలిగింది?'' ''నేను వాడినెంతో ప్రేమించాను'' ''అతడిటువంటివాడు'' ''నాకది ఉండేది'' అంటూ ఎన్నో చెబుతాను. మాటలద్వారా, చిహ్నాలద్వారా, నమ్మకాలద్వారా, మనలో చాలామందిలాగే నేనూ తప్పించుకోవటానికి ప్రయత్నిస్తాను. ఆ మాటలు మత్తుమందులాగ పనిచేస్తాయి. నేనలా చెయ్యకపోతే, ఏం జరుగుతుంది? నేను ఊరికే ఆ బాధని తెలుసుకుని ఉంటాను. నేను ఖండించటంలేదు, సమర్థించటంలేదు - నేను బాధపడుతున్నాను. అప్పుడు దాని గమనాన్ని నేను అనుసరించగలను - అనుసరించలేనా? అప్పుడు దాని ఆంతర్యాన్ని, మొత్తం విషయాన్ని అర్థం చేసుకోగలుగుతాను. నేను అర్థం చేసుకుంటాను. అంటే, దాని ఆంతర్యాన్ని అవగాహన చేసుకోవటానికి ప్రయత్నించటం అని దాని భావం.

దాని ఆంతర్యం ఏమిటి? బాధపడుతున్నది ఏది? బాధ ''ఎందుకు'' కలిగిందని కాదు, బాధకి ''కారణం'' ఏమిటని కాదు; కానీ, వాస్తవంగా జరుగుతున్నదేమిటి? దీనిలో గల వ్యత్యాసాన్ని మీరు గుర్తించారో లేదో నాకు తెలియదు. అప్పుడు నేను కేవలం బాధని తెలుసుకుని ఉన్నాను, నాకు పరాయిదిగా కాకుండా, ఎవరో బాధని కనిపెట్టి చూస్తున్నట్లుగా కాక, నాలో భాగంగానే, నేను మొత్తం అంతా బాధే అయినట్లుగా తెలుసుకున్నాను. అప్పుడు దాని గమనాన్ని అనుసరించ గలుగుతున్నాను. ఎక్కడికి తీసుకుపోతుందో చూస్తున్నాను. నేనలా చేసినట్లయితే, నిశ్చయంగా అది తెరుచు కుంటుంది. తెరుచుకోదా? అప్పుడు ప్రాముఖ్యాన్ని 'నేను' కిచ్చానుగాని, నేను ప్రేమించిన వ్యక్తికి కాదు. అతడు నా దుఃఖాన్నీ, నా ఒంటరితనాన్నీ, నా దౌర్భాగ్యాన్నీ కప్పివెయ్యటానికి పనికొచ్చాడు. 'నేను' కానిది 'అతడు' కాగలడని ఆశించాను. ఇప్పుడది పోయింది, నేను మిగిలాను. నేను నష్టపోయాను. నేను ఒంటరిగా ఉన్నాను. అతడు లేనిదే నేను శూన్యం అంటూ ఏడుస్తాను. అతడు పోయాడని కాదు. నేను మిగిలి ఉన్నానని, నేను ఒంటరిగా ఉన్నానని. ఆ విషయాన్ని అవగాహన చేసుకోవటం ఎక్కువ కష్టంకదా? ''నేను ఒంటరిగా ఉన్నాను.'' ఈ ఒంటరితనాన్ని ఎలా వదిలించుకోగలను? అనుకోవటం ఇంకో రకంగా తప్పించుకోవటమే. ఒంటరితనాన్ని గుర్తించి తెలుసుకోవటం, అది ఉందన్న 'స్పృహ'తో ఉండటం, దానితోబాటు 'ఉండి'పోవటం, దాని గమనాన్ని చూస్తూ, వాస్తవంగా దాన్ని గుర్తించటం చాలా కష్టం. నేను దీన్నొక ఉదాహరణగానే తీసుకున్నాను. క్రమక్రమంగా దాన్ని విప్పుకుని తెరుచుకోనిస్తే నాకు కష్టం కలిగింది కనుక నేను బాధపడుతున్నానని

తెలుసుకుంటాను. నేను చూడటానికి ఇష్టంలేనిదాన్ని చూడవలసివచ్చింది, నేను చూసి అవగాహన చేసుకోవటానికి ఇష్టపడనిది బలవంతంగా నామీద వచ్చిపడింది. తప్పించు కోవటానికి నాకు సహాయపడేవారు అనేకమంది - వివిధ 'మతాల' వాళ్లు వారి సిద్ధాంతాల తోనూ, ఆశలతోనూ నమ్మకాలతోనూ, వారి ఊహలతోనూ - '' ఇది కర్మ, ఫలితం, దైవేచ్ఛ'' మొదలైన మాటల్తో తప్పించుకోవటానికి మార్గం చూపిస్తూ సహాయ పడగలిగినవాళ్లు వేలమంది ఉన్నారు. కానీ, దాన్ని నానుండి తోసెయ్యకుండా, దాన్ని పరిమితం చేయటానికిగాని, తిరస్కరించటానికిగాని ప్రయత్నించకుండా, దానితో నేనుండగలిగితే, అప్పుడేం జరుగుతుంది? బాధయొక్క గమనాన్ని అనుసరించి చూస్తున్నప్పుడు నా మనస్థితి ఎలా ఉంటుంది?

బాధ అనేది కేవలం ఒక మాటేనా, లేక, వాస్తవమా? అది ఉత్తమాటే కాకుండా, వాస్తవికమైనదయితే, అప్పుడు మాటకి అర్థంలేదు. తీవ్రమైన బాధ ఉన్న అనుభూతి ఉంటుందంతే. ఆ బాధ దేన్ని గురించి? ఒక రూపం గురించీ, ఒక అనుభవం గురించీ, మీకున్న దాన్ని గురించీ, లేనిదాన్ని గురించీ. మీకు ఉంటే, దాన్ని ఆనందం అంటారు, లేకపోతే బాధ అంటారు. కాబట్టి, నొప్పి, బాధ - ఇది దేనితోనో ఉన్న సంబంధం గురించే ఉంటుంది. ఆ 'దేనితోనో' అన్నది కేవలం శబ్దవివరణమేనా, లేక, వాస్తవికమా? అంటే, దుఃఖం ఉన్నప్పుడు అది దేనితోనో సంబంధం కలిగే ఉంటుంది. దానంతట అది ఉండదు - భయం దానంతట అది ఉండకుండా, దేనితోనో ఒకదానితో - వ్యక్తితోనో, సంఘటనతోనో, అనుభూతితోనో - దేనితోనో గల సంబంధంలో ఉన్నట్లుగానే. ఇప్పుడు మీరు బాధని పూర్తిగా తెలుసుకున్నారు. ఆ బాధ మీకు పరాయిదై దూరంగా ఉందా? మీరు బాధని ఒక పరిశీలకుడిలా చూస్తున్నారా? లేక, మీరే ఆ బాధా?

బాధ పడుతున్న పరిశీలకుడు వేరుగా లేనప్పుడు బాధ మీకు భిన్నంగా వేరేగా ఉంటుందా? మీరే ఆ బాధ కాదా? నొప్పికి మీరు దూరంగా లేరు - మీరే నొప్పి. ఏం జరుగుతోంది? దానికొక చిహ్నాన్ని ఇవ్వటంలేదు, ఒక పేరుపెట్టి దాన్నిదూరంగా వేరుచెయ్యటం లేదు, మీరే ఆ నొప్పి, ఆ అనుభూతి మీరే ఆ యాతన కలుగుతోందనే భావం. మీరే అది అయినప్పుడు ఏం జరుగుతుంది? మీరు దానికి పేరు పెట్టనప్పుడు, దాన్నిగురించి మీకు భయం లేనప్పుడు, కేంద్రానికీ దానికీ ఏమైనా సంబంధం ఉందా? కేంద్రానికీ దానికీ సంబంధం ఉన్నట్లయితే అప్పుడు అది దాన్నిచూసి భయపడుతుంది. అప్పుడది చర్య తీసుకోవాలి, దాని విషయమై ఏదో ఒకటి చెయ్యాలి. కానీ, కేంద్రమే అదైనప్పుడు మీరేం చేస్తారు? మీరు చేయదగినది ఏమీలేదు - ఉందా? మీరే అది అయినప్పుడు, మీరు దాన్ని అంగీకరించకుండా, దానికో చిహ్నాన్ని ఇవ్వకుండా, దాన్ని పక్కకి తోసెయ్యకుండా ఉన్నప్పుడు - మీరే అది అయినప్పుడు ఏం జరుగుతుంది? మీరు బాధ పడుతున్నానని అంటారా? అది నిజంగా ఒక మౌలిక 'పరివర్తన.' అప్పుడిక మీదట ''నేను బాధపడుతున్నాను'' అనేది ఉండదు. ఎందుచేతనంటే, బాధపడగల

కేంద్రం లేదు. కేంద్రం ఏమిటో, దాన్ని ఎప్పుడూ మనం పరీక్షించలేదు కనుకనే, కేంద్రం బాధపడుతూ ఉంటుంది. మాటనుంచి మాటకీ, ప్రతిక్రియనుంచి ప్రతిక్రియకీ మన జీవితం సాగుతూ ఉంటుంది. అంతేగాని, ''బాధ పడుతున్నది ఏమిటో నేను చూస్తాను'' అని ఎప్పుడూ చెప్పం. బలవంతం మీదగానీ, క్రమశిక్షణ ద్వారాగానీ చూడలేం. ఆసక్తితో, స్వతస్సిద్ధమైన అవగాహనతో చూడాలి. అప్పుడు మనం బాధ, నొప్పి అనుకునేదీ, మనం తప్పించుకోవటానికి ప్రయత్నిస్తున్నదీ, క్రమశిక్షణా - అన్నీ మాయమవుతాయి. నాకన్న వేరుగా ఏదో ఉందనుకోవటంగానీ, దానితో సంబంధం పెట్టుకోవటంగానీ లేనప్పుడు సమస్యేలేదు. నాకన్న వేరుగా ఉందని అనుకుంటూ, నేను దానితో సంబంధం పెట్టుకున్న క్షణంలోనే సమస్య ఉత్పన్నమవుతుంది. బాధని నాకు బాహ్యంగా ఉన్నదానిగా ఎంచినంతవరకూ - నా సోదరుడు చనిపోయాడు కనుక నాకు విచారంగా ఉంది. నాకు ధనం లేదు కనుక, ఇందువల్లా, అందువల్లా నేను బాధపడుతున్నాను - అంటున్నంత వరకూ, నాకు విడిగా ఉన్నదానితో సంబంధం పెట్టుకుంటున్నాను; ఆ సంబంధం కల్పితమైనది; కానీ, నేనే 'అది' అయినట్లయితే, నేను వాస్తవాన్ని గమనిస్తున్నట్లయితే, అప్పుడు అంతా పరివర్తనం చెందుతుంది. దానంతటికీ అర్థమే వేరుగా ఉంటుంది. అప్పుడు పూర్తి శ్రద్ధ ఉంటుంది, సమగ్రమైన శ్రద్ధ ఉంటుంది. సంపూర్ణంగా పరిశీలించ బడినది అవగాహన అవుతుంది, మాయమవుతుంది. అందుచేత, భయం ఉండదు, 'దుఃఖం' అనే మాటే ఉండదు.

★★★

8. ఎరుక

ప్రశ్న: తన్నుతాను తెలుసుకోవటానికీ అంతర్ముఖత్వానికీ తేడా ఏమిటి? తెలుసుకోవటంలో తెలుసుకునేవా రెవరు?

కృష్ణమూర్తి: మన ఉద్దేశంలో అంతర్ముఖత్వం అంటే ఏమిటో ముందుగా పరిశీలిద్దాం. అంతర్ముఖత్వం అంటే తన లోపలికి చూసుకోవటం, తన్నుతాను పరీక్షించుకోవటం. తన్నుతాను ఎందుకు పరీక్షించుకోవాలి? వృద్ధి పొందటానికో, మారటానికో, సరిదిద్దుకోవటానికో, ఏదో ఒకటి అవటానికో మీరు అంతర్ముఖంగా చూసుకుంటారు. లేకపోతే, ఊరికే మీరు అంతర్ముఖంగా చూసుకోరు. సరిదిద్దుకోవాలనో, మారాలనో, మీరు ప్రస్తుతం ఉన్నదానికి భిన్నంగా మరొకలా అవాలనో - కోరిక లేకపోతే మిమ్మల్ని మీరు పరీక్షచేసుకోరు. అంతర్ముఖత్వానికి అదే

ప్రత్యక్షకారణం. నేను కోపంగా ఉన్నాను. అంతర్ముఖంగా చూసుకుంటాను. కోపాన్ని వదిలించుకోవటానికో, కోపాన్ని తగ్గించుకోవటానికో, లేక మార్పు చెయ్యటానికో నన్నునేను పరీక్ష చేసుకుంటాను. అంతర్ముఖత్వం - అంటే, తన ప్రతిస్పందనలనీ, తన ప్రతిక్రియలనీ సరిదిద్దుకోవాలనీ, మార్చుకోవాలనీ కోరుకోవటం. ఎప్పుడూ అతడి దృష్టిలో ఒక లక్ష్యం ఉంటుంది. ఆ లక్ష్యం ఫలించనప్పుడు నిరాశ, నిస్పృహ కలుగుతాయి. కనుక, అంతర్ముఖత్వం, నిస్పృహ - రెండూ తప్పనిసరిగా ఉంటాయి. మీరు ఆత్మపరీక్ష చేసుకుంటున్నప్పుడు, మీరు అంతర్దర్శనం చేసుకుంటున్నప్పుడు, మిమ్మల్ని మీరు మార్చుకోవాలనుకున్నప్పుడు, నిస్పృహ ఎప్పుడూ ఒక తరంగంలా వస్తుందని మీరు గమనించారో లేదో నాకు తెలియదు. మీరు ఎదుర్కోవలసిన నిస్పృహతరంగం ఒకటి ఎప్పుడూ ఉంటుంది. ఆ నిస్పృహని జయించటానికి మిమ్మల్ని మీరు తిరిగి పరీక్ష చేసుకోవలసి ఉంటుంది. అంతర్ముఖత్వంలో విముక్తి ఉండదు. ఎందుచేతనంటే, అది ఉన్న స్థితిని వేరొక స్థితిగా మార్పు చేయటానికి ప్రయత్నించే ప్రక్రియ. మనం అంతర్దర్శనం చేసుకునేటప్పుడు, ఆ విచిత్రమైన ప్రక్రియ జరిపేటప్పుడు, వాస్తవంగా జరుగుతున్నదదే. ఆ ప్రక్రియలో ఎప్పుడూ పోగుచేసుకోవటం జరుగుతుంది. 'నేను' దేన్నో ఒకదాన్ని మార్పుచేసే ఉద్దేశంతో పరీక్షిస్తూ ఉంటాను. కనుక, ఎప్పుడూ ఒక ద్వంద్వ ప్రవృత్తిలో సంఘర్షణ జరుగుతూ ఉంటుంది. కనుక అది నిస్పృహతో కూడిన ప్రక్రియ. విముక్తి అనేది ఎప్పుడూ ఉండదు. ఆ నిరాశని గమనించడంతో నిస్పృహ కలుగుతుంది.

తెలుసుకోవటం అనేది పూర్తిగా భిన్నమైనది. తెలుసుకోవటం అంటే ఖండించకుండా పరిశీలించటం. తెలుసుకోవటం వలన అవగాహన కలుగుతుంది. ఎందుచేతనంటే, ఖండనగాని, తాదాత్మ్యతగాని ఉండదు. కేవలం నిశ్శబ్దంగా పరిశీలించటమే. నేనొకదాన్ని అవగాహన చేసుకోవాలనుకున్నట్లయితే నేను జాగ్రత్తగా గమనించాలేగాని, దాన్ని విమర్శించకూడదు, ఖండించకూడదు, సంతోషకరమైందని భావించి దానివెంట పడకూడదు, దుఃఖ కరమైనదాన్ని తప్పించుకోకూడదు. వాస్తవాన్ని నిశ్శబ్దంగా పరిశీలించటం మాత్రమే చెయ్యాలి. ఒక లక్ష్యం ఏదీ దృష్టిలో ఉండదు. ఏది ఉత్పన్నమవుతూంటే దాన్ని తెలుసుకుంటూ ఉండటమే. ఖండనగాని, తాదాత్మ్యతగాని, సమర్థనగాని ఉన్నప్పుడు, పరిశీలించటం, ఆ పరిశీలనని అవగాహన చేసుకోవటం, రెండూ జరగవు. అంతర్ముఖత్వం స్వీయాభివృద్ధి కాబట్టి అది స్వయంకేంద్రితమైనది. తెలుసుకోవటం స్వీయాభి వృద్ధికాదు. దానికి భిన్నమైనది. అది ఆత్మ, 'నేను' అంతం కావటం, దాని విచిత్ర వైఖరులూ, జ్ఞాపకాలూ, అవసరాలూ, ఆశలూ అంతం కావటం. అంతర్ముఖత్వంలో తాదాత్మ్యత, ఖండన - రెండూ ఉంటాయి. తెలుసుకోవటంలో ఖండనగానీ, తాదాత్మ్యతగానీ ఉండదు. కాబట్టి, స్వీయాభివృద్ధికోసం ప్రయత్నం ఉండదు. రెండింటికీ చాలా తేడా ఉంది.

తన్నుతాను అభివృద్ధి చేసుకోదలచినవాడు ఎన్నటికీ తెలుసుకోలేడు. ఎందు చేతనంటే, అభివృద్ధిలో ఖండించటం, ఒక ఫలితాన్ని సాధించటం - రెండూ ఉంటాయి.

తెలుసుకోవటంలో అయితే, ఖండించటంగాని, విడిచిపెట్టడంగాని, అంగీకరించటం గాని లేకుండా పరిశీలనే ఉంటుంది. ఆ తెలుసుకోవటం బాహ్యవస్తువులతో ప్రారంభమవుతుంది. వస్తువులతోనూ, ప్రకృతితోనూ గల సంపర్కాన్ని తెలుసుకోవటం. మొదట తన చుట్టూ ఉన్న వస్తువులను తెలుసుకోవటం, వస్తువులపట్ల, మనుషులపట్ల సున్నితత్వంతో ఉండటం, అంటే, సంబంధం కలిగి ఉండటం. తరవాత, తన భావాల్ని తెలుసుకోవటం. ఈ తెలుసుకోవటంలో - వస్తువులు, ప్రకృతి, మనుషులు, భావాలు - వాటిపట్ల ఉండే సున్నితత్వంలో వేరువేరు ప్రక్రియలు లేవు. అదంతా ఒకే ప్రక్రియ. తనలోని ప్రతి భావాన్నీ, ప్రతి అనుభూతినీ, ప్రతిచర్యనీ, ఎప్పుడేది ఉత్పన్నమైతే దాన్ని - ప్రతీదాన్నీ నిరంతరం పరిశీలిస్తూ ఉండటమే. తెలుసుకోవటంలో ఖండించే లక్షణం లేదు కనుక, పోగుచేసుకోవటం కూడా ఉండదు. మీకో ప్రమాణం ఉన్నప్పుడే మీరు ఉన్నదాన్ని ఖండిస్తారు. అంటే పోగుచేస్తారు. కనుక, స్వీయాభివృద్ధి జరుగుతుంది. తెలుసుకోవటం అంటే, 'ఆత్మ', '''నేను' యొక్క కార్యకలాపాలని - మనుషులతోనూ, భావాలతోనూ, వస్తువులతోనూ దానికి గల సంబంధాలని - అవగాహన చేసుకోవటం. ఆ తెలుసుకోవటం అనుక్షణం జరుగుతుంది కనుక, అది సాధన చేయగలిగేది కాదు. మీరు దేన్నైనా సాధనచేస్తే, అది అలవాటయిపోతుంది. తెలుసుకోవటం అలవాటు కాదు. అలవాటుపడిన మనస్సు సున్నితంగా ఉండదు. అది ఒక ప్రత్యేకమైన గాడిలో పనిచేసే మనస్సు, మందకొడిగా, పెళుసరంగా ఉంటుంది. తెలుసుకోవటానికైతే, నిరంతర మృదుత్వం, అప్రమత్తత అవసరం. ఇది కష్టంకాదు. మీకెందులోనైనా ఆసక్తి ఉంటే, మీరదే చేస్తారు నిజంగా. మీ బిడ్డనిగాని, భార్యనిగాని, మొక్కల్నిగాని, చెట్లనిగాని, పక్షుల్నిగాని ఆసక్తితో చూస్తున్నప్పుడు మీరు వాస్తవంగా చేసేది అదే. మీరు ఖండించ కుండా, తాదాత్మ్యం చెందకుండా పరిశీలిస్తారు. కనుక, ఆ పరిశీలనలో సంపూర్ణ సమ్మేళనం ఉంటుంది. పరిశీలకుడు, పరిశీలన - రెండూ సంపూర్ణంగా సమ్మిళితం అవుతాయి. మీరు దేనిలోనైనా తీవ్రంగా, ప్రగాఢంగా ఆసక్తి కలిగివుంటే, వాస్తవంగా అలాగే జరుగుతుంది.

కాబట్టి, తెలుసుకోవటానికీ, స్వీయాభివృద్ధితో కూడిన అంతర్ముఖత్వానికీ మధ్య ఎంతో తేడా ఉంది. అంతర్ముఖత్వం నిరాశకీ, మరింత తీవ్రసంఘర్షణకీ దారితీస్తుంది. తెలుసుకోవటం స్వీయకేంద్రిత కార్యకలాపం నుంచి బయటపడే విధానం. తెలుసు కోవటం అంటే, ఈ దైనందిన కార్యకలాపాల్నీ, మీ ఆలోచనల్నీ, మీ చర్యల్నీ తెలుసు కోవటం. అంతేకాక, ఇతరులను తెలుసుకోవటం, పరిశీలించటం. మీరెవరినైనా ప్రేమించినప్పుడే, మీకు దేనిలోనైనా ప్రగాఢమైన ఆసక్తి ఉన్నప్పుడే అలా చేయగలుగుతారు. నన్నూ, నా మొత్తం అస్తిత్వాన్నీ, ఒకటి రెండు స్థాయిలు మాత్రమే కాక, నాలో ఉన్న దాన్నంతా తెలుసుకోవాలను కున్నప్పుడు, నిశ్చయంగా, ఏ విధమైన ఖండనా ఉండ కూడదు. ప్రతి ఆలోచననీ, ప్రతి అనుభూతినీ, అన్ని మనోభావాల్నీ, అన్ని నిగ్రహాలనీ నిష్పక్షపాతంగా చూడటానికి సంసిద్ధుడినై ఉండాలి. ఈ తెలుసుకోవటం అంతకంతకు

విస్తృతమవుతున్నకొద్దీ, నిగూఢంగా మెదులుతున్న ఆలోచనలనుంచీ, ఉద్దేశాలనుంచీ, అన్వేషణలనుంచీ అంతకంతకు స్వేచ్ఛ ఎక్కువవుతుంది. తెలుసుకోవటం అంటే స్వేచ్ఛ. అది స్వేచ్ఛను తెస్తుంది, స్వేచ్ఛని కలిగిస్తుంది. అంతర్ముఖత్వం మాత్రం సంఘర్షణనీ, ఆత్మ సంకుచితత్వాన్నీ పెంచుతుంది. అందుచేత, అందులో ఎప్పుడూ నిరాశ, భయం ఉంటాయి.

ఈ ప్రశ్న వేసినవారు 'తెలుసుకునేవారెవరో' కూడా తెలుసుకోవాలను కుంటున్నారు. మీకేదైనా ప్రగాఢమైన అనుభవం కలిగినప్పుడు ఏం జరుగుతుంది? అటువంటి అనుభవం కలుగుతున్నప్పుడు మీరు అనుభవిస్తున్నారని మీకు తెలుస్తుందా? మీరు కోపంగా ఉన్నప్పుడు, లేక, అసూయతోనో, సంతోషంతోనో ఉన్నప్పుడు, ఆ కనురెప్పపాటు క్షణంలో, మీరు కోపంగా ఉన్నట్లుగాని, అసూయతోనో, సంతోషంతోనో ఉన్నట్లుగాని మీరు తెలుసుకుని ఉంటారా? ఆ అనుభవం అంతమైన తరవాతే, అనుభవించేవాడు, అనుభవింపబడినదీ ఉంటాయి. అప్పుడు అనుభవించే వాడు, అనుభవింపబడినదాన్ని, అనుభవించినదాన్ని గమనిస్తాడు. అనుభవించేక్షణంలో గమనించేవాడుగాని, గమనింపబడేదిగాని ఉండవు; కేవలం అనుభవించటమే ఉంటుంది. మనలో చాలామంది అనుభవించటం లేదు. మనం ఎప్పుడూ అనుభవించే స్థితికి అవతలే ఉంటాం. అందుచేతనే, పరిశీలించేవా రెవరు, తెలుసుకునేవా రెవరు అని ప్రశ్నిస్తాం. అటువంటి ప్రశ్న నిశ్చయంగా తప్పుప్రశ్నే - కాదా? అనుభవిస్తున్న సమయంలో తెలుసుకునేవాడుగాని, తెలుసుకోబడుతున్నదిగాని ఉండదు; గమనించేవాడుగాని, గమనింపబడేదిగాని ఉండదు; అనుభవిస్తున్న స్థితి మాత్రమే ఉంటుంది. మనలో చాలామందికి అనుభవిస్తున్న స్థితిలో ఉండటం చాలా కష్టంగా ఉంటుంది. ఎందు చేతనంటే, అందుకు అసాధారణమైన మృదుత్వం, చురుకుతనం, విశేషమైన సున్నితత్వం కావాలి. మనం ఒక ఫలితాన్ని ఆకాంక్షిస్తున్నప్పుడు మనం విజయాన్ని కోరుతున్నప్పుడు మన దృష్టిలో ఒక లక్ష్యం ఉన్నప్పుడు, మనం అంచనా వేస్తున్నప్పుడు, అదంతా నిరాశకి దారితీస్తుంది. దేన్నీ కోరనివాడు, ఏ లక్ష్యమూ లేనివాడు, ఒక ఫలితాన్నీ, దానికి సంబంధించిన వాటన్నిటినీ కాంక్షించనివాడు - అటువంటివాడు నిరంతరం అను భవిస్తున్న స్థితిలో ఉంటాడు. అప్పుడు ప్రతీదీ సజీవంగా, అర్థవంతంగా ఉంటుంది. ఏదీ పాతది కాదు, ఏదీ మాడిపోదు, ఏదీ పునరావృత్తి కాదు - ఎందుచేతనంటే, ఉన్నస్థితి ఎప్పుడూ పాతది కాదు. సమస్య ఎప్పుడూ కొత్తదే. సమస్యకి ప్రతిక్రియ మాత్రమే పాతదిగా ఉంటోంది. అది ఇంకా అవశేషాన్ని మిగులుస్తుంది. ఆ అవశేషమే జ్ఞాపకమూ, గమనించేవాడూ. ఆ గమనించేవాడే తన్నుతాను గమనింప బడేదాన్నుంచీ, సమస్యనుంచీ అనుభవంనుంచీ వేరు చేసుకుంటాడు.

మీ అంతట మీరు దీన్ని చాలా మామూలుగా, చాలా సులభంగా ప్రయోగం చేసి చూడవచ్చు. ఈ సారి మీకు కోపంగాని, అసూయగాని, అత్యాశగాని, హింసించాలని గాని, మరేదైనా అనిపించినప్పుడు మిమ్మల్ని మీరు పరిశీలించుకోండి. ఆ స్థితిలో మీరు

ఉండరు. ఆ స్థితి మాత్రమే ఉంటుంది. ఒక్క క్షణం, ఒక్క లిప్తపాటు తరవాత మీరు దాన్నొక మాటగా రూపొందిస్తారు, దానికి ఒక పేరుపెడతారు, దాన్ని అసూయ అనీ, కోపం అనీ, దురాశ అనీ అంటారు, అంచేత మీరు తక్షణమే గమనించేవాడు అనీ, గమనింపబడినది అనీ, అనుభవించేవాడు అనీ, అనుభవింపబడినది అనీ సృష్టిస్తున్నారు. అనుభవించేవాడూ, అనుభవింపబడినదీ వేరుగా ఉన్నప్పుడు, అనుభవించేవాడు అనుభవాన్ని సరిదిద్దటానికీ, మార్చటానికీ, దానికి సంబంధించిన విషయాల్ని జ్ఞాపకం పెట్టుకోవటానికీ ప్రయత్నిస్తాడు. కాబట్టి, తనకీ, తన అనుభవానికీ మధ్య భేదాన్ని కొనసాగిస్తాడు. ఆ అనుభవానికి మీరేమీ పేరుపెట్టకపోతే, అంటే మీరొక ఫలితాన్ని ఆశించకుండా ఉంటే, మీరు ఖండించకుండా, ఊరికే నిశ్శబ్దంగా ఆ అనుభవాన్ని తెలుసుకున్నట్లయితే - ఆ అనుభూతిని పొందుతున్నస్థితిలో, దాన్ని అనుభవిస్తున్న స్థితిలో గమనించేవాడూ ఉండడు, గమనింపబడేదీ ఉండదు - గమనించేవాడూ, గమనింపబడేదీ ఒక సమ్మిళిత విషయం కనుక. అప్పుడు అనుభవించటం మాత్రమే ఉంటుంది.

కాబట్టి, అంతర్ముఖత్వం, తెలుసుకోవటం - రెండూ పూర్తిగా విరుద్ధమైనవి. అంతర్ముఖత్వం నిరాశకీ, మరింత సంఘర్షణకీ దారితీస్తుంది, ఎందుచేతనంటే, దానిలో మార్పు కావాలనే కోరిక ఇమిడి ఉంటుంది. మార్పు అంటే కేవలం సరిదిద్దబడినది కొనసాగటం మాత్రమే. తెలుసుకోవటం అంటే ఖండనగాని, సమర్థనగాని, తాదాత్మ్యతగాని లేనటువంటి స్థితి. అందుచేత, ఆ స్థితిలో అవగాహన ఉంటుంది. ఉదాసీనత, అప్రమత్తత ఉండే ఆ స్థితిలో అనుభవించేవాడుగాని, అనుభవింపబడినదిగాని ఉండదు.

స్వీయాభివృద్ధికీ, స్వీయవిస్తరణకీ మరో రూపమైన అంతర్ముఖత్వం ఎన్నటికీ సత్యానికి దారి తీయలేదు, ఎందుచేతనంటే, అది ఎప్పుడూ తన్నుతాను వేరుపరచుకునే ప్రక్రియే. తెలుసుకోవటం అనేది సత్యం సాక్షాత్కరించేస్థితి - నిజంగా ఉన్నస్థితి, దైనందిన జీవితంలోని మామూలు నిజస్థితి. ఈ దైనందిన జీవితంలోని నిజాన్ని అవగాహన చేసుకున్నప్పుడే, మనం ముందుకి పోగలం. దూరంగా పోవటానికి ముందు మన దగ్గరే ప్రారంభించాలి. కానీ, మనలో చాలామంది గెంతాలనుకుంటారు, దగ్గరున్న దాన్ని అవగాహన చేసుకోకుండా దూరం వెళ్ళాలనుకుంటారు. మన దగ్గరగా ఉన్నదాన్ని అవగాహన చేసుకుంటే, దూరంగా ఉన్నదానికీ దగ్గరగా ఉన్నదానికీ మధ్య అసలు అంతరమే లేదని తెలుసుకుంటాం. అసలు అంతరం అనేదే లేదు - ఆద్యంతాలు రెండూ ఒక్కటే.

★★★

9. సంబంధం

ప్రశ్న: మీరు తరచుగా సంబంధం గురించి మాట్లాడారు. సంబంధం అంటే మీ ఉద్దేశంలో ఏమిటి?

కృష్ణమూర్తి: మొట్టమొదటగా, అసలు ఒంటరిగా ఉండటం అనేదే ఉండదు. ఉండటం అంటేనే సంబంధంతో ఉండటం, సంబంధం లేనిదే జీవితమే లేదు. సంబంధం అంటే మన ఉద్దేశంలో ఏమిటి? ఇద్దరు మనుషుల మధ్య, మీకూ, నాకూ మధ్య పరస్పరం ఏర్పడే సమస్య, దానికి మీ ప్రతిస్పందన. మీ 'సవాలు' ని నేను ఒప్పుకోవటం, లేదా, జవాబివ్వటం. మళ్లీ మీకు నా 'సవాలు'. ఇద్దరు మనుషుల మధ్యగల సంబంధమే సంఘాన్ని సృష్టిస్తుంది. సంఘం మీకూ నాకూ సంబంధించకుండా స్వతంత్రంగా ఉన్నది కాదు. సమూహం దానంతట అది ప్రత్యేకంగా ఉండదు, కానీ, మీరూ, నేనూ మన మధ్య ఉన్న సంబంధంతో సమూహాన్నీ, సంఘాన్నీ సృష్టిస్తున్నాం. సంబంధం అంటే ఇద్దరు మనుషుల మధ్య గల పరస్పర సంపర్కాన్ని తెలుసుకోవటమే. ఆ సంబంధం సాధారణంగా దేనిమీద ఆధారపడి ఉంటుంది? అది మనం అనుకునే పరస్పర ఆధారం, పరస్పర సహకారంమీద ఆధారపడి లేదా? కనీసం పరస్పర ఉపకారం, పరస్పర సహాయం అంటాం. కానీ, మాటలు అటుంచితే, ఒకరిమీద ఒకరు విసురుకునే భావోద్వేగపు తెరలమాట అటుంచితే, సంబంధం దేనిమీద ఆధారపడి ఉంటుంది? పరస్పర సంతృప్తిపైన కాదా? నేను మిమ్మల్ని సంతోషపెట్టనట్లయితే, నన్ను మీరు వదుల్చుకుంటారు. సంతోషపెడితే, నన్ను భార్యగానో, మీ పొరుగువాడిగానో, మీ స్నేహితుడిగానో అంగీకరిస్తారు. అది వాస్తవం.

మీరు 'కుటుంబం' అని అంటున్నది ఏమిటి? అది సాన్నిహిత్యం, సమ్మేళనంతో కూడిన సంబంధం అన్నది స్పష్టం. మీ కుటుంబంలో, మీ భార్యతోనో, మీ భర్తతోనో గల సంబంధంలో సమ్మేళనం ఉందా? నిజానికి, సంబంధం అంటే మనం అనుకునేది అదే. అలా అనుకోవటం లేదా? సంబంధం అంటే భయంలేని సమ్మేళనం, పరస్పరం అవగాహన చేసుకునేందుకూ, సూటిగా తెలియజేసుకునేందుకూ స్వేచ్ఛ ఉండే సమ్మేళనం. వాస్తవంగా, సంబంధం అంటే అదే - ఇంకొకరితో సమ్మిళితం కావటం. కానీ, మీరలా ఉన్నారా? మీ భార్యతో మీకు సమ్మేళనం అయిందా? బహుశా, శారీరకంగా అయిందేమో! కానీ, అది సంబంధం కాదు. మీరూ, మీ భార్య ప్రత్యేకత అనే గోడకి చెరో పక్కా ఉన్నారు. మీ ఆశలూ, ఆకాంక్షలూ మీవి, ఆవిడవి ఆవిడకి. మీరు గోడ వెనకవైపుని ఉంటూ, మధ్యమధ్య గోడపైనుంచి తొంగిచూస్తూ ఉంటారు - దాన్నే మీరు సంబంధం అంటారు. అదే వాస్తవం కాదా? మీరు దాన్ని కొంచెం విస్తృతపరచవచ్చు, మృదువుగా చెప్పవచ్చు, వర్ణించటానికి కొత్త పదాలు వాడవచ్చు, కానీ, వాస్తవం అదే. మీరూ, మరొకరూ వేరువేరుగా జీవిస్తూ, ఆ ప్రత్యేక జీవితాన్ని సంబంధం అంటారు.

ఇద్దరు మనుషుల మధ్య నిజమైన సంబంధం ఉన్నట్లయితే, అంటే వారిద్దరి మధ్యా సమ్మేళనం ఉన్నట్లయితే, అందులో ఎన్నో అంతరార్థాలుంటాయి. అప్పుడు వేర్పాటు ఉండదు. ప్రేమ ఉంటుంది గాని, బాధ్యతకాదు, కర్తవ్యం కాదు. గోడలవెనక వేరుగా జీవిస్తున్నవారే కర్తవ్యం గురించీ, బాధ్యత గురించీ మాట్లాడతారు. ప్రేమించేవాడు బాధ్యత గురించి మాట్లాడడు, అతడు ప్రేమిస్తాడు, కనుక వేరొకరితో తన సుఖ దుఃఖాలనీ, ధనాన్నీ పంచుకుంటాడు. మీ కుటుంబాలు అలా ఉన్నాయా? మీ భార్యతోనూ, బిడ్డలతోనూ మీకు ప్రత్యక్ష సమ్మేళనం ఉందా? లేదన్నది స్పష్టం. కాబట్టి, మీ పేరునీ, సంప్రదాయాన్నీ కొనసాగించటానికీ, మీకు కావలసినదాన్ని - లైంగికంగాగాని, మానసికంగాగాని - మీకివ్వటానికీ మీకు కుటుంబం ఒక సాకుగా ఉపయోగపడుతోంది - మీ పేరుని శాశ్వతంగా చేసుకునేందుకూ, మీ పేరుని కొనసాగించేందుకూ కుటుంబం ఒక సాధనం. అదొక విధమైన అమరత్వం, శాశ్వతత్వం. సంతృప్తికోసం ఒక సాధనంగా కూడా ఉపయోగపడుతోంది కుటుంబం. బయట వ్యాపార ప్రపంచంలో, రాజకీయ, సాంఘిక ప్రపంచంలో కనికరం లేకుండా, ఇతరులను ఉపయోగించుకుంటాను. కానీ, ఇంట్లోమాత్రం దయతో, ఔదార్యంతో ఉండటానికి ప్రయత్నిస్తాను. ఎంత అసందర్భం! లేదా, ప్రపంచమే నాకు దుర్భరమైపోతుంది, నాకు శాంతి కావాలి, దానికోసం ఇంటికి వెడతాను. లోకంలో బాధపడి ఇంటికి వెడతాను. అక్కడ సుఖాన్ని పొందటానికి ప్రయత్నిస్తాను. అంటే, సంబంధంవల్ల నాకు కలత లేకుండా ఉండాలని కోరుకుంటాను.

ఆ ప్రకారంగా పరస్పర సంతృప్తి, సంతోషం ఉన్నచోటే సంబంధం ఉండాలనుకుంటారు. ఆ సంతృప్తి దొరకనప్పుడు సంబంధాన్ని మారుస్తారు. విడాకులు పుచ్చుకుంటారు, లేదా, కలిసి ఉంటూ ఇతరత్రా సంతృప్తి పొందుతారు. లేదా, మీకు కావలసిన సంతృప్తి, సంతోషం, ఆత్మ రక్షణ, సుఖం దొరికేవరకూ ఒక సంబంధం నుంచి మరోదానికి మారుతూ ఉంటారు. ఇంతకీ ప్రపంచంలో మనకున్న సంబంధం అదే. వాస్తవంగా అది ఆ విధంగానే ఉంది. భద్రత ఉన్నచోట, వ్యక్తిగత రక్షణతో, సంతృప్తితో. అజ్ఞానంతో జీవించగలిగినచోట సంబంధాన్ని కోరుకుంటారు. - ఇదంతా ఎప్పుడూ సంఘర్షణని సృష్టిస్తుంది - సృష్టించదా? నేను సంతృప్తిని కోరుతున్నప్పుడు, మీరు నన్ను తృప్తిపరచకపోతే సహజంగా సంఘర్షణ ఉండి తీరుతుంది. ఎందుచేతనంటే, మనిద్దరంకూడా ఒకరిలో ఒకరు భద్రతని కాంక్షిస్తున్నాం. ఆ భద్రత అనిశ్చితమైనప్పుడు మీకు అసూయ కలుగుతుంది. మీరు హింసాత్మకంగా అవుతారు. సొంతం చేసుకోవాలని పట్టుదల మొదలవుతుంది మీలో. అలాగే ఇంకా ఏదో అవుతుంది. అంచేత సంబంధం మూలంగా సొంతం చేసుకోవాలనే పట్టుదల, నిందారోపణ చేయటం, భద్రత, సౌకర్యం, సంతృప్తి తనకు లభించాలన్న అధికారపూరిత వాంఛలూ తప్పని సరిగా మొదలవుతాయి. అటువంటి దాంట్లో సహజంగా ప్రేమ ఉండదు.

మనం ప్రేమని గురించి మాట్లాడతాం, బాధ్యత గురించీ, కర్తవ్యాలగురించీ మాట్లాడతాం. కానీ, వాస్తవంగా ప్రేమమాత్రం ఉండదు. సంబంధం సంతృప్తి మీద

ఆధారపడి ఉంటుంది. దాని ఫలితాన్ని ప్రస్తుత నాగరికతలో చూస్తున్నాం. మన భార్యలు, బిడ్డలు, ఇరుగుపొరుగువారు, స్నేహితులు, వీరిపట్ల ఎలా ప్రవర్తిస్తున్నామో, అదే మన సంబంధంలో వాస్తవంగా ప్రేమ లేదనటానికి నిదర్శనం. అది కేవలం సంతృప్తి కోసం చేస్తున్న పరస్పర అన్వేషణ. ఇది ఇలా ఉన్నప్పుడు సంబంధానికున్న ప్రయోజనం ఏమిటి? దాని పరమార్థం ఏమిటి? ఇతరులతో మీకు గల సంబంధాన్ని పరిశీలించి నట్లయితే, సంబంధం ఒక ఆత్మావిష్కార ప్రక్రియ అని తెలుసుకోరా? మీతో నాకున్న సంపర్కాన్నీ, ఆ సంబంధంలో నా ప్రతిక్రియనీ అప్రమత్తతతో పరిశీలించి, తెలుసు కున్నట్లయితే నా సొంత అస్తిత్వం ఏమిటో తేటతెల్లంకాదా? సంబంధం వాస్తవంగా ఆత్మావిష్కార ప్రక్రియే, అంటే, స్వీయజ్ఞానాన్ని పొందే విధానమే. అటువంటి ఆవిష్కరణలో అనేక రకాల బాధాకరమైనటువంటి, అసంతోషకరమైనటువంటి విషయాలూ, ఇబ్బంది కలిగించేటటువంటి ఆలోచనలూ, కార్యకలాపాలూ బయట పడగలవు. వాటిని చూసి నేను ఇష్టపడను కనుక, అసంతోషకరమైన సంబంధం నుంచి సంతోషకరమైన మరొక సంబంధానికి పారిపోతాను. కాబట్టి, పరస్పరం సంతృప్తిని కోరుతున్నప్పుడు ఆ సంబంధానికి బొత్తిగా ప్రాధాన్యం ఉండదు. కానీ, ఆత్మా విష్కారానికీ, స్వీయజ్ఞానం పొందటానికీ, అది సాధనమైనప్పుడు దానికి అసాధారణమైన ప్రాముఖ్యం ఉంటుంది.

ఇంతకీ, ప్రేమలో సంబంధం ఉండదు - ఉంటుందా? మీరొకదాన్ని ప్రేమించి, దాన్నుంచి మీ ప్రేమనే ప్రతిఫలంగా అపేక్షిస్తున్నప్పుడు సంబంధం ఉంటుంది. మీరు ప్రేమిస్తున్నప్పుడు, ఒకదానికి మిమ్మల్ని మీరు మొత్తం పూర్తిగా అర్పించుకున్నప్పుడు సంబంధం అనేది ఉండదు.

మీరు నిజంగా ప్రేమిస్తే- అటువంటి ప్రేమ ఉన్నట్లయితే - అది అత్యద్భుతమైన విషయమే. అటువంటి ప్రేమలో ఘర్షణ ఉండదు - వీరూ వారూ అనిగాక సంపూర్ణ సమైక్యత ఉంటుంది. అదొక సమగ్రస్థితి, ఒక పరిపూర్ణస్థితి. సంపూర్ణ ప్రేమతో సంపూర్ణ సమ్మేళనం అయే క్షణాలు, అటువంటి అరుదైన క్షణాలు, ఆనందదాయకమైన, సంతోషకరమైన క్షణాలు కూడా ఉంటాయి. సామాన్యంగా జరిగేదేమిటంటే, ప్రేమ ముఖ్యం అవటం లేదు. అవతలిది, ఆ ప్రేమింపబడేదే ముఖ్యమయిపోతోంది. ఎవరిని ప్రేమిస్తున్నారో వారే ముఖ్యం అవుతున్నారు గాని ప్రేమ కాదు. ప్రేమింపబడేది అనేక కారణాలవల్ల - శారీరకంగానో మాటలవల్లనో, తృప్తి, సుఖం, మొదలైనవి వాంఛించటం వల్లనో - ముఖ్యమవుతుంది. ప్రేమ వెనక్కి తగ్గుతుంది. అప్పుడు, సొంతం చేసుకోవాలనే పట్టుదల, అసూయ, అధికారపూరిత వాంఛలూ సంఘర్షణని సృష్టిస్తాయి. ప్రేమ అంతకంతకు మరుగున పడిపోతుంది. అది ఎంతగా వెనకపడితే, సంబంధం అనే సమస్యకున్న ప్రాముఖ్యం, విలువ, అర్థం అంతగా తగ్గిపోతాయి. కాబట్టి, ప్రేమని అవగాహన చేసుకోవటం అత్యంతకష్టమైన విషయాల్లో ఒకటి. ప్రేమ మానసికంగా అత్యవసరం అయినందువల్ల వచ్చేది కాదు; వివిధ పద్ధతుల ద్వారా, సాధనాల ద్వారా,

క్రమశిక్షణల ద్వారా రూపొందించగలిగేది కాదు. అది 'నేను' యొక్క కార్యకలాపాలన్నీ అంతమైనప్పుడు కలిగే స్థితి. కానీ, మీరు వాటిని అణచివేయటం ద్వారాగాని, తప్పించుకోవటం ద్వారాగాని, క్రమశిక్షణలో పెట్టడం ద్వారాగాని అవి అంతమవవు. 'నేను' యొక్క కార్యకలాపాల్ని వివిధ చైతన్యస్థాయిల్లో మీరు అవగాహన చేసుకోవాలి. ఆలోచనగాని, ఉద్దేశంగాని లేనప్పుడు, మనం ప్రేమించే క్షణాలు ఉంటాయి. కానీ, ఆ క్షణాలు చాలా అరుదు. చాలా అరుదైనవి కదా అని వాటిని మన జ్ఞాపకాల్లో గట్టిగా పట్టుకుని ఉంటాం. అందుచేత, సజీవమైన వాస్తవానికీ, మన దైనందిన జీవితంలోని కార్యకలాపానికీ మధ్య ఒక అవరోధాన్ని సృష్టిస్తాం.

సంబంధాన్ని అవగాహన చేసుకోవాలంటే, ముందుగా, ఉన్న స్థితిని - మన జీవితాల్లో మనకి తెలియకుండా విభిన్న సూక్ష్మరూపాల్లో వాస్తవంగా జరుగుతున్నదాన్నికూడా అవగాహన చేసుకోవటం ముఖ్యం. అసలు సంబంధం అంటే ఏమిటో అర్థం చేసుకోవాలి. సంబంధం అంటే ఆత్మావిష్కారం. మనల్ని మనం ఆవిష్కరించుకుని చూసుకోవటానికి ఇష్టపడం కనుకనే మనం సుఖంలో దాక్కుంటాం. దానితో, సంబంధంలో ఉండే అసాధారణమైన ప్రగాఢత, ప్రాముఖ్యం, అందం నశించిపోతాయి. ప్రేమ ఉన్నప్పుడే నిజమైన సంబంధం ఉంటుంది. కానీ, సంతృప్తికోసం సాగించే అన్వేషణ ప్రేమకాదు. తన్నుతాను మరిచిపోయినప్పుడే, సంపూర్ణ సమ్మేళనం అయినప్పుడే, ఒకరిద్దరిమధ్యకాక, అత్యున్నతమైనదానితో సమ్మేళనం జరిగినప్పుడే, 'నేను'ని విస్మరించినప్పుడే అది సాధ్యమవుతుంది.

★★★

10. యుద్ధం

ప్రశ్న: ప్రస్తుత ప్రపంచంలో ఉన్న రాజకీయ అరాజకత్వాన్నీ, సంక్షోభాన్నీ ఎలా పరిష్కరించగలం? రాబోయే యుద్ధాన్ని ఆపటానికి ఒక వ్యక్తి ఏమైనా చెయ్యగలడా?

కృష్ణమూర్తి: యుద్ధం మన దైనందిన జీవితానికి విపరీతమైన, భీకరమైన ప్రతిబింబం కాదా? యుద్ధం కేవలం మన ఆంతర్గత స్థితికి బాహ్య ప్రదర్శన మాత్రమే, మన నిత్య కృత్యాలు విస్తృతం కావటం మాత్రమే. అది మరింత విస్తృతంగా మరింత భీకరంగా, మరింత వినాశకరంగా ఉన్నా, అది మన వ్యక్తిగత కార్యకలాపాలకి సాముదాయక ఫలితమే. కాబట్టి, మీరూ, నేనూ యుద్ధానికి బాధ్యులమే. దాన్ని నివారించటానికి మనం ఏం చెయ్యగలం? ఎప్పటికప్పుడు రావటానికి సిద్ధంగా ఉన్న యుద్ధాన్ని మీరూ నేనూ ఆపలేమన్నది నిజమే. ఎందుచేతనంటే, అది ఇప్పటికే మొదలైంది. ఇప్పటికే జరుగుతోంది. అయితే, ప్రస్తుతం మానసిక స్థాయిలో జరుగుతోంది. ఇప్పటికే

మొదలైంది కాబట్టి దాన్ని ఆపలేరు. వివాదాంశాలు మరీ ఎక్కువగా ఉన్నాయి, మరీ క్లిష్టంగా ఉన్నాయి, నిబద్ధమైపోయాయి. కానీ, మీరూ, నేనూ ఇల్లు కాలిపోతూండటం చూస్తున్నాం కనుక, కాలిపోవటానికి గల కారణాల్ని అవగాహన చేసుకోగలం. ఆ మంటల నుంచి దూరంగా వెళ్ళిపోగలం; మరో కొత్త స్థలంలో నిప్పు అంటుకున్నా కాలని, వేరే యుద్ధాలకు దారితీయని పదార్థాలతో కొత్తగా కట్టుకోవచ్చు. మనం చేయగలిగింది అంతే. యుద్ధాలను రూపొందిస్తున్న కారణాల్ని మీరూ, నేనూ చూడగలం. మనకి యుద్ధాన్ని నివారించాలన్న కోరిక ఉన్నట్లయితే ఈ యుద్ధాలకు కారకులమైన మనల్ని మనం మార్పు చేసుకోవటం ప్రారంభించవచ్చు. రెండు సంవత్సరాలక్రితం ఒక అమెరికన్ మహిళ యుద్ధం జరుగుతున్న కాలంలో నన్ను చూడటానికి వచ్చింది. ఆవిడ కొడుకు యుద్ధంలో ఇటలీలో చనిపోయాడనీ, పదహారేళ్ల కొడుకు ఇంకొకడు ఉన్నాడనీ, వాణ్ణి రక్షించుకోవాలని ఉందనీ చెప్పింది. ఆ విషయమై మేము మాట్లాడుకున్నాం. ఆవిడ కొడుకుని రక్షించుకోవాలంటే ఆమె 'అమెరికన్' గా ఉండటం మానెయ్యాలనీ, అత్యాశతో ఉండటం మానెయ్యాలనీ, డబ్బు పోగుచేసుకోవటం, అధికారం, ఆధిక్యత ఆశించడం మానెయ్యాలనీ, నైతికంగా నిరాడంబరంగా ఉండాలనీ - కేవలం వస్త్రధారణలోనూ, బాహ్యమైన వస్తువుల విషయంలోనే కాక, ఆలోచనలూ, అనుభూతులూ, సంబంధాల్లోనూ కూడా - నిరాడంబరంగా ఉండాలనీ సలహా ఇచ్చాను. ''అది మరీ అసాధ్యం. మీరు మరీ అసాధ్యమైన పని చేయమంటున్నారు. నేనలా చెయ్యలేను. ఎందుచేతనంటే, పరిస్థితులు మార్చటానికి నాకు సాధ్యం కానంత బలవత్తరంగా ఉన్నాయి'' అని జవాబు చెప్పిందావిడ. కాబట్టి, ఆవిడ కొడుకు వినాశానికి ఆవిడే కారణం అయింది.

పరిస్థితుల్ని మనం నియంత్రించవచ్చు- మనమే ఆ పరిస్థితుల్ని కల్పించాం కనుక. సంఘం అంటే మీకూ, నాకూ మధ్య ఉన్న సంబంధం సృష్టించినదే. మన సంబంధంలో మనం మారినట్లయితే సంఘం మారుతుంది. అంతర్గతంగా అవినీతితో ఉంటూ లోలోపల అధికారాన్నీ, పదవినీ, ఆధిపత్యాన్నీ కోరుతూ ఉంటూ, పైన సంఘంలో పరివర్తన తీసుకురావటానికి కేవలం శాసనాల మీదా, నిర్బంధం మీదా ఆధారపడటం అంటే బాహ్యంగా ఉన్నదాన్ని ఎంత జాగ్రత్తగా, శాస్త్రీయంగా నిర్మించినా దాన్ని నాశనం చెయ్యటమే అవుతుంది, అంతర్గతంగా ఉన్నది బాహ్యంగా ఉన్నదాన్ని అధిగమిస్తుంది ఎప్పుడూ.

యుద్ధానికి కారణాలేమిటి - మతపరమైనవా, రాజకీయమైనవా, ఆర్థికమైనవా? అసలు కారణం - జాతీయతలోగాని, ఏదైనా సిద్ధాంతంలోగాని, వాదంలోగాని నమ్మకం ఉండటం. మనకి నమ్మకాలు లేకుండా మనలో మనకి సద్భావం, ప్రేమ, పరస్పర ఆదరణ ఉన్నట్లయితే, అప్పుడు యుద్ధాలుండవు. కానీ, మనం నమ్మకాలతోనూ, సిద్ధాంతాలతోనూ, వాదాలతోనూ పెరిగాం కనుక, మనం అసంతృప్తిని పెంచుతూ ఉంటాం. ప్రస్తుత సంక్షోభం విపరీతమైనది. కనుక, మానవులమైన మనం, మన దినచర్య ఫలితంగా ఏర్పడే నిత్య సంఘర్షణ, నిరంతర యుద్ధాలతో కూడిన మార్గాన్నైనా అనుసరించాలి, లేదా, యుద్ధకారణాలను గమనించి వాటికి విముఖులమైనా అవాలి.

యుద్ధాలకు కారణం ఏమిటంటే - వాస్తవంగా, అధికారంకోసం, పదవికోసం, ప్రతిష్ఠకోసం, ధనంకోసం గల కాంక్ష. జాతీయత, జెండాని ఆరాధించటం అనే వ్యాధి, వ్యవస్థాగతమైన మతం అనే వ్యాధి, పిడివాదాన్ని ఆరాధించటం - ఇవన్నీ వాస్తవంగా, యుద్ధానికి కారణాలే. మీరు కనుక ఒక వ్యక్తిగా ఏదైనా వ్యవస్థాగతమైన మతానికి చెందిన వారైనా, అధికార లోభంతో ఉన్నా, అసూయతో ఉన్నా, మీరు తప్పనిసరిగా వినాశకరమైన సంఘాన్నే తయారు చేస్తారు. కనుక, మళ్లీ అది మీమీదే ఆధారపడి ఉంటుంది గాని, నాయకుల మీదా, రాజనీతిజ్ఞుల మీదా, మిగతా అందరిమీదా కాదు. అది మీమీదా, నామీదా ఆధారపడి ఉంది. కానీ మనం ఆ విషయాన్ని గుర్తిస్తున్నట్లు లేదు. ఎంత త్వరగా మనం మన సొంత కార్యకలాపాలకి మన బాధ్యత ఉన్నట్లు గ్రహించగలిగితే, అంత త్వరగా ఈ యుద్ధాల్నీ, ఘోరదుస్థితినీ అంతం చెయ్యగలుగుతాం! కానీ, చూడండి మనకున్న నిర్లక్ష్యం. మనకి మూడు పూటలా భోజనం ఉంది. మనకి ఉద్యోగాలున్నాయి; మనకి కాస్తోకూస్తో బ్యాంకుల్లో డబ్బుంది. అందుచేత మనం ''మీకు పుణ్యముంటుంది, మమ్మల్ని బాధ పెట్టకండి, మమ్మల్ని మా దారిన విడిచిపెట్టండి'' అంటాం. మనం ఎంత గొప్పవాళ్ళమయితే అంత భద్రతనీ, శాశ్వతత్వాన్నీ, ప్రశాంతతనీ కోరుకుంటూ, మనదారిన మనల్ని విడిచిపెట్టమని కోరుకుంటాం; ఉన్నవి ఉన్నట్లుగా శాశ్వతంగా ఉండాలని అంతా కోరుకుంటాం. కానీ, ఉంచగలిగిందేమీలేదు కనుక, ఉన్నవి ఉన్నట్లుగా ఉంచలేం. ప్రతీదీ విచ్ఛిన్నమైపోతుంది. మనం వీటిని సూటిగా ఎదుర్కోవటానికీ, మీరూ, నేనూ యుద్ధానికి బాధ్యులం అన్న వాస్తవాన్ని చూడటానికీ ఇష్టపడం. మీరూ, నేనూ శాంతిని గురించి మాట్లాడవచ్చు. సమావేశాలు జరపవచ్చు. బల్లచుట్టూ కూర్చుని చర్చించవచ్చు. కానీ, అంతర్గతంగా, మానసికంగా మనకి అధికారం, పదవీ కావాలి. మనకి అత్యాశ ప్రోద్బలం కలిగిస్తుంది. మనం కుట్ర పన్నుతాం. జాతీయతని ఆరాధిస్తాం, నమ్మకాలకీ, వితండవాదాలకీ కట్టుబడి ఉంటాం. వాటికోసం మనం చావటానికీ, ఒకరి నొకరు నాశనం చేసుకోవటానికీ సిద్ధపడతాం. అటువంటి మనుషులం, మీరూ, నేనూ, శాంతి పొందగలమా? అటువంటి వారికి శాంతి లభిస్తుందా? శాంతి కావాలంటే శాంతంగా ఉండాలి. ప్రశాంతంగా జీవించటం అంటే వైరాన్ని సృష్టించకుండా ఉండటమే. శాంతి ఒక ఆదర్శం కాదు. నా ఉద్దేశంలో ఆదర్శం కేవలం తప్పించుకునే సాధనం మాత్రమే. ఉన్నస్థితిని తప్పించుకునేందుకే ఆదర్శం - అది ఉన్నస్థితికి వ్యతిరేకం. ఉన్న స్థితి గురించి సూటిగా చర్య తీసుకోకుండా ఆదర్శం ఒక అవరోధ మవుతుంది. శాంతి కావాలనుకుంటే. మనం ప్రేమించాలి. ఒక ఆదర్శ జీవితాన్ని జీవించటం కాకుండా, ఉన్న విషయాల్ని ఉన్నట్లుగా చూసి, వాటి విషయమై చర్య తీసుకుని పరివర్తన తీసుకురావటం ప్రారంభించాలి. మనలో ప్రతి ఒక్కరూ మానసిక భద్రతని కోరు కున్నంతకాలం, మనకి నిజంగా కావలసిన శారీరక భద్రత- అంటే, ఆహారం, వస్త్రం, వసతి - నశించక తప్పదు. వాస్తవం కానటువంటి మానసిక భద్రతని మనం కోరుతున్నాం. మనకి వీలైతే, దాన్ని అధికారం ద్వారా పొందాలని ప్రయత్నిస్తాం, కానీ ఇవన్నీ శారీరక

భద్రతని నాశనం చేస్తున్నాయి. మీరు చూసినట్లయితే, ఇది ప్రత్యక్ష వాస్తవం అని తెలుస్తుంది.

ప్రపంచంలో శాంతిని నెలకొల్పటానికీ, యుద్ధాల్ని ఆపుచేయటానికీ వ్యక్తిలో - మీలోనూ, నాలోనూ - పరివర్తన రావాలి. అంతర్గత విప్లవం లేనిదే ఆర్థిక విప్లవం అర్థరహితమే. ఎందుచేతనంటే, అత్యాశ, అసూయ, ద్వేషం, సొంతం చేసుకోవాలనే ప్రవృత్తి మొదలైన మానసిక స్థితులు సృష్టించే ఆర్థిక పరిస్థితులను సరిగ్గా సర్దుబాటు చెయ్యకపోవటం వల్లనే ఆకలి అనే సమస్య ఉత్పన్నమయింది. దుఃఖాన్నీ, ఆకలినీ, యుద్ధాన్నీ అంతం చెయ్యటానికి మానసిక విప్లవం కావాలి; కానీ, మనలో ఎవరూ దాన్ని ఎదుర్కోవటానికి సంసిద్ధులవటం లేదు. మనం శాంతిని గురించి చర్చిస్తాం, శాసనాల్ని తయారుచేస్తాం; కొత్త సమితుల్ని సృష్టిస్తాం, ఐక్యరాజ్యసమితి వంటివాటిని ఏర్పాటు చేస్తాం. కానీ, మన పదవినీ, మన అధికారాన్నీ, మన ధనాన్నీ, మన ఆస్తుల్నీ, మన మూఢ జీవితాల్నీ మాత్రం వదులుకోము. కనుక, శాంతిని ఎన్నటికీ సాధించలేం. ఇతరుల మీద ఆధారపడటం నిరర్థకం. ఇతరులు మనకి శాంతిని తీసుకురాలేరు. ఏ నాయకుడూ, ఏ ప్రభుత్వం, ఏ దేశం, ఏ సైన్యం మనకి శాంతిని ఇవ్వదు. శాంతి నివ్వగలిగినది బాహ్య చర్యకి దారితీసే అంతర్గత పరివర్తన మాత్రమే. అంతర్గత పరివర్తన అంటే ప్రత్యేకించుకోవటం కాదు. బాహ్యచర్యని ఉపసంహరించుకోవటం కాదు. అలాకాకుండా, సరియైన ఆలోచన ఉన్నప్పుడే సరియైన చర్య తీసుకోవటం సాధ్యమవుతుంది; సరియైన ఆలోచన స్వీయజ్ఞానం వల్లనే కలుగుతుంది. మిమ్మల్ని మీరు తెలుసుకోకుండా, శాంతి ఉండదు.

బాహ్యంగా జరుగుతున్న యుద్ధాన్ని అంతం చేయటానికి ముందు మీ లోపల జరుగుతున్న యుద్ధాన్ని అంతం చేసుకోవటం ప్రారంభించాలి. మీలో కొందరు తల లూపుతారు. ''నేను ఒప్పుకుంటాను'' అంటారు. కానీ, అవతలికి వెళ్లాక, గడిచిన పది, ఇరవై సంవత్సరాలుగా ఎలా చేస్తున్నారో, కచ్చితంగా ఇకముందుకూడా అలాగే చేస్తూ ఉంటారు. మీరు ఒప్పుకోవటం కేవలం మాటలతోనే. కనుక, దానికి ప్రాధాన్యం లేదు; ఎందువల్లనంటే, మీరు హఠాత్తుగా ఒప్పుకున్నంత మాత్రాన ప్రపంచంలోని దుఃఖాలూ, యుద్ధాలూ నివారింపబడవు. మీరు ప్రమాదాన్ని గ్రహించినప్పుడు, మీ బాధ్యతని మీరు తెలుసుకున్నప్పుడు, ఆ పనిని మీరు ఇతరులకు విడిచిపెట్టనప్పుడు, అప్పుడు మాత్రమే యుద్ధాలు నివారింపబడతాయి. బాధని మీరు తెలుసుకున్నట్లయితే తక్షణమే దాని గురించి తీసుకోవలసిన చర్య తీసుకోవటం అత్యావసరమని తెలుసుకున్నప్పుడు, దాన్ని వాయిదా వెయ్యకుండా ఉన్నట్లయితే, అప్పుడు మిమ్మల్ని మీరు పరివర్తన చేసుకుంటారు. మీ మట్టుకు మీరు ప్రశాంతంగా ఉన్నప్పుడే, మీరు పక్కవానితో శాంతంగా ఉన్నప్పుడే, శాంతి ఏర్పడుతుంది.

★★★

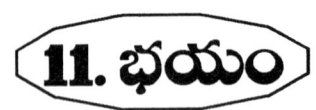

11. భయం

ప్రశ్న: నా కార్యకలాపాలన్నిటి మీదా ప్రభావం చూపిస్తున్న భయాన్ని వదిలించుకోవటం ఎలా?

కృష్ణమూర్తి: మన ఉద్దేశ్యంలో భయం అంటే ఏమిటి? దేనివల్ల భయం? అనేక రకాల భయాలున్నాయి. ప్రతిదాన్నీ విడిగా విశ్లేషించనక్కర్లేదు. కానీ, మనకి సంబంధాన్ని గురించి పూర్తి అవగాహన లేనప్పుడు మాత్రం భయం కలుగుతుందని మనం తెలుసుకోవచ్చు. సంబంధం మనుషుల మధ్యేకాక, మనకీ ప్రకృతికీ, మనకీ మన ఆస్తికీ, మనభావాలకీ మధ్యకూడా ఉంది. ఆ సంబంధాన్ని పూర్తిగా అవగాహన చేసుకోనప్పుడు భయం ఉండి తీరుతుంది. జీవితమంటే సంబంధమే. ఉండటం అంటే సంబంధం కలిగి ఉండటమే. సంబంధం లేనిదే జీవితం లేదు. ఏదీ కేవలం ప్రత్యేకంగా విడిగా ఉండలేదు. మనస్సు వేరుగా ఉండాలని ఆశిస్తున్నంతకాలం భయం ఉండి తీరుతుంది. భయం అమూర్తమైనది కాదు. అది ఏదో ఒకదానితో సంబంధించే ఉంటుంది.

భయాన్ని వదిలించుకోవటం ఎలాగన్నది ప్రశ్న. మొదటి సంగతి, ఒకసారి అధిగమించినదానిమీద మళ్లీమళ్లీ విజయం సాధించవలసి ఉంటుంది. ఏ సమస్యనైనా ఒకేసారి శాశ్వతంగా అధిగమించి, జయించలేం. దాన్ని అవగాహన చేసుకోవచ్చుగాని, జయించలేం. అవగాహన చేసుకోవటం, జయించటం - రెండూ పూర్తిగా వేరువేరు ప్రక్రియలు. జయించే పద్ధతి మరింత గందరగోళానికీ, భయానికీ దారితీస్తుంది. ప్రతిఘటించటం, ఆధిపత్యం చూపించటం, ఏదైనా సమస్య ఎదురైతే దానితో యుద్ధం చేయటం, లేదా, రక్షణ కల్పించుకోవటం - ఇవన్నీ సంఘర్షణని కేవలం అధికం చేస్తాయి. అలాకాకుండా, మనం భయాన్ని అవగాహన చేసుకున్నట్లయితే, క్రమక్రమంగా లోతుకిపోయి దాని అంతర్యాన్నంతటినీ పరిశోధించినట్లయితే, అప్పుడు భయం మళ్ళీ ఎన్నటికీ, ఏ రూపంలోనూ ఉండదు.

నేను చెప్పినట్లుగా, భయం అమూర్తమైనది కాదు. అది ఏదో ఒకదానితో సంబంధించే ఉంటుంది. భయం అంటే మన ఉద్దేశం ఏమిటి? చివరికి మనం ఉండమేమోననీ, అనుకున్నట్లు అవకపోతామేమోననీ భయపడతాం కదా? అయితే, ఉండకుండా పోతామనీ, ముందుకి పోలేకపోతామనీ భయం ఉన్నప్పుడు, తెలియనిదాన్ని గురించీ, మరణం గురించీ భయం ఉన్నప్పుడు ఆ భయాన్ని పట్టుదలతో గాని, ఒక ఆశయంతోగాని, ఒక నిర్ణయంతోగాని, ఏదైనా ఎంచుకుని గాని జయించటం సాధ్యమా? కాదన్నది స్పష్టం. కేవలం, అణచివేయటం, ఉదాత్తం చేయటం, ప్రత్యామ్నాయం చేయటం -- ఇవన్నీ మరింత ప్రతిఘటనని సృష్టిస్తాయి - సృష్టించవా? కాబట్టి, భయాన్ని

ఏ విధమైన క్రమశిక్షణతోగాని, ఏ విధమైన ప్రతిఘటనతోగాని జయించటం సాధ్యం కాదు. ఆవిషయాన్ని స్పష్టంగా చూడాలి, అవగాహన చేసుకోవాలి, అనుభవించాలి; భయాన్ని ఏవిధమైన రక్షణచేత గాని, ప్రతిఘటించిగానీ జయించలేం; ప్రతిక్రియ కోసం అన్వేషించటం గానీ, మేధాపరంగానో, మాటలరూపంలోనో వివరించటంగానీ చేసినందువల్ల భయ విముక్తులం కాలేం.

అయితే, ఇప్పుడు మనం దేన్ని గురించి భయపడుతున్నాం? ఒక వాస్తవిక విషయాన్ని గురించా, లేక, ఆ వాస్తవానికి 'సంబంధించిన' ఒక భావాన్ని గురించా? ఉన్నదాన్ని గురించి భయపడుతున్నామా, లేక, అదేమిటోనని మనం ``ఆలోచించిన'' దాన్ని గురించా? ఉదాహరణకి, మరణాన్ని తీసుకోండి. మన భయం మరణం అనే వాస్తవాన్ని గురించా, లేక, మరణం అంటే మనకున్న భావన గురించా? వాస్తవిక విషయం వేరు, దాన్ని గురించిన భావం వేరు. 'మరణం' అనే మాట గురించా, లేక, మరణం అనే వాస్తవాన్ని గురించా? మాటని గురించీ, భావాన్ని గురించీ భయపడుతున్నాను కనుకనే, నేను వాస్తవిక విషయాన్ని ఎప్పటికీ అవగాహన చేసుకోను, ఆ యథార్థాన్ని నేను ఎప్పటికీ చూడను, ఆ వాస్తవంతో నేనెప్పుడూ సూటిగా సంబంధం పెట్టుకోను. వాస్తవంతో నేను సంపూర్ణ సమ్మేళనం అయినప్పుడే భయం ఉండదు. నేను వాస్తవంతో సమ్మేళనం కానప్పుడు భయం ఉంటుంది. వాస్తవాన్ని గురించి ఒక భావంగాని, ఒక అభిప్రాయంగాని, ఒక సిద్ధాంతంగాని నాకున్నంతవరకూ, ఆ వాస్తవంతో నాకు సమ్మేళనం అవదు. కనుక, నేను భయపడుతున్నది మాటని గురించో, భావాన్ని గురించో, లేక, వాస్తవాన్ని గురించో చాలా స్పష్టంగా తెలుసుకోవాలి. వాస్తవాన్ని నేను ముఖాముఖీ ఎదుర్కొంటున్నప్పుడు దాన్ని అవగాహన చేసుకునే పనిలేదు. వాస్తవం అక్కడ ఉంటుంది. దానితో నేను వ్యవహరించగలను. మాటని చూసి నేను భయపడు తున్నట్లయితే, అప్పుడా మాటనీ, ఆ మాట, ఆ పదంయొక్క మొత్తం అంతరార్థాన్నీ అవగాహన చేసుకోవాలి.

ఉదాహరణకి, ఒక వ్యక్తి ఒంటరితనం గురించీ, దాని వేదనగురించీ, దాని బాధ గురించీ భయపడతాడు. నిజానికి, ఒంటరితనాన్ని వాస్తవంగా చూడకపోవటంచేత, దానితో సంపూర్ణంగా సమ్మిళితం కాకపోవటంచేత భయం కలుగుతుంది. ఒంటరితనం అనే వాస్తవం ఏ అవరోధం లేకుండా పూర్తిగా మన ఎదురుగా ఉన్నప్పుడు ఆ క్షణంలోనే అదేమిటో అవగాహన అవుతుంది. కానీ, దాన్ని గురించి ఒక భావం ఉంటుంది. పూర్వ జ్ఞానం మీద ఆధారపడిన ఒక అభిప్రాయం ఉంటుంది. ఈ భావం, ఈ అభిప్రాయం - ఈ వాస్తవాన్ని గురించిన పూర్వజ్ఞానం - భయాన్ని కలిగిస్తుంది. ఒక వాస్తవానికి ఒక పేరుపెట్టి, మాటల రూపాన్నిచ్చి, ఒక సంకేతం ద్వారా సూచించటం వల్ల కలిగిన ఫలితమే భయం. అంటే, ఆ మాట, ఆ పదం మీద ఆధారపడకుండా ఉన్నది కాదు భయం.

ఒంటరితనం అంటే నాలో ఒక ప్రతిక్రియ ఏర్పడుతుంది. అంటే, నేను శూన్యంగా ఉండటానికి భయపడుతున్నాను. నేను ఒంటరితనం అనే వాస్తవాన్ని గురించి

భయపడుతున్నానా, లేక, ఆ వాస్తవాన్ని గురించి నాకిదివరకు కొంత జ్ఞానం - జ్ఞానం అంటే మాట, సంకేతం, రూపం - ఉండటంచేత, ఆ భయం మేల్కొంటోందా? ఒక వాస్తవాన్ని గురించి భయం కలగటం ఎలా సాధ్యం? నేనొక వాస్తవాన్ని నా ఎదురుగా చూస్తున్నప్పుడు, దానితో ప్రత్యక్షంగా సమ్మేళనం పొందినప్పుడు, దాన్ని నేను గమనించగలను, పరిశీలించగలను, అందుచేత ఆ విషయం గురించి భయంలేదు. భయాన్ని కలిగించేదేమిటంటే, వాస్తవాన్ని గురించి నాకున్న సంకోచం - వాస్తవం ఎలా ఉంటుందో, ఏం చేస్తుందో అన్నది.

వాస్తవాన్ని గురించి నాకున్న అభిప్రాయం, నా ఊహ, నా అనుభవం, లేదా, నా జ్ఞానం భయాన్ని కలిగిస్తుంది. వాస్తవానికి శబ్దరూపాన్నిచ్చి, వాస్తవానికి ఒక పేరు పెట్టి, దానితో ఏకీభవించటమో, దాన్ని ఖండించటమో చేస్తూ ఉన్నంతవరకూ, ఆలోచన వాస్తవాన్ని గురించి పరిశీలకుడిలా విచారణ చేస్తున్నంత వరకూ, భయం ఉండి తీరుతుంది. ఆలోచన గతం నుంచి ఉద్భవించినది. అది శబ్దరూపాలద్వారా, సంకేతాల ద్వారా, భావరూపాల ద్వారా వ్యక్తమవుతుంది. ఆలోచన వాస్తవాన్ని పరిశీలించటంగాని, అనువదించటం గాని చేస్తున్నంత కాలం భయం ఉండితీరుతుంది.

కనుక, మనస్సు ఆలోచనా ప్రక్రియ అయినందువల్ల అదే భయాన్ని కలిగిస్తున్నది. ఆలోచించటం అంటే మాటలరూపాన్నివ్వటమే. మీరు మాటలూ, సంకేతాలూ, ఊహారూపాలూ లేకుండా ఆలోచించలేరు. ఈ భావరూపాలు, అంటే, మీ పక్షపాతాలూ, మీ పూర్వజ్ఞానం, మనస్సులోని సంకోచాలూ, అన్నీ వాస్తవం మీద ప్రదర్శితమవుతాయి. దాంతో భయం ఉత్పన్నమవుతుంది. వాస్తవాన్ని అనువదించకుండా, దానికి పేరు పెట్టకుండా, ఒక చిహ్నాన్నివ్వకుండా మనస్సు వాస్తవం వైపు చూడ గలిగిన సామర్థ్యం కలిగి ఉన్నప్పుడే, భయంనుంచి విముక్తి కలుగుతుంది. ఇది బహుకష్టం. ఎందువల్లనంటే, మనకున్న అనుభవాలూ, ప్రతిక్రియలూ, ఆందోళనలూ వెంటనే మనస్సు చేత అనువదింపబడి, గుర్తింపబడి, నామకరణం చేయబడుతున్నాయి. అసూయ అనే అనుభూతి ఆ మాట వల్లనే గుర్తింపబడుతోంది. ఒక అనుభూతిని గుర్తించకుండా ఉండటం, దానికి పేరుపెట్టకుండా ఉండటం సాధ్యమేనా? అనుభూతికి పేరు పెట్టడం వల్లనే, దానికి స్థిరత్వం, శక్తీ కలుగుతున్నాయి. మీరు భయం అని అనేదానికి ఒక పేరు పెట్టడం వల్లనే, దాన్ని తక్షణం శక్తిమంతం చేస్తున్నారు. కానీ, ఆ అనుభూతినే, దానికి పేరు పెట్టకుండా చూడగలిగినట్లయితే, అది క్షయించటం గమనిస్తారు. కాబట్టి, భయం నుంచి పూర్తిగా స్వేచ్ఛగా ఉండాలనుకునేవారు, ఆ శబ్దరూపాల్నీ, సంకేతాల్నీ, ఊహారూపాల్నీ బహిర్గతం చేయటాన్నీ, వాస్తవాలకి పేర్లుపెట్టడాన్నీ - ఈ మొత్తం ప్రక్రియనంతా అవగాహన చేసుకోవటం అత్యవసరం. స్వీయజ్ఞానం ఉన్నప్పుడే భయం నుంచి స్వేచ్ఛ కలుగుతుంది. స్వీయజ్ఞానమే వివేకానికి ఆరంభం; అదే భయానికి అంతం.

★★★

12. విసుగు, ఆసక్తి

ప్రశ్న: నా కెందులోనూ ఆసక్తి లేదు, కానీ చాలామంది ఎన్నో ఆసక్తికరమైన పనులు చేస్తూ ఉంటారు. నేను ఏ పనీ చెయ్యక్కర్లేదు. అందుచేత చెయ్యటం లేదు. నేనేదైనా ప్రయోజనకరమైన పని చెయ్యాలా?

కృష్ణమూర్తి: సంఘ సేవకుడిగానో, రాజకీయ కార్యకర్తగానో, మత ప్రచారకుడిగానో అవాలని - అంతేనా? ఇంకేమీ పనిలేదు కనుక సంస్కర్త అవాలనా? మీకు చెయ్యటానికేమీ లేనప్పుడు, మీకు విసుగు కలిగినప్పుడు ఎందుకు విసుగు కలుగనివ్వరు? అలాగే ఎందుకు ''ఉండరు''? మీరు దుఃఖంలో ఉన్నప్పుడు దుఃఖంలో ''ఉండండి.'' దాన్నుంచి బయటపడటానికి ప్రయత్నించకండి. ఎందుచేతనంటే, మీరు దాన్ని సరిగ్గా అవగాహన చేసుకోగలిగి, దానితో జీవించగలిగినట్లయితే, మీకు విసుగు కలగటంలో ఎంతో ప్రాధాన్యం ఉంటుంది. ''నాకు విసుగు పుడుతోంది, అంచేత ఇంకేదైనా చేస్తాను'' అని మీరు అంటే విసుగు నుంచి తప్పించుకోవటానికి ప్రయత్నిస్తున్నట్లే. సాంఘికంగానూ, ఇతర విధాలుగానూ, మీరు మరింత హాని కలిగిస్తారు. దాన్నుంచి పారిపోకుండా దానితో ఉండటమే కష్టం. మీరు ఎలా ఉన్నారో అలాగే ఉండిపోయినప్పటికన్న తప్పించుకున్నప్పుడు ఇంకా మరింత హాని కలిగిస్తారు. మన కార్యకలాపాలన్నీ చాలా మట్టుకు తప్పించుకునే ప్రక్రియే కనుక, పారిపోకుండా ఆగిపోయి, దాన్ని ఎదుర్కోవటం మీకు కష్టమనిపిస్తుంది. అందుచేత, మీకు నిజంగా విసుగు పుట్టినట్లయితే నేను సంతోషించి, ''ఆగండి, అక్కడే ఆగుదాం, దానివైపు చూద్దాం; మీరింకేదైనా ఎందుకు చెయ్యాలి?'' అంటాను.

మీకు విసుగుపుడితే, ఎందుకు విసుగు పుట్టింది? విసుగు అంటే ఏమిటి? మీకు ఎందులోనూ ఆసక్తి లేకపోవటానికి కారణం ఏమిటి? మీ మందకొడితనానికి కారణాలు ఉండితీరాలి: బాధలూ, పలాయనాలూ, నమ్మకాలూ, నిరంతర కార్యకలాపాలూ మీ మనస్సుని మందకొడిగానూ, మీ హృదయాన్ని కఠినంగానూ చేసి ఉంటాయి. మీకు విసుగు ఎందుకు కలిగిందో, ఆసక్తి ఎందుకు కలగటంలేదో మీరు కనిపెట్టగలిగినట్లయితే, అప్పుడు నిశ్చయంగా మీ సమస్యని పరిష్కరించగలుగుతారు- కలిగించలేరా? అప్పుడు జాగృతమైన మీ ఆసక్తి పని చేస్తుంది. ఎందుకు మీకు విసుగు పుడుతుందో తెలుసుకోవటానికి మీకు ఆసక్తి లేనట్లయితే, బలవంతంగా ఏ కార్యకలాపంలోనూ మీరు ఆసక్తి కలిగించుకోలేరు. పంజరంలో చుట్టూ తిరిగే ఉడతలాగ కేవలం ఏదో చేస్తూ ఉండటమే అవుతుంది. మనలో చాలామంది అనుసరించే కార్యకలాపం ఇటువంటిదేనని నాకు తెలుసు. కానీ, అంతర్గతంగా, మానసికంగా పూర్తిగా విసుగు పుట్టించే ఈ స్థితిలో

ఎందుకున్నామో మనం తెలుసుకోవచ్చు. మనలో చాలామంది ఈ స్థితిలో ఎందుకున్నారో మనం చూడవచ్చు. మనం భావోద్వేగంతోనూ మానసికంగానూ అలిసిపోయాం. మనం ఎన్నో వాటిని, ఎన్నో అనుభూతుల్నీ, ఎన్నో వినోదప్రక్రియల్నీ, ప్రయత్నించి ఎన్నో ప్రయోగాలు చేశాం. చివరికి బండబారిపోయి, అలిసిపోయాం. ఒక వర్గంలో చేరతాం, చేయగలిగినంతా చేస్తాం. తరవాత దాన్ని విడిచిపెట్టేస్తాం. ఇంకోదానిలో చేరి దానితోకూడా ప్రయత్నిస్తాం. ఒక మానసిక శాస్త్రవేత్త మనకి తృప్తి కలిగించకపోతే మరొకరిద్గగరికి పోతాం, లేదా ఎవరో మతగురువు వద్దకి పోతాం. అక్కడా తృప్తి కలగకపోతే మరో బోధకుడి దగ్గరికి పోతాం. అలా వెడుతూనే ఉంటాం. ఈ విధంగా నిరంతరం సాగుతూ ఉండటం, విడిచిపెడుతూ ఉండటం - ఈ పద్ధతి అలసట కలిగించి తీరుతుంది - కలిగించదా? అన్ని ఇంద్రియానుభూతుల్లాగే అదికూడా త్వరగా మనస్సుని బండబారేట్లు చేస్తుంది.

మనం చేసినది అదే. ఒక ఇంద్రియానుభూతి నుంచి మరొక ఇంద్రియానుభూతికీ, ఒక ఉద్రేకం నుంచి మరొక ఉద్రేకానికీ, నిజంగా అలిసిపోయే స్థితి వచ్చేవరకూ అలా తిరుగుతూ ఉంటాం. ఇప్పుడా సంగతి తెలుసుకున్నారు కనుక ఇకమీదట ఎక్కడికీ పోవద్దు. కొంచెం విశ్రాంతి తీసుకోండి, ప్రశాంతంగా ఉండండి. మనస్సుని దానంతటదాన్ని శక్తి పుంజుకోనివ్వండి. బలవంతం చేయకండి. శీతాకాలంలో నేల ఎలా మళ్లీ శక్తిమంతమవుతుందో, అలాగే మనస్సుని నిశ్శబ్దంగా ఉండనిచ్చినట్లయితే, దానంతటదే తిరిగి శక్తిమంతమవుతుంది. కానీ, మనస్సుని ప్రశాంతంగా ఉండనీయటం - ఇందాక చెప్పినదంతా అయిన తరవాత బీడులా పడి వుండమంటే చాలా కష్టం. ఎందుకంటే, మనస్సు ఎప్పుడూ ఏదో ఒకటి చేస్తూనే ఉండాలనుకుంటుంది. మీరిప్పుడున్న స్థితిలో, అంటే, మీరు వాస్తవంగా ఉన్నస్థితిలో- విసుగుచెంది, అసహ్యంగా, చిరాకుగా, లేదా, మరోవిధంగానో ఉన్న స్థితిలోనే ఉండటానికి మీరు సిద్ధపడినప్పుడు దానితో వ్యవహరించటానికి వీలుపడవచ్చు.

మీరు దేన్నైనా అంగీకరించినప్పుడు, మీరెలా ఉన్నారో అంగీకరించినప్పుడు ఏం జరుగుతుంది? మీరు ఎలా ఉన్నారో అదే మీరని మీరు అంగీకరించినప్పుడు సమస్య ఎక్కడుంటుంది? ఉన్నస్థితిని మనం అంగీకరించకుండా, దాన్ని మార్పు చెయ్యాలనుకున్నప్పుడే అదొక సమస్య అవుతుంది. నేనిలా చెప్పటంలో అర్థం, ఉన్నదానితోనే సంతృప్తి పొందమని వాదించటం కాదు. పైగా అందుకు వ్యతిరేకం. మనం ఉన్న స్థితిని అంగీకరిస్తే, దేన్ని గురించి భయపడ్డామో, దేన్ని విసుగు అన్నామో, మనం దేన్ని నిస్పృహ అన్నామో, దేన్ని భయం అన్నామో, అది పూర్తిగా మారిపోవటం చూస్తాం, మనం భయపడినది పూర్తిగా పరివర్తన చెందినట్లు తెలుసుకుంటాం.

అందుచేతనే, నేను చెప్పినట్లుగా, ఆ ప్రక్రియని, మన ఆలోచనా ప్రక్రియల్ని అవగాహన చేసుకోవటం ముఖ్యం. స్వీయజ్ఞానం ఎవరి ద్వారాగాని, ఏ పుస్తకం ద్వారాగాని, పశ్చాత్తాపం వల్లగాని, మానసిక శాస్త్రం ద్వారాగాని, మనో విశ్లేషకుడి ద్వారాగాని

పొందగలిగినది కాదు. మీ అంతట మీరే దాన్ని తెలుసుకోవాలి. ఎందుచేతనంటే, అది 'మీ' జీవితమేకాబట్టి. స్వీయజ్ఞానం అంతకంతకి విస్తృతం, ప్రగాఢం కానట్లయితే, మీరెన్ని చేసినాసరే- బాహ్య పరిస్థితుల్నీ, అంతర్గత పరిస్థితుల్నీ ప్రభావాల్నీ మార్చినా, అది ఎప్పటికీ నిస్పృహనీ, బాధనీ, దుఃఖాన్నీ పుట్టిస్తూనే ఉంటుంది. మనస్సు తన చుట్టూ కల్పించుకున్న కార్యకలాపాల్ని దాటిపోవాలంటే, వాటిని మీరు అవగాహన చేసుకోవాలి. అవగాహన చేసుకోవటం అంటే, సంబంధంలో - వస్తువులతో, మనుషులతో, భావాలతో మీకు గల సంబంధంలో మీ కార్యకలాపాల్ని తెలుసుకుంటూ ఉండటమే. ఆ సంబంధంలో, ఆ అద్దంలో, మనల్ని మనం సమర్థించటంగాని ఖండించటంగాని చెయ్యకుండా చూసుకోవటం ప్రారంభిస్తాం. మన మనస్సు యొక్క పోకడల్ని మనంతట మనం మరింత విస్తృతంగా, మరింత ప్రగాఢంగా తెలుసుకోవటంవల్ల ముందుకి పోవటం సాధ్యమవుతుంది. మనస్సు ప్రశాంతంగా ఉండటం, సత్యాన్ని అవగాహన చేసుకోవటం సాధ్యమవుతుంది.

★★★

13. ద్వేషం

ప్రశ్న: నేను పూర్తిగా నిజం చెప్పాలంటే, ఎవర్ని చూసినా నాకు చిరాకుగా ఉంటుందనీ, ఒక్కోసారి అసహ్యం వేస్తుందనీ, ద్వేషం కలుగుతుందనీ ఒప్పుకోవాలి నేను. ఇది నా జీవితాన్ని చాలా విచారకరంగా, బాధాకరంగా చేస్తోంది. నేనే ఈ అసహ్యాన్నినీ, ఈ ద్వేషాన్నినీ మేధాపరంగా అవగాహన చేసుకున్నాను; కానీ దాన్ని భరించలేకపోతున్నాను. ఏదైనా దారి చూపించగలరా?

కృష్ణమూర్తి: ''మేధాపరంగా'' అంటే మన ఉద్దేశం ఏమిటి? నేను దేన్నైనా మేధాపరంగా అవగాహన చేసుకున్నానని చెబితే దానికి మన అర్థం ఏమిటి? మానసికంగా అవగాహన చేసుకోవటం అనేది ఏమైనా ఉందా? లేక, మనస్సు కేవలం మాటల్ని మాత్రమే అర్థం చేసుకుంటోందని మన ఉద్దేశమా? ఎందుచేతనంటే, మనం ఒకరినొకరు తెలుసుకోవటానికి మాటల్ని ఉపయోగించే మార్గం ఒక్కటే ఉంది. అయితే, కేవలం మాటల్లో మాత్రమే దేన్నైనా అర్థం చేసుకోగలమా, మేధాపరంగా అవగాహన చేసుకోగలమా? ఆ విషయాన్ని మనం ముందు స్పష్టంగా తెలుసుకోవాలి - మేధాపరంగా అవగాహన చేసుకోవటం అనేది అవగాహన చేసుకోవటానికి ఒక అవరోధం అవుతుందా కాదా అన్నది తెలుసుకోవాలి. అవగాహన అనేది సమగ్రంగా, విభజన లేకుండా, పాక్షికంగా కాకుండా ఉండేదే, నిశ్చయంగా. నేను దేన్నైనా అవగాహన చేసుకుంటే పూర్తిగా

చేసుకుంటాను, లేకపోతే అసలు చేసుకోను. అంతేగాని, ''నేను మేధాపరంగా అవగాహన చేసుకున్నాను'' అనుకోవటం అవగాహన చేసుకోవటానికి నిశ్చయంగా, ఒక అవరోధమే. అది అసంపూర్ణ ప్రక్రియ, అందుచేత అది అవగాహన చేసుకోవటం కానేకాదు.

కనుక, ప్రశ్న ఏమిటంటే, ''అసహ్యంతో ఉన్న నేను, ద్వేషంతో ఉన్న నేను ఈ సమస్య లేకుండా స్వేచ్ఛగా ఎలా ఉండగలను? ఎలా ఈ సమస్యని పరిష్కరించగలను?'' ఏదైనా సమస్యని ఎలా పరిష్కరించగలం? సమస్య అంటే ఏమిటి? ఏదైనా కలత కలిగించేదే సమస్య, నిశ్చయంగా.

నేను అసహ్యించుకుంటున్నాను, నేను ద్వేషిస్తున్నాను. నేను మనుషుల్ని ద్వేషిస్తున్నాను, అది నాకు బాధ కలిగిస్తోంది. అది నాకు తెలుసు. నేనేం చెయ్యాలి? అది నా జీవితంలో చాలా కలత కలిగించే అంశం అయింది. నేనేం చెయ్యాలి? దాన్ని నేను క్షణికంగా వదిలించుకోవటం కాకుండా దాన్నుంచి మౌలికంగా స్వేచ్ఛగా ఎలా ఉండగలను? నేనెలా చెయ్యాలి?

నాకు కలత కలిగిస్తోంది కాబట్టి అది నా సమస్య అయింది. కలత కలిగించకపోతే అది సమస్య అవదు - అవుతుందా? బాధ, కలత, ఆందోళనా కలిగిస్తోంది కనుకనే అది అసహ్యకరంగా ఉందని నేననుకుంటాను. అందుకే నేను దాన్ని వదిలించు కోవాలనుకుంటాను. కాబట్టి, నేను వ్యతిరేకించేది కలతనే, కాదా? నేను దానికి వేరువేరు సమయాల్లో వేరువేరు మనఃస్థితుల్నిబట్టి వేరువేరు పేర్లు పెడతాను. ఓరోజున ఒకపేరు, మరోరోజున మరోపేరు, కానీ, మౌలికంగా చూస్తే, కలత లేకుండా ఉండాలని నా కోరిక - కాదా? సంతోషంవల్ల కలత కలగదు కనుక నేను దాన్ని అంగీకరిస్తాను. సంతోషం లేకుండా స్వేచ్ఛగా ఉండాలని ఎన్నడూ - ప్రస్తుతానికి మట్టుకు కాదు- కోరుకోను. కానీ, కోపం, ద్వేషం నా జీవితంలో చాలా కలత కలిగిస్తున్న అంశాలు, కనుక, నేను వాటిని వదిలించుకోవాలనుకుంటున్నాను.

నా ప్రయత్నమంతా కలత లేకుండా ఉండాలనే; ఎప్పటికీ కలత కలగకుండా ఉండే మార్గాన్ని కనిపెట్టాలని ప్రయత్నిస్తున్నాను. అయితే, నాకెందుకు కలత కలగకూడదు? తెలుసుకోవాలంటే కలత 'కలిగితీరాలి' - అక్కర్లేదా? దానిలో ఉన్నదాన్ని తెలుసు కోవటానికి విపరీతమైన అస్తవ్యస్తతల్నీ, కల్లోలాన్నీ, ఆందోళననీ అనుభవించి తీరాలి- అక్కర్లేదా? నాకు కలత లేకపోతే నిద్రావస్థలోనే ఉంటాను - బహుశా మనలో చాలామంది కోరేది అదే అనుకుంటాను - ఉపశమనాన్ని కోరుకుంటాను, నిద్రరావాలని కోరు కుంటాను, ఎటువంటి ఇబ్బందీ లేకుండా తప్పించుకోవాలని కోరుకుంటాను. వేరుగా ఉండాలనీ, ఒంటరిగా ఉండాలనీ, భద్రంగా ఉండాలనీ కోరుకుంటాను. కలత చెంద టానికి నాకు అభ్యంతరం లేకుండా ఉంటేనూ, పైపైనేకాక పూర్తిగా అవగాహన చేసుకోవాలనే ఉద్దేశంతో, వాస్తవంగా కలత చెందటానికి నాకు అభ్యంతరం లేకుండా ఉంటేనూ, ద్వేషంపట్లా, చిరాకు పట్లా నా ధోరణిలో పరివర్తన వస్తుంది - రాదా? ఇబ్బంది పడటానికి నాకు అభ్యంతరం లేకపోతే, పేరు ముఖ్యం కాదు - ముఖ్య

మవుతుందా? ''ద్వేషం'' అనే మాట ముఖ్యం కాదు. ఇతరుల పట్ల ''అయిష్టత'' ముఖ్యం కాదు- అవునా? ఎందుచేతనంటే, అప్పుడు, ద్వేషం అనే స్థితిని, ఆ అనుభవాన్ని మాటల్లో పెట్టకుండా ప్రత్యక్షంగా అనుభవిస్తాను.

ద్వేషం, అసహ్యంలాగే, కోపం కూడా చాలా కలత కలిగించే గుణం. మనలో చాలా కొద్దిమంది మాత్రమే కోపాన్ని మాటల్లో పెట్టకుండా ప్రత్యక్షంగా అనుభవించ గలరేమో. మనం మాటల్లో పెట్టనట్లయితే, దాన్ని కోపం అనకుండా ఉన్నట్లయితే, నిశ్చయంగా, అప్పుడొక భిన్నమైన అనుభవం కలుగుతుంది. కలగదా? మనం దానికొక పదాన్ని ఇస్తాం. కనుకనే ఒక కొత్త అనుభవాన్ని పాతదానికి పరిమితం చేస్తాం, లేదా, పాత దాంట్లోనే ఇరికిస్తాం. అలాకాకుండా, దానికి పేరు పెట్టకుండా ఉన్నట్లయితే, అప్పుడు ప్రత్యక్షంగా అవగాహన అయే అనుభవం ఒకటి ఉంటుంది. ఈ అవగాహనే ఆ అనుభవించటంలో పరివర్తన తెస్తుంది.

ఉదాహరణకి, అల్పత్వాన్ని తీసుకోండి. మనలో చాలామంది డబ్బు విషయం లోనూ, మనుషుల్ని క్షమించటంలోనూ చాలా అల్పంగా ప్రవర్తిస్తారు. కానీ, మనకి మన అల్పత్వం తెలియదు. అది మనకందరికీ పరిచయం ఉన్న విషయమే అని నాకు నిశ్చయంగా తెలుసును. ఇప్పుడు దానిగురించి తెలుసుకున్నట్లయితే, మనం ఆ గుణం లేకుండా స్వేచ్ఛగా ఉండటం ఎలా? ఉదారంగా అవటం కాదు, అది ముఖ్యాంశం కాదు. అల్పత్వం లేకుండా ఉండటంలో ఔదార్యం ఉండనే ఉంటుంది. మీరు ఉదారంగా ''అవ'' నక్కర్లేదు. అల్పత్వాన్ని తెలుసుకుని ఉండాలన్నది స్పష్టం. మీ సమాజానికో, మీ స్నేహితులకో పెద్ద విరాళాన్నివ్వటంలో మీరు చాలా ఔదార్యంతో ఉండవచ్చు, కానీ, ఎవరికైనా 'ఇనాం' మరికొంత ఇవ్వటంలో ఘోరమైన అల్పత్వాన్ని చూపించవచ్చు. 'అల్పత్వం' అని నేననటంలో నా ఉద్దేశం మీకు తెలుసు. ఈ విషయం మీద మనకి ధ్యాస ఉండదు. ఒకవేళ తెలుసుకుని ఉంటే ఏమవుతుంది? ఔదార్యంతో ఉండాలని బుద్ధిపూర్వకంగా ప్రయత్నిస్తాం, అల్పత్వాన్ని జయించటానికి ప్రయత్నిస్తాం. ఔదార్యంతో ఉండటానికి సాధన చేస్తాం, ఇంకా ఏదో చేస్తాం. కానీ, ఎంత చేసినా, ఏదో ''అవాలని'' ఇచ్ఛాపూర్వకంగా ప్రయత్నించటం కూడా అల్పత్వంలో భాగమే - విస్తృత పరిధిలో. అందుచేత, ఈ పనులేవీ చెయ్యకుండా, అల్పత్వంలోని ఆంతర్యాన్ని అంతటినీ తెలుసుకున్నట్లయితే, దానికొక పదాన్ని ఇవ్వకుండా ఉన్నట్లయితే, అప్పుడు మౌలిక పరివర్తనం రావటం చూస్తాం.

దీనితో ప్రయోగం చేసి చూడండి. మొదట, ఎవరికైనా కలత ''కలిగితీరాలి.'' కలత కలగటం మనలో చాలామందికి ఇష్టముండని మాట నిజమే. మనకొక జీవిత విధానం - మహాత్ముడో, నమ్మకమో, మరొకటో - దొరికిందనుకుని అక్కడే స్థిరపడిపోతాం. అధికారం ఉన్న ఒక పెద్ద ప్రభుత్వోద్యోగం దొరికిన తరవాత, ఇక అందులోనే మిగిలిన జీవితం అంతా గడిపేవాడిలా ఉండిపోతాం. ఆ మనస్తత్వంతోనే మనం వదిలించుకోవాలనుకునే వివిధ లక్షణాలతో వ్యవహరిస్తాం. కలత కలగకుండా

ఉండటంలో, అంతర్గతంగా భద్రత లేకుండా ఉండటంలో ఒకదానిమీద ఆధారపడి ఉండకపోవటంలో గల ప్రాముఖ్యాన్ని మనం చూడం. నిజంగా భద్రత లేనప్పుడే కదా, మనం కనిపెట్టడం, గమనించటం, అవగాహన చేసుకోవటం సంభవిస్తుంది? సమృద్ధిగా ధనం ఉన్నవాడిలా, మనం హాయిగా ఉండాలనుకుంటాం; అతనికి కలత ఉండదు; కలత పడటం 'ఇష్టం' ఉండదతనికి.

అవగాహన చేసుకోవాలంటే కలత కలగటం అత్యవసరం. భద్రత కోసం ఎటువంటి ప్రయత్నం చేసినా, అది అవగాహనకి అవరోధమే అవుతుంది. మనకిబ్బంది కలిగిస్తున్నదాన్ని దేన్నైనా మనం వదిలించుకోవాలనుకుంటే అది నిశ్చయంగా అవరోధమే. ఒక అనుభూతిని మనం - పేరుపెట్టి వ్యవహరించకుండా, ప్రత్యక్షంగా అనుభవించ గలిగితే, అందులో ఎంతో ద్యోతక మవుతుంది మనకి. అప్పుడు దానితో మనకి పోరాటం ఉండదు. ఎందుచేతనంటే, అనుభవించేవాడూ; అనుభవింపబడినదీ ఒకటే అవుతుంది, అదే అత్యవసరం. అనుభవించేవాడు అనుభూతినీ, అనుభవాన్నీ మాటల్లో పెట్టినంత వరకూ, దాన్నుంచి తనను తాను వేరు చేసుకుని, దానిమీద చర్య తీసుకుంటాడు. అటువంటి చర్య కృత్రిమమైనది, భ్రాంతిజనితమైనది. మాటల్లో పెట్టడం జరక్కుండా ఉంటే, అనుభవించేవాడూ, అనుభవింపబడేదీ ఒక్కటే అవటం జరుగుతుంది. ఆ 'సమైక్యతే' అవసరం, దాన్ని సమూలంగా ఎదుర్కోవాలి.

★★★

14. వ్యర్థ ప్రసంగం

ప్రశ్న: నన్ను నేను తెలుసుకోవటానికీ, ఇతరులగురించి నాకు తెలియటానికీ వ్యర్థప్రసంగం ఉపయోగపడుతుంది. నిజంగానే, ఉన్నస్థితిని తెలుసుకోవటానికి వ్యర్థప్రసంగాన్ని ఎందుకు సాధనంగా వాడుకోకూడదు? అనాదిగా దాన్ని నిరసించడం జరుగుతున్నంతమాత్రాన వ్యర్థప్రసంగం అనే మాటకి నేను వణికిపోవటంలేదు.

కృష్ణమూర్తి: అసలు మనం వ్యర్థప్రసంగం ఎందుకు చేస్తామా అని నాకు సందేహం. ఇతరుల గురించి మనకి తెలుస్తుందని కాదు. ఇతరుల గురించి మనకి ఎందుకు తెలియాలి? ఇతరుల గురించి తెలుసుకోవాలని మీరెందుకు కోరుకుంటారు? ఇతరుల గురించి మీకెందుకింత అసాధారణ ఆందోళన? మొదటగా, మనం వ్యర్థప్రసంగం ఎందుకు చేస్తాం? అదొక రకమైన అస్తిమితత్వం కాదా? ఆందోళనలాగే అదొక అస్తిమితమైన మనస్సుకి సూచన కాదా? ఇతరుల జోలికి పోవాలనీ, ఇతరులేం చేస్తున్నారో తెలుసుకోవాలనీ, ఏం చెప్పుకుంటున్నారో తెలుసుకోవాలనీ ఎందుకా కోరిక? వ్యర్థ

ప్రసంగం చేసే మనస్సు బొత్తిగా లోతులేని మనస్సు కాదా? తప్పుదారి పట్టిన పరిశోధనాత్మకమైన మనస్సు.

ఇతరుల గురించి - వారి చేష్టల్నీ, వారి ఆలోచనల్నీ, వారి అభిప్రాయాల్నీ పట్టించుకోవటం ద్వారా తాము తెలుసుకోవచ్చునని ఆ ప్రశ్న అడిగినవారు అనుకుంటున్నారు కాబోలు. మనల్ని మనమే తెలుసుకోకుండా ఇతరుల్ని తెలుసు కోగలమా? మనం ఎలా ఆలోచిస్తున్నామో, ఏ విధంగా వ్యవహరిస్తున్నామో, ఎలా ప్రవర్తిస్తున్నామో మనకే తెలియనప్పుడు ఇతరుల గురించి తీర్మానించగలమా? ఇతరుల గురించి ఇంత విపరీతమైన ఆందోళన దేనికి? ఇతరులు ఎలా ఆలోచిస్తున్నారో, ఎలా అనుభూతి పొందుతున్నారో, ఎలా వ్యర్థప్రసంగం చేస్తున్నారో తెలుసుకోవాలన్న కోరిక. నిజానికి, మననుంచి మనమే తప్పించుకోవటానికి కాదా? మననుంచి మనం తప్పించుకునే మార్గమా అది? ఇతరుల జీవితాల్లో జోక్యం కలిగించుకోవాలనే కోరిక కూడా లేదా అందులో? ఇతరుల గురించి పట్టించుకోకుండానే, వారి విషయాల్లో జోక్యం కలిగించుకోకుండానే, మన సొంత జీవితం కావలసినంత కష్టమయంగా, కావలసినంత క్లిష్టంగా, కావలసినంత బాధాకరంగా లేదనా? ఇతరుల గురించి వ్యర్థంగా, దుర్మార్గంగా, వికారంగా మాట్లాడేటంత తీరిక ఉందా? మనం ఎందుకిలా చేస్తాం? ప్రతి ఒక్కరూ చేస్తారని మీకు తెలుసు. దాదాపు ప్రతి ఒక్కరూ మరొకరి గురించి వ్యర్థప్రసంగం చేస్తారు. ఎందుకు?

నా ఉద్దేశంలో, మొట్టమొదట, మన సొంత ఆలోచనా ప్రక్రియ గురించీ, మన స్వీయ చర్యల గురించీ తగినంత ఆసక్తి లేదు కనుకనే, ఇతరుల గురించి వ్యర్థప్రసంగం చేస్తాం. ఇతరులు ఏమి చేస్తున్నారో చూడాలనుకుంటాం. మర్యాదగా చెప్పాలంటే బహుశా, వారిని అనుకరించటానికేమో! సాధారణంగా, మనం ఇతరుల గురించి వ్యర్థప్రసంగం చేయటం వారిని నిందించటానికే. కానీ ఉదారంగా చూస్తే, బహుశా, వారిని అనుకరించటానికే అనిపిస్తుంది. ఇతరుల్ని ఎందుకు అనుకరించాలి? ఇదంతా విపరీతమైన అల్పబుద్ధిని సూచించటంలేదా? ఇంకో విధంగా చెప్పాలంటే, విపరీతమైన మందకొడితనం ఉన్న మనస్సే ఎప్పుడూ ఉత్తేజాన్ని కోరుతూ, దానికోసం బాహ్యంగానే ప్రయత్నిస్తుంది. అంటే, వ్యర్థప్రసంగం మనకి ఇంద్రియానుభూతిని కలిగించేదే కదా? అందుకే కదా మనం ఆ పని చేసేది? అది ఇంకో రకమైన ఇంద్రియానుభూతి కావచ్చు, కానీ ఎప్పుడూ ఉత్తేజం, అన్యాకర్షణ కావాలనుకోవటమే. నిజంగా, ప్రగాఢంగా ఈ విషయాన్ని పరిశీలించినట్లయితే, మళ్ళీ మనదగ్గరికే తిరిగివస్తాం, అంటే వ్యర్థప్రసంగం చేసేవారు నిజంగా, విపరీతమైన అల్పబుద్ధికలవారైనందువల్లే, ఇతరుల గురించి మాట్లాడుతూ ఉత్తేజాన్ని బయటనుంచి పొందాలని చూస్తారు. ఈసారి మీరు ఇతరుల గురించి ప్రసంగిస్తున్నప్పుడు మిమ్మల్ని మీరు పట్టుకుని చూసుకోండి. మీరు తెలుసుకునేట్లయితే, ఆ ప్రక్రియ మిమ్మల్ని గురించి మీకు ఎంతో ఘోరమైన విషయాలెన్నిటినో సూచిస్తుంది. ఏదో ఇతరుల గురించి ఊరికే తెలుసుకోవాలనుకున్నా

నంటూ కప్పిపుచ్చుకోకండి. అది అస్థిమితత్వాన్నీ, ఉద్రిక్తస్వభావాన్నీ, అల్పబుద్ధినీ, తోటి మనుషుల్లో ప్రగాఢమైన, నిజమైన ఆసక్తి లేకపోవటాన్నీ తెలియజేస్తుంది. ఈ వ్యర్థప్రసంగానికీ నిజమైన ఆసక్తికీ ఏ సంబంధంలేదు.

తరవాత సమస్య - వ్యర్థప్రసంగం మానటం ఎలా అన్నది. అదే తరవాత ప్రశ్న కాదా? వ్యర్థప్రసంగం చేస్తున్నారని మీకు తెలిసినప్పుడు దాన్ని ఎలా మానేస్తారు? అది అలవాటయిపోయినట్లయితే, దినదినం కొనసాగుతూ అసహ్యంగా తయారయితే, ఎలా దాని ఆపుతారు? ఆ ప్రశ్న ఉత్పన్నమవుతుందా? మీరు వ్యర్థప్రసంగం చేస్తున్నట్లు మీకు తెలిస్తే, వ్యర్థప్రసంగం చేస్తున్నారని మీరు తెలుసుకున్నట్లయితే, అప్పుడు, ''నేను దాన్నెలా ఆపగలను?'' అని మిమ్మల్ని మీరు ప్రశ్నించుకుంటారా? మీరు ప్రసంగిస్తున్నారని తెలిసిన వెంటనే దానంతటది ఆగిపోదా? '' ఎలా?'' అనే ప్రశ్న రానే రాదు. తెలుసుకోనప్పుడే 'ఎలా?' అనే ప్రశ్న బయలుదేరుతుంది. వ్యర్థప్రసంగం ఉంది కాబట్టే దాన్నిగురించి తెలుసుకోలేదని సూచిస్తుంది. ఈ సారి వ్యర్థప్రసంగం చేసేటప్పుడు మీఅంతటమీరు ఈ ప్రయోగం చేసి చూడండి; మీరేం మాట్లాడుతున్నారో తెలుసుకున్నప్పుడు, మీ నోటికొచ్చినట్లు మాట్లాడుతున్నారని తెలుసుకున్నప్పుడు, ఎంత త్వరగా, ఎంత వెంటనే ఎలా మీరు మీ వ్యర్థప్రసంగాన్ని ఆపేస్తారో చూడండి. ఆగిపోవటానికి మీ ఇచ్ఛతో పని లేదు. కావలసినదల్లా, మీరు తెలుసుకోవటమే, మీరేం మాట్లాడుతున్నారో, దాని ఆంతర్యం ఏమిటో తెలుసుకోవటమే. వ్యర్థప్రసంగాన్ని నిందించనవసరంలేదు, సమర్థించనవసరం లేదు, తెలుసుకుని ఉండండి చాలు, దాన్ని తెలుసుకోగానే ఎంత త్వరగా దాన్ని మానేస్తారో మీరే చూస్తారు. ఎందుచేతనంటే, అది మనం పనిచేసే తీరునీ, మన ప్రవర్తననీ, మన ఆలోచనా విధానాన్నీ తెలియజేస్తుంది. ఇలా తెలుసుకోవటంలో మనల్నిమనం కనుక్కుంటాం. అది ఇతరుల్ని గురించి ప్రసంగించటం కన్న, వాళ్లేం చేస్తున్నారో, ఏం ఆలోచిస్తున్నారో, వాళ్లెలా ప్రవర్తిస్తున్నారో తెలుసుకోవటం కన్న అత్యధిక ప్రాముఖ్యం కలిగి ఉంటుందని తెలుస్తుంది.

దినపత్రికల్ని చదివే మనలో చాలామంది వ్యర్థప్రసంగంతో, ప్రపంచ వ్యవహారాల్ని గురించి వ్యర్థప్రసంగం చేయటంలో నిమగ్నులవుతారు. అదంతా, మననుంచీ, మన అల్పత్వంనుంచీ, మన కురూపితనంనుంచీ తప్పించుకోవటానికే. ప్రపంచ సంఘటనల గురించి పైపై ఆసక్తి కలిగివున్నట్లయితే, మనం ఎంతో జ్ఞానవంతులం అవుతున్నామనీ, మన జీవితాల్ని ఎక్కువ సామర్థ్యంతో గడుపుకోగలమనీ అనుకుంటాం మనం. కానీ, ఇవన్నీ నిశ్చయంగా, మననుంచి మనం తప్పించుకుపోయేందుకు సాధనాలే- కాదా? మన లోలోపల మనం స్వతస్సిద్ధంగా శూన్యంగా, అల్పత్వంతో ఉన్నాం. మనల్ని చూసి మనమే భయపడతాం. మనలోపల మనం ఎంతో దరిద్రంగా, శూన్యంగా ఉండటం చేత మన వ్యర్థప్రసంగం మనకొకరకమైన గొప్ప వినోదాన్ని కలిగిస్తుంది. మనలోని శూన్యతని జ్ఞానంతో, ఆచారవ్యవహారాలతో, వ్యర్థ ప్రసంగంతో, సాంఘిక సమావేశాలతో, తప్పించుకునే ఇంకా అనేక మార్గాలతో నింపటానికి ప్రయత్నిస్తాం. ఈ తప్పించుకునే

మార్గాలన్నీ అతి ముఖ్యమైపోతాయి; అంతేకాని, ''ఉన్నస్థితి'' ని అవగాహన చేసుకోవాలనే ప్రయత్నం మాత్రం ఉండదు. 'ఉన్నస్థితి'ని అవగాహన చేసుకోవటానికి అపారమైన శ్రద్ధ ఉండాలి. శూన్యంగా ఉన్నారనీ, బాధలో ఉన్నారనీ తెలుసుకోవటానికి అపారమైన శ్రద్ధ కావాలి, తప్పించుకోవటానికి మార్గాలు కాదు. కానీ, మనలో చాలా మందికి ఈ తప్పించుకునే మార్గాలే ఇష్టం. ఎందుచేతనంటే, అవి ఎక్కువ సంతోషకరమైనవి, ఎక్కువ ఆహ్లాదకరమైనవి. అంతేకాక, మనం ఉన్నస్థితిని తెలుసుకున్నప్పుడు మనతో వ్యవహరించటానికి మనకే కష్టమైపోతుంది. అది మనల్ని ఎదుర్కొంటున్న సమస్యల్లో ఒకటి. మనం ఏం చెయ్యాలో మనకి తెలియదు. నేను శూన్యంగా ఉన్నాననీ, నేను దుఃఖపడుతున్నాననీ, నేను బాధలో ఉన్నాననీ తెలుసుకున్నప్పుడు నేనేం చెయ్యాలో దానితో ఎలా వ్యవహరించాలో నాకు తెలియదు. అందుచేత, అన్ని రకాలైన తప్పించుకునే మార్గాల్నీ వెతుకుతాను.

ఏం చెయ్యాలి? ఇదీ ప్రశ్న. తప్పించుకోలేమన్న సంగతి స్పష్టమే, నిశ్చయమే. అంతేకాదు. అది అర్థరహితం, చిన్నపిల్లచేష్ట అవుతుంది. కానీ, మిమ్మల్ని మీరు ఎదుర్కోవలసి వచ్చినప్పుడు మీరేం చెయ్యాలి? మొదట, దాన్ని కాదనకుండా, సమర్థించకుండా, దానితో మీరు ఉన్నవారు ఉన్నట్లుగా అలాగే ఉండిపోవటం సాధ్యమవుతుందా? ఇది విశేషమైన ప్రయాసతో కూడినపని. ఎందుచేతనంటే, మనస్సు వివరణనీ, ఖండననీ, ఐక్యతనీ ఆశిస్తూ ఉంటుంది. అటువంటి పనులేవీ చెయ్యకుండా, దానితో ఉన్నట్లయితే, దేన్నైనా అంగీకరించినట్లవుతుంది. నేను నల్లగా ఉన్నానని అంగీకరిస్తే ఇక అంతటితో సరి. కానీ లేతరంగుకి మార్చుకోవటానికి ప్రయత్నిస్తే ఇక ఉత్పన్న మవుతుంది. '' ఉన్న''దాన్ని అంగీకరించటం చాలా కష్టమైన పని. తప్పించుకోకుండా ఉన్నప్పుడే ఆ పని చేయటం సాధ్యమవుతుంది. ఖండించటం, సమర్థించటం తప్పించుకునే మార్గాలే. కాబట్టి, ఎవరైనా వ్యర్థప్రసంగం ఎందుకు చేస్తున్నారో, దాని లక్షణాలన్నీ ఏమిటో అవగాహన చేసుకున్నప్పుడు, అది ఎంత అర్థరహితమైనదో, ఎంత క్రూరమైనదో, ఇంకా అందులో ఎన్ని లక్షణాలున్నాయో అన్నీ పూర్తిగా అవగాహన చేసుకున్నప్పుడు, తను వాస్తవంగా తనెలా ఉన్నాడో అలా ఉన్న స్థితిలోనే ఉంటాడు. మనం ఎప్పుడూ, దాన్ని నాశనం చెయ్యాలనో, మార్పు చెయ్యాలనో ప్రయత్నిస్తాం. అటువంటి పని ఏదీ చెయ్యకుండా, దాన్ని అవగాహన చేసుకునే ఉద్దేశంతో, దానితోనే పూర్తిగా ఉండేందుకు ప్రయత్నిస్తే, అప్పుడు, మనం ఇంతకుముందు భయపడినది ఇంక ఏమీ ఉండదని తెలుసుకుంటాం. అప్పుడు ఉన్నస్థితిలో పరివర్తన రావటం సాధ్యమవుతుంది.

★★★

15. విమర్శ

ప్రశ్న: సంబంధంలో విమర్శకున్న స్థానం ఏమిటి? విధ్వంసకరమైన విమర్శకీ, నిర్మాణాత్మకమైన విమర్శకీ భేదం ఏమిటి?

కృష్ణమూర్తి: మొట్టమొదటగా, మనం ఎందుకు విమర్శించాలి? అవగాహన చేసుకోవటానికా? లేదా, కేవలం తప్పులెంచి వేధించటానికా? మిమ్మల్ని నేను విమర్శించినప్పుడు మిమ్మల్ని అవగాహన చేసుకుంటున్నానా? తీర్పు ద్వారా అవగాహన కలుగుతుందా? నేనే కనుక మిమ్మల్ని అవగాహన చేసుకోవాలనుకుంటే, పైపైనే కాకుండా, మీతో నాకున్న సంబంధంలోని ప్రాముఖ్యాన్ని ప్రగాఢంగా అవగాహన చేసుకోదలుచుకుంటే, మిమ్మల్ని విమర్శించటం ప్రారంభిస్తానా? లేక, మనమధ్య సంబంధాన్ని తెలుసుకుంటూ, నిశ్శబ్దంగా పరిశీలిస్తూ నా అభిప్రాయాల్నీ, విమర్శల్నీ, తీర్పుల్నీ, ఏకీభవించటాల్నీ, ఖండించటాల్నీ మీ మీద ప్రదర్శించకుండా, నిశ్శబ్దంగా పరిశీలిస్తూ, ఏం సంభవిస్తుందో గమనిస్తానా? నేను విమర్శించకుండా ఉంటే ఏం జరుగుతుంది? నిద్రపోవటం జరగవచ్చు - జరగదా? అంటే, వేధిస్తూ ఉంటే మనకి నిద్రపట్టదని కాదు అర్థం. బహుశా, అదొక అలవాటయిపోవచ్చు. ఆ అలవాటు ద్వారా మనల్ని మనం నిద్రపోయేట్లు చేసుకుంటాం. విమర్శద్వారా సంబంధాన్ని ప్రగాఢంగా విస్తృతంగా అవగాహన చేసుకోవటం ఉంటుందా? అది నిర్మాణాత్మకమా, విధ్వంసకరమా అన్నది నిశ్చయంగా అప్రస్తుతం. కాబట్టి, ప్రశ్న ఏమిటంటే, '' సంబంధాన్ని అవగాహన చేసుకోవటానికి మనస్సు, హృదయం ఉండదగిన స్థితి ఎటువంటిది?'' అని. అవగాహనా ప్రక్రియ ఏమిటి? దేన్నైనా మనం ఎలా అవగాహన చేసుకుంటాం? మీ బిడ్డ పట్ల మీకు ఆసక్తి ఉన్నప్పుడు ఆ బిడ్డని ఎలా అవగాహన చేసుకుంటారు? మీరు పరిశీలిస్తారు కదా? వాడు ఆడుకుంటున్నప్పుడు కనిపెట్టి చూస్తారు. వేరు, వేరు మానసిక అవస్థల్లో ఉన్నప్పుడు వాడిని జాగ్రత్తగా పరీక్షిస్తారు. మీ అభిప్రాయాన్ని బిడ్డమీదికి తొయ్యరు కదా? వాడు ఇలా ఉండాలి, వాడు అలా ఉండాలి అని చెప్పరు. మీరు అప్రమత్తంగా కనిపెట్టి చూస్తూ ఉంటారు - కాదంటారా? చురుకుగా తెలుసుకుంటూ ఉంటారు. బహుశా, అప్పుడే మీరు మీ బిడ్డని అవగాహన చేసుకుంటారేమో. మీరు ఎప్పుడూ విమర్శిస్తూ, మీ ప్రత్యేక వ్యక్తిత్వాన్నీ, మీ చాదస్తపు లక్షణాల్నీ, అభిప్రాయాల్నీ బిడ్డలో కెక్కిస్తూ, ఆ పసివాడు ఎలా ఉండాలో, ఎలా ఉండకూడదో అన్నీ మీరే నిర్ణయిస్తూపోయేట్లయితే, నిశ్చయంగా, ఆ సంబంధంలో ఓపెద్ద అవరోధాన్ని సృష్టిస్తారు. దురదృష్టవశాత్తు, మనం చాలావరకు రూపుదిద్దే ఉద్దేశంతో, జోక్యం కలిగించుకోవాలనే ఉద్దేశంతో విమర్శిస్తూ ఉంటాం. అలా చేయటంవల్ల మనకి ఒక విధమైన సంతోషం, సంతృప్తి కలుగుతాయి. ఏదైనా

సంబంధాన్ని - భర్తతో ఉన్న సంబంధాన్ని, బిడ్డతో గల సంబంధాన్ని, లేదా మరెవరితోనైనా సంబంధాన్ని - సరిదిద్దటానికీ, రూపుదిద్దటానికీ ప్రయత్నిస్తూ ఉండటం మన కిష్టం. అందులో ఒక విధమైన అధికార భావం కలుగుతుంది. మీరే యజమాని అనుకుంటారు. అందువల్ల అపారమైన సంతోషం కలుగుతుంది. మొత్తం ఆ ప్రక్రియలో ఎక్కడా సంబంధాన్ని అవగాహన చేసుకోవటం ఉండదు. కేవలం విధించటమే. మీ చాదస్తాన్నీ, మీ కోరికనీ, మీ ఆశయాన్నీ అనుసరించి, మీ ప్రత్యేక పద్ధతి ప్రకారం ఇంకొకర్ని సరిదిద్దాలనే కోరికే ఉంటుంది. ఇవన్నీ సంబంధాన్ని అవగాహన చేసుకోవటానికి ఆటంకాలే కదా?

తరవాత, ఆత్మవిమర్శ ఒకటి. తన్నుతాను విమర్శించుకోవటం, ఖండించుకోవటం, సమర్థించుకోవటం - ఇవన్నీ తన్నుతాను అవగాహన చేసుకోవటంలో సహాయపడగలవా? నన్ను నేను విమర్శించుకోవటం ప్రారంభించినప్పుడు, అవగాహన చేసుకునే విధానాన్ని, పరిశోధించే పద్ధతిని నేను పరిమితం చేయటం లేదా? ఆత్మవిమర్శకి మరో రూపమయిన ఆంతర్ముఖత్వం 'నేను' ని వికసింపజేయగలదా? 'నేను' ని వికసింపజేయగలిగిందేమిటి? నిరంతరం విశ్లేషిస్తూ ఉండటం, భయంతో ఉండటం, విమర్శించుకుంటూ ఉండటం - నిశ్చయంగా, వికాసానికి ఇదేదీ తోడ్పడదు. 'నేను' ని వికసింపజేసే దేమిటంటే, ఎటువంటి ఖండన లేకుండా, ఎటువంటి ఐక్యత లేకుండా, దాన్ని నిరంతరం తెలుసుకుంటూ ఉండటమే. అప్పుడు మీరు దాన్ని అవగాహన చేసుకోవటం ప్రారంభిస్తారు. ఒక విధమైన సహజ సిద్ధత ఉండాలి. మీరెప్పుడూ దాన్ని విశ్లేషిస్తూ, క్రమశిక్షణలో ఉంచుతూ రూపుదిద్దుతూ ఉండటానికి వీల్లేదు. ఈ సహజ సిద్ధత అవగాహనకి అత్యావశ్యకం. నేను కేవలం పరిమితంచేసి, నిగ్రహించి, ఖండించినట్లయితే, అప్పుడు ఆలోచననీ, అనుభూతినీ కదలకుండా కట్టడి చేసినట్లవుతుంది - కాదా? నేను కనిపెట్టగలిగేది ఆలోచనా, అనుభూతీ సాగుతున్నప్పుడేగాని, దాన్ని నిగ్రహించినప్పుడు కాదు. దాన్ని కనిపెట్టినట్లయితే, అప్పుడు ఏ విధంగా చర్య తీసుకోవాలన్న విషయం ముఖ్యమవుతుంది. ఒక భావాన్ని అనుసరించో, ఒక ప్రమాణాన్ని అనుసరించో, ఒక ఆదర్శాన్ని అనుసరించో నేను చర్య తీసుకున్నట్లయితే, అప్పుడా ప్రత్యేక పద్ధతి ప్రకారం నన్ను నేను నిర్బంధించుకున్నట్లే. అందులో అవగాహన ఉండదు. అధిగమించటం ఉండదు. ఖండన గాని, ఐక్యత గాని లేకుండా, 'నేను' ని జాగ్రత్తగా పరిశీలించగలిగితే, అప్పుడు దానికి అతీతంగా పోగలను. అందుచేతనే, ఒక ఆదర్శాన్ని అనుసరిస్తూ, దాన్ని సమీపించటానికి ప్రయత్నించే ప్రక్రియ అంతా పూర్తిగా తప్పుదే. ఆదర్శాలు మనుషులు సృష్టించిన దేవతలే. స్వీయప్రదర్శితమైన రూపాన్నొక దాన్ని అనుసరించటం విముక్తి కాదు నిశ్చయంగా.

మనస్సు నిశ్శబ్దంగా తెలుసుకుంటున్నప్పుడే, గమనిస్తున్నప్పుడే, అవగాహన కలుగుతుంది. ఇది చాలా ప్రయాసతో కూడిన పని; ఎందుచేతనంటే, తీరికలేకుండా ఉండటంలోనూ, అస్తిమితంగా ఉండటంలోనూ, విమర్శనాత్మకంగా ఉండటంలోనూ,

ఖండించటంలోనూ, సమర్థించటం లోనూ మనకెంతో సంతోషం కలుగుతుంది. అదే మొత్తం మన అస్తిత్వనిర్మాణం. భావాలూ, పక్షపాతాలూ, దృక్పథాలూ, అనుభవాలూ, స్మృతులూ - ఈ తెరల్ని మధ్యగా ఉంచి, వాటిగుండా చూసి అవగాహన చేసుకోవటానికి మనం ప్రయత్నిస్తాం. ఈ తెరలన్నిటినుంచీ స్వేచ్ఛ పొంది సూటిగా అవగాహన చేసుకోవటానికి సాధ్యమవుతుందా? సమస్య అతి తీవ్రంగా ఉన్నప్పుడు మనం ఆ పనే చేస్తాం. అప్పుడీ పద్ధతులన్నింటినీ అనుసరించం. సూటిగా సమీపిస్తాం. ఈ ఆత్మవిమర్శనా విధానాన్ని అవగాహన చేసుకుని, మనస్సు ప్రశాంతంగా ఉన్నప్పుడు సంబంధాన్ని అవగాహన చేసుకోవటం సాధ్యపడుతుంది. నేను చెప్పదలచుకున్నదాన్ని, విశేషప్రయత్నం ఏమీ లేకుండా మీరు వింటూ నన్ను అనుసరించేందుకు ప్రయత్నించినట్లయితే, అప్పుడు మనం ఒకరినొకరు అవగాహన చేసుకునేందుకు వీలవుతుంది. కానీ, మీరు ఎప్పుడూ విమర్శిస్తూ, మీ సొంత అభిప్రాయాల్నీ, మీరు గ్రంథాల్లో చదివినదాన్నీ, ఇతరులు మీకు చెప్పినదాన్నీ బయటపెడుతున్నట్లయితే, అప్పుడు మీకూ, నాకూ సంబంధం ఏర్పడదు. ఎందుచేతనంటే, ఈ తెర మనమధ్య అడ్డంగా ఉండిపోతుంది. మన ఉభయులం సమస్యని చూసి, సమస్యలోనే ఉన్న అంశాలని తెలుసుకోవటానికి ప్రయత్నించినట్లయితే, మనం లోతుగా, అట్టడుక్కి పోవటానికీ, అదేమిటో కనిపెట్టి సత్యాన్ని తెలుసుకోవాలనే ఆత్రుతతో ఉంటే, అప్పుడు మనమధ్య సంబంధం ఉంటుంది. అప్పుడు మీ మనస్సు మెలకువగానూ, ఉదాసీనతతోనూ ఉండి, అందులో గల సత్యం ఏమిటని గమనిస్తూ ఉంటుంది. కాబట్టి మీ మనస్సుకి అపరిమితమైన చురుకుతనం ఉండాలి - ఒక భావానికి గాని, ఆదర్శానికి గానీ, తీర్మానానికి గానీ, మీమీ అనుభవాలనుబట్టి మీరు ఏర్పరుచుకున్న నిశ్చితాభిప్రాయాలకు గానీ కట్టుబడి ఉండకుండా స్వేచ్ఛగా ఉండాలి. మనస్సు చురుకుగా, అప్రమత్తంగా, బహు మృదువుగా ఉండి, ఉదాసీనతతో తెలుసుకుంటున్నప్పుడు, నిశ్చయంగా అవగాహన కలుగుతుంది. అప్పుడు అది గ్రహించగలిగే స్థితిలో ఉంటుంది. అప్పుడు అది సున్నితంగా ఉంటుంది. మనస్సు భావాలతోనూ, పక్షపాతాలతోనూ, అనుకూల, ప్రతికూల అభిప్రాయాలతోనూ కిక్కిరిసి ఉన్నట్లయితే, అది సున్నితంగా ఉండలేదు.

సంబంధాన్ని అవగాహన చేసుకోవటానికి ఉదాసీనతతో తెలుసుకుంటూ ఉండాలి; అది సంబంధాన్ని నాశనం చెయ్యకపోవటమే కాక, మరింత సజీవమైనది గానూ, మరింత సార్థకం గానూ చేస్తుంది. అప్పుడటువంటి సంబంధంలో నిజమైన అనురాగం ఉండటానికి వీలవుతుంది. అందులో ఒక విధమైన ఆప్యాయత, ఒక విధమైన సన్నిహితత్వం ఉంటుంది. అది కేవలం మమకారం, ఇంద్రియానుభూతీ కాదు. ఆ విధంగా మనం ప్రతి విషయాన్నీ సమీపించి, ప్రతి దానితో సంబంధం కలిగి ఉన్నట్లయితే, అప్పుడు మన సమస్యలు - ఆస్తుల సమస్యలూ, ఆధిపత్యం సమస్యలూ - అన్నీ సులభంగా పరిష్కారమవుతాయి. ఎందుచేతనంటే, మన అధీనంలో ఉన్నదే మనం.

ధనం ఉన్న మనిషి ధనమే అవుతాడు. ఆస్తితో తాదాత్మ్యం పొందే మనిషి ఆస్తి, గృహం, లేదా, సామానూ అవుతాడు. అలాగే, భావాలతోనూ, మనుషులతోనూ కూడా. స్వాధీనం చేసుకున్నప్పుడు సంబంధం ఉండదు. మనలో చాలా మందిమి ఎందుకు స్వాధీనం చేసుకుంటామంటే, సొంతంగా తనది అనుకోకపోతే ఇంకేమీ లేదనిపిస్తుంది. మనకి సొంతంగా లేకపోతేనూ, మన జీవితాన్ని సామానులతో, సంగీతంతో, జ్ఞానంతో, దీనితో, దానితో నింపకపోతేనూ మనం కేవలం ఖాళీగుల్లల్లాగ ఉంటాం. ఆ గుల్ల ఎంత చప్పుడైనా చేస్తుంది. ఆ చప్పుడునే మనం జీవితం అంటాం. దానిలో తృప్తిపొందుతాం. అది కనుక విచ్ఛిన్నమయిపోయినప్పుడు దుఃఖం కలుగుతుంది. ఎందుచేతనంటే, అప్పుడు అకస్మాత్తుగా మిమ్మల్ని మీరు ఉన్నది ఉన్నట్లుగా, విలువ ఏమీ లేని ఉత్త ఖాళీ గుల్లగా ఉన్నట్లు తెలుసుకుంటారు. సంబంధంలోని ఆంతర్యాన్ని అంతనీ తెలుసుకుని ఉండటమే మనం తీసుకునే చర్య. ఆ చర్యమూలంగానే నిజమైన సంబంధం ఏర్పడటం సాధ్యమవుతుంది - ఆ సంబంధం ఎంత ప్రగాఢమైనదో, ఎంత ప్రధానమైనదో, ప్రేమంటే ఏమిటో తెలుసుకోవటం సాధ్యమవుతుంది.

★★★

16. దేవునిలో నమ్మకం

ప్రశ్న: దేవునిలో నమ్మకం ఇంతకన్న మంచి జీవితాన్ని గడిపేందుకు బలమైన ప్రోత్సాహాన్నిస్తుంది కదా, దేవుడు లేడంటారెందుకు మీరు? దేవునిలో మానవుని నమ్మకాన్ని పునరుద్ధరించటానికి ఎందుకు ప్రయత్నించరు?

కృష్ణమూర్తి: ఈ సమస్యని విశాలదృష్టితో, వివేకవంతంగా చూద్దాం. నేను దేవుని కాదనటంలేదు - అలా అంటే మూర్ఖత్వమే అవుతుంది. సత్యాన్ని తెలుసుకోని మనిషే అటువంటి అర్థరహితమైన మాటలంటాడు. నాకు 'తెలుసు'నని చెప్పేమనిషికి తెలియదు; అనుక్షణం సత్యాన్ని అనుభవం పొందుతున్నమనిషి ఆ సత్యాన్ని ఇతరులకి తెలియజేసే సాధనం లేదు.

నమ్మకం కలిగి ఉండటం అంటే సత్యాన్ని కాదనటమే. నమ్మకం సత్యానికి అవరోధం. దేవునిలో నమ్మకం ఉందంటే, దేవుని కనుక్కోకుండా ఉండటమే అవుతుంది. ఎందుచేతనంటే, సత్యం తెలియనిది; తెలియనిదానిలో విశ్వాసంగాని, అవిశ్వాసంగాని కేవలం స్వీయప్రదర్శితమైనదే. అందుచేత అది నిజమైనది కాదు. మీరు నమ్ముతారని నాకు తెలుసు. మీ జీవితంలో దానికేమీ అర్థం లేదనీ నాకు తెలుసు. నమ్మేవాళ్లు చాలా మంది ఉన్నారు. కోట్లకొద్దీ జనం దేవుని నమ్మి, ఉపశాంతి పొందుతారు. అసలు, మీరు

ఎందుకు నమ్ముతారు? మీకు తృప్తినీ, ఉపశమనాన్నీ, ఆశనీ కలుగజేస్తుంది కనుక నమ్ముతారు. మీరనటం అది మీ జీవితానికొక అర్థాన్నిస్తుందని. కానీ వాస్తవంగా మీ నమ్మకంలో ప్రాధాన్యం ఏమీలేదు. ఎందుచేతనంటే, మీరు నమ్ముతారు, దోపిడీ చేస్తారు; మీరు నమ్ముతారు, హత్యలు చేస్తారు; సర్వాంతర్యామి అని నమ్ముతారు, ఒకరినొకరు నరుక్కుంటారు. ధనవంతుడు కూడా దేవుని నమ్ముతాడు, కానీ, కనికరం లేకుండా దోచుకుంటాడు, ధనాన్ని పోగుచేసుకుంటాడు, తరవాత ఒక దేవాలయం కట్టిస్తాడు, లేదా, ఉదారంగా దానధర్మాలు చేస్తాడు.

హీరోషిమా మీద ' ఆటంబాంబు'ని విసిరినవారు దేవుడు తమ వైపునే ఉన్నాడన్నారు. ఇంగ్లండు నుంచి జర్మనీ దేశాన్ని నాశనం చేయటానికి విమానాల్లో ఎగిరినవారు దేవుడు తమ సహవైమానికుడన్నారు. నిరంకుశాధికారులూ, ప్రధాన మంత్రులూ, సైన్యాధిపతులూ, అధ్యక్షులూ - అందరూ దేవుని గురించి మాట్లాడేవారే. వాళ్ళందరికీ దేవుని మీద అపారమైన విశ్వాసం ఉంది. వాళ్లంతా సేవే చేస్తున్నారా? మానవుడి జీవితాన్ని మెరుగు పరుస్తున్నారా? దేవునిలో నమ్మకం ఉందని చెప్పేవాళ్లే సగం ప్రపంచాన్ని నాశనం చేశారు. ప్రపంచం పూర్తిగా దుస్థితిలో ఉంది. మతం విషయంలో అసహనం ఉండటం వల్ల, నమ్మకం ఉన్నవాళ్లూ, లేనివాళ్లూ అంటూ మనుషుల్లో విభేదాలేర్పడి, మతం పేరున యుద్ధాలు జరిగాయి. ఇది మీరు ఎంత విపరీత రాజకీయ మనస్తత్వంతో ఉన్నారో తెలుపుతుంది.

దేవునిలో నమ్మకం '' ఇంతకన్న మంచి జీవితాన్ని గడిపేందుకు బలమైన ప్రోత్సాహాన్నిస్తోందా''? ఇంతకన్న మంచి జీవితాన్ని గడపటానికి ఏదైనా ప్రోత్సాహకం అవసరమా? స్వచ్ఛమైన, నిరాడంబరమైన జీవితాన్ని గడపాలనే కోరిక మీకుంటే అదే మీకు ప్రోత్సాహకం కావాలి - కాదా? మీరు ప్రోత్సాహకం కోసం చూస్తున్నారంటే, అందరికీ జీవించడం సాధ్యం కావాలన్న ఆసక్తి మీకు లేదన్నమాట. మీకు ప్రోత్సాహకమే ముఖ్యం. దానికి భిన్నంగా నా ప్రోత్సాహకం వేరు. ఇద్దరం దానిగురించి పోట్లాడుకుంటాం. దేవునిలో నమ్మకం మూలాన్ని కాకుండా, మనం మానవులంకాబట్టి అందరం కలిసి ఆనందంగా జీవిస్తే, అప్పుడు మానవులందరికీ సరిపడే వస్తువులన్నింటినీ ఉత్పత్తి చేసే సాధానాలన్నింటినీ మనం పంచుకుంటాం. మనకి వివేకం లేకపోబట్టి, పరమ వివేకవంతమైనది దైవం అనే భావాన్ని అంగీకరిస్తాం. దానికి దేవుడు అని పేరు పెట్టుకుంటాం. కానీ, ఈ దేవుడు, ఈ పరమవివేకవంతుడు మనకి ఇంతకన్న మంచి జీవితాన్నివ్వలేడు. ఇంతకన్న మంచి జీవితాన్ని ఇవ్వగలిగినది వివేకం. నమ్మకం ఉన్నప్పుడు, వర్గ విభేదాలున్నప్పుడు, ఉత్పత్తి సాధనాలు కొద్దిమంది చేతుల్లోనే ఉన్నప్పుడు, ప్రత్యేక జాతీయ రాష్ట్రాలూ, సార్వభౌమాధికారం ఉన్న ప్రభుత్వాలూ ఉన్నప్పుడు వివేకం ఉండటం సాధ్యం కాదు. ఇదంతా, వివేకం లేదని స్పష్టంగా తెలియజేస్తోంది. వివేకం లేకపోవటం వల్లనే ఇంతకన్న మంచి జీవితం లేకుండా పోతోంది గాని, దేవునిలో నమ్మకం లేకపోవటంవల్ల కాదు.

మీరందరూ విభిన్నరీతుల్లో నమ్ముతారు. కానీ, మీ నమ్మకాల్లో వాస్తవం ఏమీ లేదు. మీరెలా ఉన్నారో, మీరేం చేస్తారో, మీరేం ఆలోచిస్తారో అదే వాస్తవం. దేవునిలో మీకున్న నమ్మకం కేవలం మీకు విసుగు పుట్టించే మూర్ఖమైన, క్రూరమైన జీవితాన్నుంచి తప్పించుకోవటానికొక సాధనం మాత్రమే. అంతేకాక, నమ్మకం తప్పనిసరిగా మనుషుల్ని విడదీస్తుంది - హిందువు, బౌద్ధుడు, క్రిస్టియను, కమ్యూనిస్టు, సామ్యవాది, పెట్టుబడిదారు, ఇంకా ఇలా. నమ్మకమైనా, భావమైనా విడదీస్తుంది. అది ఎప్పుడూ మనుషుల్ని దగ్గరికి చేర్చి కలపదు. కొద్దిమందిని ఒక వర్గంగా చేర్చవచ్చు, కానీ, ఆ వర్గం మరొక వర్గాన్ని వ్యతిరేకిస్తుంది. భావాలూ, నమ్మకాలూ ఎప్పుడూ ఏకం చేసేవికావు. పైగా, అవి వేరు చేసేట్లుగా, విచ్ఛిన్నకరంగా, విధ్వంసకరంగా ఉంటాయి. కాబట్టి, దేవునిలో మీ నమ్మకం వాస్తవంగా, ప్రపంచంలో దుస్థితినే వ్యాపింపజేస్తోంది. మీకు తాత్కాలికంగా ఉపశమనాన్ని కలిగించి ఉండవచ్చు. కానీ, యుద్ధాల రూపంలో, కరువుల రూపంలో, వర్గవిభేదాల రూపంలో, కొందరు ప్రత్యేక వ్యక్తుల దుర్మార్గ ప్రవర్తన రూపంలో మీకు మరింత దుఃఖాన్నీ, వినాశాన్నీ తీసుకొస్తోంది. కనుక, మీ నమ్మకానికి విలువేమీలేదు. మీరు నిజంగా దేవుని నమ్మినట్లయితే, అది వాస్తవంగా మీకు స్వానుభవం అయినట్లయితే, మీ ముఖంలో చిరునవ్వు మెదుల్తూ ఉండాలి, మీరు మా నవ్వుల్ని నాశనం చెయ్యరు.

అయితే, సత్యం అంటే ఏమిటి? దైవం అంటే ఏమిటి? దేవుడు ఒక మాట కాదు. మాట అసలుదికాదు. అపరిమితమైనదాన్ని, కాలంతో ప్రమేయంలేనటు వంటిదాన్ని తెలుసుకోవటానికి, మనస్సు కాలం నుంచి విముక్తి పొందాలి. అంటే, మనస్సు అన్ని ఆలోచనల నుంచీ, దేవుని గురించిన భావాల నుంచీ స్వేచ్ఛగా ఉండాలి. దేవుని గురించీ, సత్యాన్ని గురించీ మీకేం తెలుసు? ఆ సత్యాన్ని గురించి వాస్తవంగా మీకేమీ తెలియదు. మీకు తెలిసినదంతా మాటలే, ఇతరుల అనుభవాలే. మీకు కొద్ది క్షణాలపాటు మాత్రం ఎంతో అరుదుగా, ఏదో అస్పష్టంగా కలిగిన అనుభవాలు - నిశ్చయంగా, అదేదీ దేవుడు కాదు, అది సత్యం కాదు, అది కాలాతీతమైనది కాదు. కాలాతీతమైనదాన్ని తెలుసుకోవాలంటే కాలం యొక్క ప్రక్రియని అవగాహన చేసుకోవాలి - కాలం అంటే ఆలోచన, ''అవటం'' అనే ప్రక్రియ, జ్ఞానాన్ని పోగుచేసుకోవటం - అదంతా 'మనస్సు యొక్క నేపథ్యం' సామూహిక, వ్యక్తిగత చేతనాచేతనలతో కూడిన 'మనస్సే నేపథ్యం'. కనుక, మనస్సు తెలిసిన దాన్నుంచి స్వేచ్ఛగా ఉండాలి. అంటే, మనస్సు పూర్తిగా మౌనంగా ఉండాలి - మౌనంగా చేయబడటంకాదు.

పట్టుదలగా పనిచేయటంవల్లగానీ, సాధనవల్లగానీ, క్రమశిక్షణవల్లగానీ ఒక ఫలితంలాగ, ఒక ఆశయంలాగ మౌనాన్ని సాధించిన మనస్సు మౌనంగా ఉండదు. నిర్బంధించబడి, నిగ్రహించబడి, ఒక పద్ధతి ప్రకారం రూపొందించబడి ప్రశాంతంగా చేయబడిన మనస్సు నిశ్చలమైన మనస్సు కాదు. మీరు కొంతకాలంపాటు మనస్సుని పైపైన నిశ్శబ్దంగా ఉండేటట్లు నిర్బంధించటంలో సాఫల్యం పొంది ఉండవచ్చు. కానీ, అటువంటి మనస్సు నిశ్చలమైన మనస్సు కాదు. మీరు ఆలోచనా ప్రక్రియనంతటినీ

అవగాహన చేసుకున్నప్పుడే నిశ్చలత ఏర్పడుతుంది. ఎందుకంటే, ఆ ప్రక్రియని తెలుసుకోవటం దాన్ని అంతం చెయ్యటానికే. ఆలోచనా ప్రక్రియని అంతం చేయటంతోనే మౌనం ప్రారంభమవుతుంది.

మనస్సు పైస్థాయిలోనే కాక, మౌలికంగా, పై చేతనస్థాయితో బాటు, ప్రగాఢమైన స్థాయిలో కూడా పూర్తిగా నిశ్శబ్దంగా ఉన్నప్పుడే తెలియనిది సంభవిస్తుంది. తెలియనిది మనస్సుచేత అనుభవించదగినది కాదు. నిశ్శబ్దాన్ని అనుభవించగలిగినది నిశ్శబ్దం మాత్రమే, నిశ్శబ్దం తప్ప మరొకటి కాదు. మనస్సు నిశ్శబ్దం కానిదాన్ని దేన్నైనా అనుభవించిందంటే, అది తన సొంత కోరికల్ని బహిర్గతం చేయటం మాత్రమే. అటువంటి మనస్సు మౌనంగా ఉన్న మనస్సు కాదు. మనస్సు మౌనంగా ఉండనంత కాలం, ఆలోచన ఏ రూపంలోనైనా - వ్యక్తంగా కాని, అవ్యక్తంగా కాని - మెదుల్తూ ఉంటే, నిశ్శబ్దం ఉండదు. నిశ్శబ్దం అంటే, గతం నుంచీ, జ్ఞానం నుంచీ, వ్యక్తావ్యక్త స్మృతులనుంచీ కలిగిన స్వేచ్ఛ. మనస్సు పూర్తిగా మౌనంగా ఉన్నప్పుడు, ఉపయోగంలో లేనప్పుడు, కృషి ఫలితం కానటువంటి నిశ్శబ్దత ఏర్పడినప్పుడు - అప్పుడు మాత్రమే కాలరహితమైనదీ, అనంతమైనదీ సంభవిస్తుంది. ఆ స్థితి జ్ఞాపకం తెచ్చుకునే స్థితి కాదు; జ్ఞాపకం ఉంచుకునేటటువంటి, అనుభవిస్తున్నటువంటి పదార్థం ఏదీ ఉండదక్కడ.

కాబట్టి, దైవం, లేదా, సత్యం, లేదా, దాన్ని మీరేమన్నా అనండి, అది అనుక్షణం సంభవించేటటువంటిది. అది స్వేచ్ఛ గా ఉన్నస్థితిలోనే సహజసిద్ధంగా ఉన్నస్థితిలోనే సంభవిస్తుందది, అంతేగాని, మనస్సు ఒక పద్ధతి ప్రకారం క్రమశిక్షణలో పెట్టినప్పుడు సంభవించేది కాదు. దేవుడు మనస్సుకి సంబంధించిన విషయం కాదు. స్వీయప్రదర్శన వల్ల సంభవించేది కాదు. సద్గుణం ఉన్నప్పుడే, అంటే, స్వేచ్ఛ ఉన్నప్పుడే సంభవిస్తుంది. సద్గుణం అంటే, వాస్తవంగా ఉన్న స్థితిని ఎదుర్కోవటం. వాస్తవాన్ని ఎదుర్కోవటమే పరమానందకర స్థితి. మనస్సు పరమానందంగా, ప్రశాంతంగా, తన దైన ప్రయత్నం లేకుండా, చేతనాచేతనాల్లో ఎటువంటి ఆలోచనా ప్రదర్శించకుండా ఉన్నప్పుడే- అప్పుడు మాత్రమే అనంతమైనది సంభవమవుతుంది.

★★★

17. జ్ఞాపకం

ప్రశ్న: జ్ఞాపకం అంటే అసంపూర్ణమైన అనుభవం అని చెప్పారు మీరు. మీరిదివరకు చేసిన ప్రసంగాలు నాకింకా స్పష్టంగా జ్ఞాపకం ఉన్నాయి. ఏ ఉద్దేశంలో అది అసంపూర్ణమైన అనుభవం? దయచేసి ఈ విషయాన్ని వివరించవలసిందని కోరుతున్నాను?

కృష్ణమూర్తి: జ్ఞాపకం అంటే ఏమిటని మన ఉద్దేశం? మీరు స్కూలుకి వెడతారు, అనేక విషయాల్ని తెలుసుకుంటారు, సాంకేతిక జ్ఞానాన్ని పొందుతారు. మీరు ఇంజనీరయితే, మీ సాంకేతిక జ్ఞానాన్ని జ్ఞాపకం తెచ్చుకుని వంతెన కట్టిస్తారు. అది వాస్తవ విషయాల జ్ఞాపకం. మానసిక జ్ఞాపకం అనేది కూడా ఉంటుంది. మీరు నాకు సంతోషకరమైనదో, అప్రియమైనదో ఏదో ఒకటి చెబుతారు. దాన్ని నేను జ్ఞాపకం పెట్టుకుంటాను. నేను మిమ్మల్ని తిరిగి కలుసుకున్నప్పుడు నేను ఆ జ్ఞాపకంతో - మీరు చెప్పినదో, చెప్పనిదో - దాని జ్ఞాపకంతో మీతో వ్యవహరిస్తాను. జ్ఞాపకానికి రెండు ముఖాలు ఉంటాయి - మానసికమైనది, వాస్తవికమైనది. అవి రెండూ పరస్పర సంబంధం కలిగే ఉంటాయి. అందుచేత విడిగా స్పష్టంగా ఉండవు. వాస్తవికమైనవాటిగురించిన జ్ఞాపకం మన జీవనోపాధికి అత్యావసరమని మనకి తెలుసు. కానీ, మానసిక జ్ఞాపకం ఆవశ్యకమా? మానసిక జ్ఞాపకాన్ని నిలుపుకుంటున్న అంశం ఏమిటి? అవమానంగాని, ప్రశంస గాని మానసికంగా జ్ఞాపకం ఉంచుకునేట్లు చేసేదేమిటి? కొన్నింటిని జ్ఞాపకం పెట్టుకోవటానికీ, కొన్నింటిని మరిచిపోవటానికీ కారణం ఏమిటి? సంతోషకరమైన వాటిని జ్ఞాపకం పెట్టుకుంటారు, అప్రియమైనవాటిని వదిలిపెడతారు అనేది స్పష్టమే. మీరు పరిశీలించినట్లయితే, సంతోషకరమైనవాటికంటె, బాధాకరమైన జ్ఞాపకాల్ని త్వరగా వెనక్కితోసెయ్యటం గమనిస్తారు. మనస్సే జ్ఞాపకం, ఏ స్థాయిలోనైనా, దానికి మీరు ఏ పేరు పెట్టినా. మనస్సు గతంయొక్క ఫలితం, గతంమీదే ఆధారపడి ఉంది, గతమే జ్ఞాపకం, అది నిబద్ధిత స్థితి. అటువంటి జ్ఞాపకంతో మనం జీవితాన్ని ఎదుర్కొంటాం, కొత్త సమస్యని ఎదుర్కొంటాం. సమస్య ఎప్పుడూ కొత్తదే, మన ప్రతిక్రియ మాత్రం ఎప్పటికీ పాతదే. ఎందుకంటే, అది గతంయొక్క పర్యవసానమే కనుక. కాబట్టి, జ్ఞాపకం లేకుండా అనుభవించటం ఒక స్థితి. జ్ఞాపకంతో అనుభవించటం వేరొక స్థితి. అంటే, సమస్య అనేది ఎప్పుడూ కొత్తగానే ఉంటుంది. నేను దానికి పాతదాని ప్రభావంతో ప్రతిస్పందిస్తాను. అప్పుడేం జరుగుతుంది? కొత్తదాన్ని లీనం చేసుకుంటాను, కాని అవగాహన చేసుకోను. కొత్తదాని అనుభవం పాతదానిచేత ప్రభావితమై ఉంటుంది కాబట్టి కొత్తదాని అవగాహన అసంపూర్ణంగానే ఉంటుంది. ఎప్పుడూ సంపూర్ణ అవగాహన ఉండదు. ఏదైనా పూర్తిగా అవగాహన అయినప్పుడే జ్ఞాపకాన్ని మచ్చలా వదలకుండా ఉంటుంది.

ఎప్పుడూ కొత్తగా ఉండే సమస్యని మీరు పాతదాని ప్రతిస్పందనతో ఎదుర్కొంటారు. పాత ప్రతిస్పందన కొత్తదాన్ని ప్రభావితం చేస్తుంది. ఆ విధంగా వక్రీకరిస్తుంది. దానిది పాక్షికదృష్టి కనుక కొత్తదాన్ని, వాస్తవంగా, సంపూర్ణంగా అవగాహన చేసుకోవటం జరగదు. అందుచేత కొత్తది పాతదానితో లీనమైపోయి, పాతదాన్ని బలపరుస్తుంది. ఇదంతా నిగూఢంగా అనిపించవచ్చుగానీ, మీరు కొంచెం నిశితంగా, జాగ్రత్తగా పరిశీలిస్తే అంతకష్టంకాదు. ప్రపంచంలోని ప్రస్తుత పరిస్థితిని కొత్త పద్ధతిలో పరిశీలించవలసి ఉంది. ఎప్పటికప్పుడు కొత్తగా ఉండే ప్రపంచ సమస్యని కొత్తపద్ధతిలోనే

పరిష్కరించవలసి ఉంది. కానీ, కొత్తగా దాన్ని పరిశీలించటానికి మనం అసమర్థులం. ఎందుచేతనంటే, దాన్ని మనం జాతీయ, సాంఘిక, కుటుంబ, మత పక్షపాతాలతో, మన అభిమానాలతో, దురభిమానాలతో పరిశీలిస్తున్నాం. మనకి ఇదివరకున్న అనుభవాలు కొత్త సమస్యని అవగాహన చేసుకోవటంలో ఆటంకం కలిగిస్తున్నాయి. అందుచేత, మనం జ్ఞాపకాల్ని మరింత వృద్ధిచేస్తూ శక్తిమంతం చేస్తున్నాం; దానివల్ల, కొత్తదాన్ని ఎప్పటికీ అవగాహన చేసుకోం; సమస్యని ఎప్పుడూ మొత్తం పూర్తిగా పరిశీలించం. సమస్యని కొత్తగా, స్వచ్ఛంగా, గతం ఏమీ లేకుండా పరిశీలించగల సామర్థ్యం ఉన్నప్పుడే - అప్పుడు మాత్రమే అది ఫలితాన్నిస్తుంది, సంపన్నం చేస్తుంది.

ప్రశ్నవేసినవారు ''నాకు జ్ఞాపకం ఉంది, మీరు ఇంతకుముందు చేసిన ప్రసంగాలు నాకింకా స్పష్టంగా జ్ఞాపకం ఉన్నాయి. ఏ ఉద్దేశంలో అది అసంపూర్ణమైన అనుభవం?'' అని అడిగారు. అది కేవలం ఒక గుర్తు, ఒక జ్ఞాపకం మాత్రమే అయితే, అది స్పష్టంగా ఒక అసంపూర్ణమైన అనుభవమే. మీరు దాన్ని అవగాహన చేసుకుని ఉంటే, దానిలోని సత్యాన్ని చూసి ఉన్నట్లయితే ఆ సత్యం జ్ఞాపకంగా అవదు. సత్యం జ్ఞాపకం కాదు. ఎందుచేతనంటే, సత్యం ఎప్పటికప్పుడు కొత్తదిగా, నిరంతరం దానంతట అది పరివర్తన చెందుతూ ఉంటుంది. ఇదివరకటి ప్రసంగం మీకు జ్ఞాపకం ఉంది. ఎందుచేత? పూర్వపు ప్రసంగాన్ని ఒక మార్గదర్శిగా ఉపయోగిస్తున్నారు కనుకనే, మీరు దాన్ని పూర్తిగా అవగాహన చేసుకోలేదు. మీరు దాన్ని పరిశీలించాలనుకుంటున్నారు. అందుకే దాన్ని చేతనలోనో అంతశ్చేతనలోనో పదిలపరుస్తున్నారు. మీరు దేన్నైనా సంపూర్ణంగా అవగాహన చేసుకున్నట్లయితే, అంటే, దానిలోని సత్యాన్ని సంపూర్ణంగా, సమగ్రంగా చూసి తెలుసుకున్నట్లయితే జ్ఞాపకం అనేది అసలు ఉండదని మీరు గమనిస్తారు. మన విద్యావిధానం అంతా జ్ఞాపకాన్ని పోషించటం, శక్తివంతం చేయటమే. మీ మతాచారాలూ, సంస్కారవిధులూ, మీ చదువూ, మీ జ్ఞానం - అన్నీ మీ జ్ఞాపకాన్ని శక్తిమంతం చేస్తూనే ఉన్నాయి. దాని అర్థం ఏమిటి? మనం ఎందుకు జ్ఞాపకాల్ని పట్టుకుని ఉంటాం? ఎవరైనా వృద్ధులవుతున్నకొద్దీ గతంవైపు చూస్తారు - అందులోని సంతోషాల్నీ, బాధల్నీ, సుఖాల్నీ గుర్తుకి తెచ్చుకుంటారు - ఇది మీరు గమనించారో లేదో నాకు తెలియదు. ఎవరైనా చిన్నవారైతే, భవిష్యత్తువైపుకి చూస్తారు. మనం ఎందుకిలా చేస్తున్నాం? జ్ఞాపకం ఎందుకింత ప్రధానమయింది? కారణం స్వల్పమైనది, స్పష్టమైనది. వర్తమానంలో సమగ్రంగా, సంపూర్ణంగా జీవించటం ఎలాగో మనకి తెలియదు. వర్తమానాన్ని భవిష్యత్తుకి సాధనంగా ఉపయోగిస్తాం కనుక వర్తమానానికేమీ ప్రాధాన్యం ఉండదు. వర్తమానాన్ని భవిష్యత్తుకొక బాటగా వినియోగించుకుంటాం కనుక, వర్తమానంలో జీవించలేం. నేను ఏదో అవబోతున్నాను కనుక, నా గురించి నాకు ఎన్నటికీ పూర్తి అవగాహన ఉండదు. నన్ను నేను ఇప్పుడు సరిగ్గా ఎలా ఉన్నానో అవగాహన చేసుకోవటానికి జ్ఞాపకాన్ని అభివృద్ధి చేసుకోవల్సిన అవసరం లేదు; అంతేకాదు, ఉన్న స్థితిని అవగాహన చేసుకోవటానికి జ్ఞాపకం ఆటంకమవుతుంది. మనస్సు జ్ఞాపకం వలలో

చిక్కుకోకుండా ఉన్నప్పుడే ఒక కొత్త ఆలోచనగానీ, ఒక కొత్త అనుభూతిగానీ రాగలుగుతుందని మీరు గమనించారో లేదో నాకు తెలియదు. రెండు ఆలోచనల మధ్య, రెండు జ్ఞాపకాల మధ్య ఒక అంతరం ఉన్నప్పుడు, ఆ అంతరాన్ని మీరు నిలప గలిగినట్లయితే, ఆ అంతరంలోనుంచి ఒక నూతన స్థితి ఉద్భవిస్తుంది. అది జ్ఞాపకం ఎంతమాత్రం కాదు. మనకి జ్ఞాపకాలున్నాయి. కొనసాగింపు కోసం జ్ఞాపకాన్ని ఒక సాధనంగా వృద్ధిచేస్తూ ఉంటాం. జ్ఞాపకాన్ని అభివృద్ధి చేస్తున్నంత వరకూ 'నేను' 'నాది' అనేది చాలా ముఖ్యమవుతుంది. మనలో చాలా మంది ''నేను'' ''నాది'' అనే వాటితో నిండి ఉన్నారు కనుకనే మన జీవితాల్లో జ్ఞాపకం చాలా ప్రముఖమైనపాత్ర వహిస్తోంది. మీకు జ్ఞాపకమే లేకపోతే, మీ ఆస్తి, మీ కుటుంబం, మీ ఆలోచనలూ, వాటంతట అవి ముఖ్యంకావు. కనుక, 'నేను', 'నాది' అనే వాటిని ప్రబలం చెయ్యటానికే మీరు జ్ఞాపకాన్ని అభివృద్ధి చేసుకుంటున్నారు. మీరు పరిశీలించినట్లయితే, రెండు ఆలోచనలమధ్య, రెండు భావోద్వేగాల మధ్య వ్యవధి ఉండటం గమనిస్తారు. ఆ వ్యవధిలో, జ్ఞాపకంతో సంబంధంలేని ఆ వ్యవధిలో 'నేను', 'నాది' అనేవి లేకుండా అసాధారణమైన స్వేచ్ఛ ఉంటుంది. ఆ వ్యవధి కాలరహితమైనది.

ప్రశ్నని మరోరకంగా పరిశీలిద్దాం. జ్ఞాపకం కాలమేకదా, నిశ్చయంగా? జ్ఞాపకమే నిన్ననీ, నేడునీ, రేపునీ సృజిస్తుంది. నిన్నటి జ్ఞాపకం నేటిని ప్రభావితం చేస్తుంది, కాబట్టి రేపుని రూపొందిస్తుంది. అంటే, గతం వర్తమానం ద్వారా భవిష్యత్తుని సృజిస్తుంది. కాలప్రక్రియ ఒకటి కొనసాగుతూ ఉంటుంది - అది ఏదో ''అవాల''నే కోరిక. జ్ఞాపకం అంటే కాలం. కాలం ద్వారా మనం ఒక ఫలితాన్ని సాధించాలనుకుంటాం. నేను ఇవాళ గుమాస్తాని; కాలం, అవకాశం ఉన్నట్లయితే నేను మేనేజర్‌గా కానీ, యజమానిగా కానీ కాగలను. కనుక, నాకు కాలం అవసరం. అదే మనస్తత్వంతో, ''నేను సత్యాన్ని సాధిస్తాను, దైవాన్ని కనుక్కుంటాను'' అంటాం. కాబట్టి, సాధించటానికి కాలం అవసరం. అంటే ఏదో అవటానికి, సాధించటానికి, పొందటానికి అంటే, కాలంలో కొనసాగుతూ ఉండటానికి సాధనద్వారా, క్రమశిక్షణ ద్వారా నేను జ్ఞాపకాన్ని అభివృద్ధి చేస్తూ, శక్తిమంతం చేసుకోవాలి. కాలంద్వారా కాలరహితమైన దాన్ని సాధించాలని ఆశిస్తాం. కాలంద్వారా అనంతమైనదాన్ని పొందాలని ఆశిస్తాం. మీరాపని చేయగలరా? మీరు అనంతమైనదాన్ని కాలం అనే వలలో, కాలఫలితమైన జ్ఞాపకం ద్వారా పట్టుకోగలరా? జ్ఞాపకం - అంటే, ''నేను'', ''నాది'' అంతమైనప్పుడే కాలరహితమైనది ఉంటుంది. మీరు అందులోని సత్యాన్ని -కాలం ద్వారా కాలరహితమైన దాన్ని అవగాహన చేసుకోవటం, గ్రహించటం సాధ్యంకాదనే సత్యాన్ని చూసినప్పుడు, మనం జ్ఞాపకం అనే సమస్యని పరిశీలించవచ్చు. సాంకేతిక విషయాల గురించి జ్ఞాపకం అవసరం. కానీ, 'నేను', 'నన్ను', 'నాది' అనేవాటిని పోషించే మానసిక స్మృతి - తన గుర్తింపునీ కొనసాగింపునీ ప్రసాదించే మానసిక స్మృతి జీవితానికీ, వాస్తవానికీ కూడా హానికరం. ఈ సత్యాన్ని గ్రహించినప్పుడు అసత్యమైనది రాలిపోతుంది. కాబట్టి, నిన్నటి అనుభవాన్ని మానసికంగా పదిలపరుచుకోవటం అనేది జరగదు.

మీరు రమ్యమైన సూర్యాస్తమయాన్నో, పొలంలో ఒక అందమైన చెట్టునో చూస్తారు. మొదట చూడగానే దాన్ని పూర్తిగా, సమగ్రంగా ఆనందిస్తారు; కానీ మళ్లీ దాని దగ్గరికి ఇంకోసారి ఆనందించాలని వెడతారు. మళ్లీ ఆ ఆనందాన్ని అనుభవించాలనే కోరికతో వెనక్కి తిరిగి వెళ్లినప్పుడు ఏం జరుగుతుంది? ఆనందానుభవం ఉండదు. ఎందుచేతనంటే, నిన్నటి సూర్యాస్తమయం యొక్క జ్ఞాపకమే మిమ్మల్ని వెనక్కి తీసుకుపోయి, బలవంతం చేసి తిరిగి ఆనందించమని ప్రోత్సహిస్తుంది. నిన్న ఆ జ్ఞాపకం లేదు. సహజసిద్ధమైన ప్రశంస, ప్రత్యక్షానుభవం ఉన్నాయి. ఈనాడు, నిన్నటి అనుభవాన్ని తిరిగి పట్టుకోవాలనుకుంటున్నారు. అంటే, మీకూ సూర్యాస్తమయానికీ మధ్య జ్ఞాపకం అడ్డొస్తుంది. అందువల్లనే ఆనందానుభవం లేదు. ఆ సౌందర్యానికి సంపన్నతగాని, సంపూర్ణతగాని లేదు. ఇంకొకటి - మీకో స్నేహితుడున్నాడు. అతను నిన్న మీతో ఏదో అన్నాడు, అవమానకరంగానో, ప్రశంసాపూర్వకంగానో, మీరు దాన్ని జ్ఞాపకం పెట్టుకున్నారు. ఆ జ్ఞాపకంతోనే మీరు ఆ స్నేహితుణ్ణి ఇవాళ కలుసుకుంటున్నారు. కానీ! నిజంగా మీ స్నేహితుణ్ణి మీరు కలుసుకోవటంలేదు. మీతో నిన్నటి జ్ఞాపకాన్ని తీసుకెడుతున్నారు. అది మీ మధ్య అడ్డుగా నిలుస్తుంది. ఆ ప్రకారం మనల్ని మన చర్యల్నీ జ్ఞాపకంతో పూర్తిగా చుట్టేసుకుంటున్నాం. అందువల్లనే, నవ్యత లేదు, స్వచ్ఛత లేదు, అందుచేత జ్ఞాపకం జీవితాన్ని అలసటగా, మందకొడిగా, శూన్యంగా చేస్తుంది. ''నేను'', ''నాది' అనేది జ్ఞాపకం ద్వారా శక్తిమంతం అవుతూండటంవల్ల, మనం పరస్పరం వైరంతో జీవిస్తున్నాం. వర్తమానంలోని కార్యకలాపాల ద్వారా జ్ఞాపకం సజీవమవుతూ ఉంటుంది. కానీ, మనం దానికి జీవం పొయ్యకపోతే అది వాడిపోతుంది. వాస్తవిక విషయాలూ, సాంకేతిక విషయాల గురించి జ్ఞాపకం కచ్చితంగా అవసరం. కానీ, మానసికంగా పదిలపరచబడుతున్న జ్ఞాపకం జీవితాన్ని అవగాహన చేసుకోవటానికీ, ఒకరితో ఒకరు కలిసి ఉండటానికీ వీల్లేకుండా హాని కలిగిస్తోంది.

★★★

18. ఉన్నస్థితిని అంగీకరించటం

ప్రశ్న: దైవేచ్ఛకి లొంగి పోవటానికీ, మీరు చెబుతున్న ''ఉన్నస్థితి''ని అంగీకరించటానికీ తేడా ఏమిటి?

కృష్ణమూర్తి: బోలెడంత తేడా ఉంది నిశ్చయంగా, లేదా? దైవేచ్ఛకి లొంగిపోవటం అన్నప్పుడు, దైవేచ్ఛ ఏమిటో మీకంతకు ముందే తెలుసునని అర్థం వస్తుంది. మీకు తెలియనిదానికి మీరు లొంగిపోవటం ఉండదు. మీకు సత్యం తెలిసినట్లయితే, మీరు దానికి లొంగి ఉండరు, అసలు మీరే ఉండరు. ఉన్నతమైన ఇచ్ఛకి లొంగటం అన్నదే

ఉండదు. దైవేచ్ఛకి మీరు లొంగి ఉన్నారంటే, ఆ ఉన్నతమైన ఇచ్ఛ మీలోంచి బహిర్గతమైనదే. ఎందువల్లనంటే, సత్యం తెలిసినదానిద్వారా తెలుసుకోవటం సాధ్యంకాదు. తెలిసినది అంతమైనప్పుడే తెలియనిది సంభవిస్తుంది. తెలిసినదంతా మనస్సు సృష్టించినదే. ఎందుచేతనంటే, ఆలోచన తెలిసినదానికి ఫలితం, గతంయొక్క ఫలితం. ఆలోచన దానికి తెలిసినదాన్నే సృష్టిస్తుంది. కనుక, దానికి తెలిసినది అనంతమైనదికాదు. అందుచేతనే, మీరు దైవేచ్ఛకి లొంగిపోతున్నప్పుడు, మీరు మీ స్వీయప్రదర్శనలకే లొంగిపోతున్నారు. అది సంతోషకరంగా, సౌఖ్యకరంగా ఉండవచ్చు, కానీ, అది వాస్తవం మాత్రం కాదు.

ఉన్నస్థితిని అవగాహన చేసుకోవటానికి వేరే పద్ధతి అవసరమవుతుంది. 'పద్ధతి' అనే పదం సరియైనది కాదు, కానీ, నా ఉద్దేశం ఏమిటంటే, 'ఉన్నస్థితి'ని అవగాహన చేసుకోవటం చాలాకష్టం. కేవలం అంగీకరించటానికి, ఒక భావానికి మిమ్మల్ని మీరు అర్పించుకోవటానికి కంటే, ఉన్నస్థితిని అవగాహన చేసుకోవటానికి మరింత గొప్ప వివేకం ఉండాలి, మరింత గొప్ప ఎరుక ఉండాలి, ఉన్నదాన్ని అవగాహన చేసుకోవటానికి 'కృషి' అవసరం లేదు. కృషి ఒక వికర్షణ. ఉన్నస్థితిని అవగాహన చేసుకోవటానికి మీకు అన్యాకర్షణ ఉండకూడదు - ఉండవచ్చా? మీరు చెప్పేదాన్ని నేను అవగాహన చేసుకోవాలంటే, నేను సంగీతాన్ని వినకూడదు, బయటనుంచివచ్చే సందడిని వినకూడదు. మీరు చెప్పేదాన్ని నేను సంపూర్ణమైన శ్రద్ధతో వినాలి. కనుక, ఉన్నస్థితిని తెలుసుకోవడం విపరీతమైన కష్టంతో, ప్రయాసతో కూడుకున్నది. ఎందువల్లనంటే, మన ఆలోచనే ఒక అన్యాకర్షణ అవుతుంది. ఉన్నస్థితిని అవగాహన చేసుకోవడం మనకిష్టం ఉండదు. ఉన్నస్థితిని పక్షపాతం, ఖండన, ఐక్యత - అనే కళ్లద్దాలతో చూస్తాం. ఈ కళ్లద్దాల్ని తీసేసి, ఉన్నదాన్ని ఉన్నట్లుగా చూడటం బహు కఠినం. ఉన్నస్థితే నిశ్చయంగా వాస్తవం, సత్యం, మిగిలినదంతా పలాయనమే, సత్యం కాదు. 'ఉన్న' స్థితిని చూడాలంటే ద్వంద్వస్థితిలో సంఘర్షణ అంతం కావాలి. ఎందువల్లనంటే, ఉన్నస్థితిలా కాకుండా ఇంకేదోలా అవాలనే వ్యతిరేకమైన ప్రతిస్పందన 'ఉన్న'స్థితిని అవగాహన చేసుకోనివ్వదు. వ్యతిరేకంగా ఉండాలనుకునే ప్రతిక్రియ 'ఉన్నస్థితి'ని అవగాహన చేసుకోనివ్వదు. అహంకారాన్ని అవగాహన చేసుకోవాలంటే, దానికి వ్యతిరేకమైన దాని వైపుకి పోకూడదు, ఏదో అవాలని చేసే కృషి పట్ల ఆకర్షితుణ్ణి కాకూడదు. అంతేకాక, ఉన్నస్థితిని అవగాహన చేసుకోవటానికి చేసేకృషిపట్లకూడా ఆకర్షితుణ్ణి కాకూడదు. నేను అహంకారంతో ఉంటే ఏం జరుగుతుంది? అహంకారం అని నేను పేరుపెట్టకపోతే అది అంతమవుతుంది. అంటే, సమస్యలోనే సమాధానం కూడా ఇమిడి ఉంటుంది. దానికి దూరంగా ఉండదు.

ఉన్నస్థితిని అంగీకరించటమా - అన్నది కాదు ప్రశ్న. ఉన్నస్థితిని మీరు అంగీకరించటంకాదు - మీరు నల్లగానో, ఎర్రగానో ఉన్నారని మీరు అంగీకరించటం కాదు - అది వాస్తవం. మీరు ఇంకోరకంగా అవాలని ప్రయత్నిస్తున్నప్పుడే ఉన్నదాన్ని ఉన్నట్లుగా అంగీకరించవలసి ఉంటుంది. వాస్తవాన్ని మీరు గుర్తించిన తక్షణమే, దానికి

ఏ ప్రాధాన్యమూ ఉండదు. గతాన్ని గురించీ, భవిష్యత్తుని గురించీ ఆలోచించటానికి అలవాటుపడిన మనస్సు వివిధ మార్గాలవైపుకి పారిపోవటానికి శిక్షణపొందినమనస్సుకి ఉన్నస్థితిని అవగాహన చేసుకునే సామర్థ్యం ఉండదు. ఉన్నస్థితిని అవగాహన చేసుకోకుండా యథార్థం ఏదో తెలుసుకోలేరు. ఆ అవగాహన లేనిదే జీవితానికి ప్రాధాన్యం ఉండదు. జీవితం ఒక నిరంతర యుద్ధం, అందులో బాధ, దుఃఖం కొనసాగుతూ ఉంటాయి. ఉన్నస్థితిని అవగాహన చేసుకోవటంద్వారా యథార్థాన్ని గ్రహించగలం. ఖండనగాని, ఐక్యతగాని ఉన్నట్లయితే, దాన్ని అవగాహన చేసుకోలేరు. ఎప్పుడూ ఖండిస్తూ, ఐక్యత పొందుతూన్న మనస్సు అవగాహన చేసుకోలేదు. అది ఎందులో చిక్కుకుని ఉందో దాన్నే అర్థం చేసుకోగలదు. ఉన్నస్థితిని అవగాహన చేసుకోవటం వల్ల, ఉన్నస్థితిని తెలుసుకోవటం వల్ల అసాధారణమైన లోతులు తెలుస్తాయి - వాటిలోనే యథార్థం, ఆనందం, సంతోషం ఉంటాయి.

★★★

19. ప్రార్థన, ధ్యానం

ప్రశ్న: ప్రార్థనలో వ్యక్తమయే వాంఛ దేవుని సన్నిధికి మార్గం కాదా?

కృష్ణమూర్తి: మొట్టమొదట, ఈ ప్రశ్నలో ఇమిడి ఉన్న సమస్యల్ని పరిశీలిద్దాం. అందులో, ప్రార్థన, ఏకాగ్రత, ధ్యానం ఇమిడి ఉన్నాయి. ఇప్పుడు, ప్రార్థన అంటే మన ఉద్దేశం ఏమిటి? ప్రప్రథమంగా, ప్రార్థనలో విన్నపం - దైవం అని మీరు అనే సత్యాన్ని వేడుకోవటం ఉంటుంది. వ్యక్తిగా మీరు, దైవం అని మీరనుకునేదాన్ని కోరతారు, విన్నవించుకుంటారు, యాచిస్తారు, దారి చూపించమని వేడుకుంటారు. కాబట్టి, మీ ధోరణి ఒక ఫలితాన్ని కోరటం, లేదా, సంతోషాన్ని కోరటం. మీరు జాతీయంగా, వ్యక్తిగతంగా కష్టంలో ఉన్నారు, అందుచేత దారి చూపించమని ప్రార్థిస్తున్నారు. లేదా, మీరు గందరగోళంలో ఉన్నారు, అందుచేత, స్పష్టతకోసం, దేవుని సహాయాన్ని ఆశిస్తున్నారు. ఇందులోని అంతరార్థం ఏమిటంటే, దేవుడు - అతడెవరైనా కానీండి, ఆ అంశాన్ని మనం ఇప్పుడు చర్చించదలుచుకోలేదు - మీరూ, నేనూ సృష్టించిన గందరగోళాన్ని తొలగించబోతున్నాడు. ఇంతకీ అసలు మనమే కదా ఈ గందరగోళాన్నీ, ఈ దుస్థితినీ, ఈ సంఘర్షణనీ, భయంకరమైన నిరంకుశాధికారాన్నీ, ప్రేమలేక పోవటాన్నీ సృష్టించాం. కానీ, వాటిని తొలగించమని దేవుణ్ణి ప్రార్థిస్తున్నాం. అంటే, మన గందరగోళాన్నీ, దుఃఖాన్నీ, దుస్థితినీ, సంఘర్షణనీ ఇంకొకరెవరో తొలగించాలని కోరుకుంటాం. వాటిని తొలగించమనీ, మనకి వెలుగునీ ఆనందాన్నీ ప్రసాదించమనీ ఇంకొకరిని వేడుకుంటున్నాం.

మీరు దేనికోసమో ప్రార్థించినపుడు, యాచించినప్పుడు, విన్నపం చేసుకున్నప్పుడు సాధారణంగా అది ఫలిస్తుంది. మీరు అడిగినప్పుడు, ప్రాప్తించినదాన్ని స్వీకరిస్తారు. కానీ, మీరు అందుకున్నది ప్రశాంత స్థితిని సృష్టించలేదు. ఎందుచేతనంటే, మీకు లభించినది స్పష్టతనిగాని, అవగాహననిగాని ఇవ్వలేదు. అది తృప్తిని కలిగిస్తుంది, సంతోషాన్నిస్తుంది, అంతే, అది అవగాహనని మాత్రం కలిగించదు. ఎందుకంటే, మీరు అడిగినప్పుడు, మీరు స్వయంగా బహిర్గతం చేసినదాన్నే మీరు అందుకుంటారు. సత్యం, దైవం మీ ప్రత్యేక అవసరాల్ని ఎలా తీర్చగలదు? అపరిమితమైనదీ, ఉచ్చరించలేనిదీ మనంతట మనం సృష్టించుకున్న చిన్నచిన్న బాధల్నీ, దుఃఖాల్నీ, గందరగోళాన్నీ పట్టించుకుంటుందా? కాబట్టి సమాధానం ఎక్కణ్ణించి వస్తోంది? అపరిమితమైనది పరిమితమైనదానికి, అల్పమైనదానికి, స్వల్పమైనదానికి సమాధానం చెప్పలేదు, నిశ్చయంగా. అయితే, సమాధానం చెబుతున్నదేమిటి? మనం ప్రార్థించే సమయంలో మనం చాలా వరకు నిశ్శబ్దంగా గ్రహించే స్థితిలోనే ఉంటాం. అప్పుడు మన బాహ్యచేతన క్షణమాత్రకాలం స్పష్టతని తీసుకొస్తుంది. మీరొకటి కోరతారు, మీరు దాన్ని కాంక్షిస్తున్నారు. అలా కాంక్షిస్తున్న క్షణంలో, అతి దీనంగా యాచిస్తున్న క్షణంలో, మీరు బాగా గ్రహించే స్థితిలో ఉంటారు. అప్పుడు, చేతనలో చురుకుగా ఉండే మీ చేతన దాదాపు నిశ్శబ్దంగానే ఉంటుంది. కనుక, అంతశ్చేతన బయటికి వస్తుంది. సమాధానం లభిస్తుంది. నిశ్చయంగా, అది యథార్థం నుంచి, అపరిమితమైన దాన్నుంచి వచ్చిన సమాధానంకాదు. అది మీ అంతశ్చేతన నుంచి వచ్చిన ప్రతిస్పందనే కనుక, మనం గందరగోళంలో పడొద్దు. మీ ప్రార్థనకి సమాధానం వచ్చింది కనుక, మీకు యథార్థంతో సంపర్కం ఏర్పడిందని అనుకోకూడదు. యథార్థం మీ దగ్గరకు రావాలి కాని, మీరు దాని వద్దకు పోలేరు.

ప్రార్థన అనే ఈ విషయంలో మరో అంశం ఇమిడి ఉంది. మనం అంతర్వాణి అనేదాని ప్రతిస్పందన నేనింతకుముందు చెప్పినట్లు, మనస్సు ప్రార్థిస్తున్నప్పుడు, విన్నపం చేస్తున్నప్పుడు, అది చాలావరకు నిశ్చలంగానే ఉంటుంది. మీరు వినే ఆ అంతర్వాణి, చాలావరకు నిశ్చలమైన ఆ మనస్సులో ప్రదర్శించిన మీ స్వీయవాణి మాత్రమే. అది యథార్థం యొక్క వాణి ఎలా అవుతుంది? గందరగోళంలో ఉండి, అజ్ఞానంతో ఉండి, యాచిస్తూ, కోరుతూ విన్నపం చేసుకుంటున్న మనస్సు యథార్థాన్ని ఎలా అవగాహన చేసుకోగలదు? మనస్సు పూర్తిగా నిశ్చలంగా ఉన్నప్పుడే - కోరటం, యాచించటం, ఆకాంక్షించటం, అడగటం - మీకోసం గాని, మీ జాతికోసం గాని, మరొకరి కోసం గాని - ఏదీ చెయ్యకుండా పూర్తిగా శూన్యంగా ఉన్నప్పుడే, మనస్సు యథార్థాన్ని గ్రహించగలదు. మనస్సు పూర్తిగా నిశ్చలంగా ఉన్నప్పుడే, కోరిక అంతమయినప్పుడే సత్యం సంభవించగలదు. మార్గదర్శనం కోసం అడుగుతున్నటువంటి, మనవి చేసుకుంటున్నటువంటి, వేడుకుంటున్నటువంటి, ఆకాంక్షిస్తున్నటువంటి మనిషి, తానడుగుతున్నటువంటిదాన్నే పొందగలడు. కాని, అది యథార్థం మాత్రం కాదు. అతడు

పొందేది - బాహ్యచేతనలో బహిర్గతమయే తన అంతశ్చేతన యొక్క ప్రతిస్పందన మాత్రమే. అతన్ని నడిపించే ఆ నిశ్చల సూక్ష్మవాణి యథార్థమైనది కాదు. అది అతని అంతశ్చేతన నుంచి వచ్చిన సమాధానం మాత్రమే.

ఈ ప్రార్థన విషయంలో ఏకాగ్రత అనే అంశం కూడా ఉంది. మనలో చాలా మందికి ఏకాగ్రత ఒక బహిష్కరణ ప్రక్రియ అనిపిస్తుంది. కృషి ద్వారా, నిర్బంధం, ఆదేశం, అనుకరణ ద్వారా ఏకాగ్రత సాధించటం జరుగుతోంది. కనుకనే ఏకాగ్రత ఒక బహిష్కరణ ప్రక్రియ అవుతుంది. ధ్యానం అనేదానిలో నాకు ఆసక్తి ఉంటుంది. కానీ, నా ఆలోచనలు చెదిరిపోతూంటాయి. కనుక, నా మనస్సుని ఒక చిత్రం మీదనో, ఒక ఊహారూపం మీదనో, లేదా, ఒక భావం మీదనో నిలిపి, మిగతా అన్ని ఆలోచనల్నీ మనస్సులోకి రాకుండా బహిష్కరిస్తాను. ఈ ఏకాగ్రత, ఈ బహిష్కరణ ధ్యానానికి సాధనంగా పరిగణిస్తున్నారు. మీరు చేసేది అంతేకదా? మీరు ధ్యానం చేయటానికి కూర్చుని, మీ మనస్సుని ఒక మాట మీదో, ఒక ఊహారూపం మీదో, ఒక చిత్రం మీదో నిలుపుతారు. కానీ, అది అటూ ఇటూ పరిభ్రమిస్తూ ఉంటుంది. ఇతర భావాలూ, ఆలోచనలూ, ఉద్రేకాలూ లోపలికి చొరబడి, నిరంతరం విఘ్నం కలిగిస్తూ ఉంటాయి. మీరు వాటిని తరిమెయ్యాలని ప్రయత్నిస్తారు. మీ ఆలోచనలతో యుద్ధం చేయటంలోనే మీ కాలాన్ని గడుపుతారు. ఈ ప్రక్రియని మీరు ధ్యానం అంటున్నారు. అంటే, మీకు ఆసక్తిలేని ఒకదానిపైన మనస్సుని ఏకాగ్రం చేయటానికి ప్రయత్నిస్తున్నారు. మీ ఆలోచనలు అధికమవుతూ, విస్తృతమవుతూ, అడ్డుతగుల్తూ ఉంటాయి. కనుక, మీరు మీ శక్తినంతా వాటిని బహిష్కరించటంలో, చెదరగొట్టడంలో, తోసివెయ్యటంలో వినియోగిస్తున్నారు. మీరు ఎంచుకున్న భావం మీదో, ఒక ప్రత్యేక వస్తువు మీదో ఏకాగ్రత సాధించటంలో మీరు సఫలం అయితే, చివరికి ధ్యానంలో కృతార్థులమయామనుకుంటారు. నిశ్చయంగా, అది ధ్యానం కాదు - అవునా? ధ్యానం బహిష్కరణ ప్రక్రియ కాదు. అంటే, చెదరగొట్టడం, ముసురుకునే భావాలను ప్రతిఘటించటానికి పూనుకోవడం వంటి బహిష్కరణ ప్రక్రియకాదు. ప్రార్థన ధ్యానం కాదు; బహిష్కరణని అనుసరించే ఏకాగ్రత ధ్యానంకాదు.

ధ్యానం అంటే ఏమిటి? ఏకాగ్రత ధ్యానంకాదు. ఎందుచేతనంటే, ఆసక్తి ఉన్నప్పుడు దేనిమీదైనా ఏకాగ్రత సాధించటం చాలావరకు సులభమే అవుతుంది. యుద్ధానికీ, హత్యకీ పథకం వేస్తున్న సైన్యాధిపతికి చాలా ఏకాగ్రత ఉంటుంది. డబ్బు సంపాదించే వ్యాపారవేత్తకి చాలా ఏకాగ్రత ఉంటుంది. ఇతర అనుభూతుల్ని అన్నిటినీ తోసేసి, అతడికి కావల్సినదానిమీదేపూర్తిగా ఏకాగ్రత నిలుపుతూ, కనికరంలేకుండా ఉండగలడు. ఎందులోనైనా ఆసక్తి ఉన్నవాడు సహజసిద్ధంగా ఏకాగ్రతతో ఉంటాడు. అటువంటి ఏకాగ్రత ధ్యానం కాదు. అది కేవలం బహిష్కరించటమే.

కనుక, ధ్యానం అంటే ఏమిటి? ధ్యానం అంటే, నిశ్చయంగా, అవగాహన చేసుకోవటమే - హృదయంతో ధ్యానం చేయటమే అవగాహన. బహిష్కరిస్తున్నప్పుడు

అవగాహన ఎలా ఉంటుంది? విన్నవించుకోవటం, వేడుకోవటం ఉన్నప్పుడు అవగాహన చేసుకోవటం ఎలా ఉంటుంది? అవగాహన చేసుకోవటంలో శాంతి ఉంటుంది, స్వేచ్ఛ ఉంటుంది. అవగాహన చేసుకుంటున్నదాన్నుంచి మీరు విముక్తులవుతారు. కేవలం ఏకాగ్రత వల్లగానీ, ప్రార్థన వల్లగానీ అవగాహన కలగదు. అవగాహనే ధ్యానానికి మూలం, ధ్యానం యొక్క మౌలిక ప్రక్రియ. నా మాటని మీరు అంగీకరించవలసిన అవసరంలేదు. కానీ, మీరు ధ్యానాన్నీ, ఏకాగ్రతనీ బహుజాగ్రత్తగా, ప్రగాఢంగా పరిశీలించినట్లయితే, అదేదీ అవగాహన కలుగజేయదని మీరు తెలుసుకుంటారు. అవి మూర్ఖత్వానికీ, మొండితనానికీ, భ్రమకీ దారితీస్తాయి. అసలైన ధ్యానంలో అవగాహన ఉంటుంది, కనుక, స్వేచ్ఛ, స్పష్టత, సమగ్రత ఉంటాయి.

అయితే, అవగాహన చేసుకోవటం అంటే మన ఉద్దేశం ఏమిటి? అవగాహన చేసుకోవటం అంటే సమస్త విషయాలకీ, సరియైన ప్రాముఖ్యాన్నీ, సరియైన విలువనీ ఇవ్వటమని అర్థం. అజ్ఞానంతో ఉండటమంటే తప్పు విలువల్ని ఇవ్వటమే. సరియైన విలువల్ని తెలుసుకోలేకపోవటమే మూఢత్వం యొక్క లక్షణం. సరియైన విలువలు ఉన్నప్పుడు, సరియైన విలువల్ని స్థిరపరిచినప్పుడు అవగాహన కలుగుతుంది. సరియైన విలువల్ని స్థిరపరచటం ఎలా? - ఆస్తికి సరియైన విలువనీ, భావానికి సరియైన విలువనీ స్థిర పరచటం ఎలా? సరియైన విలువలు తెలియాలంటే ఆలోచించేవాడిని అవగాహన చేసుకోవాలి - వద్దా? ఆలోచించేవాడిని, అంటే, నన్ను నేను అవగాహన చేసుకోనట్లయితే, నేను కోరే దానిలో అర్థం ఉండదు. నన్నునేను అవగాహన చేసుకోనట్లయితే, నా ఆచరణకీ, నా ఆలోచనకీ ఆధారమే ఉండదు. అందుచేత స్వీయజ్ఞానమే ధ్యానానికి ప్రారంభం - నా పుస్తకాలనుంచీ ప్రామాణికాలనుంచీ, గురువుల నుంచీ సేకరించిన జ్ఞానంకాదు - అది ఆత్మపరిశీలన వలన, తన్నుతాను తెలుసుకోవటం వలన లభించే జ్ఞానం మాత్రమే. నా ఆలోచనలూ, అనుభూతులూ, నా ఉద్దేశాలూ, నా కోరికలూ, నా అవసరాలూ. నా ఆచరణ పథకాలూ, అంటే భావాలూ ఏవిధంగా ఉంటున్నాయో నన్నునేను తెలుసుకోకపోయినట్లయితే ఆలోచనకి ఆధారమే ఉండదు. తన్నుతాను అవగాహన చేసుకోకుండా కేవలం అర్థిస్తూ, ప్రార్థిస్తూ, బహిష్కరిస్తూ ఆలోచించేవాడు చివరికి గందరగోళంలో, భ్రమలో పడిపోవటం అనివార్యం.

స్వీయజ్ఞానంతో ధ్యానం ప్రారంభమవుతుంది. అంటే, ప్రతి ఆలోచన, ప్రతి అనుభూతీ ఎలా మెదుల్తోందో తెలుసుకుంటూ ఉండాలి. నా చైతన్యపు పైపైస్థాయిల్లోనే కాక, లోలోతుల్లో దాగివున్న కార్యకలాపాల్ని కూడా తెలుసుకోవాలి. ప్రగాఢంగా, నిగూఢంగా జరిగే కార్యకలాపాల్నీ, రహస్యోద్దేశాల్నీ, ప్రతిస్పందనల్నీ, ఆలోచనల్నీ, అనుభూతుల్నీ తెలుసుకోవాలంటే, వ్యక్తమనస్సులో ప్రశాంతత ఉండాలి. అంటే, అంతశ్చేతన ప్రదర్శించిన దాన్ని అందుకోవటానికి చేతన మనస్సు నిశ్చలంగా ఉండాలి. పైపైన పని చేసే బాహ్యచేతన తన దైనందిన కార్యకలాపాలతోనూ, జీవనోపాధికోసమే పని చేయటంతోనూ, ఇతరుల్ని మోసగించటంతోనూ, ఇతరుల్ని స్వార్థం కోసం

ఉపయోగించుకోవటంతోనూ, సమస్యలనుంచి పారిపోవటంతోనూ - ఈ రకమైన మన జీవన కార్యకలాపాలన్నిటిలోనూ నిమగ్నమై ఉంటుంది. ఆ పైపైమనస్సు తన కార్యకలాపాల యొక్క సరియైన ప్రాముఖ్యాన్నీ, విలువనీ అవగాహన చేసుకోవాలి. తద్వారా దానంతట అది ప్రశాంతంగా ఉండాలి, అంతేగాని, కేవలం నియమబద్ధం చేయటంవల్లగానీ, బలవంతంగాకానీ, క్రమశిక్షణవల్లగానీ ప్రశాంతతనీ, నిశ్చలతనీ సాధించలేదు. తన కార్యకలాపాల్ని అవగాహన చేసుకోవటం ద్వారా, వాటిని పరిశీలించటం ద్వారా, తన నిర్దాక్షిణ్యతనీ - పనివాళ్లతోనూ, భార్యతోనూ, కుమార్తెతోనూ, తల్లితోనూ, అందరితోనూ ఎలా మాట్లాడుతున్నదో, తెలుసుకోవటం ద్వారానే ప్రశాంతతనీ, శాంతినీ, నిశ్చలతనీ సాధించగలుగుతుంది. పైపై మనస్సు ఆ ప్రకారం తన కార్యకలాపాలన్నిటినీ తెలుసుకున్నప్పుడు, అటువంటి అవగాహన ద్వారా, అది దానంతటదే అప్రయత్నంగా ప్రశాంతంగా అవుతుంది - అంతేగాని, నిర్బంధం ద్వారా శాంతించటంగానీ, ఇచ్ఛానుసారం నియంత్రించటంగానీ కాదు. అప్పుడు అంతశ్చేతన నుంచి, మనస్సులోని అనేక పొరల్లోంచి వచ్చే సందేశాల్నీ, సూచనల్నీ - జాతీయభావాల్నీ, పాతుకుపోయిన జ్ఞాపకాల్నీ, నిగూఢంగా ఉన్న ఆశయాల్నీ, ఇంకా మానని లోతైన గాయాల్నీ - ఇటువంటి వన్నిటినీ బాహ్యచేతన గ్రహించగల స్థితిలో ఉంటుందప్పుడు, ఇవన్నీ పైకి ప్రదర్శితమైనప్పుడు, వాటిని సరిగ్గా అవగాహన చేసుకోవటంవల్ల, మొత్తం చైతన్యం మీంచి బరువంతా తొలిగిపోతుంది - ఏ గాయమూ బాధించకుండా, ఏ జ్ఞాపకమూ బంధించకుండా తొలిగిపోయినప్పుడు మాత్రమే అనంతమైనదాన్ని ఆహ్వానించగల స్థితిలో ఉంటుంది.

ధ్యానం అంటే స్వీయజ్ఞానమే. స్వీయజ్ఞానం లేనిదే ధ్యానం ఉండదు. మీ ప్రతిస్పందనలన్నిటినీ ఎల్లవేళలా తెలుసుకుంటూ ఉండకుండా, పూర్తిగా చైతన్యంతో ఉండకుండా, మీ దైనందిన చర్యల్ని పూర్తిగా తెలుసుకుని ఉండకుండా - ఊరికే ఒక గదిలో బిగించుకుని, ఏ గురువుదో, మహాత్మునిదో చిత్రపటం ఎదురుగా పెట్టుకుని కూర్చుని ధ్యానం చేస్తే, అది పలాయనమే అవుతుంది. ఎందుచేతనంటే, స్వీయజ్ఞానం లేనిదే సరియైన వివేచన ఉండదు, సరియైన వివేచనలేనిదే మీరేం చేసినా - మీ ఉద్దేశాలు ఎంత ఉన్నతమైనవైనా - అందులో అర్థం ఉండదు. కనుక, స్వీయజ్ఞానం లేనిదే ప్రార్థనకి ప్రాధాన్యం లేదు. స్వీయజ్ఞానం ఉన్నప్పుడు సరియైన వివేచన, తద్వారా సరియైన ఆచరణ ఉంటుంది. ఆచరణ సరియైనదైనప్పుడు గందరగోళం ఉండదు. కనుక మీకు దారి చూపమని మరొకర్ని వేడుకోవటం ఉండదు. పూర్తిగా తెలుసుకుంటున్న మనిషి ధ్యానం చేసేవాడే. అతడు దేన్నీ కోరడు కనుక, ఎవరినీ ప్రార్థించడు. ప్రార్థన ద్వారా, నియంత్రణ ద్వారా, జపం ద్వారా, మరే మార్గాన్నైనా మనస్సుని ఒకరకంగా నిశ్చలంగా చేయవచ్చు, కానీ అది కేవలం మొద్దుబారటం మాత్రమే. అందువల్ల మనస్సు, హృదయం - రెండూ అలిసిపోతాయి. మనస్సుకి మత్తుమందు ఇచ్చినట్లవుతుంది. మీరు ఏకాగ్రత అని చెప్పే బహిష్కరణ కూడా యథార్థానికి దారితీయదు. బహిష్కరణ ఎన్నటికీ దారితీయలేదు.

అవగాహన తేగలిగినది - స్వీయజ్ఞానమే; సరియైన ఉద్దేశం ఉన్నట్లయితే, తెలుసుకుంటూ ఉండటం అంత కష్టం కాదు. మీ యావత్ప్రక్రియనీ - పైపైభాగంలోనే కాకుండా, మీ అస్తిత్వంలోని మొత్తం ప్రక్రియని తెలుసుకోవాలనే ఆసక్తి మీకు ఉంటే - అప్పుడది చాలా వరకు సులభమే అవుతుంది. మిమ్మల్ని మీరు నిజంగా తెలుసుకోవాలని కోరుతున్నట్లయితే, మీ హృదయాన్నీ, మీ మనస్సునీ, వాటిలో ఉన్నదంతా తెలుసుకోవాలని ప్రయత్నిస్తారు. తెలుసుకోవాలనే ఉద్దేశం ఉన్నప్పుడు మీరు తెలుసుకుంటారు. అప్పుడు ఖండనగానీ, సమర్థనగానీ లేకుండా, ఆలోచన యొక్క, అనుభూతి యొక్క ప్రతి కదలికనీ మీరు గమనించగలుగుతారు. ప్రతి ఆలోచన, ప్రతి అనుభూతి ఉత్పన్నమైన తక్షణమే దాన్ని గమనించటం వల్ల మీరు ప్రశాంతత పొందగలుగుతారు. ఆ ప్రశాంతత నిర్బంధం వల్లగానీ, నియంత్రణ వల్లగానీ వచ్చింది కాదు. ఎటువంటి సమస్యగానీ, ఎటువంటి వైరుధ్యంగానీ లేకపోవటం వల్ల వచ్చినదది. గాలి లేనప్పుడు, ఏ సాయంసమయంలోనో ప్రశాంతంగా నిర్మలంగా ఉండే సరోవరంలా ఉంటుందది. మనస్సు నిశ్చలంగా ఉన్నప్పుడు అపరిమితమైనది సంభవిస్తుంది.

★★★

20. చేతన, అంతశ్చేతన

ప్రశ్న: బాహ్యచేతన అజ్ఞానంలో ఉండటంవల్ల అంతశ్చేతన గురించి భయపడుతుంది. మీరు ఎక్కువగా బాహ్యచేతనని ఉద్దేశించి చెబుతున్నారు, అది సరిపోతుందా? మీ పద్ధతి వల్ల అంతశ్చేతనకి విమోచన కలుగుతుందా? అంతశ్చేతనతో ఎలా వ్యవహరించాలో పూర్తిగా, సవివరంగా చెప్పవలిసిందని కోరుతున్నాను.

కృష్ణమూర్తి: చేతన, అంతశ్చేతన ఉన్నసంగతి మనకి తెలుసు. కానీ, మనలో చాలామంది బాహ్యచైతన్య స్థాయిలోనే, అంటే మనస్సు పైపొరతోమాత్రమే వ్యవహరిస్తూ ఉంటారు. మన జీవితమంతా ఆమేరకు పరిమితమై ఉంది. బాహ్యచేతన అని చెప్పేదానిలోనే మనం జీవిస్తూ, ఎక్కడనుంచైతే అప్పుడప్పుడు ఒక సమాచారం, ఒక సూచన వస్తుందో అటువంటి ప్రగాఢమైన అంతశ్చేతనని మనం ఉపేక్షిస్తాం. మనకి వచ్చిన సూచనని మనం నిర్లక్ష్యం చేస్తాం. ఆ క్షణంలో మనకున్న ప్రత్యేకబాహ్య అవసరాలకు అనుగుణంగా దాన్ని అనువర్తింపజేస్తాం. లేదా, దాన్ని తలకిందుగా చేస్తాం. ఇప్పుడు పృచ్ఛకుడు ప్రశ్నిస్తున్నాడు, ''మీరు కేవలం వ్యక్త మనస్సుకే చెబుతున్నారు, అది సరిపోతుందా?'' అని. బాహ్యచేతన, అంటే మన ఉద్దేశం ఏమిటో చూద్దాం. బాహ్యచేతన అంతశ్చేతనా వేరువేరా? మనం చేతన, అచేతన అని విభజించాం. ఇది సమర్థనీయమేనా? ఇది సత్యమేనా? చేతనకీ, అచేతనకీ మధ్య అటువంటి విభజన ఉందా?

రెండింటి మధ్యా స్పష్టమైన అడ్డు ఏదైనా ఉందా? చేతన ఆఖరై, అంతశ్చేతన మొదలయేచోట గీత ఏదైనా ఉందా? పై పొర - బాహ్యచేతన రోజంతా చురుకుగా పనిచేస్తూ ఉంటుందని మనకి తెలుసు. కానీ, రోజంతా పని చేసే పరికరం అదొక్కటేనా? నేను కనుక మనస్సు పైపొరకి మాత్రమే ఉద్దేశించి చెబుతున్నట్లయితే, నిశ్చయంగా, నేను చెప్పే దానికేమీ విలువ ఉండదు. దానికేమీ అర్థం ఉండదు. మనలో చాలామంది బాహ్యచేతన అంగీకరించినదాన్ని గట్టిగా పట్టుకుని ఉంటారు. ఎందువల్లనంటే, కొన్ని స్పష్టంగా కనిపించే వాస్తవాలతో బాహ్యచేతన సులభంగా సరిపెట్టుకోగలదు. కానీ, అంతశ్చేతన ఎదిరించవచ్చు. అలా తరుచు చేస్తుంది. అందుచేత, మనం బాహ్యచేతన అనేదానికీ అంతశ్చేతన అనేదానికీ సంఘర్షణ ఉంటుంది.

కాబట్టి, మన సమస్య ఇదే కదా? వాస్తవంగా ఒకే స్థితి ఉంది. చేతన, అంతశ్చేతన అని రెండు స్థితులు లేవు. ఉన్నది అస్తిత్వం ఒక్కటే - అదే చైతన్యం. దాన్నే మీరు బాహ్యచేతన అనీ, అంతశ్చేతన అనీ రెండుగా విభజిస్తున్నారు. కానీ, ఆ చైతన్యం ఎప్పుడూ గతానికి సంబంధించినదే - ఎన్నడూ వర్తమానానికి సంబంధించినది కాదు. అయిపోయిన సంగతుల గురించి మాత్రమే మీరు స్పృహ కలిగి ఉంటారు. నేను చెప్పేదాన్ని మరుక్షణం మీరు గ్రహిస్తారు, మరో క్షణం తరవాత అర్థం చేసుకుంటారు. మీరెప్పుడూ ప్రస్తుతం గురించి, అంటే, వర్తమానం గురించి స్పృహ కలిగిగానీ, తెలుసుకునిగానీ ఉండరు. మీ హృదయాల్నీ, మనస్సుల్నీ గమనించండి, మీ చైతన్యం ఎప్పుడూ గతానికీ, భవిష్యత్తుకీ మధ్య పని చేస్తోందనీ, వర్తమానం కేవలం గతం నుంచి భవిష్యత్తుకి గమనం మాత్రమేనని గుర్తిస్తారు. కనుక, భవిష్యత్తులోకి సాగుతున్న గతం యొక్క చలనమే చైతన్యం.

మీ మనస్సు ఎలా పని చేస్తోందో కనిపెట్టి చూసినట్లయితే, గతానికీ, భవిష్యత్తుకీ జరిగే చలనంలో వర్తమానానికి స్థానం లేదు. వర్తమానం సంతోషకరంగా లేకపోతే, వర్తమానం నుంచి తప్పించుకునేందుకు గతం ఒక మార్గం, లేదా ఆశతో భవిష్యత్తులోకి పోయేందుకు ఉంటుంది. కనుక, మనస్సు గతంలోగాని, భవిష్యత్తులో గాని నిమగ్నమై ఉండి వర్తమానాన్ని కుబుసంలా విడిచిపెట్టేస్తుంది. అందుచేత, మనస్సు గతంచేత ప్రభావితమై ఉంటుంది - భారతీయుడిగానో, బ్రాహ్మణుడిగానో, బ్రాహ్మణేతరుడిగానో, క్రైస్తవుడిగానో, బౌద్ధుడిగానో ప్రభావితమై ఉంటుంది. ఆ ప్రభావితమైన మనస్సు భవిష్యత్తులో తన్నుతాను ప్రదర్శించుకుంటుంది కాబట్టి, ఆ మనస్సు ఏ విషయాన్నీ సూటిగా, నిష్పక్షపాతంగా చూడగల సామర్థ్యం లేకుండా ఉంటుంది. అది వాస్తవాన్ని ఖండించి, నిరాకరిస్తుంది, లేదా, అంగీకరించి దానితో ఐక్యత చెందుతుంది. అటువంటి మనస్సు ఏ వాస్తవాన్నీ కూడా ఉన్నది ఉన్నట్లు చూడలేదన్నది స్పష్టం. గతంచేత ప్రభావితమైన చేతనస్థితి అలా ఉంటుంది. మన ఆలోచన - ఒక వాస్తవంలో ఉండే సమస్యకి వచ్చే ఆలోచన - గతంచేత ప్రభావితమైన ప్రతిస్పందనే. నమ్మకం చేతా, గతం చేతా ప్రభావితమై మీరు ఎంతగా ప్రతిస్పందిస్తారో గతం అంతగా శక్తిమంతం అవుతుంది. గతం ప్రబలం అయిన కొద్దీ తన్నుతాను ముందుకి కొనసాగించుకుంటూ

దాన్నే భవిష్యత్తు అంటుంది. అది స్పష్టం. కనుక, మన మనస్సు, మన చేతన ఉన్న స్థితి అది - గతానికీ, భవిష్యత్తుకీ మధ్య లోలకంలాగ ముందుకీ వెనక్కీ ఊగులాడుతూ ఉంటుంది. అది మన చేతన - మన మనస్సు. యొక్క పైపైనున్న పొరలతోనే కాక, లోలోపలి పొరలతో కూడా కూడుకుని ఉంటుంది. అటువంటి చేతనకి ముందుకీ, వెనక్కీపోగల రెండు చలనాలనే ఎరుగును కనుక, వేరే స్థాయిలో పని చేయలేదు.

మీరు బహు జాగ్రత్తగా కనిపెట్టి చూసినట్లయితే, అది నిరంతర చలనం కాదనీ, ప్రతి రెండు ఆలోచనల మధ్యా ఒక విరామం ఉంటుందనీ గుర్తిస్తారు. ఆ వ్యవధి ఎంత అత్యల్పమైనదైనా క్షణంసేపుకన్న ఎంతో స్వల్పమే అయినా, ఆ లోలకం ఇటూ అటూ తిరగటానికి మధ్యలో ఉన్న వ్యవధి చాలా అర్థవంతమైనది. మన ఆలోచన గతం చేత ప్రభావితమై ఉందన్న సంగతీ, గతమే ముందుకు తోసుకుపోయి భవిష్యత్తు అవుతున్న సంగతీ వాస్తవమని మనకి తెలుసు. మీరు కనుక గతాన్ని అంగీకరించినట్లయితే, భవిష్యత్తుని కూడా అంగీకరించితీరాలి. ఎందుచేతనంటే, గతం, భవిష్యత్తు అని రెండు స్థితులు లేవు విడివిడిగా. ఒక్కటే స్థితి ఉంటుంది. అందులో చేతనా చేతనాలు రెండూ - వ్యక్తి యొక్క గతం, సాముదాయిక గతం - రెండూ కూడా ఉంటాయి. సాముదాయిక గతం, వ్యక్తి యొక్క గతం వర్తమానానికి ప్రతిస్పందనగా కొన్ని ప్రతిస్పందనలు జరుపుతాయి. అవే వ్యక్తిగత చైతన్యాన్ని సృష్టిస్తాయి. అందువల్ల చైతన్యం గతం నుంచి వచ్చినదే. అదే మన జీవన నేపథ్యం మొత్తం. గతం ఉందంటే భవిష్యత్తు తప్పనిసరిగా ఉంటుంది. ఎందుకంటే, భవిష్యత్తు కేవలం కొన్ని మార్పులతో కొనసాగుతున్న గతమే. అయినా, అది గతమే. కనుక, మన సమస్య ఏమిటంటే, ఇంకో ప్రభావాన్నీ ఇంకో గతాన్నీ సృష్టించకుండా, గతానికి సంబంధించిన ఈ ప్రక్రియలో పరివర్తన తీసుకురావటం ఎలా అన్నది.

ఇంకో విధంగా చెప్పాలంటే, సమస్య ఇది: మనలో చాలా మంది ఒక రకమైన ప్రభావాన్ని నిరాకరించి మరొక రకాన్ని కనుక్కుంటారు - మరింత విస్తృతమైన, మరింత ప్రాధాన్యం ఉన్న, లేదా, మరింత సంతోషకరమైన ప్రభావాన్ని కనుక్కుంటారు. మీరు ఒక మతాన్ని విడిచిపెట్టి, మరో మతాన్ని స్వీకరిస్తారు; ఒక నమ్మకాన్ని నిరాకరించి, మరోదాన్ని స్వీకరిస్తారు. జీవితం అంటే సంబంధంతో ఉండటం కనుక, అలా ప్రత్యామ్నాయం.చేయటం జీవితాన్ని అవగాహన చేసుకున్నట్లు కాదు, నిశ్చయంగా. అన్ని రకాల ప్రభావాల నుంచీ ఎలా స్వేచ్ఛను పొందటం అనేదే మన సమస్య. మీరు ''అది అసాధ్యం, ఏ మానవ మనస్సూ ప్రభావాల నుంచి స్వేచ్ఛగా ఉండలేదు'' అని అంటే అనవచ్చు; లేదా, ప్రయోగం చేయటం, పరిశీలించటం, కనిపెట్టడం ప్రారంభించవచ్చు. అసాధ్యం అని మీరు దృఢంగా చెప్పేటట్లయితే, మీరు ప్రయత్నించటానికి కూడా సిద్ధంగా లేరని స్పష్టమవుతుంది. మీ మాట పరిమితమైన అనుభవం మీదగానీ, విస్తృతమైన అనుభవం మీదగానీ లేదా, ఒక నమ్మకాన్ని స్వీకరించటం మీదగానీ ఆధారపడి ఉండవచ్చు. కానీ, అటువంటి నిశ్చితాభిప్రాయం ఉంటే, అన్వేషణ,

పరిశోధన, పరిశీలన, ఆవిష్కారం, ఏమీ అవసరం లేదని నిరాకరించటమే అవుతుంది. సమస్త ప్రభావాలనుంచీ సంపూర్ణంగా స్వేచ్ఛగా ఉండటానికి మనస్సుకి సాధ్యమవుతుందో కాదో తెలుసుకోవాలంటే, మీరు పరిశీలించటానికీ, కనుక్కోవటానికీ, స్వేచ్ఛగా ఉండాలి.

నేనిప్పుడు చెప్పేదేమిటంటే, సమస్త ప్రభావాలనుంచీ మనస్సు స్వేచ్ఛగా ఉండగలగటం నిశ్చయంగా సాధ్యమే - నన్ను ప్రామాణికంగా మీరు తీసుకోనక్కర్లేదు. ఒకరిని ప్రమాణంగా తీసుకుంటే, మీరెన్నటికీ కొత్తగా కనిపెట్టలేరు. అది మరొక ప్రత్యామ్నాయం అవుతుంది. అందుచేత దానికి ప్రాధాన్యం ఉండదు. అది సాధ్యమని నేనెందుకు చెప్పానంటే, నాకు అది నిశ్చయంగా యథార్థమని తెలుసును. నేను దాన్ని మాటల్లో చిత్రించి మీకు చూపించగలను. కానీ, దానిలోని సత్యాన్ని మీ అంతట మీరే కనుక్కోవాలంటే, మీరు పరిశోధన చెయ్యాలి, వేగంగా దాన్ని అనుసరించాలి.

ప్రభావితం చేసే ప్రక్రియని మొత్తం అవగాహన చేసుకోవటం విశ్లేషణ ద్వారా గాని, అంతర్ముఖత్వం ద్వారాగాని మీకు సాధ్యం కాదు. ఎందుచేతనంటే, ఏ క్షణంలో విశ్లేషణ చేసేవాడు ఉంటాడో, ఆ క్షణంలోనే ఆ విశ్లేషణ చేసేవాడు కూడా నేపథ్యంలో ఒక భాగమవుతాడు. అందుచేత అతడి విశ్లేషణకి ప్రాధాన్యం ఉండదు. అది వాస్తవమే. అందుచేత దాన్ని అవతలపెట్టాలి. విశ్లేషించేవాడు, తాను చూస్తున్న దాన్ని విశ్లేషించ దలచినవాడు - అతడు కూడా ఆ ప్రభావిత స్థితిలో ఒక భాగమే. కాబట్టి, అతడి వ్యాఖ్యానం ఏదైనా, అతడి అవగాహన ఎలా ఉన్నా, అతడి విశ్లేషణ ఏదయినా, అదంతా నేపథ్యంలో భాగమే అవుతుంది. కనుక, ఆ విధంగా ఇక తప్పించుకునే మార్గం లేదు. నేపథ్యాన్ని భగ్నం చేయటం అత్యవసరం. ఎందుచేతనంటే, కొత్త సమస్యని ఎదుర్కోవటానికి మనస్సు కూడా కొత్తగా ఉండాలి. దైవాన్నీ, సత్యాన్నీ - దాన్ని మీరేమైనా అనండి - దాన్ని తెలుసుకోవటానికి మనస్సు స్వచ్ఛంగా, గతం చేత ప్రభావితం కాకుండా ఉండాలి. గతాన్ని విశ్లేషించటం, వరుసగా ప్రయోగాలు చేయటం ద్వారా నిర్ణయాలకు రావటం, నిశ్చితాభిప్రాయాల్ని ప్రకటించటం, నిరాకరించటం - మొదలైన వాటన్నిటి ఆంతర్యం - ప్రధానంగా వివిధ రూపాల్లో నేపథ్యం ఇంకా కొనసాగుతున్నదని. ఆ వాస్తవంలోని సత్యాన్ని మీరు చూసినప్పుడు విశ్లేషణ చేసేవాడు అంతమయినట్లు తెలుసుకుంటారు. అప్పుడు నేపథ్యం తప్ప వేరే ఏదీ ఉండదు. చేతనాచేతనల్లోని వ్యక్తిగత, సాముదాయక స్మృతులయొక్క ప్రతిస్పందన అయిన ఆలోచన ఒక్కటే నేపథ్యంగా ఉంటుంది.

మనస్సు గతం యొక్క ఫలితం. గతం ప్రభావితం చేసే ప్రక్రియ. మనస్సు స్వేచ్ఛగా ఉండటం ఎలా సాధ్యం? స్వేచ్ఛగా ఉండాలంటే, అది గతానికీ, భవిష్యత్తుకీ మధ్య తను లోలకంలా ఊగులాడటాన్ని చూసి అవగాహన చేసుకోవటమేకాక, ఆలోచనలకు మధ్య ఉండే వ్యవధిని కూడా తెలుసుకుంటూ ఉండాలి. ఆ వ్యవధి సహజసిద్ధంగా ఉంటుంది. అది ఒక కారణం వల్లనో, ఒక ఆకాంక్ష వల్లనో, నిర్బంధం వల్లనో ఉత్పన్నమయేది కాదు.

మీరు ఎంతో జాగ్రత్తగా కనిపెట్టి చూసినట్లయితే, ఆలోచన చేసే ప్రతిస్పందన, దాని చలనం అతివేగంగా ఉన్నట్లు కనబడినా, ఆలోచనల మధ్య అంతరాలు ఉన్నట్లూ,

విరామాలు ఉన్నట్లు మీరు గమనిస్తారు. రెండు ఆలోచనల మధ్య కొంత నిశ్శబ్దం ఉంటుంది. దానికీ, ఆలోచనకీ సంబంధంలేదు. మీరు పరిశీలించినట్లయితే, ఆ నిశ్శబ్ద సమయం, ఆ వ్యవధి కాలానికి సంబంధించినది కాదనీ, ఆ అంతరాన్ని కనిపెట్టడం వలన, ఆ అంతరాన్ని సంపూర్ణంగా అనుభవించటం వలన ప్రభావిత స్థితి నుంచి మిమ్మల్ని విముక్తులుగా చేస్తుందనీ - అది ''మిమ్మల్ని'' విముక్తుల్ని చేయదు - ప్రభావిత స్థితి నుంచి విమోచనం కలుగుతుందనీ గమనిస్తారు మీరు. కనుక, ఆలోచనా ప్రక్రియని అవగాహన చేసుకోవటమే ధ్యానం. మనం ఇప్పుడు స్మృతికీ, అనుభవానికీ, జ్ఞానానికీ - నేపథ్యం అయిన ఆలోచనా నిర్మాణాన్నీ విధానాన్నీ చర్చించటమేకాక, మనస్సు దానంతటఅది ఆ పూర్వరంగం నుంచి స్వేచ్ఛగా ఉండగలదా అనే విషయాన్ని కూడా తెలుసు కోవటానికి ప్రయత్నిస్తున్నాం. మనస్సు ఆలోచనని కొనసాగనివ్వకుండా ఉన్నప్పుడు, ఏ ప్రేరణా, కారణం, ఏమీలేనటువంటి ప్రశాంతతతో నిశ్చలంగా ఉన్నప్పుడు - అప్పుడు మాత్రమే నేపథ్యంనుంచి స్వేచ్ఛ కలగటం సాధ్యమవుతుంది.

★★★

21. లైంగిక సంబంధం

ప్రశ్న: లైంగిక సంబంధం శారీరకంగానూ, మానసికంగానూ అనివార్యమైన అవసరం అని మనకి తెలుసు. మనతరంవారి వ్యక్తిగత జీవితంలో ఉన్న గందరగోళానికి అదే మూలకారణం అనిపిస్తోంది. ఈ సమస్యని ఎలా పరిష్కరించగలం?

కృష్ణమూర్తి: మనం దేన్నిముట్టుకున్నా దాన్ని సమస్యగా మారుస్తూ ఉంటాం ఎందుకని? దేవుని ఒక సమస్యగా చేశాం. ప్రేమనొక సమస్యగా చేశాం. సంబంధాన్నీ, జీవితాన్నీ ఒక సమస్య చేశాం. లైంగిక సంబంధాన్ని ఒక సమస్యగా చేశాం - ఎందుచేత? మనం ఏది చేసినా ఎందుచేత అది ఒక సమస్య, ఒక ఘోరం అవుతోంది? మనం ఎందుకు బాధపడుతున్నాం? లైంగికసంబంధం ఎందుచేత ఒక సమస్య అయింది? ఎందుచేత మనం ఈ సమస్యలన్నింటికీ లొంగిపోయి జీవిస్తున్నాం? వాటిని మనం ఎందుకు అంతం చెయ్యం? రోజులతరబడి, సంవత్సరాలతరబడి వాటిని మన వెంటతీసుకుపోవటానికి బదులు అవి లేకుండా ఎందుకు చేసుకోలేం? లైంగిక సంబంధం నిశ్చయంగా ఔచిత్యం ఉన్న ప్రశ్నే. కానీ, ప్రధానమైన ప్రశ్న, 'జీవితాన్ని మనం ఎందుచేత ఒక సమస్యగా చేస్తున్నాం? అన్నది. పని చేయటం, లైంగిక సంబంధం, డబ్బు సంపాదించటం, ఆలోచన, అనుభూతి, అనుభవించటం - ఈ జీవిత వ్యవహారమంతా మీకు తెలిసినదే. అది ఎందుచేత ఒక సమస్య అయింది? మనం ఎప్పుడూ ఒక ప్రత్యేక దృక్పథం నుంచి, ఒక నిశ్చిత దృక్పథం నుంచి ఆలోచించటమే కదా ప్రధానకారణం?

మనం ఎప్పుడూ ఒక కేంద్రంనుంచి కైవారంవైపు ఆలోచిస్తూ ఉంటాం. కానీ, మనలో చాలా మందికి కైవారమే కేంద్రమైపోతుంది. అందుచేత మనం ఏది స్పృశించినా పైపైనే. కానీ, జీవితం పైపై వ్యవహారం కాదు. జీవితాన్ని సంపూర్ణంగా జీవించాలి. మనం పైపైన మాత్రమే జీవిస్తున్నాం. కనుక, మనకి పైపై ప్రతిక్రియ మాత్రమే తెలుసు. మనం పరిధి మీద ఏం చేసినా తప్పనిసరిగా ఒక సమస్యని సృష్టిస్తుంది. అది మన జీవితం. మనం పైపైన మాత్రమే జీవిస్తాం. అక్కడ ఉత్పన్నమయే సమస్యలన్నిటితో కలిసి అక్కడే జీవించటంతో తృప్తి పొందుతాం. పైపైన, కైవారం మీద జీవిస్తున్నంతవరకూ సమస్యలు ఉండితీరతాయి. కైవారం అంటే 'నేనూ', దాని ఇంద్రియానుభూతులూ. ఈ ఇంద్రియానుభూతులకు బాహ్యారూపాన్ని ఇవ్వవచ్చు, లేదా, వాటివి ఆత్మాశ్రయంగా చేసుకోవచ్చు. వాటిని విశ్వంతోనో, దేశంతోనో, లేక మనోనిర్మితమైన మరిదేనితోనో ఐక్యం చేసుకోవచ్చు.

మనం మానసికరంగంలో జీవిస్తున్నంతకాలం, చిక్కులూ, సమస్యలూ ఉండితీరతాయి. మనకి తెలిసినదదే. మనస్సు అంటే ఇంద్రియానుభూతి. మనస్సు ఇంద్రియానుభూతుల, ప్రతిక్రియల సంచయమే. అది దేన్ని తాకినా దుఃఖాన్నీ, గందరగోళాన్నీ, అంతులేని సమస్యల్నీ సృష్టించి తీరుతుంది. మనస్సే మన సమస్య లన్నింటికీ కారణం - రేయింబవళ్లు యాంత్రికంగా పని చేస్తున్నటువంటి, చేతనలోనూ, అంతశ్చేతనలోనూ కూడా పని చేస్తున్నటువంటి మనస్సే కారణం. మనసు ఎంతో పైపైన ఉండేటటువంటిది. మనం అనేక తరాలుగా, మన యావజ్జీవితాలనీ, మనస్సుని అభివృద్ధి చేయటంకోసం, అంతకన్న ఎక్కువ చాకచక్యంగా, ఎక్కువ సూక్ష్మంగా, ఎక్కువ కపటంగా, ఎక్కువ అవినీతికరంగా, ఎక్కువ వక్రంగా చేయటంకోసమే గడుపుతున్నాం. మనస్సు యొక్క ఆ లక్షణాలన్నీ మన జీవితాల్లో ప్రతి చర్యలోనూ స్పష్టంగా కనిపిస్తున్నాయి. మన మనస్సు సహజలక్షణమే అవినీతికరంగా, వక్రంగా ఉండటం, వాస్తవిక విషయాల్ని సూటిగా చూడలేకపోవటం. అదే సమస్యల్ని సృష్టిస్తోంది. అదే సమస్య అవుతోంది.

లైంగిక సంబంధం ఒక సమస్య అనటంలో మన ఉద్దేశం ఏమిటి? లైంగిక క్రియా, లేక ఆ క్రియని గురించిన ఆలోచనా? నిశ్చయంగా, ఆ క్రియ సమస్య కాదు. ఆహారం తినటం మీకు సమస్య ఎలా కాదో, లైంగిక క్రియ కూడా మీ కలాగే సమస్య కాదు. మీకు ఆలోచించటానికి ఇంకేమీలేక, రోజంతా తినటం గురించిగాని, మరొకదాన్ని గురించి గానీ ఆలోచించి నట్లయితే అది మీకు సమస్య అవుతుంది. మీ సమస్య లైంగిక క్రియా? లేక, ఆ క్రియాని గురించిన ఆలోచనా? మీరు దాన్ని గురించి ఎందుకు ఆలోచిస్తారు? మీరు దాన్ని ఎందుకు పెంచుతారు? మీరు చేస్తున్నదదే కదా? సినిమా చిత్రాలూ, సచిత్ర పత్రికలూ, కథలూ, స్త్రీలు వస్త్రాలు ధరించే పద్ధతులూ - అన్నీ మీ లైంగిక సంబంధాన్ని గురించిన ఆలోచనే వృద్ధి చేస్తున్నాయి. మనస్సు దాన్ని ఎందుకు పెంచాలి? మనస్సు లైంగిక సంబంధాన్ని గురించి ఎందుకు ఆలోచించాలి? ఎందుచేత?

మీ జీవితంలో అది అత్యంత ప్రధాన్యమైన అంశం ఎందుకయింది? అనేక విషయాలు ఎన్నో మీ కోసం కాచుకుని ఉండగా, మీరు అత్యవసరంగా చేయవలసిన పనులనేకం ఉండగా, మీరు లైంగిక సంబంధం గురించే అంత శ్రద్ధగా ఆలోచిస్తున్నారు. ఏం జరుగుతోంది? మీ మనసులు దానిమీద ఎందుకంతగా లగ్నమై ఉన్నాయి? అది ఆఖరి పలాయనమార్గం అవటంచేతనే కదా? మానవుడు తన్నుతాను పూర్తిగా మరిచి పోవటానికదొక మార్గం. తాత్కాలికంగా ఆ క్షణంలోనైనా మిమ్మల్ని మీరు మరచి పోగలరు. మిమ్మల్ని మీరు మరిచిపోవటానికి మరో మార్గంలేదు. మీరు జీవితంలో చేసే ప్రతి ఇతర కార్యం ''తన'' నీ, ''నేను'' నే బలపరుస్తోంది. మీ వ్యాపారం, మీ మతం, మీ దేవుళ్లూ, మీ నాయకులూ, మీ రాజకీయ, ఆర్థిక కార్యకలాపాలూ, మీపలాయన మార్గాలూ, మీ సాంఘిక కార్యకలాపాలూ, ఒక పక్షంతో చేరటం, మరోదాన్ని నిరాకరించటం - అదంతా 'నేను' కి ప్రాముఖ్యాన్నిచ్చి, దానికి శక్తిని చేకూర్చుతోంది. అంటే, 'నేను' కి ప్రాముఖ్యాన్నివ్వనటువంటి క్రియ ఒక్కటే ఉంది. కనుక, అదొక సమస్య అవుతోంది - అవటంలేదా? మీ జీవితంలో ఆఖరి పలాయన మార్గం అయిన దొక్కటే ఉన్నప్పుడు, కొద్దిక్షణాలసేపయినా మిమ్మల్ని మీరు పూర్తిగా మరిచిపోగల అవకాశం ఇయ్యగలిగినది అదొక్కటే అయినప్పుడు, మీరు దాన్నిపట్టుకుని విడువరు. ఎందుచేతనంటే, మీరు ఆనందంగా ఉండే సమయం అదే. ప్రతి ఇతర విషయం మీరు తాకగానే పీడకల అవుతోంది, దుఃఖానికీ, బాధకీ మూలమవుతోంది. అందుచేత, మీకు ఆనందంగా అనిపించేదాన్ని, మీకు పూర్తిమైమరపు కలిగించేదాన్ని గట్టిగా పట్టుకుని ఉంటారు. కానీ, మీరు పట్టుకుని విడువకపోతే, అదికూడా పీడకలే అవుతుంది. ఎందుచేతనంటే, దాన్నుంచి తప్పించుకుని స్వేచ్ఛగా ఉండాలని కోరుకుంటారు. దానికి దాసుడవటానికి ఇష్టపడరు. కనుక, మనస్సులో మళ్లీ, పవిత్రత, బ్రహ్మచర్యం అనే భావాల్ని సృష్టిస్తారు. మీరు పవిత్రంగా ఉండటానికీ, బ్రహ్మచర్యం అవలంబించటానికీ, నిర్బంధం ద్వారా, అణచివెయ్యటం ద్వారా ప్రయత్నిస్తారు. ఇవన్నీ వాస్తవాన్ని వది లించుకుపోవటానికి మనస్సు కల్పించే వ్యాపకాలే. ఇది కూడా ఏదో అవటానికి ప్రయత్నిస్తూ 'నేను' కి ప్రత్యేక ప్రాముఖ్యాన్నిస్తుంది. కనుక, మళ్లీ మీరు వేదనలో, కష్టంలో, ప్రయాసలో, బాధలో చిక్కుకుంటారు.

లైంగిక సమస్య గురించి ఆలోచించే మనస్సుని మీరు అవగాహన చేసుకోనంత కాలం, మీకది విపరీతమైన కఠిన సమస్యగా, క్లిష్టసమస్యగా అవుతుంది. ఆ క్రియని గురించిన ఆలోచన సమస్యని సృష్టిస్తుంది గాని, క్రియమాత్రం ఎన్నటికీ సమస్యకాదు, క్రియ విషయంలో మీరు జాగ్రత్తగానే ఉంటారు. మీరు వ్యభిచరిస్తారు, లేదా, వివాహం చేసుకుని ఇష్టంవచ్చినట్లు అనుభవిస్తారు, మీ భార్యని ఒక వ్యభిచారిణిలా చేస్తారు - అదంతా, గౌరవనీయమైన వ్యవహారమే. దాంతో మీకు తృప్తిగానే ఉంటుంది, అందుచేత దాన్ని అంతటితో వదిలేస్తారు. 'నేను', 'నాది' అనే దాని యొక్క మొత్తం ప్రక్రియనీ, నిర్మాణాన్నీ పూర్తిగా అవగాహన చేసుకున్నప్పుడే సమస్యని పరిష్కరించవచ్చు: నా భార్య,

నా బిడ్డ, నా ఆస్తి, నా మోటారుకారు, నా ప్రయోజకత్వం, నా విజయం - దాన్నంతా అవగాహన చేసుకుని, పరిష్కరించనంతవరకూ లైంగిక సంబంధం సమస్యగానే ఉండిపోతుంది. మీరు రాజకీయంగా గాని, మతపరంగా గాని, మరేరకంగానైనా గాని, మీకు ఆకాంక్ష ఉన్నంతకాలం, మీరు 'నేను' కీ ఆలోచించేవాడికీ. అనుభవించేవాడికీ ప్రాముఖ్యానిస్తూ, అత్యాశతో వ్యక్తిగతంగా గాని, దేశం పేరునగాని, పక్షం పేరునగాని, మతం అనే భావంతోగాని 'నేను'ని వృద్ధి చేస్తున్నంత కాలం, ఈ ఆత్మ విస్తరణ కార్యకలాపం సాగుతున్నంతకాలం, మీకు లైంగిక సంబంధం అనే సమస్య ఉండి తీరుతుంది. ఒక వైపున మిమ్మల్ని మీరు సృష్టించుకుంటూ, వృద్ధి చేసుకుంటూ, విస్తరింపజేసుకుంటున్నారు; మరోవైపు, మిమ్మల్ని మీరు మరిచిపోవటానికి, క్షణం సేపయినా మరిచిపోవటానికి ప్రయత్నిస్తున్నారు. ఆ రెండూ ఏకకాలంలో కలిసి వుండటం ఎలా సాధ్యం? మీ జీవితం ఈ విధమైన వైరుధ్యం అయిపోయింది - 'నేను'కి ప్రాముఖ్యాన్నివ్వటం, ''నేను''ని మరిచిపోవటం. లైంగిక సంబంధం ఒక సమస్య కాదు. మీ జీవితంలోని ఈ వైరుధ్యమే సమస్య. మనస్సే ఒక వైరుధ్యం అయి ఉండటంచేత, ఈ వైరుధ్యాన్ని మనస్సు పరిష్కరించలేదు. మీ దైనందిన జీవితం యొక్క మొత్తం ప్రక్రియని మీరు అవగాహన చేసుకున్నప్పుడే ఈ వైరుధ్యాన్ని అవగాహన చేసుకోగలుగుతారు. సినిమాలకి వెళ్లి తెరమీద స్త్రీలను చూసి ఆనందించటం, ఆలోచనని పురికొల్పే పుస్తకాలని చదవటం, అర్ధనగ్న స్త్రీల చిత్రాలతో నిండిన పత్రికలని చదవటం, స్త్రీలను మీరు చూసే చూపులూ, మీ చూపుల్ని ఆకర్షించే దొంగచూపులూ - ఇవన్నీ 'నేను'కి ప్రాముఖ్యాన్నివ్వటంలో వక్రమార్గంలో ప్రోత్సహిస్తున్నాయి. అయితే, అదే సమయంలో, మీరు దయతో, ప్రేమతో, మృదువుగా ఉండాలని ప్రయత్నిస్తారు. రెండూ కలిసి ఉండలేవు. ఆధ్యాత్మికంగా గాని, అన్యధాగాని ఆకాంక్షతో ఉన్న మనిషికి సమస్య లేకపోవటం అంటూ ఉండదు. ఎందుచేతనంటే, 'నేను'ని మరిచిపోయినప్పుడే, 'నేను' లేకుండా ఉన్నప్పుడే, సమస్యలన్నీ సమసిపోతాయి. 'నేను' లేకుండా ఉండేస్థితి ఒక ఇచ్ఛాపూరితమైన క్రియకాదు, కేవలం ఒక ప్రతిక్రియకాదు. లైంగిక సంబంధం ఒక ప్రతిక్రియే. మనస్సు ఆ సమస్యని పరిష్కరించటానికి ప్రయత్నిస్తే, ఆ సమస్య మరింత గందరగోళంగా, మరింత క్లిష్టమైనదిగా, మరింత బాధాకరమైనదిగా అవుతుంది. 'క్రియ' సమస్య కానేకాదు. మనస్సే సమస్య, పవిత్రంగా ఉండాలని కోరుకునే మనస్సే సమస్య. పవిత్రత మనస్సుకి సంబంధించినది కాదు. మనస్సు తన చర్యల్ని అణచివేసి, నిరోధించ గలదు. కానీ, నిరోధించటం పవిత్రత కాదు. పవిత్రత ఒక సద్గుణం కాదు. పవిత్రత కృషి చేసి పొందగలిగినది కాదు. నమ్రత కోసం కృషి చేసేవాడు నిశ్చయంగా నమ్రత కలిగిన మనిషికాడు. తన గర్వాన్నే నమ్రత అనుకోవచ్చు. కానీ, అతడు గర్విష్టి, అందుచేతనే నమ్రతగా ఉండాలని ప్రయత్నిస్తాడు. గర్వం ఎన్నటికీ నమ్రత కాలేదు. శీలం మనస్సుకి సంబంధించినది కాదు. మీరు శీలవంతులు అవలేరు. ప్రేమ ఉన్నప్పుడే పవిత్రతని తెలుసుకుంటారు. ప్రేమ మనస్సుకి చెందినది కాదు. మనస్సుకి సంబంధించిన విషయం కాదు.

కాబట్టి, మన మనస్సుని అవగాహన చేసుకోనంతవరకూ, ప్రపంచమంతటా అనేక మందిని పీడిస్తున్న ఈ లైంగిక సమస్య పరిష్కారం కాదు. ఆలోచనని మనం అంతం చెయ్యలేం. కానీ, ఆలోచించేవాడు అంతమైతే, ఆలోచన అంతమవుతుంది. ఆలోచనా ప్రక్రియ మొత్తం అవగాహన అయినప్పుడే ఆలోచించేవాడు అంతమవుతాడు. ఆలోచించేవాడికీ ఆలోచనకీ మధ్య విభజన ఉన్నప్పుడు భయం కలుగుతుంది. ఆలోచించేవాడు లేనప్పుడు మాత్రమే ఆలోచనలో సంఘర్షణ లేకుండా ఉంటుంది. అంతర్గతంగా ఉన్నదాన్ని అవగాహన చేసుకోవటానికి కృషి చెయ్యక్కర్లేదు. ఆలోచన ద్వారా ఆలోచనకర్త ఉద్భవిస్తాడు. అప్పుడు ఆలోచించేవాడు ఆలోచనల్ని రూపు దిద్దటానికీ, నిగ్రహించటానికీ, లేదా, అంతంచెయ్యటానికీ ప్రయత్నిస్తాడు. ఆలోచించే వాడు ఒక కల్పితవ్యక్తి, మనస్సు కల్పించిన భ్రమ. ఆలోచనని వాస్తవికంగా అవగాహన చేసుకున్నప్పుడు, వాస్తవాన్ని గురించి ఆలోచించవలసిన అవసరంలేదు. మామూలుగా, తటస్థంగా తెలుసుకుంటున్నప్పుడు, వాస్తవంలో ఉన్న అంతరార్థం బహిర్గతం కావటం ప్రారంభమవుతుంది. కాబట్టి, వాస్తవం గురించి ఆలోచన అంతమవుతుంది. అప్పుడు మన మనస్సునీ, హృదయాన్నీ పీడిస్తున్న సమస్యలు, మన సాంఘిక నిర్మాణానికి సంబంధించిన సమస్యలు, పరిష్కారం కాగలవు. అప్పుడు లైంగిక సంబంధం ఒక సమస్యగా ఉండదు. దానికి తగినస్థానం దానికి ఉంది. అది అపవిత్రమైనదీకాదు, పవిత్రమైనదీ కాదు. లైంగిక సంబంధానికి ఉన్న స్థానం దానికి ఉంది. కానీ, మనస్సు దానికో ప్రముఖమైన స్థానాన్నిచ్చినప్పుడు అదొక సమస్య అవుతుంది. కొంత సుఖం లేకుండా మనస్సు జీవించలేదు కనుక, మనస్సు లైంగిక సంబంధానికి అత్యంత ప్రముఖస్థానాన్నిస్తుంది. అందుచేత లైంగిక సంబంధం సమస్య అవుతుంది. మనస్సు తన మొత్తం ప్రక్రియని తెలుసుకుని అంతమైనప్పుడు, అంటే ఆలోచన అంతమైనప్పుడు, సృజనాత్మకత ఉంటుంది. ఆ సృజనాత్మకతే మనకి ఆనందాన్నిస్తుంది. సృజనాత్మకమైన ఆ స్థితిలో ఉండటమే ఆనందం. ఎందుచేతనంటే, అది స్వీయవిస్మరణ స్థితి; ఆ స్థితిలో 'నేను' నుంచి వచ్చే ప్రతిక్రియ ఉండదు. దైనందిన జీవితంలో ఉత్పన్నమవుతున్న లైంగిక సంబంధం అనే సమస్యకి ఇది ఊహాజనితమైన సమాధానం కాదు - ఇదొక్కటే సమాధానం. మనస్సు ప్రేమని కాదంటుంది. ప్రేమ లేనిదే పవిత్రతలేదు. ప్రేమ లేకపోవటంచేతనే లైంగిక సంబంధాన్ని ఒక సమస్యగా చేస్తున్నారు.

★★★

22. ప్రేమ

ప్రశ్న: ప్రేమంటే ఏమిటి మీ ఉద్దేశంలో?

కృష్ణమూర్తి: ఏది ప్రేమ కాదో అవగాహన చేసుకోవటం ద్వారా ప్రేమంటే ఏమిటో కనిపెట్టడానికి ప్రయత్నిద్దాం. ఎందుచేతనంటే, ప్రేమ తెలియనిది కాబట్టి, తెలిసినదాన్ని విసర్జించటం ద్వారా దాన్ని కనుక్కోవలసి ఉంటుంది. తెలిసినదానితో నిండి ఉన్న మనస్సు ద్వారా తెలియనిదాన్ని తెలుసుకోలేం. మనం ఇప్పుడు చేయబోయేదేమిటంటే, తెలిసినవాటి విలువల్ని అవగాహన చేసుకుని, తెలిసినదాన్ని బాగా పరిశీలించి, దాన్ని నిష్కల్మషంగా, అంటే ఖండన ఏమీ లేకుండా చూసినప్పుడు, తెలిసినదాన్నుంచి మనస్సు స్వేచ్ఛగా ఉంటుంది. అప్పుడు ప్రేమ ఏమిటో మనకి తెలుస్తుంది. కనుక, ప్రేమని ప్రత్యక్షంగా, సూటిగా కాకుండా, వ్యతిరేకదిశలో సమీపించాలి.

మనలో చాలామందికి ప్రేమంటే ఉన్న ఉద్దేశం ఏమిటి? ఎవరినైనా మనం ప్రేమిస్తున్నామని చెప్పినప్పుడు మన ఉద్దేశం ఏమిటి? ఆ మనిషిని స్వాధీనం చేసుకున్నామని మన ఉద్దేశం. ఆ సొంతంచేసుకోవటం వలన అసూయ పెరుగుతుంది. ఎందుచేతనంటే, ఆ సొంతంచేసుకున్న అతన్నిగాని, ఆమెనిగాని, నేను పోగొట్టుకుంటే ఏమవుతుంది? నేను శూన్యమైనట్లూ, నష్టపోయినట్లూ అనుకుంటాను. కనుక, సొంతం చేసుకోవటాన్ని న్యాయబద్ధం చేస్తాం. నేను అతన్నిగాని, ఆమెనిగాని పట్టుకుని ఉంచటంవల్లా, సొంతం చేసుకోవటం వల్లా అసూయ కలుగుతుంది, భయం కలుగుతుంది. అంతేకాక, సొంతం చేసుకోవటం నుంచి ఉత్పన్నమయే అసంఖ్యాకమైన సంఘర్షణలెన్నో ఏర్పడతాయి. అలాంటి స్వాధీనత ప్రేమ కాదు - అవునా?

ప్రేమ కేవలం ఒక అనురాగభావన కాదన్నది స్పష్టం. అనురాగభావాన్ని వ్యక్తం చెయ్యటంగాని, భావోద్వేగాన్ని కనబరచటంగాని ప్రేమకాదు, ఎందుచేతనంటే, అనురాగభావం, భావోద్వేగం కేవలం ఇంద్రియానుభూతులు మాత్రమే. జీసస్‌గురించి గాని, కృష్ణుని గురించి గాని, ఎవరైనా గురువుని గురించి గాని ఇంకెవరి గురించి గాని తలుచుకుని ఏడ్చే ఏ మతస్తుడైనా అనురాగభావంతోనూ, భావోద్వేగం తోనూ ఉన్నవాడే. అతడు ఇంద్రియానుభూతులు పొందుతూ, అంటే ఒక ఆలోచనా ప్రక్రియలో ఉంటూ సంతోషిస్తున్నాడు. ఆలోచన ప్రేమకాదు. ఆలోచన ఇంద్రియానుభూతి ఫలితం. కనుక, అనురాగభావనతోనూ, భావోద్వేగంతోనూ ఉన్నవాళ్ళు ప్రేమని అవగాహన చేసుకోలేరు. మనం భావోద్వేగాలతోనూ, అనురాగ భావంతోనూ ఉండటం లేదా? అనురాగభావన ఉండటం, భావోద్వేగంతో ఉండటం స్వీయవిస్తరణ రూపాలే. ప్రగాఢమైన భావోద్వేగం ఉండటం ప్రేమించటం కాదనేది స్పష్టం. ఎందుచేతనంటే, అనురాగభావన ఉన్నవ్యక్తి

తన అనురాగభావనలకు తగిన ప్రతిస్పందన లభించనప్పుడు, తన అనుభూతులు వ్యక్తం అయే మార్గం లేనప్పుడు, క్రూరంగా ప్రవర్తించగలుగుతాడు. భావోద్వేగంతో ఉండే వ్యక్తిని ద్వేషానికీ, యుద్ధానికీ, కసాయికృత్యాలకీ పురికొల్పవచ్చు. మతంపట్ల అనురాగ భావన ఉండే వ్యక్తికి మతం కోసం కన్నీళ్లు కార్చే మనిషికి నిశ్చయంగా ప్రేమ ఉండదు.

క్షమాగుణం ప్రేమ అవుతుందా? క్షమాగుణంలోని ఆంతర్యం ఏమిటి? మీరు నన్ను అవమానిస్తారు, నాకు కోపం వస్తుంది. దాన్ని జ్ఞాపకం పెట్టుకుంటాను. తరవాత, బలవంతానగాని, పశ్చాత్తాపంతోగాని ''నిన్ను క్షమించాను'' అంటాను. మొదట మనస్సులో ఉంచుకుంటాను, తరవాత తిరస్కరిస్తాను. దాని అర్థం ఏమిటి? 'నేను' కేంద్రస్థానంలో ఉన్నవాడిని. నేనే ఇంకా ప్రాముఖ్యం ఉన్నవాడిని. నేను ఇంకొకర్ని క్షమిస్తున్నాను. క్షమిస్తున్నాననే భావం ఉన్నంతవరకూ నేనే ముఖ్యమవుతానుగాని, నన్ను అవమానపరిచాడనుకున్న మనిషికాడు. కనుక, కోపాన్ని కూడబెట్టి, తరవాత ఆ కోపాన్ని కాదన్నప్పుడు - ఆ కాదనడాన్నే మీరు క్షమాగుణం అంటున్నారు - అది ప్రేమ కాదు - నిజంగా ప్రేమించేవారికి వైరం ఉండదు కనుక. ఇటువంటి వాటన్నిటినీ అతడు లక్ష్యం చేయడు. సానుభూతి, క్షమ, స్వాధీనతతో ఏర్పడిన సంబంధం, అసూయ, భయం - ఇవేవీ ప్రేమకాదు. అవన్నీ మనస్సుకి సంబంధించినవే - కావా? మనస్సు మధ్యవర్తిగా తీర్పుచెబుతున్నంతవరకూ ప్రేమ ఉండదు. ఎందుచేతనంటే, మనస్సు ఎప్పుడూ సొంతం చేసుకోవటం ద్వారానే తీర్పు చెబుతుంది. దాని మధ్యవర్తిత్వం వివిధ రూపాల్ని దాల్చిన స్వాధీనతా తత్వమే. మనస్సు ప్రేమను కలుషితం చేస్తుంది. అది చేయగలిగినదదే. అది ప్రేమని పుట్టించలేదు, అది సౌందర్యాన్నివ్వలేదు. మీరు ప్రేమని గురించి కవిత్వం రాయవచ్చు, కానీ, అది ప్రేమమాత్రం కాదు.

నిజమైన గౌరవం లేనప్పుడు ప్రేమ ఉండదనేది స్పష్టం. మీరు ఇంకొకరిని - మీ పనివాడినైనా, మీ స్నేహితుడినైనా - గౌరవించనట్లయితే అతన్ని మీరు ప్రేమించలేరు. మీ దగ్గర పనిచేసేవాళ్ళని మీకంటె 'తక్కువ' అని మీరనుకునేవాళ్లని మీరు గౌరవంతోనూ, ప్రేమతోనూ, ఔదార్యంతోనూ చూడకపోవటం మీరు గమనించలేదా? మీకంటే పైవాళ్లని - మీ యజమానినీ, ఒక లక్షాధికారినీ, ఒక పెద్దభవంతీ, బిరుదూ, మొదలైనవి ఉన్నవారినీ, మీకు ఇంకా మంచి ఉద్యోగం ఇచ్చేవారినీ, మీకేదైనా లాభం కలుగజేసేవారినీ మీరు గౌరవిస్తారు. కిందనున్నవారిని తన్నుతారు, వారిపట్ల మీరు ఉపయోగించే భాషే వేరు. కాబట్టి, గౌరవం లేనిచోట ప్రేమ ఉండదు. కనికరం లేనిచోట, జాలి లేనిచోట, క్షమ లేనిచోట ప్రేమ ఉండదు. మనలో చాలామంది ఈ స్థితిలోనే ఉండటంచేత మనకి ప్రేమ ఉండదు. మనం గౌరవప్రదంగా, కరుణామయంగా ఉదారంగా ఉండము. మనకి సొంతం చేసుకోవాలనే కాంక్ష ఉంది, అనురాగభావన, భావోద్వేగం నిండుగా ఉన్నాయి. వీటన్నిటినీ ఎలా ఉపయోగించినా ఉపయోగించవచ్చు - చంపటానికో, నరకటానికో, లేదా, మూర్ఖమైనదో, తెలివితక్కువదో, ఏదో ఉద్దేశంతో ఐక్యత కోసం ఉపయోగింపవచ్చు. అలాంటప్పుడు ప్రేమ ఎలా ఉంటుంది?

ఇవన్నీ ఆగిపోయినప్పుడు, అంతమైనప్పుడు, మీరుదేన్నీ సొంతం చేసుకోవాలనుకోనప్పుడు, మీరు కేవలం ఒక వస్తువుపట్ల ఆరాధనతో భావోద్వేగం పొందనప్పుడు - అప్పుడు మాత్రమే మీరు ప్రేమని తెలుసుకోగలుగుతారు. భావోద్వేగంతో కూడిన భక్తి అంటే వేడుకోవటం, దేన్నో మరో రూపంలో కోరుకోవటం అవుతుంది. ప్రార్థించేవారికి ప్రేమంటే తెలియదు. మీరు స్వాధీనం చేసుకోవాలనే కాంక్షతో ఉన్నారు కనుక, ఒక ఆశయాన్నీ, ఒక ఫలితాన్నీ భక్తిద్వారా, ప్రార్థన ద్వారా కోరుతున్నారు కాబట్టి, అటువంటి భక్తీ, ప్రార్థనా మిమ్మల్ని అనురాగభావుకులుగానూ, భావోద్వేగ పూరితులుగానూ చేస్తుంది కనుక, సహజంగా ప్రేమ ఉండదు. గౌరవం లేనప్పుడు ప్రేమ లేకపోవటం స్పష్టమే. మీకు గౌరవం ఉందని మీరనవచ్చు. కానీ, మీరు చూపించే గౌరవం మీకన్న అధికులైనవారిపట్ల గౌరవం, ఏదో కోరుతూండటంవల్ల వచ్చిన గౌరవం, భయంతో వచ్చిన గౌరవం. వాస్తవంగా గౌరవమనేది మీలో ఉన్నట్లయితే, అతినీచమైన వారిపట్లా, మీరు ఎంతో గొప్పవారనుకునేవారిపట్లా కూడా గౌరవం చూపించాలి. అటువంటి గౌరవం మీకు లేదు కనుక మీకు ప్రేమలేదు. మనలో ఎంత కొద్దిమంది ఔదార్యంతోనూ, క్షమతోనూ, కనికరంతోనూ ఉంటారు! మీకు లాభదాయకంగా ఉంటే ఔదార్యంతో ఉంటారు; మీకు ప్రతిఫలం ఏదైనా ఉంటుందనిపిస్తే కనికరంతో ఉంటారు. ఇవన్నీ మాయమైనప్పుడు, ఇవేవీ మనస్సులో లేనప్పుడు మనస్సుకి సంబంధించినవేవీ మీ హృదయాన్ని నింపనప్పుడు ప్రేమ ఉంటుంది. ప్రేమ ఒక్కటే ఈ ప్రపంచంలోని పిచ్చినీ, ఉన్మాదాన్నీ మార్చగలదు - అంతేకాని, వ్యవస్థలూ, వామపక్ష, దక్షిణపక్ష సిద్ధాంతాలూ కావు. మీకు సొంతంచేసుకోవాలనే ఉద్దేశంలేనప్పుడు, మీకు అసూయలేనప్పుడు, అత్యాశలేనప్పుడు, మీకు గౌరవం, దయ, కారుణ్యం ఉన్నప్పుడు, మీభార్యపట్ల, బిడ్డలపట్ల, ఇరుగుపొరుగువారిపట్ల, అభాగ్యులైన మీ పనివారిపట్ల ఆదరం ఉన్నప్పుడు, అప్పుడు మాత్రమే మీరు ప్రేమించగలరు.

ప్రేమ గురించి ఆలోచించటం కుదరదు. ప్రేమని పెంపొందించుకోవటం కుదరదు. ప్రేమని సాధనచేయటం కుదరదు. ప్రేమని సాధనచేయటం, సోదరత్వాన్ని సాధనచేయటం కూడా మానసికరంగంలోనివే, కనుక, అవి ప్రేమ కాదు. ఇదంతా ఆగిపోయినప్పుడు ప్రేమ కలుగుతుంది. అప్పుడు, ప్రేమించటం అంటే ఏమిటో మీకు తెలుస్తుంది. అప్పుడు, ప్రేమ పరిమాణాత్మకంగా కాకుండా, గుణాత్మకంగా ఉంటుంది. ''నేను ప్రపంచాన్నంతా ప్రేమిస్తాను'' అనరు. కానీ, ఒక్కర్ని నిజంగా ప్రేమించటం తెలిస్తే మొత్తం అంతనీ ప్రేమించటం తెలుసుకుంటారు. ఒక్కరినైనా ప్రేమించడం ఎలాగో తెలియదు కనుక, మానవజాతి అంటే ప్రేమ ఉందని చెప్పే ప్రేమ మిథ్యే. మీరు ప్రేమించేటప్పుడు ఒకరు అనీ, అనేకులు అనీ ఉండదు, అప్పుడు ప్రేమే ఉంటుంది. ప్రేమ ఉన్నప్పుడే మన సమస్యలన్నీ పరిష్కారం కాగలవు. అప్పుడు దానిలోని ఆనందాన్ని, పరమానందాన్ని తెలుసుకుంటాం.

★★★

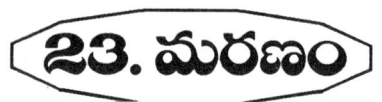

23. మరణం

ప్రశ్న: జీవితానికీ, మరణానికీ ఉన్న సంబంధం ఉందా?

కృష్ణమూర్తి: జీవితానికీ, మరణానికీ మధ్య విభజన ఉందా? మరణం జీవితానికి వేరుగా ఉన్నదానిగా ఎందుకు పరిగణించాలి మనం? మరణం అంటే మనకి భయం ఎందుకు? మరణం గురించి ఎందుకు అన్ని పుస్తకాలు వచ్చాయి? జీవితాన్నీ మరణాన్నీ వేరుచేస్తూ ఎందుకా సరిహద్దు గీతని గీయటం? ఈ విభజన వాస్తవంగా ఉందా? లేక, నిర్హేతుకమైనదీ, మనస్సుకి సంబంధించినదీనా?

మన జీవితాన్ని గురించి మాట్లాడేటప్పుడు జీవితం అవిరామంగా సాగిపోయే ప్రక్రియ అనీ, దానిలో గుర్తింపు అనేది ఉంటుందనీ మన ఉద్దేశం. నేనూ, నా ఇల్లూ, నేనూ, నా భార్యా, నేనూ, నా నిలవడబ్బూ, నేనూ, నా గతానుభవాలూ - ఇదే మన ఉద్దేశంలో జీవితం అంటే - కాదా? జీవితమంటే, చేతన, అంతశ్చేతనలలో - వివిధ సంఘర్షణలూ, పోరాటాలూ, పోట్లాటలూ, సంఘటనలూ, అనుభవాలూ మొదలైనవాటి జ్ఞాపకం ద్వారా సాగుతూ ఉండే ప్రక్రియ. దాన్నంతటినీ మనం జీవితం అంటున్నాం. దానికి వ్యతిరేకంగా మరణం ఉంది. అది దాన్నంతనీ అంతం చేస్తుంది. వ్యతిరేకమైన దాన్ని - మరణాన్ని కల్పించి, దాన్ని గురించి భయపడి, జీవితానికీ మరణానికీ సంబంధం ఏమిటని విచారించటం ప్రారంభిస్తాం. వాటి మధ్యగల అంతరానికి, ఏదో ఒక వివరణ రూపంలో, కొనసాగుతుందన్న నమ్మకం రూపంలో, మరణానంతరం కూడా జీవితం ఉందని చెప్పటం ద్వారా వారధి కట్టగలిగినట్లయితే, మనకి తృప్తిగా ఉంటుంది. మనం, పునర్జన్మ ఉంటుందనీ, లేదా, మరేదైనా రూపంలో ఆలోచన కొనసాగుతుందని నమ్ముతాం. ఇక అప్పుడు తెలిసినదానికీ, తెలియనిదానికీ మధ్య సంబంధాన్ని స్థిరపరచటానికి ప్రయత్నిస్తాం. తెలిసినదాన్నీ, తెలియనిదాన్నీ ఒక వంతెన ద్వారా కలిపి, గతానికీ, భవిష్యత్తుకీ గల సంబంధాన్ని తెలుసుకోవాలనుకుంటాం. జీవితానికీ, మరణానికీ గల సంబంధం ఏమిటని ప్రశ్నించినప్పుడు. మనం చేస్తున్నది అదేకదా? జీవించి ఉన్నదాన్నీ, అంతమయినదాన్నీ, రెండింటినీ ఎలా కలపగలమో తెలుసుకోవాలనుకుంటాం. అదే మనం మౌలికంగా కోరుకునేది.

అయితే, అంతాన్ని, అంటే, మరణాన్ని జీవించి ఉండగా తెలుసుకోగలమా? మనం జీవించి ఉండగా మరణం అంటే ఏమిటో తెలుసుకోగలిగినట్లయితే, అప్పుడు మనకెటువంటి సమస్యా ఉండదు. మనం జీవించి ఉండగా తెలియనిదాన్ని అనుభవించలేం కనుకనే దాన్ని గురించి భయపడతాం. తెలిసినదాని ఫలితమైన మనకీ, తెలియనిదైన మరణానికీ మధ్య ఒక సంబంధాన్ని స్థిరపరచటానికి ప్రయత్నించటమే మన పోరాటం. గతానికీ, మనస్సు ఊహించలేనటువంటి మరణానికీ సంబంధం ఏమైనా ఉండటం

సాధ్యమా? రెండింటినీ ఎందుకు వేరు చేస్తున్నాం? మన మనస్సు తెలిసిన క్షేత్రంలో, కొనసాగే క్షేత్రంలో మాత్రమే పనిచేయగలగటంవల్ల కాదా? ఎవరైనా తననొక ఆలోచించేవాడుగా, దుఃఖం, సంతోషం, ప్రేమ, అనురాగం, అనేకరకాల అనుభవాలు - వీటన్నిటి జ్ఞాపకాలతో పనిచేస్తున్నవాడుగా మాత్రమే తెలుసుకుంటాడు. కొనసాగుతూ ఉండేవాడిగా మాత్రమే తన్నుతాను తెలుసుకుంటాడు - లేనట్లయితే, 'ఫలానా'గా ఉండేవాడని అతడికి గుర్తే ఉండదు. ఆ 'ఫలానా' ది అంతమైనప్పుడు, అంటే, మరణం అని మనం అనేది సంభవించినప్పుడు, తెలియని దాన్ని గురించి భయం కలుగుతుంది. అందుచేత, తెలియనిదాన్ని తెలిసినదాంట్లోకి లాక్కోవాలనుకుంటాం. అంతేకాక, తెలియనిదాన్ని కొనసాగేలా చెయ్యటానికి కృషిచేస్తాం. అంటే, మనం మరణంతో కలిసిన జీవితాన్ని కోరుకోవటం లేదు. కానీ, ముందుకూడా ఎలా కొనసాగగలమో, ఎలా అంతం కాకుండా ఉండగలమో మాత్రం తెలుసుకోవాలనుకుంటాం. మనం జీవితాన్నీ, మరణాన్నీ రెండింటినీ తెలుసుకోవాలనుకోం. అంతమవకుండా ఎలా కొనసాగుతూ ఉండగలమో మాత్రం తెలుసుకోవాలనుకుంటాం.

కొనసాగుతూ ఉండేదానికి పునఃప్రారంభం ఉండదు. కొనసాగేదానిలో కొత్తది, సృజనాత్మకమైనది ఏదీ ఉండదు. ఇది బాగా స్పష్టమే. కొనసాగటం ఆగిపోయినప్పుడే కొత్తది ఉద్భవించటం సాధ్యమవుతుంది. ఈ అంతమొందటానికే భయపడతాం. రోజురోజుకీ, మన అనుభవాల్నీ, మన జ్ఞాపకాల్నీ, మన దురదృష్టాల్నీ మనతో తీసుకుని కొనసాగుతూ ఉండటంలో కాక, అంతమవటంలోనే పునఃసృష్టి, సృజనాత్మకమైనది, అజ్ఞాతమైనది సంభవించగలదని మనం గుర్తించం. మనం ప్రతిదినం పాతదాని విషయంలో మరణించినప్పుడే కొత్తది రావటానికి వీలవుతుంది. పాతది కొనసాగుతూ ఉన్నప్పుడు కొత్తది ఉండదు. కొత్తది అంటే సృజనాత్మకమైనది, అజ్ఞాతమైనది, అనంతమైనది, దైవం - దాన్ని మీరేదన్నా సరే - అదే కొత్తది. కొత్తదానికోసం అన్వేషించే మనిషి, కొనసాగే వ్యక్తి అజ్ఞాతమైన దాన్ని, సత్యాన్ని, అనంతమైనదాన్ని ఎన్నటికీ తెలుసుకోలేడు. ఎందుచేతనంటే, తనలోంచి బహిర్గతం చేసినదాన్నే అతడు కనుక్కోగలడు. తనలోంచి బహిర్గతం చేసేది యథార్థం కాదు. అంతమొందటంలోనే, మరణించటంలోనే కొత్తదాన్ని తెలుసుకోగలుగుతాం. జీవితానికీ, మరణానికీ మధ్య ఉన్న సంబంధాన్ని తెలుసుకోవాలనుకునేవాడు కొనసాగేదానికీ, అవతలవైపున ఉందనుకునేదానికీ వారధి నిర్మించాలని కోరేవాడు తనది తాను ప్రదర్శించుకున్న కల్పితమైన, అవాస్తవికమైన ప్రపంచంలో జీవిస్తూ ఉంటాడు.

ఇప్పుడు, జీవించి ఉండగానే మరణించటానికి - అంటే అంతమవటానికి, శూన్యంగా ఉండటానికి సాధ్యమవుతుందా? ఈ ప్రపంచంలో ప్రతీదీ అంతకంతకు ఎక్కువవటమో, తక్కువవటమో, పైకి ఎగబాకటమో, విజయం సాధించటమో, సఫలంకావటమో, ఏదో ఒకటి అవటమో జరిగే ఈ ప్రపంచంలో జీవించి ఉండగానే మరణం గురించి తెలుసుకోవటం సాధ్యమవుతుందా? అన్ని జ్ఞాపకాల్నీ - వాస్తవాలకి

సంబంధించిన జ్ఞాపకం, అంటే, మీ ఇంటికి దారి, మొదలైన వాస్తవిక విషయాలకు సంబంధించిన జ్ఞాపకం కాక - జ్ఞాపకం ద్వారా మానసిక భద్రతకోసం పెంచుకున్న ఆంతర్గత అనుబంధాల్నీ, భద్రతకోసం, ఆనందంకోసం కూడపెట్టి దాచుకున్న జ్ఞాపకాల్నీ వీటన్నిటినీ అంతమొందించటం సాధ్యమేనా? అన్నింటా అంతమొందించటం అంటే, ప్రతి దినమూ మరణించటం, ప్రతి రేపటిదినం పునరుజ్జీవనం జరుగుతూ ఉండటం సాధ్యమేనా? అలా అయితేనే, జీవించి ఉండగా మరణాన్ని తెలుసుకోగలరు. అలా మరణించటంలో, అలా అంతమవటంలో, కొనసాగించటాన్ని అంతం చేయటంలో పునరుజ్జీవనం ఉంటుంది, అనంతమైన పునఃసృష్టి ఉంటుంది.

★★★

24. కాలం

ప్రశ్న: గతం ఒక్కసారిగా నశిస్తుందా, లేక, దానికి సమయం తప్పకుండా అవసరమా?

కృష్ణమూర్తి: మనం గతం యొక్క ఫలితం. మన ఆలోచన నిన్నటి మీద, అనేక వేల నిన్నటి రోజుల మీద ఆధారపడి ఉంది. మనం కాలం యొక్క ఫలితం. మన ప్రతిస్పందనలూ, మన ప్రస్తుత ధోరణులూ అన్నీ అనేక వేల క్షణాల యొక్క, సంఘటనల యొక్క, అనుభవాల యొక్క సంచిత ఫలితమే. కనుక, మనలో చాలామందికి గతమే వర్తమానం. ఇది వాస్తవం, ఎవ్వరూ కాదనలేరు. మీరూ, మీ ఆలోచనలూ, మీ చర్యలూ, మీ ప్రతిస్పందనలూ అన్నీ గతానికి ఫలితమే. ఇప్పుడు పృచ్ఛకుడు ప్రశ్నించినది - గతాన్ని ఈ క్షణంలోనే ఒక్కసారిగా తుడిచి వెయ్యటం సాధ్యమా అని. అంటే, కాలక్రమేణా కాకుండా, తక్షణం తుడిచి పెట్టెయ్యటం సాధ్యమా? లేక, సంచితమైన గతాన్ని వదిలించుకుని వర్తమానంలో స్వేచ్ఛగా ఉండటానికి కొంతకాలం పడుతుందా? అని. ఈ ప్రశ్నని అర్థం చేసుకోవటం చాలా ముఖ్యం. ప్రశ్న ఇదీ: మనలో ప్రతి ఒక్కరూ అసంఖ్యాకమైన ప్రభావాలతో, నిరంతరవైవిధ్యంతో, నిరంతరం మారుతూ ఉండే ప్రభావాలతో నిండిన నేపథ్యమైన గతం యొక్క ఫలితమే కనుక, కాలక్రమేణా కాకుండా, తక్షణం ఆ నేపథ్యాన్ని తుడిచివెయ్యటం సాధ్యమేనా?

గతం అంటే ఏమిటి? గతం అంటే మన ఉద్దేశం ఏమిటి? కాలక్రమానుసారమయిన గతం అని మనం అభిప్రాయపడటం లేదు నిశ్చయంగా. మన ఉద్దేశం నిస్సంశయంగా, గతం అంటే - సంచితమైన అనుభవాలూ, పోగు చేసిన ప్రతిస్పందనలూ, జ్ఞాపకాలూ, సంప్రదాయాలూ, జ్ఞానం, అవ్యక్త చైతన్య భాండారంలోని అసంఖ్యాకమైన ఆలోచనలూ, అనుభూతులూ, ప్రభావాలూ, వాటికి ప్రతిస్పందనలూ - వీటన్నిటి

మొత్తం. అటువంటి నేపథ్యం ద్వారా సత్యాన్ని తెలుసుకోవటం సాధ్యంకాదు. ఎందుచేతనంటే, సత్యం కాలానికి సంబంధించినది కాదు. అది కాలరహితమైనది. కనుక, కాలరహితమైనదాన్ని కాలఫలితమైన మనస్సుతో తెలుసుకోవటం సాధ్యం కాదు. పృచ్ఛకుడు కోరుతున్నది ఏమిటంటే, మనస్సుని స్వేచ్ఛగా చెయ్యటం సాధ్యమేనా? అంటే, కాలఫలితమైన మనస్సు తక్షణమే అంతం కాగలదా? లేక, మనస్సుని దాని నేపథ్యం నుంచి స్వేచ్ఛగా చేయటానికి అనేక పరీక్షలూ, విశ్లేషణలూ చేయవలసి ఉంటుందా? అని.

మనస్సే నేపథ్యం, మనస్సు కాలఫలితమే. మనస్సు గతమే, మనస్సు భవిష్యత్తు కాదు. అది భవిష్యత్తులో తన్నుతాను ప్రదర్శించుకుంటుంది, వర్తమానాన్ని భవిష్యత్తుకి పోయే బాటగా ఉపయోగిస్తుంది. కనుక, అది ఇప్పటికీ - అదేం చేసినా, దాని కార్యకలాపాలు ఎటువంటివైనా, భవిష్యత్తుకి చెందిన కార్యకలాపం గాని, వర్తమానానికి చెందిన కార్యకలాపం గాని, గతానికి చెందిన కార్యకలాపం గాని - అంతా కాలం వలలో చిక్కుకున్నదే. మనస్సు పూర్తిగా దానంతటదే అంతం కాగలదా? ఆలోచనా ప్రక్రియ అంతం కాగలదా? మనస్సుకి అనేక స్థాయిలున్న సంగతి స్పష్టమే. మన చైతన్యం అనేది ఎన్నో పొరలతో కూడుకుని ఉంది. పొరలన్నీ ఒకదానితో ఒకటి పరస్పరం అంతర్గత సంబంధం కలిగి, ఒకదానిపై ఒకటి ఆధారపడి ఉన్నాయి. మన చైతన్యం అంతా అనుభవాల్ని పొందుతూ ఉండటమే కాక, వాటికి పేర్లుపెట్టి, పదాలుగా రూపొందించి, జ్ఞాపకాల భాండారంలో వాటిని నిలవ చేస్తుంది. అదే చైతన్య ప్రక్రియ అంతా - కాదా?

మనం చైతన్యం గురించి మాట్లాడుతున్నప్పుడు, అనుభవం పొందటం, ఆ అనుభవానికి పేరుపెట్టి, పదంగా రూపొందించటం, దాన్ని స్మృతి భాండారంలో నిలవచెయ్యటం అని మన ఉద్దేశం కదా? ఇదంతా వేరువేరు స్థాయిల్లో పనిచేసే చైతన్యం. కాలఫలితమైన మనస్సు క్రమక్రమంగా ఈ విశ్లేషణ ప్రక్రియని అనుసరించి, ఆ నేపథ్యం నుంచి దానంతటది స్వేచ్ఛ పొందగలదా? లేక, కాలం నుంచి పూర్తిగా స్వేచ్ఛని పొంది, సత్యాన్ని ప్రత్యక్షంగా దర్శించగలదా?

పూర్వరంగం నుంచి స్వేచ్ఛగా ఉండటానికి, మీరు ప్రతి ప్రతిస్పందననీ, ప్రతి మనోవికారాన్నీ, ప్రతి అవరోధాన్నీ, ప్రతి ఆటంకాన్నీ పరీక్షించవలసి ఉంటుందని మనో విశ్లేషకులు చాలామంది చెబుతారు. అంటే, దానికి సహజంగా కొంత కాలం పడుతుంది, నిశ్చయంగా. అంటే, విశ్లేషణచేసేవాడు విశ్లేషణ చేసేది ఏమిటో అవగాహన చేసుకోవాలి విశ్లేషణ చేస్తున్నదాన్ని తప్పుగా వ్యాఖ్యానించకూడదు. విశ్లేషణ చేసినదాన్ని తప్పుగా అనువదించినట్లయితే, తప్పునిర్ణయాలకి దారితీస్తుంది. దానివల్ల మరో నేపథ్యాన్ని రూపొందించటమవుతుంది. విశ్లేషణచేసేవాడు కొంచెం కూడా దారి తప్పకుండా తన ఆలోచనల్నీ, అనుభూతుల్నీ సరిగ్గా విశ్లేషణ చేయగలిగి ఉండాలి. తను చేసే విశ్లేషణలో ఒక్కమెట్టు కూడా తప్పకూడదు. ఎందుకంటే, ఒక్క పొరపాటు చేసినా, ఒక్క తప్పు నిర్ణయానికి వచ్చినా, నేపథ్యాన్ని మరో మార్గంలో, మరొక స్థాయిలో తిరిగి ఏర్పరచటం

జరుగుతుంది. ఈ సమస్యకూడా ఉత్పన్నమవుతుంది: విశ్లేషణ చేస్తున్నవాడూ, తను విశ్లేషణ చేస్తున్నదీ వేరువేరా? విశ్లేషణ చేస్తున్నవాడూ, విశ్లేషణ చేయబడుతున్నదీ, రెండూకలిసి ఒకే సంయుక్త విషయం కాదా?

అనుభవించేవాడూ, అనుభవింపబడేదీ - రెండూకలిసి ఒకే సంయుక్త విషయంగాని, రెండు వేరువేరు ప్రక్రియలు కావు. కనుక, అలా విశ్లేషణ చేయటంలో ఉన్న కష్టాన్ని మనం చూడాలి. మన చైతన్యంలో ఉన్న అంశాలన్నిటినీ మొత్తం విశ్లేషించటం, తద్వారా స్వేచ్ఛని పొందటం అసాధ్యం. ఇంతకీ విశ్లేషించేవారు ఎవరు? విశ్లేషించేవాడు విశ్లేషించేదాన్నుంచి తను వేరుగా ఉన్నట్లు అనుకున్నా, నిజంగా వేరుగా లేడు. విశ్లేషించేదాన్నుంచి తన్ను తాను వేరు చేసుకోవచ్చు. కానీ, విశ్లేషించేవాడు విశ్లేషించేదానిలో ఒక భాగమే. నాకో ఆలోచన ఉంది, నాకొక అనుభూతి ఉంది - ఉదాహరణకి, నేను కోపంతో ఉన్నాననుకోండి. కోపాన్ని విశ్లేషించేటప్పుడు నేను కోపంలో భాగంగానే ఉన్నాను కాబట్టి, నేనూ నా కోపం, రెండూ కలిసి ఒకే సంయుక్త విషయం. రెండు వేరు వేరు ప్రక్రియలు కావు. కనుక, మనల్ని మనం విశ్లేషించుకోవటం, ఆవిష్కరణ చేసుకోవటం, పుట తరవాత పుటని తిప్పి, ప్రతీ ప్రతిక్రియనీ, ప్రతీ ప్రతిస్పందననీ కనిపెట్టడం విపరీతమైన కష్టంతో కూడుకున్నపని. అంతేకాక, ఊహించలేనంతకాలం పట్టవచ్చు. కాబట్టి, నేపథ్యం నుంచి స్వేచ్ఛని పొందే మార్గం ఈ విశ్లేషణావిధానం కాదు - అవునంటారా? అంతకంటె ఎక్కువ సులభమైన ఎక్కువ సూటిగా ఉన్న మార్గం ఉండి తీరాలి. ఆ మార్గాన్నే ఇప్పుడు మీరూ, నేనూ కలిసి కనుక్కోవటానికి ప్రయత్నిస్తున్నాం. దాన్ని కనుక్కోవాలంటే, మనం అసత్యమైనదాన్ని పట్టుకుని ఉండకుండా, దాన్ని వదిలిపెట్టెయ్యాలి. కనుక, విశ్లేషణావిధానం సరియైనది కాదు: ఆ విశ్లేషణావిధానం నుంచి మనం స్వేచ్ఛగా ఉండాలి.

అప్పుడు మీకు మిగిలిందేమిటి? ఇంతవరకు మీరు విశ్లేషణకి అలవాటుపడ్డారు - కాలేదా? పరిశీలించేవాడు పరిశీలించటం - పరిశీలించేవాడు, పరిశీలింపబడేది ఒకే సంయుక్త విషయం కాగా - పరిశీలించేవాడు పరిశీలింపబడేదాన్ని విశ్లేషణ చెయ్యటానికి ప్రయత్నించటం - ఈ విధానం అతనికి నేపథ్యం నుంచి విమోచన కలిగించలేదు. అది నిజమయితే - అది నిజమే - మీరా విధానాన్ని విడిచి పెట్టేస్తారు - విడిచిపెట్టరా? అది తప్పుపద్ధతి అని మీరు తెలుసుకున్నప్పుడు, కేవలం మాటల్లోనేగాక, వాస్తవంగా అది అసత్యమైన పద్ధతి అని మీరు తెలుసుకున్నప్పుడు, మీ విశ్లేషణావిధానాని కేం జరుగుతుంది? మీరు విశ్లేషణ చేయటం మానేస్తారు - మానరా? అప్పుడేం మిగుల్తుంది? కనిపెట్టి చూడండి, అనుసరించి చూడండి; నేపథ్యం నుంచి ఎంత వేగంగా, ఎంత త్వరగా స్వేచ్ఛ పొందుతారో అప్పుడు మీరే తెలుసుకుంటారు. అది కనుక మార్గం కానట్లయితే, మరేదైనా మార్గం మిగిలిందా? విశ్లేషణ చెయ్యటానికీ, పరిశోధించటానికీ, పరిశీలించటానికీ, ముక్కలుగా నరికి పరీక్షించటానికీ, నిర్ణయాలకి రావటానికీ అలవాటు పడిన మనస్థితి ఎలా ఉంటుంది? ఆ ప్రక్రియ ఆగిపోయినప్పుడు మీ మానసిక స్థితి ఎలా ఉంటుంది?

అప్పుడు మనస్సు ఏమీలేకుండా శూన్యంగా ఉంటుందంటారు. ఆ శూన్యంగా ఉన్న మనస్సులోకి ఇంకా ముందుకిపోయి చూడండి. వేరే మాటల్లో చెప్పాలంటే, తెలిసినదంతా అసత్యమైనదని తెలుసుకుని, దాన్ని నిరాకరించినప్పుడు మీ మనస్సు కేమయింది? ఇంతకీ, మీరు నిరాకరించి, విడిచిపెట్టిన దేమిటి? నేపథ్యానికి ఫలితమైన అసత్యప్రక్రియని మీరు విడిచిపెట్టారు కదా? ఒక్క దెబ్బతో మీరు మొత్తం అంతటినీ విడిచిపెట్టారు. కాబట్టి, మీ మనస్సు, విశ్లేషణావిధానం, దాని అంతరార్థాలూ, అన్నీ అసత్యాలని తెలుసుకుని, మొత్తం అంతనీ విడిచిపెట్టినప్పుడు 'నిన్న' నుంచి, అంటే, గతం నుంచి స్వేచ్ఛగా ఉంటుంది. కాబట్టి, కాలక్రమేణా జరగటం కాకుండా, ప్రత్యక్షంగా, సూటిగా చూడగలుగుతుంది. అందుచేత, మొత్తం నేపథ్యాన్ని తక్షణమే విడిచిపెట్ట గలుగుతోంది

విషయాన్నంతా మరో విధంగా చూద్దాం. ఆలోచన కాలఫలితం కదా? ఆలోచన సాంఘిక, మత వాతావరణ ప్రభావాల ఫలితం - అవన్నీ కాలంలో భాగమే - ఇప్పుడు, ఆలోచన కాలం నుంచి స్వేచ్ఛగా ఉండగలదా? అంటే, కాలఫలితం అయిన ఆలోచన కాలప్రక్రియని ఆపుచేసి, దాన్నుంచి స్వేచ్ఛగా ఉండగలదా? ఆలోచనని నిరోధించవచ్చు, రూపుదిద్దవచ్చు, కానీ, ఆలోచనని నిరోధించటం కూడా ఇంకా కాలరంగంలోనే జరుగు తోంది. అందుచేత మన సమస్య ఏమిటంటే, కాల ఫలితం అయిన మనస్సు, అనేక వేల నిన్నటి రోజుల ఫలితం అయిన మనస్సు, ఈ క్లిష్టమైన నేపథ్యం నుంచి తక్షణమే ఎలా స్వేచ్ఛగా అవగలదు? మీరు దాన్నుంచి రేపుకాదు, వర్తమానంలోనే, ఇప్పుడే స్వేచ్ఛగా ఉండగలరు. అసత్యమైనదాన్ని అసత్యమని మీరు గ్రహించినప్పుడే అది జరగటానికి వీలవుతుంది. విశ్లేషణావిధానం అసత్యమైనది. మనకి నిజంగా తెలిసినది ఆ విశ్లేషణ ఒక్కటే. ఆ విధానం పూర్తిగా ఆగిపోయినప్పుడు, నిర్బంధం ద్వారా కాక, ఆ విధానం తప్పనిసరిగా, అసత్యమైనదని అవగాహన చేసుకోవటం ద్వారా అది ఆగిపోయినప్పుడు, మీ మనస్సు గతం నుంచి పూర్తిగా వేరుపడిపోయిందని మీకు తెలుస్తుంది. - అంటే, గతాన్ని మీరు గుర్తించరనికాదు - మీ మనస్సు గతంతో ప్రత్యక్షంగా సమ్మేళనం కావటంలేదని మీకు తెలుస్తుంది. కనుక, అది గతం నుంచి తక్షణం, ఇప్పుడే స్వేచ్ఛగా ఉండగలదు. గతం నుంచి ఇలా వేరుపడటం, 'నిన్న' నుంచి సంపూర్ణంగా స్వేచ్ఛగా ఉండటం, 'కాలక్రమానుసారం' కాకుండా, మానసికంగా స్వేచ్ఛగా ఉండటం సాధ్య మవుతుంది. సత్యాన్ని గ్రహించటానికి అదొక్కటే మార్గం.

దాన్నే చాలా సరళంగా చెప్పాలంటే, మీరు దేన్నైనా అవగాహన చేసుకోదలచి నప్పుడు, మీ మనస్సు ఏ స్థితిలో ఉంటుంది? మీరు మీ బిడ్డని అర్థం చేసుకోవాలంటే, లేదా, మరెవరినైనా అర్థం చేసుకోవాలంటే, ఎవరైనా ఏదైనా చెబుతున్నదాన్ని అవగాహన చేసుకోవాలంటే, మీ మనస్థితి ఎలా ఉంటుంది? మీరు విశ్లేషించరు, విమర్శించరు, ఇతరులు చెప్పినదానిమీద తీర్పు చెప్పరు, మీరు కేవలం వింటారు - కాదా? ఆలోచనా ప్రక్రియ చురుకుగా లేకుండా ఉంటుంది కానీ, మనస్సు ఎంతో అప్రమత్తంగా ఉండే

స్థితిలో ఉంటుంది. ఆ అప్రమత్తత కాలానికి సంబంధించినది కాదు - అవునా? మీరు కేవలం అప్రమత్తంగా ఉంటారంతే. తటస్థంగా గ్రహిస్తూ పూర్తిగా తెలుసుకుంటూ ఉంటారు. ఇటువంటి స్థితిలోనే అవగాహన కలుగుతుంది. మనస్సు కల్లోలంగా ఉన్నప్పుడు, ప్రశ్నిస్తున్నప్పుడు, వ్యాకులపడుతున్నప్పుడు, విభజించి చూస్తున్నప్పుడు, విశ్లేషిస్తున్నప్పుడు అవగాహన చేసుకోవటం ఉండదు. అవగాహన చేసుకోవాలని తీవ్రంగా అనిపించినప్పుడు, మనస్సు వాస్తవంగా ప్రశాంతంగా ఉంటుంది. అయితే, ఈ విషయాన్ని నా మాటల్ని పట్టించుకోకుండా, మీ అంతట మీరు ప్రయోగం చేసి చూసుకోవాలి. కానీ, మీరు ఎంత ఎక్కువగా విశ్లేషిస్తే, అంత తక్కువగా అవగాహన చేసుకుంటారని మీరు చూడగలుగుతారు. కొన్ని సంఘటనల్నీ, కొన్ని అనుభవాల్నీ మీరు అవగాహన చేసుకోవచ్చు. కానీ, చైతన్యంలో ఉన్నదాన్నంతనీ విశ్లేషణా ప్రక్రియ ద్వారా - తొలగించటం సాధ్యం కాదు. మీరు అసత్యాన్ని అసత్యంగా చూసినప్పుడు, సత్యమేమిటో చూడటం మొదలుపెడతారు నేపథ్యం నుంచి మీకు విముక్తి కలిగించేది సత్యమే.

★★★

25. భావరహితమైన చర్య

ప్రశ్న: సత్యం సంభవం కావటానికి క్రియ భావరహితంగా ఉండాలని మీ వాదన. కానీ, భావం లేకుండా, అంటే ఏదో ఒక ఉద్దేశం లేకుండా పని చెయ్యటం అన్ని వేళలా కుదురుతుందా?

కృష్ణమూర్తి: ప్రస్తుతం మన చర్య ఏమిటి? చర్య అంటే ఏమిటి మన ఉద్దేశంలో? మన చర్య - మనం చేయకోరేది, ఉండగోరేది - ఒక భావం మీద ఆధారపడి ఉంటుంది కదా? అదంతా మనకి తెలిసినదే, మనకి భావాలున్నాయి, ఆదర్శాలున్నాయి, ప్రమాణాలున్నాయి. మనం ఏమిటో, మనం ఏంకాదో - అన్నిటికీ మూలం వివిధ సూత్రాలున్నాయి. మనం ఆచరించే క్రియకి మూలం భవిష్యత్తులో ప్రతిఫలం. లేదా, శిక్ష కలుగుతుందేమో నన్న భయం. మనకది తెలుసుకదా? అటువంటి కార్యకలాపం ప్రత్యేకించుకునేట్లుగా, తన చుట్టూ మూసుకున్నట్లుగా ఉంటుంది. ఆ అభిప్రాయం ప్రకారం మీరు మీ సంబంధంలో జీవిస్తారు, వ్యవహరిస్తారు. మీకు గల సంబంధం సామూహికంగా గాని, వ్యక్తిగతంగా గాని, ఒక ఆదర్శం వైపు, ఒక సద్గుణం వైపు, ఒక కార్యసాధన వైపు, ఇలా రకరకాలుగా ఉంటుంది.

నా చర్య ఎప్పుడూ ఒక ఆదర్శంమీద, ఒక భావంమీద ఆధారపడి ఉన్నప్పుడు

ఉదాహరణకి, ''నేను ధైర్యంగా ఉండాలి'', ''నేనొక దృష్టాంతాన్ని అనుసరించాలి'', ''నేను ఉదారంగా ఉండాలి'', ''నేను సామాజిక స్పృహతో ఉండాలి'' వంటి భావం మీద ఆధారపడినప్పుడు, ఆ భావం నా చర్యని రూపొందిస్తుంది, మార్గాన్ని నిర్దేశిస్తుంది. ''సద్గుణానికి అదొక ఉదాహరణ, నేను దాన్ని అనుసరించాలి'' అని అంటాం మనం. అంటే, ''దాని ప్రకారం నేను జీవించాలి''అని అర్థం. కనుక, చర్య ఆ భావం మీద ఆధారపడి ఉంది. చర్యకీ, భావానికీ మధ్య ఒక అఖాతం, ఒక విభజన, ఒక కాలప్రక్రియ ఉంది - లేదా? అంటే, నేను ఉదారంగాలేను, నేను ప్రేమించటంలేదు, నా హృదయంలో ఎక్కడా క్షమలేదు, కానీ, నేను ఉదారంగా ఉండాలనుకుంటున్నాను. కనుక, నేనున్నస్థితికీ, నేను ఉండాలనుకునే స్థితికీ మధ్య ఒక అంతరం ఉంది. ఆ అంతరాన్ని ఒక వంతెనతో కలపటానికి మనం ఎప్పుడూ ప్రయత్నిస్తూ ఉంటాం. మన కార్యకలాపం అదేకదా?

ఇప్పుడు, భావం ఏదీ లేకపోయినట్లయితే, ఏం జరుగుతుంది? ఒక దెబ్బతో మీరు ఆ అంతరాన్ని తొలగించి ఉండేవారు - లేదా? మీరు ''ఎలా ఉన్నారో'' అలాగే ''ఉంటారు''. ''నేను అందవికారంగా ఉన్నాను, నేను అందంగా ఉండాలి. అందుకు నేనేం చెయ్యాలి?'' అని అనుకుంటారు మీరు - అది భావం మీద ఆధారపడిన క్రియ. ''నేను కరుణామయుడిగాలేను, నేను కరుణామయుడిగా ఉండాలి'' అంటారు మీరు. కనుక, చర్యకి భిన్నంగా ఉన్న భావాన్నొకదాన్ని మీరు ప్రవేశపెడుతున్నారు. కాబట్టి, మీరెలా ఉన్నారో, దానికి తగినట్లు చర్య ఎప్పుడూ జరగటంలేదు. ఎప్పుడూ మీరు కావాలని ఆశించే ఆదర్శంమీద ఆధారపడివున్నక్రియే జరుగుతుంది. మూఢుడు ఎప్పుడూ తెలివైనవాడిగా 'అవుతా'నని అంటూ ఉంటాడు. కూర్చుని కృషి చేస్తాడు. 'అవటానికి' సతమతమవుతూ ఉంటాడు. అతడు ఎప్పుడూ ఆపడు. ఎప్పుడూ 'నేను మూఢుడినే' అని అనుకోడు. కనుక, అతని క్రియ అతని భావంమీద ఆధారపడిన క్రియేగాని, అసలు చర్య కానేకాదు.

చర్య అంటే చేయటం, కదలటం. కానీ, మీకో భావం ఉన్నప్పుడు భావమే కదుల్తుంది. చర్యకి సంబంధించిన ఆలోచనాప్రక్రియ కదుల్తుంది. భావం లేకపోతే, ఏం జరుగుతుంది? మీరు ఉన్నట్లుగానే ఉంటారు. మీరు క్షమాగుణం లేకుండా, ఔదార్యం లేకుండా, క్రూరంగా, మూఢంగా, తెలివితేటల్లేకుండా ఉన్నారు. మీరు అలాగే ఉండగలరా? ఉండి చూడండి, ఏం జరుగుతుందో. నేను ఔదార్యం లేకుండా, క్రూరంగా, మూఢంగా ఉన్నట్లు గుర్తించినప్పుడు, అలా ఉన్నది నిజమేనని నేను తెలుసుకున్నప్పుడు, ఏం జరుగుతుంది? ఔదార్యం ఉండదా? వివేకం ఉండదా? ఔదార్యం లేకపోవటాన్ని నేను మాటల్లో కాకుండా, వాస్తవంగా గుర్తించినప్పుడు, నేను ఔదార్యం లేకుండా, ప్రేమ లేకుండా ఉన్నానని అవగాహన చేసుకున్నప్పుడు, ఉన్న స్థితిని అలా చూడటంలోనే ప్రేమ ఉండదా? తక్షణమే నేను ఉదారంగా ఉండనా? పరిశుభ్రంగా ఉండవలసిన అవసరాన్ని నేను గమనించినప్పుడు కష్టం ఏమీ ఉండదు. నేను వెంటనే వెళ్లి శుభ్రం చేసుకుంటాను. నేను పరిశుభ్రంగా ఉండాలన్నది ఆదర్శమైతే, అప్పుడేం

వెళ్లి శుభ్రం చేసుకుంటాను. నేను పరిశుభ్రంగా ఉండాలన్నది ఆదర్శమైతే, అప్పుడేం జరుగుతుంది? పరిశుభ్రంగా ఉండటాన్ని వాయిదా వేస్తాను, లేదా, పైపైన పరిశుభ్రంగా ఉంటాను.

భావంమీద ఆధారపడిన క్రియ చాలా పైపైన మాత్రమే జరుగుతూ ఉంటుంది. అది నిజమైన క్రియ కానే కాదు. అది కేవలం భావనే, అంటే, ఆలోచనాప్రక్రియ కొనసాగుతూ ఉండటమే.

మనల్ని మానవులుగా మార్చగల చర్య - పునరుజ్జీవనం, విమోచన, పరివర్తన, ఇంకే పేరుతో అన్నా, అటువంటి చర్య భావం మీద ఆధారపడి ఉండదు. అది, తరవాత ఫలితంగా వచ్చే పురస్కారంతో గానీ, శిక్షతో గానీ నిమిత్తం లేని క్రియ. అటువంటి క్రియ కాలరహితమైనది. ఎందుచేతనంటే, మనస్సు అనే కాలప్రక్రియ, , అంచనా వేసే ప్రక్రియ, విశ్లేషించి, వేరుచేసుకునే ప్రక్రియ ఆ క్రియలోకి ప్రవేశించదు.

ఈ ప్రశ్న అంతసులభంగా పరిష్కారమయేది కాదు. మీలో చాలా మంది ప్రశ్నలు వేసి, ''ఔను'', ''కాదు'' అని సమాధానం చెప్పాలంటారు. ''మీ అభిప్రాయం ఏమిటి''? అని ప్రశ్నించి, జార్లబడి కూర్చుని నన్ను సమాధానం చెప్పమనటం చాలా సులభమే. కానీ, సమాధానాన్ని మీ అంతట మీరే తెలుసుకోవటానికి ప్రయత్నించటం, ప్రశ్నని ఎంతో ప్రగాఢంగా, ఎంతో స్పష్టంగా, ఎటువంటి కల్మషంలేకుండా పరిశీలించటం ఎంతో ప్రయాసతో కూడినది. అప్పుడే సమస్య అంతమవుతుంది. సమస్య ఎదురైనప్పుడు, మనస్సు నిజంగా ప్రశాంతంగా ఉన్నప్పుడే అలా సంభవించటానికి వీలవుతుంది. ప్రశ్నని, సమస్యని మీరు ప్రేమించినట్లయితే, సూర్యాస్తమయంలాగే మనోహరంగా ఉంటుంది. మీరు ప్రశ్నని వైరభావంతో సమీపించినట్లయితే, ఎన్నటికీ దాన్ని అవగాహన చేసుకోలేరు. ఫలితం ఎలా ఉంటుందో, ముందుకిపోతే ఏం సంభవిస్తుందో అని భయపడటం చేత,

మనలో చాలామంది దాన్నివైరభావంతోనే చూస్తారు. అందుచేత, మనం సమస్య ప్రాధాన్యాన్నీ, దానిలో ఉన్న అవకాశాన్నీ జారవిడుచుకుంటున్నాం.

★★★

26. పాత, కొత్త

ప్రశ్న: మీరు చెప్పేది వింటున్నంతసేపూ అంతా స్పష్టంగా, కొత్తగా ఉంటుంది. ఇంటికెళ్లగానే, ఆ పాత మందకొడితనం, అస్తిమితత్వం తలెత్తుతాయి. నాలో ఉన్న లోపం ఏమిటి?

కృష్ణమూర్తి: వాస్తవంగా మన జీవితాల్లో ఏం జరుగుతోంది? నిరంతరం సమస్యలూ, వాటికి ప్రతిస్పందనలూ, అదే బ్రతుకు, అదే జీవితం - కాదా? అంతులేని సమస్యలూ, ప్రతిస్పందనలూ. సమస్య ఎప్పుడూ కొత్తదే. ప్రతిస్పందన మాత్రం ఎప్పుడూ పాతదే. నేను మిమ్మల్ని నిన్న కలుసుకున్నాను. మీరీ రోజు నా దగ్గరకొచ్చారు. మీరు వేరుగా ఉన్నారు, సరిదిద్దుకున్నారు. మీరు మారారు, మీరు కొత్తగా ఉన్నారు. కానీ, నేను మాత్రం మీరు నిన్న ఎలా ఉన్నారో ఆ రూపాన్నే మనస్సులో ఉంచుకున్నాను. కనుక, ఇవాళ్టి కొత్తదాన్ని నిన్నటి పాతదానిలో ఇముడ్చుకున్నాను. నేను మిమ్మల్ని కొత్తగా కలుసుకోవటంలేదు, మీ నిన్నటి రూపాన్నే నాలో ఉంచుకోవటం చేత మీ కొత్త సమస్యకి నా ప్రతిస్పందన పాతదాని చేత ప్రభావితమై ఉంటుంది. ఇక్కడ మీరు కూర్చుని వింటున్నప్పుడు, ఈ సమయంలో మీరు బ్రాహ్మణులుకారు, క్రిస్టియన్లుకారు, ఉన్నత కులస్తులు కారు - వీటన్నిటినీ మీరు మరిచిపోతారు. మీరు ఊరికే వింటూ ఉంటారు, లీనమైపోతారు, తెలుసుకోవటానికి ప్రయత్నిస్తూ ఉంటారు. మీ నిత్యజీవితాన్ని మళ్లీ ప్రారంభించినప్పుడు, మీరు మీ వెనకటి వారే అవుతారు - మీ ఉద్యోగం, మీ కులం, మీ వ్యవస్థ, మీ కుటుంబం. అంటే, కొత్తదెప్పుడూ పాతదానిలో లీనమైపోతుంది. పాత అలవాట్లలో, భావాల్లో, ఆచారాల్లో, జ్ఞాపకాల్లో లీనమయిపోతారు. కొత్తది ఎప్పుడూ ఉండదు. కొత్తదాన్నెప్పుడూ పాతదానితోనే కలుసుకుంటున్నారు. సమస్య కొత్తదే. కాని, పాతదానితో స్పందిస్తున్నారు. ఈ ప్రశ్నలో ఉన్న సమస్య ఏమిటంటే, పాతదాన్నుంచి ఆలోచనకి విముక్తి కలిగించి, ఎప్పటికీ కొత్తగా ఉండటం ఎలా - అన్నది. మీరో పువ్వుని చూసినప్పుడు, మీరో ముఖాన్ని చూసినప్పుడు, మీరు ఆకాశాన్నీ, ఒక వృక్షాన్నీ, ఒక చిరునవ్వునీ చూసినప్పుడు దానికి సరికొత్తగా స్పందించటం ఎలా? దానికి కొత్తగా ఎందుకు స్పందించటం లేదు? పాతది కొత్తదాన్ని ఇముడ్చుకుని, దాన్నెందుకు సరిదిద్దుతుంది? మీరు ఇంటికి వెళ్లగానే కొత్తది ఎందుకు అంతమవుతుంది?

పాత ప్రతిస్పందన ఆలోచించేవాడి నుంచి వస్తుంది. ఆలోచించేవాడు ఎప్పుడూ పాతవాడేకదా? మీ ఆలోచన గతం మీద ఆధారపడి ఉండటంచేతనే మీరు కొత్తదాన్ని చూసినప్పుడు ఆలోచించేవాడే స్పందిస్తున్నాడు; నిన్నటి అనుభవమే స్పందిస్తోంది. ఆలోచించేవాడు ఎప్పుడూ పాతవాడే. కనుక, మనం వెనకటి సమస్యనే తిరిగి వేరే రూపంలో చూస్తున్నాం. ఆలోచించేవాడే అయిన మనస్సు తననుంచి తనని ఎలా విముక్తి చేసుకుంటుంది? ఇదే మన సమస్య. జ్ఞాపకాన్ని - వాస్తవాల గురించిన జ్ఞాపకం కాకుండా - అనుభవాలు సంచితమైన మానసికస్మృతిని తుడిచివేయటం ఎలా? అనుభవ శేషం నుంచి విముక్తి కలగనిదే, కొత్తదాన్ని ఆహ్వానించటం సాధ్యంకాదు. ఆలోచనని విముక్తి చేయటం, ఆలోచనాప్రక్రియ నుంచి విముక్తి పొందటం, అలా స్వేచ్ఛగా అయి, కొత్తదానికి స్పందించటం ఎంతో ప్రయాసతో కూడినది - కాదా? ఎందువల్లనంటే, మన నమ్మకాలూ, మన సంప్రదాయాలూ, మన విద్యావిధానాలూ, అన్నీ అనుకరించటం, నకలు చేయటం, స్మరించటం, జ్ఞాపకాల్ని సంచితం చేసి భాండారాన్ని నిర్మించుకోవటం మొదలైన ప్రక్రియలే. అటువంటి జ్ఞాపకమే నిరంతరం కొత్తదానికి ప్రతిస్పందిస్తూ

ఉంటుంది. ఆ జ్ఞాపకం చేసే ప్రతిస్పందనల్నే మనం ఆలోచన అంటాం. ఆ ఆలోచన కొత్తదానికి స్పందిస్తుంది. కనుక, కొత్తది ఎలా ఉంటుందింక? స్మృతిశేషం లేనప్పుడే కొత్తదనం ఉంటుంది. అనుభవం పూర్తికానప్పుడు, సమాప్తి చెందనప్పుడు, అంతం కానప్పుడు, అంటే, అనుభవాన్ని అసంపూర్ణంగా అవగాహన చేసుకున్నప్పుడు శేషం ఉంటుంది. అనుభవం సంపూర్తి కాగానే శేషం ఉండదు - అదే జీవితంలో ఉన్న అందం. ప్రేమ ఒక శేషం కాదు. ప్రేమ ఒక అనుభవం కాదు. అది ఒక అస్తిత్వ స్థితి. ప్రేమ అనంతంగా నూతనంగా ఉంటుంది. కాబట్టి, మన సమస్య ఏమిటంటే, ఇంటిదగ్గర కూడా, కొత్తదానికి నిరంతరం కొత్తగా స్పందించటం సాధ్యమా? నిశ్చయంగా, సాధ్యం. అలా చేయటానికి, ఆలోచనలోనూ, అనుభూతిలోనూ మౌలిక పరివర్తన తీసుకు రావాలి. ప్రతిసంఘటన విషయం అనుక్షణం ఆలోచించి, విడిచిపెట్టినప్పుడే, ఏదో ఆకస్మికంగా చూసి అవతలికి తోసెయ్యటం కాకుండా, ప్రతి స్పందననీ పూర్తిగా అవగాహన చేసుకున్నప్పుడే, మీరు స్వేచ్ఛగా ఉండగలరు. ప్రతి ఆలోచననీ, ప్రతి అనుభూతినీ పూర్తిగా చివరివరకూ ఆలోచించి, దాని అంతంవరకూ చూసినప్పుడే జ్ఞాపకాన్ని సంచితం చేసుకోవటం నుంచి స్వేచ్ఛ లభిస్తుంది. అంటే, ప్రతీ ఆలోచననీ, ప్రతీ అనుభూతినీ పూర్తిగా ఆలోచించి సమాప్తి చేసినప్పుడు ఒక అంతం ఉంటుంది. ఆ అంతానికీ, తరవాత వచ్చే ఆలోచనకీ మధ్య వ్యవధి ఉంటుంది. నిశ్శబ్దంగా ఉండే ఆ వ్యవధిలోనే పునరుజ్జీవనం, నూతన సృజనాత్మకత సంభవమవుతుంది.

ఇది కేవలం సిద్ధాంతం కాదు. ఆచరణకు అసాధ్యంకాదు. ప్రతి ఆలోచననీ, ప్రతి అనుభూతినీ మీరు పూర్తిగా ఆలోచించి సమాప్తిచేయటానికి ప్రయత్నించినట్లయితే, అది మీ దైనందిన జీవితంలో పూర్తిగా ఆచరణ సాధ్యమైనదే అని మీరు తెలుసుకుంటారు. ఎందుచేతనంటే, అప్పుడు మీరు కొత్తగా ఉంటారు, కొత్తగా ఉన్నది అనంతంగా మనగలుగుతుంది. కొత్తగా ఉండటం అంటే, సృజనాత్మకంగా ఉండటం; సృజనాత్మకంగా ఉండటం అంటే ఆనందంగా ఉండటం. ఆనందంగా ఉన్న మనిషికి సంపదతోనూ, పేదరికంతోనూ నిమిత్తం ఉండదు. సంఘంలో ఏ స్థాయికి, ఏ కులానికి, ఏ దేశానికి చెందినా అతడు లక్ష్యం చేయడు. అతడికి నాయకులు లేరు, దేవుళ్లు లేరు, దేవాలయాలు లేవు, చర్చిలు లేవు. అందుచేత పోరాటాలు లేవు, శత్రుత్వం లేదు.

నిశ్చయంగా ప్రస్తుత ప్రపంచ సంక్షోభంలో మన కష్టాలన్నిటినీ తీర్చగల ఆచరణయోగ్యమైన మార్గం అదొక్కటే. మనం సృజనాత్మకంగా లేము కనుకనే - నేనీ మాటని వాడుతున్న అర్థంలో - మన చైతన్యంలోని వివిధ స్థాయిల్లో మనం అంత సంఘవిద్రోహకరంగా ఉంటున్నాం. మన సాంఘిక సంబంధాల్లో, ప్రతి ఒక్కదానితోనూ మనకి గల సంబంధంలో ఆచరణయోగ్యంగా, ప్రయోజనకరంగా ఉండాలంటే మనం ఆనందంగా ఉండాలి. అంతం లేనిదే ఆనందం లేదు. నిరంతరం ఏదో అవుతూండే ప్రక్రియ ఉన్నట్లయితే ఆనందం ఉండదు. అంతం అవటంలో పునరుజ్జీవనం, పునఃసృష్టి, నవ్యత, స్వచ్ఛత, ఆనందం ఉంటాయి.

నేపథ్యం ఉన్నంతకాలం, మనస్సు, అంటే, ఆలోచించేవాడుగా తన ఆలోచన చేత ప్రభావితమై ఉన్నంత కాలం కొత్తది పాతదానిలో లీనమైపోతుంది. పాతది కొత్తదాన్ని నాశనం చేస్తుంది. నేపథ్యం నుంచీ, బంధించే ప్రభావాలనుంచీ, జ్ఞాపకం నుంచీ, స్వేచ్ఛగా ఉండాలంటే, కొనసాగుతూ ఉండటం నుంచి స్వేచ్ఛ పొందాలి. ఆలోచన, అనుభూతులూ అంతం కానంతవరకూ కొనసాగటం జరుగుతుంది. ప్రతీ ఆలోచననీ అనుసరించి, దాన్ని పూర్తిచేసినప్పుడే, ప్రతీ ఆలోచనా, ప్రతీ అనుభూతీ అంతమవుతుంది. ప్రేమ ఒక అలవాటు కాదు; జ్ఞాపకం కాదు; ప్రేమ ఎప్పుడూ కొత్తగా ఉంటుంది. మనస్సు తాజాగా ఉన్నప్పుడే కొత్తదానికి కొత్తగా స్పందించగలదు. జ్ఞాపకశేషం ఉన్నంతవరకూ మనస్సు తాజాగా ఉండదు. జ్ఞాపకం వాస్తవికమైనదీ, మానసికమైనదీ కూడా. నేను మాట్లాడుతున్నది వాస్తవిక జ్ఞాపకం గురించి కాదు, మానసిక జ్ఞాపకం గురించి. అనుభవాన్ని సంపూర్ణంగా అవగాహన చేసుకోనంతవరకూ శేషం ఉంటుంది, అదే పాతది, అదే నిన్నటిది, అదే గతంలోనిది. గతం ఎప్పుడూ కొత్తదాన్ని లీనం చేసుకుని, దాన్ని నాశనం చేస్తుంది. పాతదాన్నుంచి మనస్సు స్వేచ్ఛగా ఉన్నప్పుడే, ప్రతిదానికీ కొత్తగా స్పందించగలుగుతుంది. అందులోనే ఆనందం ఉంటుంది.

★★★

27. పేరు పెట్టడం

ప్రశ్న: ఏ ఉద్రేకానికైనా పేరుపెట్టకుండా, ఒక చిహ్నాన్ని ఇవ్వకుండా ఎవరికైనా **అది ఎలా తెలుస్తుంది? నాకేదైనా అనుభూతి కలిగితే, ఆ అనుభూతి ఏమిటో అది కలిగిన వెంటనే తెలిసినట్లనిపిస్తుంది నాకు. ''పేరుపెట్టొద్దు'' అని మీరన్నదాంట్లో వేరే అర్థం ఏమైనా ఉందా?**

కృష్ణమూర్తి: దేనికైనా ఎందుకు పేరు పెడతాం? ఒక పువ్వుకి, ఒక మనిషికి, ఒక అనుభూతికి ఎందుకొక చిహ్నాన్నిస్తాం? మన అనుభూతుల్ని తెలియజేయటానికీ, పువ్వుని వర్ణించటం మొదలైనవి చెయ్యటానికీ, లేదా, ఒక అనుభవంతో తాదాత్మ్యం పొందటానికీ - అంతేకదా? నేను ఒక వస్తువుని, ఒక అనుభూతిని తెలియజేయటానికి, దానికి ఒక పేరు పెడతాను. ''నేను కోపంగా ఉన్నాను'' లేదా, ఆ అనుభూతిని బలపరచటానికో, లేదా, రూపుమాపటానికో, లేదా, దాన్ని మరొకదానిగా మార్చుచేయటానికో, లేక, మరేదైనా చేయటానికో, దానితో తాదాత్మ్యం పొందుతాను. మనం ఒక వస్తువుకి, ఓ గులాబీ పువ్వుకి పేరు దాన్ని గురించి ఇతరులకి తెలియజేయటానికి పెడతాం - కాదా? లేదా, ఒక పేరు పెట్టడంచేత మనం దాన్ని తెలుసుకున్నాం అనుకుంటాం. ''అది గులాబీ పువ్వు'' అని చెప్పి, త్వరగా దానివైపుచూసి వెళ్ళిపోతాం. దానికో పేరు పెట్టడంచేత,

దాన్ని అర్థం చేసుకున్నామని అనుకుంటాం. దాన్ని వర్గీకరిస్తాం. అందుచేత, ఆ పువ్వులో ఉన్నదాన్నంతా, దాని సౌందర్యాన్నంతా గ్రహించామని అనుకుంటాం.

ఒక వస్తువు కొకపేరు పెట్టడం చేత, కేవలం దాన్నొక వర్గంలో చేర్చాం. ఇక, దాన్ని అర్థం చేసుకున్నామనుకుంటాం. దాన్ని మరీ దగ్గరనుంచి చూడం. దానికో పేరునివ్వనప్పుడు, దానివైపు చూడవలసి వస్తుంది. అంటే, ఆ పువ్వుని, లేదా, మరోదాన్ని కొత్తగా, ఒక నూతన దృక్పథంలో పరిశీలిస్తాం - దాన్నిదివరకెప్పుడూ మనం చూడలేదన్నట్లుగా చూస్తాం. వస్తువులకీ, మనుషులకీ - వారు జర్మన్ దేశస్థులు, వీరు జపాన్ దేశస్థులు, వారు అమెరికన్లు, వీరు భారతీయులు అని చెప్పి, ఏదో ఒక పేరు పెట్టి త్రోసివెయ్యటం ఎంతో సౌకర్యవంతమైన పని. ఒక చిహ్నాన్నియ్యవచ్చు. ఆ చిహ్నాన్ని నాశనం చెయ్యవచ్చు. మనుషులకి మీరో చిహ్నాన్ని ఇవ్వనప్పుడు మీరు తప్పనిసరిగా వారివైపు చూసితీరవలసివస్తుంది. అప్పుడు ఎవరినైనా చంపటం చాలా కష్టమవుతుంది. ఒక బాంబుని విసిరి చిహ్నాన్ని నాశనం చెయ్యవచ్చు. న్యాయంగా ప్రవర్తించామనుకోవచ్చు. కానీ, చిహ్నాన్ని ఇవ్వనప్పుడు, ఆ ప్రత్యేకవస్తువుని - అది ఒక మనిషిగానీ, పువ్వుగానీ, ఒక సంఘటన గానీ, ఒక అనుభూతిగానీ - పరిశీలించవలసి ఉంటుంది. దానికీ, మీకు గల సంబంధాన్నీ, తరవాత తీసుకునే చర్యనీ తప్పనిసరిగా విచారించవలసి ఉంటుంది. కనుక, దానికొక పదాన్ని స్థిరపరచటం, చిహ్నానివ్వటం - దేనిగురించి అయినా నిర్ణయించటానికీ, కాదనటానికీ, ఖండించటానికీ, సమర్థించటానికీ, ఎంతో సౌకర్యవంతంగా ఉంటుంది. ఇంతవరకూ ప్రశ్నని ఒకవైపునుంచి చూశాం.

మీరు ఏ మూలకేంద్రం నుంచి పేరు పెడుతున్నారు. ఎప్పుడూ పేరుపెడుతూ, ఎంచుకుంటూ, చిహ్నాన్ని ఇస్తూండే కేంద్రం ఏమిటి? దేనినుంచి మనం చర్యతీసుకుంటున్నామో, దేనినుంచి తీర్పు చెబుతున్నామో, దేనినుంచి పేరు పెడుతున్నామో, ఆ కేంద్రం, ఆ మూలకేంద్రం ఒకటుందని మనందరం అనుకుంటాం. - అనుకోమా? ఆ కేంద్రం ఏమిటి? ఆ మూలకేంద్రం ఏమిటి? కొందరు దాని ఆధ్యాత్మిక సారం అనీ, దైవం అనీ అనుకోవాలనుకుంటారు. దాన్ని మీరేమను కున్నాసరే. ఆ మూలం ఏమిటో, ఆ కేంద్రం ఏమిటో, ఆ పేరు పెడుతున్నదీ, పదాన్ని స్థిరపరుస్తున్నదీ, నిర్ణయిస్తున్నదీ ఏమిటో మనం కనుక్కుందాం. ఆ మూలం, నిశ్చయంగా, జ్ఞాపకమే - కాదా? అనేక అనుభూతులు వరసగా గుర్తింపబడి, ఒక పరిధిలో ఉంచబడి, ఒక కేంద్రంగా ఏర్పడ్డాయి. అది వర్తమానం ద్వారా సజీవమైన గతం. ఆ మూలం, ఆ కేంద్రం పేరు పెట్టడం ద్వారా, చిహ్నాల నివ్వటం ద్వారా జ్ఞాపకం ఉంచుకోవటం ద్వారా వర్తమానంవల్ల పోషింపబడుతుంది.

దీన్ని మనం వివరంగా చూసినట్లయితే, ఈ కేంద్రం, ఈ మూలం ఉన్నంతకాలం అవగాహన చేసుకోవటం అనేది జరగదని మనం తెలుసుకుంటాం. ఈ మూలాన్ని తొలగించినప్పుడే అవగాహన ఉంటుంది. ఎందువల్లనంటే, ఇంతకీ, జ్ఞాపకమే ఆ మూలం అని తెలుస్తుంది. పేర్లూ, చిహ్నాలూ, గుర్తులూ ఇవ్వబడిన అనేక అనుభవాల జ్ఞాపకం.

పేర్లూ, చిహ్నాలూ ఇవ్వబడిన అనుభవాలతో కూడిన ఆ కేంద్రం నుంచే, ఆయా అనుభవాల జ్ఞాపకాల్లోంచి వచ్చే అనుభూతుల్నీ, సుఖదుఃఖాల్నీ అనుసరించి వాటిని అంగీకరించటం, నిరాకరించటం, ఉండటమో ఉండకపోవటమో నిర్ణయించటం మొదలైనవన్నీ జరుగుతూ ఉంటాయి. కనుక, మాటే ఆ కేంద్రం. ఆ కేంద్రానికి పేరుపెట్టనట్లయితే కేంద్రం ఉంటుందా? అంటే, మాటలరూపంలో మీరు వ్యక్తం చేయనట్లయితే, మాటల్ని ఉపయోగించనట్లయితే, మీరు ఆలోచించగలరా? మాటల్లో వ్యక్తం చేయటం ద్వారానే ఆలోచన పుడుతోంది. అంటే, ఆలోచన ప్రారంభమవటంతోటే, దానికి ప్రతిక్రియగా మాటల్లో వ్యక్తం చేయటం కూడా వెంటనే ప్రారంభమవుతుంది. ఆ కేంద్రం, ఆ మూలం - శబ్దరూపాలు పొందిన అనేక సుఖదుఃఖాల జ్ఞాపకమే. దయచేసి, మీలో మీరు జాగ్రత్తగా పరిశీలించుకోండి. అసలు సారాంశంకంటే మాటలే ఎక్కువ ముఖ్యమైపోయినట్లూ, చిహ్నాలే ఎక్కువ ముఖ్యమైపోయినట్లూ మీరు గమనిస్తారు. మనం మాటల మీదే జీవిస్తున్నాం.

మనకి సత్యం, దైవం వంటి మాటలూ, ఆ మాటలు సూచించే అనుభూతులూ ఎంతో ముఖ్యమయాయి. మనం అమెరికన్, క్రిస్టియన్, హిందువు, కోపం వంటి మాటల్ని పలికినప్పుడు, ఒక అనుభూతిని తెలియజేసే ఆ మాటే 'మనం'. కానీ, ఆ అనుభూతి ఏమిటో మనకి తెలియదు. ఎందుచేతనంటే, ఆ 'మాటే' ఎక్కువ ముఖ్యమైపోయింది కనుక. మీరు 'నేను బౌద్ధుడిని', 'క్రిస్టియన్ని' అని చెప్పుకున్నప్పుడు ఆ మాటకి అర్థం ఏమిటి? మీ రెప్పుడూ పరీక్షించి - చూడని ఆ మాట వెనకాల ఉన్న భావం ఏమిటి? మన కేంద్రమే, మన మూలమే ఆ మాట, ఆ చిహ్నం. చిహ్నానికి ప్రాముఖ్యం ఏమీలేకుండా ఉంటే, ప్రాముఖ్యం కలిగి ఉన్న చిహ్నానికి వెనుక ఉన్న భావమే ఉన్నట్లయితే చిహ్నం వెనకాల ఉన్నదానికే ప్రాముఖ్యాన్నిస్తే, మీరు పరిశీలించగలుగుతారు. కానీ ఆ చిహ్నం వల్ల గుర్తింపుపొంది, దానికి అతుక్కుపోయినట్లయితే, మీరేమీ చేయలేరు. మనం వాస్తవంగా, చిహ్నంతో తాదాత్మ్యం పొంది ఉన్నాం. ఇల్లు, రూపం, పేరు, సామాను, బ్యాంకులో ఉన్నడబ్బు, మన అభిప్రాయాలూ, మన ప్రేరేపణలూ, మొదలైనవన్నీ మనకి చిహ్నాలే. మనం ఆ వస్తువులే అయిపోయాం. పేరు ద్వారా ఆ 'వస్తువుల'కి గుర్తింపు. వస్తువులూ, పేర్లూ, చిహ్నాలూ ముఖ్యమైపోయాయి. కాబట్టి, కేంద్రం, లేదా, మూలం అంటే 'మాటే.'

మాట, చిహ్నం లేనట్లయితే కేంద్రం ఉండనే ఉండదు - ఉంటుందా? అది నశించిపోతుంది. శూన్యం మాత్రమే ఉంటుంది. - భయాన్ని కలిగించే శూన్యత కాదు. అది పూర్తిగా వేరు. శూన్యంగా ఉన్నభావం కలుగుతుంది. చిహ్నాలన్నిటినీ మీరు తోసేశారు కనుక, అనుభూతులకీ, భావాలకీ ఎందుకు చిహ్నాల నిస్తున్నారో అవగాహన చేసుకున్నారు కనుక, ఇప్పుడు మీరు పూర్తిగా కొత్తగా ఉన్నారు - లేరా? కేంద్రం ఏదీ లేదు కనుక, ఏ కేంద్రం నుంచీ మీరు పనిచేయటం లేదు. మాట రూపంలో ఉన్న కేంద్రం తొలిగిపోయింది. చిహ్నం తొలిగిపోయింది. ఇప్పుడికమీదట కేంద్రంగా

మీరెక్కడ ఉన్నారు? మీరు ఉన్నారు కాని, పరివర్తన జరిగింది. ఆ పరివర్తన కొంచెం భయం కలిగించేదిగా ఉంటుంది. కాబట్టి, అందులో ఇంకా ఏమిటుందోనని దానితో ముందుకు సాగరు. మీరు తీర్మానించటం, ఇష్టపడాలో వద్దో నిర్ణయించటం అప్పుడే ప్రారంభిస్తున్నారు. ఏది రానున్నదో దాన్ని అవగాహన చేసుకోవటానికి ప్రయత్నించకుండా, అప్పుడే నిర్ణయం తీసుకుంటున్నారు. అంటే, మీకో కేంద్రం ఇంకా ఉన్నట్లూ, ఆ కేంద్రం నుంచి మీరు పని చేస్తున్నట్లూ అర్థమవుతోంది. ఏ క్షణంలో మీరు తీర్మానించటం ప్రారంభిస్తారో ఆ క్షణంలోనే మీరు అక్కడ స్థిరపడిపోతారు. ''ఇష్టం'', ''అయిష్టం'' అనే మాటలు ముఖ్యమవుతాయి. కానీ, మీరు పేరు పెట్టకపోతే ఏం జరుగుతుంది? మీరొక ఉద్రేకాన్నో, ఒక అనుభూతినో మరింత సూటిగా చూస్తారు. దాంతో, మీకు వేరే రకమైన సంబంధం ఏర్పడుతుంది - పువ్వుకి పేరు పెట్టకపోతే దానితో మీకెటువంటి సంబంధం ఉంటుందో అటువంటి సంబంధమే ఉంటుంది. దాన్ని కొత్తగా చూడటం తప్పనిసరి అవుతుంది. ఒక వర్గం మనుషులికి ఒక పేరు పెట్టనట్లయితే, వాళ్ళందరినీ ఒక సమూహంలా చూడక, ప్రతి ఒక్కరి ముఖాన్నీ తప్పనిసరిగా చూసి తీరవలసివస్తుంది. కాబట్టి, మీరు చాలా అప్రమత్తంగా ఉంటారు. మరింత జాగ్రత్తగా పరిశీలిస్తారు, మరింత ప్రగాఢంగా అవగాహన చేసుకుంటారు. మీకు మరింత ప్రగాఢమైన కారుణ్యభావాలూ, ప్రేమభావం కలుగుతాయి. కానీ, మీకు వాళ్లనందర్నీ ఒకే సమూహంగా చూసినప్పుడు అంతా ఆఖరైపోతుంది.

మీరు చిహ్నాన్నివ్వకుండా ఉంటే, కలిగిన ప్రతి అనుభూతితో వ్యవహరించవలసి ఉంటుంది. మీరు చిహ్నానిచ్చినప్పుడు ఆ చిహ్నాం, అనుభూతి వేరు వేరుగా ఉన్నాయా? లేక, చిహ్నమే అనుభూతిని మేలుకొల్పుతోందా? దయచేసి, ఆలోచించండి. చిహ్నాన్ని ఇవ్వటంతోనే మనం అనుభూతిని తీవ్రం చేస్తాం. అనుభూతి కలగటం, పేరు పెట్టడం ఒకేసారి జరుగుతుంది. పేరు పెట్టడానికీ, అనుభూతి కలగటానికీ మధ్య వ్యవధి ఏమైనా ఉన్నట్లయితే, అప్పుడు అనుభూతికీ, చిహ్నానికీ మధ్య ఏదైనా వ్యత్యాసం ఉందేమో చూడగలుగుతారు. అప్పుడు పేరు పెట్టకుండా అనుభూతితో వ్యవహరించగలుగుతారు.

మన సమస్య ఇది కాదా? కోపం అనో, మరోటనో పేరు పెట్టిన అనుభూతి నుంచి స్వేచ్ఛ పొందటం ఎలా? - దాన్ని లొంగదీయటం ఎలా, ఉన్నతంగా చేయటం ఎలా అని కాదు. అటువంటివన్నీ తెలివితక్కువవీ, పరిణతిలేనివీ. నిజంగా దాన్నుంచి స్వేచ్ఛగా ఉండటం ఎలా? దాన్నుంచి నిజంగా స్వేచ్ఛగా ఉండటానికి అనుభూతికంటే మాట ఎక్కువ ముఖ్యమా అనే విషయాన్ని తెలుసుకోవాలి. 'కోపం' అనే మాటకే ఆ అనుభూతి కంటే ఎక్కువ ప్రాధాన్యం ఉంటోంది. నిజంగా దాన్ని తెలుసుకోవాలంటే, అనుభూతికీ, పేరు పెట్టడానికీ మధ్య వ్యవధి ఉండాలి. అదొకభాగం.

నేను అనుభూతికి పేరు పెట్టనట్లయితే, అంటే, మాటల వల్లనే ఆలోచన పని చేయకుండా ఉన్నట్లయితే, అంటే, మనందరం చేస్తున్నట్లుగా మాటల్నీ, ఊహారూపాల్నీ, సంకేతాల్నీ ఉపయోగించి ఆలోచించకుండా ఉన్నట్లయితే ఏం జరుగుతుంది? అప్పుడు

నిశ్చయంగా, మనస్సు కేవలం పరిశీలకుడిగా మాత్రం ఉండదు. మనస్సు మాటలతో చిహ్నాలతో ఊహారూపాలతో ప్రమేయం లేకుండా ఆలోచిస్తున్నప్పుడు, మాట రూపంలో ఉన్న ఆలోచనకి భిన్నంగా ఆలోచించేవాడు అని వేరేగా ఉండడు. అప్పుడు మనస్సు ప్రశాంతంగా ఉంటుంది - ఉండదా? అది ప్రశాంతంగా ''చేయబడదు'', ప్రశాంతంగా ''ఉంటుంది''. మనస్సు వాస్తవంగా ప్రశాంతంగా ఉన్నట్లయితే, అప్పుడు కలిగే అనుభూతులన్నిటినీ తక్షణమే అవగాహన చేసుకుని వాటితో వ్యవహరించవచ్చు. మనం అనుభూతులకి పేర్లు పెట్టి, వాటిని బలపరచినప్పుడే అనుభూతులు కొనసాగుతూ ఉంటాయి. కేంద్రంలో అవి నిలవచేయబడతాయి. అక్కడనుంచి ఇంకాకొన్ని చిహ్నాలనిస్తూ, వాటిని బలపరచటమో, వాటిని తెలియజేయటమో చేస్తూ ఉంటాం. మాటలతో, గత అనుభవాలతో - జ్ఞాపకాలూ, చిహ్నాలూ, నిలవచేసి, వర్గీకరించి, చిన్నచిన్న అరల్లో పెట్టినవాటితో రూపొందించిన 'ఆలోచించేవాడు'గా అది పని చెయ్యకుండా ఉన్నప్పుడు, అప్పుడు, నిశ్చయంగా, మనస్సు ప్రశాంతంగా ఉంటుంది. అదింక బంధితమై ఉండదు. దానికి ఇక 'నేను' అనే కేంద్రం ఉండదు. నా ఇల్లు, నా ప్రయోజకత్వం, నా పని - మొదలైనవన్నీ మాటలే. అవి అనుభూతిని ప్రోత్సహించి, జ్ఞాపకాన్ని బలపరుస్తూ ఉంటాయి. కనుక, అటువంటి శబ్దసంచితమైన 'నేను' అనే కేంద్రం ఏదీ మనస్సుని ఆవరించటం ఉండదు. అటువంటివేమీ జరగకుండా ఉన్నప్పుడు మనస్సు ప్రశాంతంగా ఉంటుంది. ఆ స్థితి అన్నిటినీ నిరాకరించటంకాదు. నిరాకరణకి భిన్నమైనది. ఆ స్థితికి రావటానికి విపరీతమైన ప్రయాసతో కూడుకున్న ఈ మహాత్కార్యానంతా చేయవలసి ఉంటుంది. కేవలం కొన్ని మాటలు నేర్చుకుని బడిపిల్లవాడిలా ''పేరు పెట్టకూడదు, పేరు పెట్టకూడదు'' అని వల్లెవేయటం కాదు. దానిలో ఉన్న అంతరార్థాలన్నింటిలోకీ వెళ్ళటం, దాన్ని అనుభవించటం, మనస్సు ఎలా పని చేస్తోందో తెలుసుకుని ఇక పేర్లు పెట్టకుండా ఉండేస్థితికి రావటం, అంటే, ఆలోచన కాకుండా వేరే కేంద్రం ఏదీ లేకుండా ఉండే స్థితికి రావటం - నిశ్చయంగా, ఈ మొత్తం ప్రక్రియే నిజమైన ధ్యానం.

మనస్సు నిజంగా ప్రశాంతంగా ఉన్నప్పుడు, ఏది అపరిమితమైనదో అది ఉద్భవించటం సాధ్యమవుతుంది. ఏ ఇతర ప్రక్రియ అయినా, సత్యం కోసం చేసే ఏ ఇతర అన్వేషణ అయినా కేవలం - స్వీయప్రదర్శితమూ, స్వయం ఉత్పాదితమూ కాబట్టి అది అసత్యమవుతుంది. కానీ, ఈ ప్రక్రియ ఎంతో ప్రయాసతో కూడినది. మనస్సు తనలో అంతర్గతంగా ఏం జరుగుతోందో నిరంతరం తెలుసుకుంటూ ఉండాలి. ఈ స్థితికి రావటానికి ఆది నుంచి అంతం వరకూ - ఇదే అంతం అని కాదు - తీర్మానించటంగాని, సమర్థించటంగాని ఉండకూడదు. అంతం ఉండనే ఉండదు. ఎందుచేతనంటే, అసాధారణమైనదేదో ఇంకా జరుగుతూనే ఉంటుంది. ఇది వాగ్దానం కాదు. మీ అంతట మీరే ప్రయోగం చేసుకోవాలి. మీ అంతరాంతరాల్లోకి మరింత లోతుగా పోయినట్లయితే కేంద్రం యొక్క పొరలన్నిటినీ తొలగించి వెయ్యవచ్చు. ఆ పనిని వేగంగా

చెయ్యొచ్చు, లేదా, తాపీగా చెయ్యొచ్చు, మానసిక ప్రక్రియని - అది మాటల మీద ఎలా ఆధారపడుతుందో, మాటలు జ్ఞాపకాన్ని ఎలా ప్రోత్సహిస్తాయో, లేదా, మరిచిపోయిన జ్ఞాపకాన్ని మేల్కొల్పి ఎలా సజీవంగా చేస్తాయో - పరీక్షగా గమనించటం ఎంతో ఆసక్తికరంగా ఉంటుంది. ఆ విధమైన ప్రక్రియతో మనస్సు భవిష్యత్తులోగాని, గతంలోగాని జీవిస్తూ ఉంటుంది. అందుచేత, నరాలకు సంబంధించిగానీ, మానసికంగా గానీ, మాటలకి విశేషమైన ప్రాముఖ్యం ఉంటుంది. దయచేసి, దీన్నంతా నాదగ్గరనుంచి గానీ, పుస్తకాల్లోంచి గానీ, నేర్చుకోకండి. మీరు దీన్ని ఇంకొకరి నుంచి గానీ, పుస్తకంలోంచి గానీ నేర్చుకోలేరు. పుస్తకంలో మీరు చూసేదీ, దాన్నుంచి నేర్చుకునేదీ సత్యం కాదు. కానీ, దాన్ని మీరు అనుభవంలో పొందవచ్చు. మీ చర్యల్లో మిమ్మల్ని మీరు కనిపెట్టి చూసుకోవచ్చు. మీరు ఎలా ఆలోచిస్తారో, మీకు కలిగే ప్రతి అనుభూతికీ ఎంత వెంటనే పేరు పెడుతున్నారో చూసుకోవచ్చు. మొత్తం ప్రక్రియనంతటినీ జాగ్రత్తగా గమనించటం వల్ల, మనస్సు దాని కేంద్రం నుంచి స్వేచ్ఛ పొందుతుంది. అప్పుడు మనస్సు ప్రశాంతంగా ఉండి, అనంతమైనదాన్ని గ్రహించగలుగుతుంది.

★★★

28. తెలిసినది, తెలియనిది

ప్రశ్న: మన మనస్సు తెలిసినదాన్నే తెలుసుకుంటుంది. తెలియని దాన్నీ, సత్యాన్నీ, దైవాన్నీ తెలుసుకోమని మనల్ని ప్రేరేపించేదేమిటి?

కృష్ణమూర్తి: మీ మనస్సు తెలియనిదానికోసం తపిస్తోందా? తెలియనిదాని కోసం, సత్యంకోసం, దేవుని కోసం మనలో తపన ఉందా? దయచేసి, గంభీరంగా ఆలోచించండి. ఇది చమత్కారంగా అడిగిన ప్రశ్నకాదు. కానీ, మనం వాస్తవంగా తెలుసుకుందాం. మనలో ప్రతి ఒక్కరికీ తెలియనిదాన్ని తెలుసుకోవాలనే తపన అంతర్గతంగా ఉందా? ఉన్నదా? తెలియనిదాన్ని ఎలా తెలుసుకోగలరు? మీకు దాన్ని గురించి తెలియకపోతే దాన్నెలా తెలుసుకుంటారు? సత్యంకోసం నిజమైన తపన ఉందా, లేక తెలిసినదాన్నే విస్తృతం చేసి, దాన్ని కోరుకుంటున్నారా? నా ఉద్దేశాన్ని మీరు అర్థం చేసుకున్నారా? నేను ఎన్నో విషయాలు తెలుసుకున్నాను. అవేవీ నాకు ఆనందాన్ని గానీ, సంతృప్తిని గానీ, సంతోషాన్ని గానీ ఇవ్వలేదు. కనుక, ఇప్పుడు ఇంకా ఎక్కువ సంతోషాన్నీ, ఆనందాన్నీ, శక్తినీ, అనుకున్నవన్నీ ఇచ్చేదేదో కోరుకుంటున్నాను. తెలిసినది - అంటే నా మనస్సు - ఎందుచేతనంటే, నా మనస్సు గతం యొక్క ఫలితం కనుక అది తెలిసినదే - అటువంటి మనస్సు తెలియని దాన్ని అన్వేషించగలదా? నేను సత్యాన్ని, తెలియని దాన్ని ఎరగనట్లయితే, నేను దాన్నెలా వెతగ్గలను? నిశ్చయంగా, అదే రావాలి గాని, దాన్ని

నేను వెంబడించలేను. నేను దేన్నైనా వెతుకుతూంటే, అది తెలిసినదే అయి ఉండాలి, నేను ప్రదర్శించినదే అయి ఉండాలి.

తెలియనిదాన్ని తెలుసుకోమని మనల్ని ప్రేరేపిస్తున్న దేమిటి అన్నది కాదు మన సమస్య - అది స్పష్టంగా తెలుస్తూనే ఉంది. మరింత భద్రంగా, మరింత శాశ్వతంగా, మరింత సుస్థిరంగా, మరింత ఆనందంగా ఉండాలనీ, సంక్షోభం, బాధ, గందరగోళాల నుంచి తప్పించుకోవాలనీ మనకున్న కోరికే కారణం. మనల్ని ప్రేరేపిస్తున్నదదే. ఆ ప్రేరేపణ, ఆ తపన ఉన్నప్పుడు, మీకు తప్పించుకుపోవటానికి అద్భుతమైన మార్గం, అద్భుతమైన శరణ్యం దొరుకుతుంది - బుద్ధుడు, క్రైస్తు, రాజకీయ నినాదాలూ వంటివాటిలో. అది సత్యంకాదు, తెలుసుకోలేనిదీ, తెలియనిదీ కాదు. కాబట్టి తెలియని దానికోసం తపన అంతం కావాలి. తెలియనిదానికోసం అన్వేషణ ఆగిపోవాలి. అంటే, సంచితమై ఉన్న తెలిసిన దాన్ని, అంటే మనస్సుని అవగాహన చేసుకోవాలి. మనస్సు దాన్ని అది 'తెలిసినదాని'గా అవగాహన చేసుకోవాలి. ఎందుకంటే, దానికి తెలిసినదంతా అదే. మీకు తెలియనిదాన్ని గురించి మీరు ఆలోచించలేరు. మీకు తెలిసినదాన్ని గురించే మీరు ఆలోచించగలరు.

మనస్సు తెలిసినదానిలో కొనసాగకుండా ఉండగలగటమే మనకున్న కష్టం. మనస్సు దాన్ని అది అవగాహన చేసుకున్నప్పుడే తన కదలికని మొత్తం - ఎలా గతం నుంచి బయలు దేరుతోందో, వర్తమానం ద్వారా భవిష్యత్తులోకి ఎలా ముందుకి తోసుకుపోతోందో - అంతా అవగాహన చేసుకున్నప్పుడే, అలా జరగటానికి వీలవుతుంది. అదంతా తెలిసిన దానియొక్క నిరంతర చలనం. ఆ చలనం అంతం కాగలదా? తన ప్రక్రియ పనిచేసే విధానాన్ని అవగాహన చేసుకున్నప్పుడే, మనస్సు తననీ, తన చర్యల్నీ, తన పోకడల్నీ, తన ప్రయోజనాల్నీ, తన వ్యవహారాల్నీ, తన అవసరాల్నీ - పైపై అవసరాలు మాత్రమే కాక, ప్రగాఢంగా అంతర్గత ప్రేరణల్నీ, ఉద్దేశాల్నీ - అన్నిటినీ అవగాహన చేసుకున్నప్పుడే, అది అంతం కాగలదు. ఇది ఎంతో ప్రయాసతో కూడినది. ఇది ఒక సమావేశంలో గానీ, ఒక ఉపన్యాసాన్ని వినటం వల్లగానీ, ఒక పుస్తకాన్ని చదవటం వల్లగానీ తెలుసుకోగలిగినది కాదు. అంతేకాదు, దానికోసం నిరంతరం అప్రమత్తతతో ఉండి, ఆలోచన యొక్క ప్రతి చలనాన్నీ, జాగ్రదావస్థలో ఉన్నప్పుడు మాత్రమే కాక, నిద్రలో ఉన్నప్పుడు కూడా నిరంతరం తెలుసుకుంటూ ఉండటం అవసరం. ఏదో ఉద్రేకంలో ఒకసారి చెయ్యటంగానీ, అసంపూర్ణంగా చేయటంగానీ కాక, అది సమగ్రంగా జరగవలసిన ప్రక్రియ.

అంతేకాదు, 'ఉద్దేశం' సరియైనదై ఉండాలి. అంటే, అంతర్గతంగా మనందరం తెలియనిదాన్ని తెలుసుకోవాలని కోరుతున్నామనే మూఢ విశ్వాసం కూడా అంతం కావాలి. మనందరం దైవాన్ని అన్వేషిస్తున్నామన్నది కూడా భ్రమే. మనం అలా కోరటం లేదు. వెలుగుకోసం మనం అన్వేషించనక్కర్లేదు. చీకటి లేనప్పుడు వెలుగు ఉండి తీరుతుంది. చీకటి ద్వారా వెలుగును కనుక్కోలేరు. మనం చేయగలిగినదల్లా చీకటిని

కలిగిస్తున్న ఆటంకాల్ని తొలగించటమే. ఆ తొలగించటం మన ఉద్దేశం మీద ఆధారపడి ఉంటుంది. మనం వెలుగును చూసే 'ఉద్దేశం'తో మీరు ఆటంకాల్ని తొలగిస్తున్నట్లయితే, మీరేమీ తొలగించనట్లే. ఎందుచేతంటే, మీరు చీకటి అనే మాటకి బదులు వెలుగు అనే మాటని ప్రత్యామ్నాయంగా పెడుతున్నారుగాని, మీరు అంతకన్న చేస్తున్నదేమీ లేదు. చీకటికి అవతల చూడాలనుకోవటం కూడా చీకటి నుంచి తప్పించుకోవటానికి ప్రయత్నించటమే.

మనం ఆలోచించవలసింది - మనలో ఇంత గందరగోళం, ఇంత సంక్షోభం, ఇంత పోరాటం, ఇంత వైరం - మన జీవితంలోని మూఢ విషయాలన్నీ ఎందుకున్నాయనే గాని, మనల్ని ప్రేరేపిస్తున్న దేమిటి అని కాదు. ఇవి లేనప్పుడు ''వెలుగు'' ఉంటుంది. దానికోసం వెతకక్కర్లేదు. అవివేకం పోతే వివేకం ఉంటుంది. కానీ, అవివేకి వివేకంగా ఉండాలని ఎంత ప్రయత్నించినా అవివేకిగానే ఉంటాడు. అవివేకం ఎన్నడూ వివేకం కాలేదు. అవివేకం అంతమొందినప్పుడు బుద్ధి, వివేకం ఉంటాయి. అవివేకంగా ఉన్నవాడు, వివేకి, 'జ్ఞాని' అవాలని ఎంత ప్రయత్నించినా ఎన్నటికీ కాలేడు. అవివేకం ఏమిటో తెలుసుకోవాలంటే, దాన్ని పైపైన మాత్రమే కాకుండా, మొత్తం పూర్తిగా, ప్రగాఢంగా, గంభీరంగా పరిశీలించాలి. దాని పొరలన్నిటినీ పరిశీలించాలి. అవివేకం అంతమొందినప్పుడు వివేకం ఉదయిస్తుంది.

కాబట్టి, తెలిసినదానికన్నా, ఇంకా ఏదైనా, ఇంకా గొప్పదేదైనా ఉందేమో తెలుసుకోవాలనే తపనని పురికొల్పే దేమిటో తెలుసుకోవటానికి ప్రయత్నించటం ముఖ్యంకాదు. ఈ గందరగోళాన్నీ, యుద్ధాల్నీ, వర్గవిభేదాల్నీ, గొప్పగా కనిపించాలనే దర్పాన్నీ, కీర్తికాంక్షనీ, జ్ఞానార్జననీ, సంగీతం, లలితకళలూ మొదలైన వాటి ద్వారా తప్పించుకోవటానికి చేసే ప్రయత్నాల్నీ మనలో పురికొల్పుతున్న దేమిటో తెలుసుకోవటం మరింత ముఖ్యం. వాటిని ఉన్నవి ఉన్నట్లుగా అవగాహన చేసుకుని, మనం ఉన్నస్థితికి మనం తిరిగి రావటం ముఖ్యం. అక్కడనుంచి ఇక ముందుకి పోవచ్చు. అప్పుడు తెలిసిన దాన్ని తోసివేయటం కొంత సులభం అవుతుంది. మనస్సు నిశ్శబ్దంగా ఉన్నప్పుడు, ఏదో ఒకటి కోరుతూ భవిష్యత్తులోకి తన్నుతాను ముందుకి తోసుకు పోనప్పుడు, మనస్సు నిజంగా నిశ్చలంగా ఉన్నప్పుడు, గంభీర ప్రశాంతతతో ఉన్నప్పుడు తెలియనిది సంభవిస్తుంది. మీరు దానికోసం వెతకక్కర్లేదు. మీరు దాన్ని ఆహ్వానించలేరు. మీరు ఆహ్వానించగలిగినది మీకు తెలిసినదే. మీకు తెలియని మనిషిని మీరు ఆహ్వానించలేరు కదా! మీకు తెలిసిన వారనే ఆహ్వానిస్తారు. తెలియనిదాన్ని, దైవాన్ని, సత్యాన్ని, మీరేదనుకున్నా, దాన్ని మీరు ఎరుగరు. అది రావాలి. క్షేత్రం సరిగ్గా ఉన్నప్పుడు, నేలని చక్కగా దున్ని సిద్ధం చేసినప్పుడు, అప్పుడే అది రాగలుగుతుంది. అది రావాలనే ఉద్దేశంతో మీరు దున్నితే అది మీకు లభించదు.

మన సమస్య, తెలియనిదాన్ని ఎలా కనుక్కోవటం అన్నది కాదు; ఎప్పుడూ తెలిసినదే అయిన మనస్సు పోగుచేసుకునే ప్రక్రియల్ని అవగాహన చేసుకోవటం ఎలా

అన్నదే. అది ప్రయాసతో కూడిన పని. దానికి నిరంతరం శ్రద్ధ ఉండాలి. అన్యాకర్షణ గాని, ఐక్యత గాని, ఖండన గాని లేకుండా నిరంతరం తెలుసుకుంటూ ఉండాలి. అది ''ఉన్నస్థితి''లో ఉండటం. అప్పుడే మనస్సు నిశ్చలంగా ఉండగలదు. ధ్యానంగాని, క్రమశిక్షణగాని ఎంత ఉన్నా, అవి మనస్సుని నిశ్చలంగా - దాని నిజమైన అర్థంలో ఉంచలేవు. గాలులు ఆగిపోయినప్పుడే సరస్సు నిశ్చలంగా ఉంటుంది. సరస్సుని నిశ్చలంగా చేయలేరు. మనం చెయ్యవలసిన పని తెలియనిదాని వెంటపడటం కాదు; మనలో ఉన్న గందరగోళాన్నీ, సంక్షోభాన్నీ, దుఃఖాన్నీ అవగాహన చేసుకోవటమే; అప్పుడే అది అజ్ఞాతంగా సంభవిస్తుంది, అందులోనే ఆనందం ఉంటుంది.

★★★

29. సత్యం, అసత్యం

ప్రశ్న: సత్యం పునరుక్తమయితే, మీరు చెప్పినట్లుగా అది అసత్యం ఎలా అవుతుంది? నిజంగా అసత్యం అంటే ఏమిటి? అసత్యమాడటం ఎందుకు తప్పు? మన జీవితంలో అనేక స్థాయిల్లో ఇది గంభీరమైన, సూక్ష్మమైన సమస్య కాదా?

కృష్ణమూర్తి: ఇందులో రెండు ప్రశ్నలున్నాయి. ముందుగా మొదటి ప్రశ్నని పరిశీలిద్దాం. అది: సత్యాన్ని పునరుక్తం చేస్తే అది అసత్యమెలా అవుతుంది? మనం పునశ్చరణ చేసేదేమిటి? మీరు మీ అవగాహనని తిరిగి చేసుకోగలరా? నేను దేన్నో అవగాహన చేసుకుంటాను. దాన్ని తిరిగి చేసుకోగలనా? నేను దాన్ని మాటల్లో పెట్టగలను, ఇతరులకి తెలియజేయగలను. కానీ, తిరిగి చెప్పినది అనుభవం కాదు, నిశ్చయంగా. మీకు ఒక అనుభవం అయితే, దాన్ని మళ్ళీ పొందగలరా? దాన్ని తిరిగి పొందాలని మీరు కోరుకోవచ్చు. దాన్ని తిరిగి పొందటం కోసం, దాన్ని తిరిగి అనుభవించటం కోసం, ఆ అనుభూతి కోసం తిరిగి ఆశించవచ్చు. కానీ, మీ కొకసారి ఆ అనుభవం కలిగిన తరవాత అది పూర్తయి పోతుంది. దాన్ని మళ్ళీ చేయలేరు. మళ్ళీ తిరిగి పొంద గలిగినది అనుభూతిని మాత్రమే. దానికి సంబంధించిన మాటని, ఆ అనుభూతికి జీవాన్నిచ్చే మాటని పునశ్చరణ చేయవచ్చు. దురదృష్టవశాత్తూ మనలో చాలామంది ప్రచారకుల మయాం కనుక, మనం మాటని పునశ్చరణ చేయటంలో చిక్కుకుపోయాం. కనుక, మనం మాటల్లోనే జీవిస్తాం. సత్యాన్ని కాదంటాం.

ఉదాహరణకి, ప్రేమానుభూతిని తీసుకోండి. మీరు దాన్ని మళ్ళీ పొందగలరా? ''మీ ఇరుగు పొరుగువారిని ప్రేమించు'' అనే మాటలు మీరు విన్నప్పుడు, అవి మీ కొక సత్యమేనా? మీరు ఇరుగు పొరుగువారిని ప్రేమించినప్పుడే అవి సత్యమవుతాయి.

మాటల్ని పునశ్చరణ చేయగలరు గాని, ఆ ప్రేమను తిరిగి ప్రదర్శించలేరు. కానీ, ''మీ ఇరుగు పొరుగు వారిని ప్రేమించు'', లేదా, ''అత్యాశతో ఉండకు'' అని పునశ్చరణ చేయటంలో చాలామంది ఆనందం, సంతృప్తి పొందుతారు. కనుక, ఇతరుల సత్యాన్నిగానీ, లేక, మీకు కలిగిన ఒకానొక అనుభవాన్నిగానీ, కేవలం మాటల్లో తిరిగి చెప్పినంతమాత్రాన అది వాస్తవం కాదు. అంతే కాకుండా, పునశ్చరణ వాస్తవాన్ని నిరోధిస్తుంది. కొన్ని భావాల్ని మాటల రూపంలో చెప్పినంతమాత్రాన అది వాస్తవం కాలేదు.

ఈ విషయంలో ఉన్న కష్టం ఏమిటంటే - వ్యతిరేకమైన దాన్ని గురించి ఆలోచించకుండా అసలు ప్రశ్నని అవగాహన చేసుకోవటమే. అసత్యం సత్యానికి వ్యతిరేకమైనదేదో కాదు. ఒక విషయాన్ని చెప్పినప్పుడు, దానికి వ్యతిరేకమైనదాన్నీ, విరుద్ధమైనదాన్నీ మనసులో ఉంచుకుని గానీ, అది అసత్యమా, లేక సత్యమా అని గానీ ఆలోచించకుండా, చెప్పిన విషయంలో ఉన్న సత్యాన్ని చూడవచ్చు. కానీ, మనలో చాలామంది సరిగ్గా అవగాహన చేసుకోకుండా, పునశ్చరణ చేస్తూ ఉంటారు. ఉదాహరణకి అనుభూతికి పేరు పెట్టడం, పెట్టకపోవటం, మొదలైన విషయాల్ని చర్చించాం. మీరు చెప్పింది ''సత్యమే'' అని తలపోస్తూ, మీలో చాలా మంది దాన్ని తిరిగి చెబుతారని నేను నిశ్చయంగా చెప్పగలను. ఒక అనుభవాన్ని - అది ప్రత్యక్షానుభవం అయితే, ఎన్నటికీ తిరిగి అనుభవించలేరు. మీరు మాటల్లో ఇతరులకి తెలియజేయవచ్చు. కానీ, అది ''వాస్తవమైన'' అనుభవమైతే, దాని వెనుకనున్న అనుభూతులు గతిస్తాయి. ఆ మాటల వెనుక ఉండే భావోద్వేగం పూర్తిగా నశిస్తుంది.

ఉదాహరణకి ఆలోచించేవాడు, ఆలోచన - రెండూ ఒకటే అనే భావాన్ని తీసుకోండి. మీరు ప్రత్యక్షంగా అనుభవించారు కనుక మీకది సత్యం కావచ్చు. దాన్ని నేను తిరిగి చెప్పినట్లయితే అది నిజం అవదు - కాగలదా? నిజం అంటే అబద్ధానికి వ్యతిరేకమయినది అనికాదు; దయచేసి చూడండి. అది వాస్తవమైనది కాదు, కేవలం పునశ్చరణ మాత్రమే. అందుచేత దానికి ప్రాధాన్యం ఏమీ ఉండదు. పునశ్చరణ ద్వారా మనం ఒక సిద్ధాంతాన్ని కల్పిస్తాం, ఒక చర్చిని నిర్మిస్తాం. దానిలో శరణు పొందుతాం. మాట సత్యం కాదు, అదే 'సత్య'మవుతోంది. మాట 'అసలుది' కాదు. మనకి మాటే 'అసలుదై'పోయింది. అందుచేతనే, నిజంగా అవగాహన చేసుకోనటువంటిదాన్ని పునశ్చరణ చేయకుండా ఉండటంలో శ్రద్ధ తీసుకోవటం చాలా ముఖ్యం. మీరు దేన్నైనా అవగాహన చేసుకుంటే, దాన్ని ఇతరులకి వివరించవచ్చు. కానీ, మాటలూ, జ్ఞాపకం - రెండూ వాటి భావార్థాన్ని పోగొట్టుకుంటాయి. కాబట్టి, ఈ విషయాన్ని అవగాహన చేసుకున్నట్లయితే, మామూలు సంభాషణలో మన దృక్పథం, మన మాటలూ కూడా మారతాయి.

మనం స్వీయజ్ఞానం ద్వారా సత్యాన్ని అన్వేషిస్తున్నాం కనుక, మనం కేవలం ప్రచారకులం కాము కనుక, ఈ విషయాన్ని అవగాహన చేసుకోవటం ముఖ్యం. పునశ్చరణ ద్వారాగానీ, మాటల ద్వారాగానీ, అనుభూతుల ద్వారాగానీ తమ్ము తాము మైమర

పించుకుంటారు. భ్రమల్లో చిక్కుకుపోతారు. అటువంటిది లేకుండా ఉండటానికి ప్రత్యక్షంగా అనుభవించటం అత్యావశ్యకం. ప్రత్యక్షానుభవం కలగటానికి తననీ, తన పునశ్చరణనీ, తన అలవాట్లనీ, మాటల్నీ, అనుభూతుల్నీ, అన్నింటినీ పూర్తిగా తెలుసుకుంటూ ఉండాలి. ఆ విధంగా తెలుసుకోవటం వల్ల అసాధారణమైన స్వేచ్ఛ కలుగుతుంది. అప్పుడు పునరుజ్జీవనం, నిరంతరానుభవం, నవ్యత సంభవించటానికి సాధ్యమవుతుంది.

ఇంకొక ప్రశ్న ఏమిటంటే, ''నిజంగా, అసత్యమనేది ఏమిటి? అసత్యమాడటం ఎందువల్ల తప్పు? మన జీవితంలోని అన్ని స్థాయిల్లోనూ ఇది ప్రగాఢమైన, సూక్ష్మమైన సమస్యకాదా?'' అన్నది.

అసత్యం అంటే ఏమిటి? ఒక వైరుధ్యం కాదా? అంతర్గత వైరుధ్యం కాదా? ఎవరైనా బుద్ధిపూర్వకంగా కానీ, అనాలోచితంగా గానీ వ్యతిరేకించవచ్చు - అది బుద్ధిపూర్వకంగా కావచ్చు, అనాలోచితంగా కావచ్చు. వైరుధ్యం ఎలాగైనా ఉండొచ్చు - బహుసూక్ష్మంగా ఉండొచ్చు, లేదా స్పష్టంగా పైకి కనిపించవచ్చు. వైరుధ్యంలో ఉన్న విభేదం ఎక్కువగా ఉంటే, మనిషికి మతి పోవచ్చు; లేదా, భేదాన్ని గుర్తించి దాన్ని సరిదిద్దటానికి ప్రయత్నించవచ్చు.

ఈ సమస్యని - అసత్యం అంటే ఏమిటి? మనం ఎందుకు అసత్యమాడతాం? - అనే విషయాన్ని అవగాహన చేసుకోవాలంటే, దానికి వ్యతిరేక ధోరణిలో ఆలోచించకుండా ఉండాలి. వైరుధ్యం లేకుండా ఉండాలని ప్రయత్నించకుండా మనలో ఉన్న వైరుధ్యం అనే సమస్యని పరిశీలించగలమా? ఈ విషయాన్ని పరిశీలించటంలో ఉన్న కష్టం ఏమిటంటే, మనం అతి సులభంగా అసత్యాన్ని ఖండిస్తాం - ఖండించమా? కనుక, దాన్ని అవగాహన చేసుకోవాలంటే, సత్యం, అసత్యం అనే మాటల్ని మనస్సులో ఉంచుకోకుండా 'వైరుధ్యం' అంటే ఏమిటి అనే విషయాన్ని చర్చించగలమా? మనం ఎందుకు వ్యతిరేకిస్తాం? మనలోనే వైరుధ్యం ఎందుకుంది? ఒక ప్రమాణాన్ని అనుసరించి, ఒక ప్రతీకని అనుసరించి, ఎప్పటికప్పుడు ఒక ప్రతీకకి అనుగుణంగా ఉండటానికి నిరంతరం ప్రయత్నిస్తూ, ఏదో ఒకటి 'అవటానికి' నిరంతరం కృషి చేస్తూ - మన దృష్టిలో గానీ, ఇతరుల దృష్టిలో గానీ ఒకదానిలా ఉండాలని - ఆశిస్తూ జీవించటానికి ప్రయత్నించటం లేదా? ఒక ప్రతీకకి అనుగుణంగా ఉండాలనే కోరిక ఉంటుంది - ఉండదా? ఆ ప్రతీకకి అనుగుణంగా జీవించ లేనప్పుడు వైరుధ్యం ఉంటుంది.

అయితే, మనకి ఒక ప్రతీక, ఒక ప్రమాణం, ఒక దానికి సన్నిహితంగా ఉండాలనే కోరిక - మనం ఒక ఆదర్శాన్ని అనుసరించి జీవించటం ఎందుకు? భద్రంగా ఉండటానికీ, సురక్షితంగా ఉండటానికీ, అందరూ మెచ్చుకునేలా ఉండటానికీ, మనమంటే మనకే మంచి అభిప్రాయం కలిగి ఉండటానికీ - అనేది స్పష్టమే. 'అందులోనే' వైరుధ్యానికి బీజం ఉంటుంది. ఏదో ఒకదానికి అనుగుణంగా ఉండటానికీ, ఏదో ఒకదానిలా ''ఉండటానికీ'' ప్రయత్నిస్తున్నంతకాలం వైరుధ్యం ''ఉండి తీరుతుంది.'' కాబట్టి అసత్యానికీ, సత్యానికీ మధ్య విభేదం ఉండి తీరుతుంది. మీరు దీన్ని ప్రశాంతంగా

పరిశీలించటం ముఖ్యం అనుకుంటాను. అసత్యం, సత్యం లేవని కాదు; కానీ, మనలో వైరుధ్యం ఎందువల్ల ఉంటోంది? ఏదో ఒకటి 'అవటానికి', గొప్పగా, మంచిగా, సద్గుణంతో, సృజనాత్మకంగా, ఆనందంగా ఇంకా ఇంకా ఏదోగా ఉండటానికి ప్రయత్నించటం వల్లే కదా? ఏదో ఒకటి 'అవాలనే' కోరికలోనే వైరుధ్యం ఉంటుంది - దానికి వ్యతిరేకమైనది కాకుండా ఉండాలన్నది. ఈ వైరుధ్యమే అతి వినాశకరమైనది. ఏదో ఒక దానితో - దీనితోనో, దానితోనో - సంపూర్ణంగా ఐక్యత పొందగల సామర్థ్యం ఉన్నట్లయితే, అప్పుడు వైరుధ్యం అంతమవుతుంది. అయితే, ఒకదానితో సంపూర్ణంగా ఐక్యం అయినప్పుడు స్వీయబంధనం ఏర్పడుతుంది. ఒక ప్రతిఘటన ఏర్పడుతుంది. దీనివల్ల అసమతౌల్యం ఏర్పడుతుంది. ఆ విషయం స్పష్టం.

మనలో వైరుధ్యం ఎందుకుంటోంది? నేనొక పని చేస్తాను, అది ఇతరులకి తెలిసిపోవటం నాకిష్టంలేదు. నేను ఆలోచించకూడనిది ఆలోచించాను. అందుచేత, ఆ ఆలోచన నన్ను వైరుధ్య స్థితిలో ఉంచింది. అది నాకు ఇష్టంలేదు. ఒకదానికి అనుగుణంగా ఉండాలనే కోరిక ఉన్నప్పుడు భయం ఉండి తీరుతుంది; ఈ భయమే వైరుధ్యాన్ని కలుగజేస్తుంది. అలా కాకుండా, 'అవటం' అనేది లేనట్లయితే, ఏదో అవటానికి ప్రయత్నించనట్లయితే, అప్పుడు భయం అనే భావం కలగదు. అందుచేత వైరుధ్యం కూడా ఉండదు. అప్పుడు మనలో ఏ స్థాయిలోనైనా సరే - వ్యక్తంగా గానీ, అవ్యక్తంగా గానీ ఎటువంటి అసత్యమూ ఉండదు. దాచి ఉంచవలసినది ఉండదు. బయటపడేది ఉండదు. మన జీవితాల్లో చాలా భాగం మానసిక అవస్థలతోనూ, నటనలతోనూ కూడి ఉండటం చేత, మన మానసిక స్థితుల్ని బట్టి మనం నటిస్తాం - అదే వైరుధ్యం. ఆ అవస్థ పోయినప్పుడు, తిరిగి మనం ఉన్నట్లుగానే ఉంటాం. నిజంగా ఈ వైరుధ్యమే చాలా ముఖ్యమైనది - మీరు మర్యాదగా చిన్న అబద్ధమాడారా లేదా అన్నది కాదు. ఈ వైరుధ్యం ఉన్నంతకాలం జీవితం పైపైనే సాగుతుంది. కాబట్టి, జాగ్రత్తపడవలసిన పైపై భయాలూ, ఆపైన చిన్న చిన్న అబద్ధాలూ ఉండి తీరతాయి. ఆ తరవాత ఏమవుతుందో మీకు తెలుసు. అసత్యం అంటే ఏమిటి, సత్యం అంటే ఏమిటి - ఈ ప్రశ్నల్ని అడక్కుండా ఈ వ్యతిరేకమైనవాటిని వదిలిపెట్టి, మనలోనే ఉన్న వైరుధ్యం అనే సమస్యని తెలుసుకోవటానికి ప్రయత్నిద్దాం - ఇది ఎంతో కష్టం, ఎందుచేతనంటే, మనం అనుభూతుల మీదే ఎక్కువగా ఆధారపడి ఉండటం చేత మన జీవితాల్లో చాలావరకు వైరుధ్యపూరితంగానే ఉన్నాయి. మనం జ్ఞాపకాల మీదా, అభిప్రాయాల మీదా ఆధారపడతాం. మనకి దాచి పెట్టుకునే భయాలు అనేకం ఉంటాయి - ఇవన్నీ మనలో వైరుధ్యాన్ని కల్పిస్తాయి. ఈ వైరుధ్యం భరించరానిదైతే మతి భ్రమిస్తుంది. తనకి శాంతి కావాలి. కానీ, తను చేసేదంతా యుద్ధాన్నే - కుటుంబంలోనే కాక, బయట కూడా - పోరాటాన్నే సృష్టిస్తూ ఉంటుంది. ఈ సంఘర్షణకి కారణం ఏమిటో అవగాహన చేసుకోవటానికి బదులు మనం ఇంకా ఇంకా ఏదో అవాలని, ఇదనీ, అదనీ మనకి విరుద్ధంగా అవటానికి ప్రయత్నిస్తూ ఉంటాం. అందుచేత విభేదం పెరుగుతూ ఉంటుంది.

మనలో - పైపైనే కాక, అంతర్గతంగా, ప్రగాఢంగా, మానసికంగా - ఎందుకు వైరుధ్యం ఉంటోందో అవగాహన చేసుకోవటం సాధ్యమేనా? మొట్టమొదట వైరుధ్యమయమైన జీవితాన్ని జీవిస్తున్నట్లు తనకితెలుసునా? మనకి శాంతి కావాలి కానీ, మనం జాతీయ వాదులం, సాంఘిక దురవస్థని తొలగించాలని కోరుకుంటాం. కానీ ప్రతి ఒక్కరం వ్యక్తిగతమైన, సంకుచితమైన, స్వీయబంధితమైన జీవితాల్నే జీవిస్తున్నాం. మనం నిరంతరం వైరుధ్యంలోనే జీవిస్తున్నాం. ఎందుచేత? అనుభూతులకు దాసుల మవటం చేతకాదా? దీన్ని వ్యతిరేకించనక్కర్లేదు, అంగీకరించనక్కర్లేదు. దీనికి, అనుభూతుల అంతరార్థాల్ని, అంటే కోరికల్ని ఎంతగానో అవగాహన చేసుకోవటం అవసరం. పరస్పర వైరుధ్యాలతో కూడినవాటిని, అనేకం మనం కోరుతూ ఉంటాం. మనమందరం విభిన్నమైన ఎన్నో ముసుగులు ధరిస్తాం. మనకి నచ్చినప్పుడు ఒక ముసుగు వేసుకుంటాం. అంతకన్న లాభకరమైనదీ, సంతోషకరమైనదీ మరొకటి దొరికితే, దీన్ని కాదని దాన్ని వేసుకుంటాం. ఈ వైరుధ్యస్థితే అసత్యాన్ని సృష్టిస్తోంది. దానికి వ్యతిరేకంగా మనం 'సత్యాన్ని' సృష్టిస్తాం. కానీ, నిశ్చయంగా, సత్యం అసత్యానికి వ్యతిరేకమైనది కాదు. వ్యతిరేకమయినదేదీ సత్యం కాలేదు. వ్యతిరేకమైనదాంట్లో దానికి వ్యతిరేకమైనది కూడా ఉంటుంది. కనుక, అది సత్యం కాదు. ఈ సమస్యని అతి గంభీరంగా అవగాహన చేసుకోవాలంటే, మన జీవితాల్లోని వైరుధ్యాలన్నిటినీ తెలుసుకుని ఉండాలి. ''నేను నిన్ను ప్రేమిస్తున్నా''నని చెప్పినప్పుడు, దానితో బాటే అసూయ, అపోహ, ఆందోళన, భయం అన్నీ ఉంటాయి. ఇది వైరుధ్యమే. ఈ వైరుధ్యాన్నే అవగాహన చేసుకోవలసి ఉంది. దాన్ని తెలుసుకుంటున్నప్పుడు - ఖండనగానీ, సమర్థనగానీ లేకుండా కేవలం దానివైపు చూస్తూ తెలుసుకుంటున్నప్పుడు అప్పుడే అవగాహన చేసుకోవటం సాధ్యమవుతుంది. దాన్ని ఉదాసీనంగా గమనించటానికి సమర్థించటం, ఖండించటం అనే ప్రక్రియలన్నిటినీ అవగాహన చేసుకోవాలి.

దేన్నైనా ఉదాసీనంగా గమనించటం సులభం కాదు; కానీ, దాన్ని అవగాహన చేసుకోవటంలో తన అనుభూతులూ, ఆలోచనలూ - వీటి ప్రక్రియనంతటినీ అవగాహన చేసుకోవటం మొదలవుతుంది. తనలో ఉన్న వైరుధ్యం యొక్క ప్రాముఖ్యాన్ని పూర్తిగా తెలుసుకుంటున్నప్పుడు అద్భుతమైన పరివర్తన సంభవిస్తుంది. అప్పుడు మీరు మీరేగాని, ఏదో 'అవటానికి ప్రయత్నిస్తున్న' మీరు కాదు. ఇక మీరు ఎటువంటి ఆదర్శాన్నీ అనుసరించటం లేదు, ఆనందాన్ని ఆశించటం లేదు. మీరెలా ఉన్నారో అలా ఉన్నారు. అక్కడ నుంచి ముందుకి పోవచ్చు. అప్పుడు వైరుధ్యం ఉండటానికి ఎటువంటి అవకాశమూ ఉండదు.

★★★

౩౦. దేవుడు

ప్రశ్న: మీరు సత్యాన్ని తెలుసుకున్నారు. దేవుడంటే ఏమిటో మాకు చెప్పగలరా?

కృష్ణమూర్తి: నేను తెలుసుకున్నానని మీకెలా తెలుసు? నేను తెలుసుకున్నానని తెలుసుకోవటానికి, మీరూ తెలుసుకుని ఉండాలి. ఇది కేవలం యుక్తిగా చెబుతున్న సమాధానం కాదు. మీరు దేన్నైనా తెలుసుకోవటానికి మీకు దానితో సంబంధం ఉండాలి. మీకు కూడా ప్రత్యక్షానుభవం ఉండి ఉండాలి. కాబట్టి, నేను తెలుసుకున్నాను అని మీరు చెప్పటంలో అర్థంలేదు. నేను తెలుసుకుంటే ఏమిటి, తెలుసుకోకపోతే ఏమిటి, దానితో ఏమిటి నిమిత్తం? నేను చెప్పేది సత్యం కాదా? నేను ఎంతో పరిపూర్ణ మానవుణ్ణే అయినా, నేను చెప్పేది సత్యం కాకపోతే, మీరు ఎందుకు వినాలి అసలు? నిశ్చయంగా, నేను సత్యాన్ని అవగాహన చేసుకోవటానికీ, నేను చెప్పేదానికీ ఎటువంటి సంబంధం లేదు. ఒకరెవరో సత్యాన్ని తెలుసుకున్నారని వారిని ఆరాధించేవారు వాస్తవంగా అధికారాన్ని పూజించేవారే. అటువంటివారు సత్యాన్ని ఎన్నటికీ తెలుసుకోలేరు. ఏది తెలుసుకోబడిందో, ఎవరు దాన్ని తెలుసుకున్నారో తెలుసుకోవటం ముఖ్యంకాదు - అవునా?

''సాక్షాత్కారాన్ని పొందినవారి సాంగత్యాన్ని పొంద''మని మన సంప్రదాయమంతా చెబుతోందని నాకు తెలుసు. వారు సాక్షాత్కారాన్ని పొందారని ఎలా తెలుసుకుంటారు? మీరు చేయగలిగినదల్లా వారితో కలిసి ఉండటం మాత్రమే. ఈ కాలంలో అది కూడా ఎంతో కష్టమవుతుంది. ఈనాడు సత్పురుషులు - సత్పురుషులని నిజంగా చెప్పదగిన వారూ, దేన్నీ ఆశించనివారూ, దేనికొరకూ ప్రయత్నించనివారూ చాలా కొద్దిమందే ఉంటారు. దేన్నైనా ఆశించేవారూ, దేనికోసమైనా ప్రయత్నించేవారూ, స్వప్రయోజనం కోసం ఇతరుల్ని ఉపయోగించుకునేవారై ఉంటారు. కనుక, నిజంగా ప్రేమించగలిగిన సహచరుని కనుక్కోవటం చాలా కష్టం.

సాక్షాత్కారం పొందినవారిని మనం ఆదర్శనీయంగా తీసుకుని, వారు మనకేదో ఇస్తారని ఆశిస్తాం. అది అసత్యమైన సంబంధం. సాక్షాత్కారం పొందినవారు ప్రేమ లేకపోతే ఎలా తెలియబరుస్తారు? అదే మనకున్న కష్టం. మనం జరుపుతున్న చర్చలన్నిటిలోనూ మనం వాస్తవంగా ఒకరినొకరు ప్రేమించం. మనం అనుమానిస్తాం. మీరు నా నుంచి ఏదో ఒకటి కోరతారు - జ్ఞానాన్నో, సాక్షాత్కారాన్నో, లేదా నా సాహచర్యాన్నో కోరతారు. ఇదంతా కూడా ప్రేమించటం లేదనటానికి నిదర్శనే. మీకేదో ఒకటి కావాలి; అందుచేత లాభం పొందటానికి ఉద్యుక్తులయారు. మనం నిజంగా ఒకరినొకరు ప్రేమిస్తే తక్షణం తాదాత్మ్యం ఏర్పడుతుంది. అప్పుడు మీరు సాక్షాత్కారం పొంది, నేను పొందకపోయినా,

మీరు ఎక్కువ వారైనా, తక్కువవారైనా, దానితో ఏమీ నిమిత్తం ఉండదు. మన హృదయాలు వాడి కృశించి పోయి ఉండటం చేత, దేవుడుకి విపరీతమైన ప్రాముఖ్యం ఏర్పడింది. అంటే, మీరు దేవుని తెలుసుకోగోరటానికి కారణం - మీ హృదయాల్లోని గీతాన్ని మీరు కోల్పోయారు కాబట్టి. ఎవరైనా గాయకుడు కనిపించగానే అతన్ని వెంబడించి, గానం చేయటం నేర్పగలరా అని అడుగుతారు. అతడు సాంకేతిక విధానాన్ని మీకు నేర్పగలడు. కానీ, ఆ సాంకేతిక జ్ఞానం సృజనాత్మకతకి దారి తీయదు. గానం చేయటం ఎలాగో తెలుసుకున్నంతమాత్రాన మీరు గాయకులు కాలేరు. నాట్యంలో ఉండే అడుగులన్నిటినీ మీరు తెలుసుకోవచ్చు గానీ, మీ హృదయంలో సృజనాత్మకత లేకపోతే, మీరు యాంత్రికంగా చేస్తారంతే. మీ ఉద్దేశం కేవలం ఒక ఫలితాన్ని పొందటమే అయితే, మీరు ఎన్నటికీ ప్రేమించలేరు. ఆదర్శమంటూ ఏదీ ఉండదు. అది కార్యసాధన మాత్రమే. సౌందర్యం సాధించగలిగినది కాదు. అది వాస్తవం - ఇప్పుడే, రేపు కాదు. ప్రేమ కనుక ఉన్నట్లయితే, మీరు తెలియనిదాన్ని అవగాహన చేసుకుంటారు. ఇతరు లెవ్వరూ మీకు చెప్పనక్కర్లేదు. ప్రేమలో ఉన్న అందం అదే. అది అనంతం. మనలో ప్రేమలేదు కనుకనే, దాన్ని ఎవరైనా - దేవుడో ఎవరో ఇవ్వాలని కోరతాం. మనం నిజంగా ప్రేమిస్తే, ఈ ప్రపంచం ఎంత అద్భుతంగా తయారవుతుందో తెలుసా? మనందరం ఆనందంగా ఉంటాం. కాబట్టి, మన ఆనందాన్ని వస్తువుల్లోనూ, కుటుంబంలోనూ, ఆదర్శాల్లోనూ పెట్టుబడిగా పెట్టకూడదు. అవన్నీ అప్రధానమైనవి. మనం ప్రేమించం కనుక, వస్తువుల వల్ల మనకి ఆనందం కలుగుతధని ఆశించి అందులో పెట్టుబడి పెడతాం. మనం పెట్టుబడి పెట్టేవాటిలో దేవుడొకటి.

సత్యం అంటే ఏమిటో చెప్పమని నన్ను మీరు కోరుతున్నారు. అనిర్వచనీయమైన దాన్ని మాటల్లో వర్ణించటం ఎలా? అపరిమితమైనదాన్ని అంచనా వేయగల్గరా? గాలిని మీ చేత్తో పట్టుకోగలరా? పట్టుకోగలిగితే అది గాలేనా? అపరిమితమైన దాన్ని మీరు అంచనా వేయగలిగితే, అది వాస్తవమవుతుందా? దాన్ని సూత్రీకరిస్తే అది సత్యమవుతుందా? కాదు నిశ్చయంగా. ఎందుచేతనంటే, అనిర్వచనీయమైనదాన్ని మీరు నిర్వచించటం మొదలు పెడితే అది ఆ క్షణంలోనే సత్యం కాకుండా పోతుంది. తెలియబడనిదాన్ని తెలిసినదానిగా మీరు అనువదించటానికి ప్రయత్నించిన తక్షణం అది తెలియబడనిదిగా ఉండదు. అయినా, మనం దానికోసమే ఆశపడుతున్నాం. నిత్యం దాన్ని మనం 'తెలుసుకోవాలని' కోరుతున్నాం. ఎందుచేతనంటే, అప్పుడు మనం చిరస్థాయిగా ఉండిపోగలమనీ, ఆ పరమానందాన్నీ, శాశ్వతత్వాన్నీ పట్టుకోగలమనీ అనుకుంటాం. మనం ఆనందంగా లేము కనుకనే, మనం ఎంతో ప్రయాస పడుతున్నాం. కనుకనే మనం అలసిపోయి హీనస్థితిలో ఉన్నాం. కనుకనే తెలుసుకోవాలని కోరుతున్నాం. అయినా, ఇంత సరళమైన విషయాన్ని - మనం హీనంగా ఉన్నామనీ, మొద్దుబారి, అలిసిపోయి సంక్షోభంలో ఉన్నామనీ - అవగాహన చేసుకోవటానికి బదులు మనం తెలిసినదాన్నుంచి దూరంగా, తెలియనిదానిలోకి పోవాలని ప్రయత్నిస్తున్నాం.

కానీ, ఆ తెలియనిది తిరిగి తెలిసిందే అవుతుంది. కాబట్టి, మనం సత్యాన్ని ఎన్నటికీ తెలుసుకోలేం.

అందుచేత ఎవరు సాక్షాత్కారాన్ని పొందారు, దేవుడంటే ఏమిటి - అని అడగటానికి బదులు ''ఉన్నస్థితి''ని సంపూర్ణమైన శ్రద్ధతో తెలుసుకుంటూ ఎందుకు చూడరు? అలా చూసినట్లయితే తెలియనిదాన్ని కనుక్కోవచ్చు, లేదా అదే మీ వద్దకి రావచ్చు. తెలిసిన దాన్ని అవగాహన చేసుకున్నట్లయితే, ఆ అద్భుతమైన నిశ్శబ్దం - ప్రేరేపించబడినదీ, విధింపబడినదీ కానటువంటి ఆ సృజనాత్మకమైన శూన్యత మీకు అనుభవం కాగలదు - అందులోనే సత్యం ప్రవేశించగలదు. ''అవుతున్న''టువంటిదానికీ, కృషి చేస్తున్నటు వంటిదానికీ అది ప్రాప్తించదు. ''ఉన్నటువంటి'' దానికి మాత్రమే, ''ఉన్నస్థితి''ని అవగాహన చేసుకునేదానికి మాత్రమే అది ప్రాప్తించగలదు. అప్పుడు సత్యం ఎంతో దూరంలో లేదనీ, తెలియనిది ఎక్కడో దూరంగా లేదనీ, ''ఉన్నస్థితి''లోనే అది ఉందనీ మీరు గమనించగలుగుతారు. సమస్యకి సమాధానం సమస్యలోనే ఉన్నట్లు. సత్యం ''ఉన్న'' దానిలోనే ఉంటుంది. దాన్ని మనం అవగాహన చేసుకోగలిగినట్లయితే సత్యాన్ని తెలుసుకోగలుగుతాం.

మన మందకొడితనాన్నీ, అత్యాశనీ, ద్వేషాన్నీ, ఆకాంక్షనీ తెలుసుకుంటూ ఉండటం అత్యంత కష్టం. ఉన్నస్థితిని తెలుసుకోవటమే సత్యాన్ని తెలుసుకోవటం. సత్యమే విమోచనం కలిగించ గలుగుతుంది - స్వేచ్ఛగా ఉండాలని చేసే మీ కృషి కాదు. కనుక, సత్యం దూరంగా లేదు. కానీ, మనమే దూరం చేసుకుంటున్నాం దాన్ని. ఎందుచేతనంటే, మనం దాన్ని మన స్వీయ సుస్థిరత్వం కోసం ఒక సాధనంగా ఉపయోగించాలని ప్రయత్నిస్తున్నాం కనుక. అది ఇక్కడే, ఇప్పుడే, ఈ క్షణంలోనే ఉంది. అనంతమైనదో, కాలరహితమైనదో ఇప్పుడే ఉంది. కాలం అనే వలలో చిక్కుకు పోయినదానికి ఆ ''ఇప్పుడు'' అనేది అవగాహన కాదు. కాలం నుంచి ఆలోచనకి స్వేచ్ఛ కలిగించటానికి చర్య అవసరం. కానీ, మనస్సు బద్ధకంగా, సోమరిగా ఉంటుంది. అందుచేత ఇతర ఆటంకాల్ని సృష్టిస్తుంది. సరియైన ధ్యానంతోనే అది సాధ్యమవుతుంది. అంటే, సంపూర్ణమైన క్రియ ద్వారానే గాని, కొనసాగుతూ ఉండే క్రియ ద్వారా కాదు. మనస్సు కొనసాగుతూ ఉండాలనే ప్రక్రియని, అంటే జ్ఞాపకాన్ని - వాస్తవిక విషయాల జ్ఞాపకం కాక, మానసిక జ్ఞాపకాన్ని - సరిగ్గాఅవగాహన చేసుకున్నప్పుడే, సంపూర్ణమైన చర్య ఏమిటో అవగాహన కావటం సాధ్యమవుతుంది. జ్ఞాపకం పనిచేస్తున్నంత కాలం మనస్సు ''ఉన్నస్థితి''ని అవగాహన చేసుకోలేదు. కానీ, అంతమొందటంలో ఉన్న ప్రాముఖ్యాన్ని అవగాహన చేసుకున్నప్పుడు, మనస్సు, మొత్తం అస్తిత్వం అసాధారణమైన సృజనాత్మకతనీ, ఉదాసీనతతో కూడిన అప్రమత్తతనీ పొందగలుగుతుంది. ఎందువల్లనంటే, అంతమవటంలోనే పునరుజ్జీవనం ఉంటుంది. కొనసాగటంలో మరణం, క్షయం ఉంటాయి.

★★★★

31. తక్షణం తెలుసుకోవటం

ప్రశ్న: ముందుగా ఏ విధమైన సన్నాహం లేకుండా మీరన్నట్లు సత్యాన్ని అక్కడికక్కడే తక్షణం తెలుసుకోగలమా?

కృష్ణమూర్తి: సత్యం అంటే మీ ఉద్దేశంలో ఏమిటి? మనకి అర్థం తెలియకపోతే, ఆ మాటని ప్రయోగించవద్దు. మరింత సులభమైన, మరింత సూటిగా ఉండే మాటని వాడవచ్చు. మీరేదైనా సమస్యని అర్థం చేసుకోగలరా? ప్రత్యక్షంగా, సూటిగా అవగాహన చేసుకోగలరా? - అదే దానిలో ఉన్న అంతరార్థం - కాదా? ఇప్పుడే, ఈ క్షణంలోనే ''ఉన్నస్థితి'' ని అవగాహన చేసుకోగలరా? ఉన్నస్థితిని అవగాహన చేసుకోవటంలో మీరు సత్యం యొక్క ప్రాధాన్యాన్ని తెలుసుకోగలుగుతారు. కానీ, ఎవరైనా సరే, సత్యాన్ని అవగాహన చేసుకోవాలి అనటంలో అర్థం లేదు. మీరో సమస్యని సూటిగా, సంపూర్ణంగా అవగాహన చేసుకుని, దాన్నుంచి స్వేచ్ఛగా ఉండగలరా? ఈ ప్రశ్నలోని అంతరార్థం ఇదే కదా? ఒక సంకటస్థితిని, ఒక సమస్యని తక్షణం అవగాహన చేసుకుని, దాని ప్రాముఖ్యాన్నంతా తెలుసుకుని, దాన్నుంచి స్వేచ్ఛగా ఉండగలరా? మీరు అవగాహన చేసుకున్న దానిగుర్తు మిగలదు. కాబట్టి, సత్యం, అంటే, అవగాహనే విముక్తిని కలిగిస్తుంది. ఒక సమస్య నుంచి, ఒక సంకట స్థితి నుంచి మీరు ఇప్పటికిప్పుడు విముక్తులు కాగలరా? జీవితం అంటే పరంపరగా వచ్చే సమస్యలూ, ప్రతిక్రియలూ - కాదా? ఒక సమస్యకి మీరు చేసే ప్రతిక్రియ ప్రభావితమై, సంకుచితమై, అసంపూర్ణమై ఉన్నట్లయితే ఆ సమస్య తన మచ్చని, తన శేషాన్ని విడుస్తుంది. ఆ శేషం మరో కొత్త సమస్య చేత ప్రబలమవుతుంది. కనుక, నిరంతరం జ్ఞాపక శేషాలూ, సంచితాలూ, మచ్చలూ పెరుగుతూ ఉంటాయి. ఈ మచ్చ లన్నింటితోనూ, మీరు కొత్త సమస్యని ఎదుర్కోవటానికి ప్రయత్నిస్తారు. కొత్తదాన్ని కొత్తగా ఎన్నడూ కలుసుకోవటం లేదు. కాబట్టి, మీరెన్నడూ అవగాహన చేసుకోలేరు. ఏ సమస్య నుంచీ మీకు ఎన్నడూ స్వేచ్ఛ కలగదు.

ప్రశ్న ఏమిటంటే: నేను సమస్యని సంపూర్ణంగా సూటిగా అవగాహన చేసుకోగలనా? దాని సంపూర్ణ ప్రాధాన్యాన్నీ, దాని సౌరభాన్నీ, దాని ప్రగాఢతనీ, దాని సౌందర్యాన్నీ, దాని అందవిహీనతనీ చూసి, గ్రహించిన తరవాత దాన్నుంచి స్వేచ్ఛగా ఉండగలనా? సమస్య ఎప్పుడూ కొత్తదే - కాదా? కష్టం ఎప్పుడూ కొత్తదే కదా? ఉదాహరణకి నిన్నటి రోజున మీకు కలిగిన సమస్య ఎంత సర్దుబాటయిందంటే, ఈ రోజున అది తిరిగి ఎదురైనప్పుడు అదప్పుడే కొత్తదవుతుంది. కానీ, మీరు దాన్ని పాతదానితో చూస్తున్నారు. ఎందుచేత నంటే, మీరు మీ ఆలోచనల్ని పూర్తిగా మార్చుకోకుండా, స్వల్పంగా సర్దుబాటు చేసుకుని ఎదుర్కొంటారు.

దీన్నే ఇంకోరకంగా చెబుతాను. నేను మిమ్మల్ని నిన్న కలుసుకున్నాను. ఈలోపున మీరు మారారు. కానీ, నేను మాత్రం మీ నిన్నటి చిత్రాన్నే మనసులో నిలుపుకున్నాను. ఈ రోజు తిరిగి మిమ్మల్ని కలుసుకున్నప్పుడు నిన్నటి చిత్రంతోనే కలుసుకుంటాను. కనుక మిమ్మల్ని అవగాహన చేసుకోలేను. నిన్న నాలో నిలుపుకున్న చిత్రాన్నే అర్థం చేసుకుంటాను. దిద్దుబాటు అయిన, మార్పు చెందిన మిమ్మల్ని నేను అవగాహన చేసుకోవాలంటే నేను నిన్నటి చిత్రాన్ని తోసేసి, స్వేచ్ఛగా ఉండాలి. అంటే, ఎప్పటికప్పుడు కొత్తదైన సమస్యని సరిగ్గా అవగాహన చేసుకోవాలంటే, నేను కూడా కొత్తగానే దాన్ని కలుసుకోవాలి. నిన్నటి శేషం ఏదీ మనస్సులో ఉండకూడదు. కాబట్టి నేను నిన్నటిరోజుకి వీడ్కోలు చెప్పాలి.

ఇంతకీ జీవితం అంటే ఏమిటి? అది ఎప్పటికప్పుడు కొత్తదే కదా? ఎప్పటికప్పుడు మారుతూ, కొత్త అనుభూతిని సృష్టిస్తోంది. నేడు ఎన్నటికీ నిన్నటిరోజు కాలేదు - అదే ఈ జీవితంలో ఉన్న అందం. మీరూ నేనూ ప్రతి సమస్యనీ సరికొత్తగా ఎదుర్కోగలమా? మీరు మీ ఇంటికి వెళ్లినప్పుడు మీ భార్యనీ, బిడ్డనీ కొత్తగా చూసి, కొత్తగా సమస్యని ఎదుర్కోగలరా? నిన్నటి జ్ఞాపకాల భారంతో బరువెక్కి ఉన్నట్లయితే, మీరా పని చెయ్యలేరు. కాబట్టి, ఒక సమస్యలోని, ఒక సంబంధంలోని సత్యాన్ని అవగాహన చేసుకోవాలంటే, మీరు దాని వద్దకు కొత్తగా, స్వచ్ఛంగా రావాలి - విశాల హృదయంతో అని కాదు - ఆ మాటకి అర్థం లేదు. నిన్నటి జ్ఞాపకాల మచ్చలు ఏవీ లేకుండా రావాలి. అంటే, ఎప్పుడే సమస్య తలెత్తినా, నిన్నటి ప్రతిక్రియల్ని తెలుసుకుని ఉండాలి; నిన్నటి శేషాన్నీ, జ్ఞాపకాల్నీ తెలుసుకుని ఉండటం చేత, అవన్నీ ఎటువంటి పోరాటం జరపకుండానే, వాటంతటవి రాలిపోతాయనీ, అప్పుడు మనస్సు స్వచ్ఛంగా ఉంటుందనీ తెలుసుకుంటారు.

ముందుగా ఏ సన్నాహంతోనూ తయారవకుండా తక్షణమే సత్యాన్ని అవగాహన చేసుకోగలమా? అవును, అవగాహన చేసుకోగలం అని నేనంటాను - నాకున్న ఏదో భ్రాంతితోనూ, ఏదో భ్రమతోనూ నేను చెప్పటం లేదు. మానసికంగా ప్రయోగం చేస్తే చూస్తారు. ఏ సమస్యనైనా, ఏ చిన్న సంఘటననైనా తీసుకోండి - ఏదో పెద్ద సంక్షోభ స్థితి కోసం వేచి ఉండక్కర్లేదు - మీ ప్రతిస్పందన ఎలా ఉంటుందో చూడండి. దాన్నీ, మీ ప్రతిస్పందనల్నీ మీ ఉద్దేశాలనీ, మీ ధోరణుల్నీ తెలుసుకుంటూ ఉండండి - అప్పుడు వాటిని అవగాహన చేసుకుంటారు. మీ నేపథ్యాన్ని అవగాహన చేసుకుంటారు. మీకున్న శ్రద్ధనంతా చూపించినట్లయితే, తక్షణం మీరు చేయగలరని నేను నమ్మకంగా చెబుతున్నాను. మీ నేపథ్యం యొక్క అంతరార్థాన్ని సంపూర్ణంగా తెలుసుకోదలచినట్లయితే, దాని ప్రాముఖ్యం తెలిసివస్తుంది. అప్పుడు ఒక్క దెబ్బతో సత్యాన్ని తెలుసుకుంటారు. సమస్య అవగాహన అవుతుంది. అవగాహన ఎప్పుడూ కాలరహితమైన 'ప్రస్తుతం' లో అంటే, వర్తమానంలోనే సంభవమవుతుంది. రేపయినా 'ఇప్పుడే.' ఊరికే వాయిదా వేయటం ఉన్నస్థితిని 'రేపు' అవగాహన చేసుకోవటానికి తయారవటం - ఇదంతా ఉన్న స్థితిని ఇప్పుడు అవగాహన చేసుకోకుండా మిమ్మల్ని

మీరు ఆటంకపరచుకున్నట్లే. ఇప్పుడు 'ఉన్నస్థితి' ని సూటిగా మీరు అవగాహన చేసుకోగలరు - చేసుకోలేరా? 'ఉన్నస్థితి' ని అవగాహన చేసుకోవటానికి మీరు ఏ విధమైన ఇబ్బందికీ, అన్యాకర్షణకీ లోనుకాకుండా, మీ మనస్సునీ, హృదయాన్నీ దాని కర్పించాలి. ఆ క్షణంలో అదొక్కటే మీ సంపూర్ణ ఆసక్తి అవాలి. అప్పుడు ''ఉన్నస్థితి'' దాని సంపూర్ణ ప్రగాఢతనీ, దాని సమగ్ర ఆంతర్యాన్నీ మీ కందిస్తుంది. అందుచేత మీరు ఆ సమస్య నుంచి స్వేచ్ఛ పొందుతారు.

మీరు సత్యాన్ని తెలుసుకోవాలనుకున్నట్లయితే - ఉదాహరణకి ఆస్తి యొక్క మానసిక ప్రాముఖ్యాన్ని తెలుసుకోవాలనుకున్నట్లయితే, దాన్ని ప్రత్యక్షంగా ఇప్పుడే తెలుసుకోవాలనుకున్నట్లయితే ఏం చేస్తారు? నిశ్చయంగా మీరు మీ సమస్యకి సన్నిహితంగా ఉండాలి. దాన్ని చూసి భయపడకూడదు. మీ ఇరువురికీ మధ్య - అంటే మీకూ సమస్యకీ మధ్య ఏ మత సంప్రదాయమూ, ఏ సమాధానమూ ఉండకూడదు. మీరు సమస్యతో ప్రత్యక్షంగా సంబంధం కలిగి ఉన్నప్పుడే సమాధానం దొరుకుతుంది. మీరొక సమాధానాన్ని ఇచ్చినా, మీరు తీర్మానించినా, మానసిక విముఖత చూపినా, ''ఇప్పుడు'' మాత్రమే అవగాహన చేసుకోగలిగినదాన్ని వాయిదా వేసి, 'రేపు' అవగాహన చేసుకోవటానికి తయారవుతారు. అందుకని మీరెన్నటికీ అవగాహన చేసుకోలేరు. సత్యాన్ని అవగాహన చేసుకోవటానికి ప్రత్యేకంగా తయారవాల్సిన పని లేదు. తయారు అవటంతోటే కాలం అనే భావం వస్తుంది. కాలం సత్యాన్ని అవగాహన చేసుకునేందుకు సాధనంకాదు. కాలం కొనసాగేటటు వంటిది. సత్యం కాలరహితమైనది. కొనసాగనటు వంటిది. అవగాహన అనేది స్థిరత్వం లేకుండా, అనుక్షణం నిశ్శేషంగా ఉంటూ ఉంటుంది.

ఈ విషయాన్ని చాలా క్లిష్టంగా అనిపించేటట్లు చేస్తున్నానేమోనని నా భయం - కాదా? కానీ మీరు కనుక 'ప్రయోగం' చేసినట్లయితే దాన్ని సులభంగా, సరళంగా అవగాహన చేసుకోవచ్చు. మీరు స్వప్నావస్థలోకి వెళ్ళిపోయినా, దాన్ని ధ్యానం చేయటం మొదలుపెట్టినా, అది చాలా క్లిష్టమవుతుంది. మీకూ, నాకూ మధ్య అడ్డు ఏమీ లేనట్లయితే నేను మిమ్మల్ని అవగాహన చేసుకుంటాను. నేను మీ ఎదుట విశాలహృదయంతో ఉన్నట్లయితే నేను ప్రత్యక్షంగా తెలుసుకోగలుగుతాను. హృదయం విశాలంగా ఉండటానికి సమయం అవసరం లేదు. కాలం నన్ను విశాలంగా చేయగలదా? తయారవటం, ఒక విధానాన్ని అనుసరించటం, క్రమశిక్షణ - ఇవన్నీ నన్ను మీ పట్ల విశాలహృదయంతో ఉండేటట్లు చేయగలవా? చేయలేవు. మిమ్మల్ని అవగాహన చేసుకోవాలనే ఉద్దేశమే నా హృదయాన్ని తెరుస్తుంది. దాచుకునేందు కేమీ వుండదు కనుక, నా హృదయాన్ని తెరుచుకుని నిష్పక్షపాతంగా ఉంటాను. నాకు భయం ఏమీ ఉండదు. కాబట్టి నా హృదయం తెరుచుకుని ఉంటుంది. అందుచేత తక్షణం తాదాత్మ్యం కలుగు తుంది. సత్యం ఉంటుంది. సత్యాన్ని అవగాహన చేసుకోవటానికీ, దాని సౌందర్యాన్ని తెలుసుకోవటానికీ, దాని సంతోషాన్ని తెలుసుకోవటానికీ సిద్ధాంతాలూ, భయాలూ, ప్రతిక్రియలూ ఆటంకం కలిగించకుండా తక్షణమే గ్రహించగలస్థితిలో ఉండాలి.

★★★★

32. నిరాడంబరత

ప్రశ్న: నిరాడంబరత అంటే ఏమిటి? అత్యవరసరమైనవాటిని స్పష్టంగా చూసి, తక్కినవాటిని వదిలెయ్యటమనా అర్థం?

కృష్ణమూర్తి: ఏది నిరాడంబరత కాదో చూద్దాం. ''వ్యతిరేకంగా కాదు, ఏదైనా రూఢీగా చెప్పండి'' అనకండి. అది పరిణతి లేకపోవటం, తెలివితక్కువ ప్రతిస్పందనా అవుతుంది. మీకు రూఢీగా ఎవరైనా చెబితే వారు ఏదో స్వప్రయోజనం కోసం చేసేవారే. మీకు కావల్సిందాన్ని ఇవ్వటానికి వాళ్లు సిద్ధంగా ఉంటారు. దాని ద్వారా వారి స్వలాభం కోసం మిమ్మల్ని వాడుకుంటారు. మనం అలాంటిదేమీ చేయటంలేదు. నిరాడంబరతలో ఉన్న సత్యాన్ని తెలుసుకోవటానికి ప్రయత్నిస్తున్నాం. కాబట్టి మీరు వదులుకోవాలి. వెనకటి భావాల్ని వెనకనే వదిలిపెట్టెయ్యాలి. కొత్తగా పరిశీలించాలి. బాగా ఉన్నవాడు అంతర్గతంగానూ, బాహ్యంగానూ కూడా విప్లవం అంటే భయపడతాడు.

ఏది నిరాడంబరత కాదో కనుక్కుందాం. చిక్కుల్లో ఉన్న మనస్సు నిరాడంబరమైన మనస్సు కాదు - అవునా? గడుసుగా ఉండే మనస్సు నిరాడంబరమైనది కాదు. ఒక ఆశయాన్నో, ఒక ఫలితాన్నో, ఒక భయాన్నో దృష్టిలో ఉంచుకుని పనిచేసే మనస్సు నిరాడంబరమైనది కాదు కదా? జ్ఞానంతో నిండిన మనస్సు నిరాడంబరమైనది కాదు. నమ్మకాలతో దుర్బలమైన మనస్సు నిరాడంబరమైనది కాదు కదా? తన కన్న గొప్ప దానితో ఐక్యత చెంది ఆ ఐక్యతని నిలబెట్టుకోవాలని ప్రయత్నించే మనస్సు నిరాడంబరమైనది కాదు - అవునా? ఒకటి రెండు కౌపీనాలు ఉంటే చాలు, అదే నిరాండబరత అనుకుంటారు. మనకి బాహ్యంగా కనిపించే నిరాడంబరత కావాలి. దాన్నిచూసి సులభంగా మోసపోతాం. అందుచేతనే, చాలా ధనం ఉన్నవాడు సన్యసించినవాణ్ణి పూజిస్తాడు.

నిరాడంబరత అంటే ఏమిటి? అనవసరమైనవాటిని వదులుకోవటం, అత్యవసరమైనవాటివెంట పడటం నిరాడంబరతకి లక్షణమా? అది ఎంచుకునే విధానమవుతుంది. అది ఎంచుకోవటం - అత్యవసరమైన వాటిని కోరటం, అనవసరమైన వాటిని తోసివెయ్యటం - కాదా? ఈ ఎంచుకునే ప్రక్రియ ఏమిటి? ఎంచుకునేది ఎవరు? మనస్సు కాదా? దాన్ని మీరేమన్నా సరే. ''ఇది అత్యవసరమైనది. ఇది నాక్కావాలి'' అంటారు. ఏది అత్యవసరమో ఎలా తెలుస్తుంది మీకు? ఇతరులు చెప్పిన ఉదాహరణల బట్టి అయినా అయి ఉండాలి. లేదా, మీ సొనుభవమే ''ఇది అవసరం'' అని మీకు చెప్పి ఉండాలి. మీ అనుభవం మీద ఆధారపడగలరా? మీరు ఎంచుకునేటప్పుడు మీ ఎంపిక మీ కోరిక మీద ఆధారపడి ఉంటుంది - కాదా? మీరు 'అత్యవసరం' అని చెప్పేది మీకు తృప్తిని కలిగించేదే. కనుక, తిరిగి వెనకటి పద్ధతినే అవలంబిస్తున్నారు - కాదా?

గందరగోళంలో ఉన్న మనస్సు ఎంచుకోగలదా? అది అలా ఎంచుకుంటే ఆ ఎంచుకోబడినది కూడా గందరగోళంగానే ఉంటుంది.

కాబట్టి, అత్యవసరమైనవాటినీ అనవసరమైన వాటినీ విచక్షణ చేసి ఎంచుకోవటం నిరాడంబరత కాదు. అది సంఘర్షణే. సంఘర్షణలో ఉన్న మనస్సు, గందరగోళంలో ఉన్న మనస్సు ఎన్నటికీ నిరాడంబరంగా ఉండదు. మీరు వాస్తవంగా పరిశీలించి, అసత్యమైన వాటిన్నిటినీ అవగాహన చేసుకుని, అసత్యాల్నీ మనస్సు చేసే గారడీల్నీ మీరు గమనించి, అన్నింటినీ చూసి తెలుసుకున్నప్పుడు నిరాడంబరత అంటే ఏమిటో మీరే తెలుసుకుంటారు. నమ్మకాలచేత బంధితమైన మనస్సు నిరాడంబరమైన మనస్సు కాదు. జ్ఞానం చేత దుర్బలంగా అయిన మనస్సు నిరాడంబరమైన మనస్సు కాదు. దేవుని చేత, స్త్రీల చేత, సంగీతం చేత ఆకర్షింపబడి, వాటికి లోబడిన మనస్సు నిరాడంబరమైనది కాదు. ఉద్యోగ నిర్వహణలో, ఆ కర్మకాండలో, ప్రార్థనల్లో చిక్కుకుపోయిన మనస్సు నిరాడంబరమైన మనస్సు కాదు. నిరాడంబరత అంటే భావరహితమైన స్పందన. కానీ, అది అతి అరుదైన విషయం. అంటే అది సృజనాత్మకత. సృజనాత్మకత లేనంతకాలం మనం దౌష్ట్యానికీ, దుస్థితికీ, వినాశానికీ కేంద్రాల మవుతాం. నిరాడంబరత మీరు ప్రయత్నపూర్వకంగా వెంటబడి పట్టుకుని అనుభవించ గలిగింది కాదు. పువ్వు సకాలంలో వికసించినట్లు ప్రతి ఒక్కరూ జీవితంలో సంబంధంలో ఉండే ప్రక్రియలన్నింటినీ అవగాహన చేసుకున్నప్పుడు అది సహజంగా ఏర్పడుతుంది. దాన్ని గురించి మనం ఎప్పుడూ ఆలోచించలేదు కనక, పరిశీలించలేదు కనుక మనకి దాన్ని గురించి తెలియదు. కొద్దిపాటి వస్తువులనే కలిగి ఉండటం మొదలైన బాహ్య ప్రదర్శనాల్ని మనం గొప్పగా పరిగణిస్తాం. కానీ, ఆదేదీ నిరాడంబరత కాదు. నిరాడంబరతని కనుక్కోలేం. అవసరమైనవాటినీ, అనవసరమైనవాటినీ విచక్షణ చేసి ఎంచుకోవటం నిరాడంబరత కాదు. 'నేను' లేనప్పుడే నిరాడంబరత ఉంటుంది. మనస్సు ఊహా ప్రక్రియల్లోనూ, నిర్ణయాలలోనూ, నమ్మకాలలోనూ, భావాలలోనూ చిక్కుకోకుండా ఉన్నప్పుడే అది ఏర్పడుతుంది. ఆ విధంగా స్వేచ్ఛగా ఉన్న మనస్సు మాత్రమే సత్యాన్ని దర్శించగలుగుతుంది. అటువంటి మనస్సే అపరిమితమైనదాన్ని, అనిర్వచనీయమైనదాన్ని, నామకరణం సాధ్యంకానిదాన్ని గ్రహించగలదు. అదే నిరాడంబరత.

★★★★

33.పైపై జ్ఞానం

ప్రశ్న: పైపైజ్ఞానంతో ఉండేవాడు గంభీరంగా అవటం ఎలా?

కృష్ణమూర్తి: మొట్టమొదట మనం పైపైజ్ఞానంతోనే ఉన్నామని తెలుసుకుని ఉండాలి - అక్కర్లేదా? పైపైజ్ఞానంతో ఉండటం అంటే ఏమిటి? ముఖ్యంగా, ఇతరుల మీద ఆధారపడి ఉండటం కాదా? ఒక ప్రేరణ మీద ఆధారపడటం, ఒకదాని స్ఫూర్తి మీదా, ఇతరత్రా ఆధారపడటం, కొన్ని విలువల మీదా, అనుభవాల మీదా, జ్ఞాపకాల మీదా మానసికంగా ఆధారపడటం - అదంతా పైపైజ్ఞానంతో ఉంటున్నట్లు కాదా? ఉద్ధారణ కోసం, సహాయం కోసం ప్రతిరోజూ, వారానికోరోజు ఉదయాన్నే చర్చికి వెళ్లటంమీదే ఆధారపడితే, అది నన్ను పైపైజ్ఞానంతో ఉండేట్లు చేయదా? నా న్యాయవర్తనని నిలబెట్టుకోవటానికో, ఎప్పుడో పొందిన అనుభూతిని తిరిగి పొందటానికో నేను కొన్ని సంస్కార విధుల్ని నిర్వర్తించటానికి అలవాటు పడితే, నేను పైపైజ్ఞానంతో ఉండేట్లు చేయదా? ఒక దేశం కోసం గాని, ఒక ప్రణాళిక కోసంగాని, ఒక రాజకీయ వర్గం కోసం గాని నన్ను నేను అర్పించుకుని ఉంటే నన్ను పైపైజ్ఞానంతో ఉండేవాడిని చెయ్యదా? ఈ పరాధీన ప్రవృత్తి అంతా నిశ్చయంగా, నన్ను నేను తప్పించుకోవటానికే. నాకంటే గొప్పదానితో ఐక్యత చెందటం నన్ను నేను కాదనుకోవటమే. కానీ, నేను ఉన్న స్థితిని కాదనలేను. నేను ఎలా ఉన్నానో అవగాహన చేసుకోవాలి గాని, విశ్వంతోనో, దేవునితోనో, ఒక రాజకీయపక్షంతోనో, మరిదేనితోనో ఐక్యత చెందకూడదు. ఇదంతా లోతులేకుండా, పైపైనే ఆలోచించటానికి కారణమవుతుంది. పైపైనే ఆలోచించటం వల్ల ప్రపంచవ్యాప్తంగా గాని, వ్యక్తిగతంగా గాని శాశ్వత నష్టం కలిగించే కార్యకలాపాలు జరుగుతాయి.

మొట్టమొదటగా మనం ఈ పనులన్నీ చేస్తున్నామని గుర్తిస్తున్నామా? మనం వాటిని సమర్థిస్తాం. ''ఈ పనులు చేయకపోతే మరేం చేయను? ఇంతకంటే అధమస్థంగా ఉంటాను. నా మనస్సు ముక్కలైపోతుంది. ఇప్పుడైతే, ఏదో ఇంతకన్న బాగుండే దానికోసం తాపత్రయపడుతున్నాను'' అంటాం. మనం ఎంత తాపత్రయపడితే అంత పైపైస్థాయిలో ఉంటాం. ఈ విషయాన్ని ముందుగా తెలుసుకోవలసి ఉంది - లేదా? అది అన్నిటికన్నా కష్టమైనపని. నేనెలా ఉన్నానో చూసుకోవటం - నేను అవివేకంగా ఉన్నాననీ, నేను గంభీరంగాకాక, పైపైనే ఆలోచిస్తున్నాననీ, నేను అసూయతో ఉన్నాననీ అంగీకరించటం చాలా ముఖ్యావసరం. నేనెలా ఉన్నానో చూసినట్లయితే, నా స్థితిని నేను గుర్తించినట్లయితే అప్పుడు అక్కడ నుంచి ప్రారంభించవచ్చు. ఉన్నదాన్నుంచి పారిపోయే మనస్సు లోతులేకుండా పైపైనే ఉండటం నిశ్చయం. పారిపోకుండా ఉండటానికి విశేష ప్రయాసతో కూడిన పరిశోధన కావాలి. మందకొడితనం లేకుండా

ఉండాలి. నేను లోతు లేకుండా పైపైజ్ఞానంతో ఉన్నానని తెలుసుకున్న తక్షణం, ఆ లోతు లేకపోవటం గురించి నేనేమీ చెయ్యకుండా ఉంటే, ప్రగాఢత ఏర్పడే ప్రక్రియ ప్రారంభమవుతుంది. ''నేను అల్పబుద్ధితో ఉన్నాను, ఆ విషయాన్ని నేను పరిశీలించి, ఈ అల్పత్వం సంగతి చూస్తాను; ఈ అల్పత్వాన్నీ, ఈ సంకుచితత్వాన్నీ, దాని ప్రభావాన్నీ అవగాహన చేసుకుంటాను'' అని మనస్సు కనుక అనుకుంటే, పరివర్తన రావటానికి అవకాశం ఉంటుంది; కానీ, అల్పమైన మనస్సు తను అల్పంగా ఉన్నట్లు అంగీకరిస్తూ, అల్పంగా ఉండకుండా ఉండటానికి పుస్తకాలు చదవటం, సమావేశాలకు వెళ్లి అందరినీ కలుసుకోవటం, యాత్రలు చేయటం, కోతిలా ఎప్పుడూ ఏదో ఒకటి చురుగ్గా చేస్తూ ఉండటం వంటివి ప్రయత్నించినా, అది ఇంకా అల్పమనస్సే.

అంతేకాక, ఈ సమస్యని సరిగ్గా అవగాహన చేసుకున్నప్పుడే, నిజమైన విప్లవం వస్తుంది. సమస్యని సరిగ్గా ఎదుర్కొన్నట్లయితే, అసాధారణమైన విశ్వాసం కలుగుతుంది - కొండల్ని కూడా - మన దురభిప్రాయాలూ, ప్రభావాలూ అనే కొండల్ని కదపగలదని నమ్మకంగా చెబుతున్నాను. లోతులేని మనస్సుందని తెలుసుకుని లోతుగా పోవటానికి ప్రయత్నించకండి. లోతులేని మనస్సు ప్రగాఢమైన లోతుల్ని తెలుసుకోలేదు. మీకు బోలెడు జ్ఞానం, సమాచారం ఉండి ఉండవచ్చు. మాటల్ని పునశ్చరణ చేయవచ్చు. పైపైజ్ఞానంతో హడావిడిగా ఉండే మనస్సు చుట్టూ ఉండేవన్నీ మీకు తెలుసు. కానీ, లోతు లేకుండా పైపైనే ఉన్నట్లు తెలుసుకుని, ఆ లోతు లేకపోవటాన్ని తెలుసుకుని, దాని చర్యలన్నింటినీ - ఖండించటంగాని, నిర్ణయించటంగాని లేకుండా - నిష్పక్షపాతంగా పరిశీలించినట్లయితే ఆ లోతులేనిది మీరు దాన్నేమీ చెయ్యకుండానే పూర్తిగా మాయమవుతుందని తెలుసుకుంటారు. దీనికి సహనం, అప్రమత్తత, ఎటువంటి ఫలితాన్నీ ఆశించకపోవటం కావలసి ఉంటుంది. లోతు లేని మనస్సు మాత్రమే ఎప్పుడూ ఫలితాన్నీ, విజయం సాధించటాన్నీ కోరుకుంటుంది.

ఈ ప్రక్రియనంతా ఎంత ఎక్కువగా తెలుసుకుంటే, అంత ఎక్కువగా ఈ మానసిక కార్యకలాపాలన్నింటినీ తెలుసుకుంటారు. కానీ, వాటిని అంతం చెయ్యాలనే ప్రయత్నం ఏమీ లేకుండా మీరు పరిశీలించాలి వాటిని. ఎందుచేతనంటే, మీరు ఏ క్షణాన అయితే అంతం కావాలని ఆశిస్తారో ఆ క్షణంలోనే 'నేను', 'నేను కానిది' అనే ద్వివిధస్థితిలో చిక్కుకు పోతారు. అప్పుడు సమస్య కొనసాగుతూనే ఉంటుంది.

★★★★

34. అల్పత్వం

ప్రశ్న: మనస్సులో ఎటువంటి వ్యాపకం ఉండాలి?

కృష్ణమూర్తి: సంఘర్షణని ఎలా సృష్టించవచ్చునన్న దానికి ఇదో చక్కని ఉదాహరణ - ''ఉండాలనుకున్న దాని''కీ ''ఉన్నదాని''కీ మధ్య సంఘర్షణ. ముందుగా, ఎలా ఉండాలో ఆ ఆదర్శాన్ని స్థిర పరచుకుంటాం, తరవాత ఆ పద్ధతి ప్రకారం జీవించటం ప్రారంభిస్తాం. మనస్సు ఉన్నతమైనవాటితో - స్వార్థరాహిత్యంతోనూ, ఔదార్యంతోనూ, దయతోనూ, ప్రేమతోనూ వ్యవహరించాలని అనుకుంటాం. ఆ తరవాత, ఆ పద్ధతి ప్రకారం, నమ్మకం ప్రకారం - ''ఉండాలి'' ''ఉండితీరాలి'' అనుకుంటూ జీవించటానికి ప్రయత్నిస్తాం. దాంతో సంఘర్షణ ప్రారంభమవుతుంది - ''ఉండాలి'' అని అనుకున్న దానికీ, వాస్తవ స్థితికీ, అంటే ''ఉన్న'' దానికీ మధ్య - ఈ సంఘర్షణ ద్వారా మనం పరివర్తన చెందుతామని ఆశిస్తాం. ''ఉండాలి'' అన్న దానితో మన సంఘర్షణ సాగుతున్నంతకాలం మనం సద్గుణవంతులమన్నట్లుగా, మంచివారమన్నట్లుగా భావిస్తూ ఉంటాం. కానీ, ఏది ముఖ్యం? - ''ఉండాలి'' అనుకున్నదా, లేక ''ఉన్నదా?'' మన మనస్సులో వ్యాపకం దేనితో ఉంది వాస్తవంగా? ఆ వ్యాపకం ఉన్నది సైద్ధాంతికంగా కాదు, వాస్తవంగా అల్పవిషయాలతో - పైకి ఎలా కనిపిస్తున్నారన్న దానితో, ఆకాంక్షతో, అత్యాశతో, అసూయతో, వ్యర్థప్రసంగంతో, క్రూరత్వంతో కాదా? మనస్సు అల్పమైన వాటి లోకంలోనే ఉంటుంది. అల్పమనస్సు ఎంత ఉన్నతమైన ఆదర్శాన్ని సృష్టించినా అది అల్పమైన మనస్సే కదా? మనస్సు దేనితో వ్యాపకం పెట్టుకోవాలి అన్నది కాదు ప్రశ్న - ఈ అల్ప విషయాల్ని వదిలి మనస్సు స్వేచ్ఛగా ఉండగలదా? మనం అసలు నిజంగా తెలుసుకుంటున్నట్లయితే, మనం అసలు పరిశోధన చేస్తున్నట్లయితే మనలో ఉన్న ప్రత్యేకమైన విషయాలు కొన్ని తెలుస్తాయి - ఎప్పుడూ ఏదో మాట్లాడుతూ ఉండటం, మనస్సులో ఎడతెగని వాగుడూ, దీని గురించో, దాని గురించో వ్యాకులపడుతూ ఉండటం, ఎవరు ఏం చేస్తున్నారో, ఏం చెయ్యటం లేదో తెలుసుకోవాలని కుతూహలపడటం, ఏదో ఫలితాన్ని సాధించటానికి ప్రయత్నించటం, వృద్ధిలోకొచ్చెయ్యాలని దేవుళ్లాడటం, ఇలాగే ఇంకా మన మనస్సులో ఉన్న వ్యాపకాలివే అని మనకి బాగా తెలుసు. అందులో పరివర్తన రాగలదా? అదే సమస్య - కాదా? మనస్సు దేనితో వ్యాపకం పెట్టుకోవాలి అని అడగటం కేవలం పరిణతి లేకపోవటమే.

ఇప్పుడు నా మనస్సు అల్పత్వంతో ఉందనీ అల్పవిషయాలతో వ్యాపకం పెట్టుకున్నదనీ తెలుసుకున్నాక, అది ఆ పరిస్థితి నుంచి దానంతట అది స్వేచ్ఛగా ఉండగలదా? మనస్సు స్వభావసిద్ధంగా అల్పమైనది కాదా? మనస్సు స్మృతిఫలితం కాక మరేమిటి? దేని స్మృతి? బ్రతుకుని - శారీరకంగానే కాక, మానసికంగా కూడా - కొన్ని

లక్షణాల్నీ, సద్గుణాన్నీ పెంపొందించుకోవటం ద్వారా, అనుభవాల్ని పోగుచేసుకోవటం ద్వారా, తన కార్యకలాపాల్లో తన్ను సుస్థిరం చేసుకోవటం ద్వారా, ఎలా కొనసాగించాలి? - అన్నది అల్పత్వం కాదూ? మనస్సు స్మృతి ఫలితం కాబట్టీ, కాలానికి సంబంధించినది కాబట్టీ అది సహజంగానే అల్పమైనది. తన అల్పత్వం నుంచి తన్ను స్వేచ్ఛగా చేసుకోవటానికి అదేం చెయ్యగలదు? అదేమైనా చేయగలదా? దయచేసి, దీని ప్రాముఖ్యాన్ని గమనించండి. మనస్సు స్వీయకేంద్రీత కార్యకలాపమే అయినప్పుడు, దాని కార్యకలాపం నుంచి అదే స్వేచ్ఛ పొందగలదా? అది పొందలేదన్నది స్పష్టమే. అది ఏం చేసినా అల్పంగానే ఉంటుంది. అది దేవుని గురించి ఊహాగానం చేయవచ్చు. రాజకీయ వ్యవస్థల్ని రూపొందించవచ్చు. నమ్మకాల్ని సృజించవచ్చు. అయితే, అదింకా కాల పరిధిలోనే ఉంటుంది. దాని మార్పు జ్ఞాపకం నుంచి జ్ఞాపకానికి మాత్రమే, దాని పరిధిలోనే అది బంధితమై ఉంటుంది. ఆ పరిమితిని భగ్నం చేయగలదా? లేక మనస్సు ప్రశాంతంగా ఉన్నప్పుడు హడావిడిగా లేనప్పుడు, దాని అల్ప విషయాల్ని అదే గుర్తించినప్పుడు - ఆ అల్పవిషయాల్ని ఎంత గొప్పగా ఊహించి నప్పటికీ వాటి అల్పత్వాన్ని గుర్తించినప్పుడు ఆ పరిమితి దానంతట అదే భగ్నమవుతుందా? మనస్సు తన అల్ప విషయాలన్నిటినీ చూసి వాటి గురించి పూర్తిగా తెలుసుకున్నమీదట, ప్రశాంతంగా అయితే - అప్పుడు మాత్రమే ఈ అల్పవిషయాలు వాడిపోయే అవకాశం ఉంటుందీ. మనస్సు దేనితో వ్యాపకం పెట్టుకోవాలి అని మీరు అడుగుతున్నంతవరకూ అది అల్పవిషయాలతోటే వ్యవహరిస్తూ ఉంటుంది - అది చర్చి కట్టించినా, ప్రార్థనలు చేసినా , పుణ్య స్థలానికి వెళ్లినా అంతే. మనస్సే సహజంగా అల్పంగా, స్వల్పంగా ఉంటుంది. అది అల్పంగా ఉందని అంటున్నంతమాత్రాన దాని అల్పత్వాన్ని రూపుమాపలేరు. దాన్ని మీరు అవగాహన చేసుకోవాలి; మనస్సు తన కార్యకలాపాలన్నింటినీ గుర్తించాలి. ఆ గుర్తించటంలోనే చేతనంగానూ, అచేతనంగానూ అది నిర్మించుకున్న అల్ప విషయాల్ని తెలుసుకోవటంతో మనస్సు ప్రశాంతంగా అవుతుంది. ఆ ప్రశాంతతలోనే సృజనాత్మక స్థితి ఉంటుంది. ''ఈ'' అంశమే మౌలిక పరివర్తనని తీసుకొస్తుంది.

★★★★

35. మానసిక నిశ్చలత

ప్రశ్న: మానసిక నిశ్చలత గురించి ఎందుకు చెబుతున్నారు? ఈ నిశ్చలత అంటే ఏమిటి?

కృష్ణమూర్తి: మనం ఏదైనా అవగాహన చేసుకోవాలంటే, మనస్సు నిశ్చలంగా ఉండవలసిన అవసరం లేదా? మన కేదైనా సమస్య వచ్చినప్పుడు దాన్ని గురించి వ్యాకుల

పడతాం - పడమా? దాన్ని పరిశీలిస్తాం, విశ్లేషిస్తాం, దాన్ని చీల్చి ముక్కలు చేస్తాం - అర్థం చేసుకుంటామన్న ఆశతో, కృషి ద్వారా, విశ్లేషణ ద్వారా, పోల్చటం ద్వారా, ఏదైనా మానసిక సంఘర్షణ ద్వారానైనా దాన్ని అవగాహన చేసుకోగలమా? మనస్సు చాలా నిశ్చలంగా ఉన్నప్పుడే అవగాహన కలుగుతుంది నిశ్చయంగా. ఆకలి బాధ, యుద్ధం మొదలైన ఏ మానవ సమస్య గురించి అయినా ఎంత ఎక్కువ ప్రయాస పడితే, ఎంత ఎక్కువగా సంఘర్షణకి లోనైతే అంత ఎక్కువ అవగాహన చేసుకుంటామని చెబుతాం. అది నిజమేనా? యుద్ధాలు శతాబ్దాల తరబడి జరుగుతూనే ఉన్నాయి. వ్యక్తుల మధ్య పోరాటం, సంఘాల మధ్య పోరాటం, అంతర్గతంగానూ, బాహ్యంగానూ నిరంతరం యుద్ధం జరుగుతూనే ఉంది. ఆ యుద్ధాన్ని, ఆ పోరాటాన్ని మరింత పోరాటంతో, మరింత సంఘర్షణతో, కపట మార్గాలతో పరిష్కరించగలమా? లేక, సమస్యని సూటిగా చూసినప్పుడు వాస్తవాన్ని సూటిగా ఎదుర్కొన్నప్పుడు అవగాహన చేసుకోగలుగుతామా? మనస్సుకీ, వాస్తవానికీ మధ్య జోక్యం చేసుకునే సంఘర్షణ ఏదీ లేనప్పుడే వాస్తవాన్ని స్పష్టంగా చూసి ఎదుర్కోగలుగుతాం. కనుక, మనం అవగాహన చేసుకోవటానికి మనస్సు నిశ్చలంగా ఉండటం ముఖ్యం కాదా?

''మనస్సుని నిశ్చలంగా చేయటం ఎలా?'' అని మీరు తప్పనిసరిగా అడుగుతారు. తక్షణమే మీకు తట్టేది ఆ ప్రశ్నే కదా? ''నా మనస్సు వ్యాకులంగా ఉంది, దాన్ని ఎలా నిశ్చలంగా చేయగలను?'' అని మీరడుగుతారు. ఏ విధానమైనా అది మనస్సుని నిశ్చలంగా చేయగలదా? ఏదైనా సూత్రంగానీ, క్రమశిక్షణగానీ మనస్సుని నిశ్చలంగా చేయగలదా? చేయగలదు, కానీ, మనస్సు నిశ్చలంగా ''చేయబడినప్పుడు'' అది ప్రశాంతతేనా? అది నిశ్చలతేనా? లేక, మనస్సు ఒక భావంలో, ఒక సూత్రంలో, ఒక వాక్యంలో బంధింపబడి ఉందా? అటువంటి మనస్సు మృత మనస్సే కాదా? అందుచేతనే, ఆధ్యాత్మికంగా వాళ్ల ఉద్దేశంలో ఆధ్యాత్మికంగా - ఉండాలని ప్రయత్నించేవాళ్లు మృతులనే చెప్పాలి. ఎందుకంటే, వాళ్ల మనస్సులు నిశ్చలంగా ఉండేలా శిక్షణనిచ్చారు. నిశ్చలంగా ఉండటం కోసం ఒక సూత్రంతో తమ్మతాము బంధించుకున్నారు. అటువంటి మనసు ఎన్నటికీ ప్రశాంతంగా ఉండదు. అది అణచి వేయబడి ఉంది, నొక్కి పెట్టబడి ఉందంతే.

మనస్సు నిశ్చలంగా ఉన్నప్పుడే అవగాహన చేసుకోవటం సాధ్యమవుతుందన్న సత్యాన్ని మనస్సు గమనించినప్పుడు అది ప్రశాంతంగా ఉంటుంది. నేను మిమ్మల్ని అవగాహన చేసుకోవాలంటే, ప్రశాంతంగా ఉండాలి. మీకు వ్యతిరేకమయిన ప్రతిక్రియలు నాలో ఉండ కూడదు. నేను పక్షపాతంగా ఉండ కూడదు. నా నిర్ణయాల్నీ, నా అనుభవాల్నీ అవతల పెట్టి, మిమ్మల్ని ముఖాముఖీ కలుసుకోవాలి - ఈ సత్యాన్ని మనస్సు అవగాహన చేసుకోవాలి. అప్పుడు, నా ప్రభావాల నుంచి మనస్సు స్వేచ్ఛగా ఉన్నప్పుడు నేను అవగాహన చేసుకోగలుగుతాను. ఈ సత్యాన్ని నేను గమనించినప్పుడు మనస్సు ప్రశాంతంగా ఉంటుంది. అప్పుడు మనస్సుని ఎలా ప్రశాంతంగా ''చేయటం'' అనే ప్రశ్నే రాదు. మనస్సుని, దాని భావనా ప్రవృత్తి నుంచి సత్యమొక్కటే స్వేచ్ఛ కలిగించ

గలదు. సత్యాన్ని దర్శించటానికి మనస్సు వ్యాకులతతో ఉన్నంతవరకూ అవగాహన చేసుకునే సామర్థ్యం దానికుండదన్న వాస్తవాన్ని గ్రహించాలి. మానసిక ప్రశాంతతని, నిశ్చలతని ఇచ్ఛాశక్తి ద్వారాగాని ఇచ్ఛా ప్రేరితమైన చర్య ద్వారాగాని ఉత్పన్నం చేయటం కుదరదు. అలా జరిగితే అది సంకుచితమైన మనస్సు, ప్రత్యేకించుకున్న మనస్సు. అది మృత మనస్సు - దానికి సర్దుబాటు చేసుకునే శక్తిగానీ, మృదుత్వంగానీ, చురుకుతనంగానీ ఉండదు. అటువంటి మనస్సుకి సృజనాత్మకత ఉండదు.

కనుక, ఇప్పుడు మన ప్రశ్న, మనస్సుని ఎలా నిశ్చలంగా చెయ్యాలి అన్నది కాదు. ఏ సమస్య ఎప్పుడు ఉత్పన్నమైనా, ఆ సమస్యలో ఉన్న సత్యాన్ని ఎలా చూడగలం అనేదే. గాలి ఆగిపోతే సరస్సు ప్రశాంతంగా ఉన్నట్లే. సమస్యలుండటం చేతనే మనస్సు వ్యాకుల పడుతుంది. సమస్యల నుంచి తప్పించుకోవటానికి మనం మనస్సుని నిశ్చలంగా 'చేస్తాం.' ఈ సమస్యలన్నీ మనస్సు స్వయంగా ప్రదర్శించినవే. మనస్సు కాకుండా వేరే సమస్య లేమీ ఉండవు. మనస్సు భావుకతని ప్రదర్శించినంతవరకూ, నిశ్చలతని సాధించటానికి ఏదైనా పద్ధతిని అనుసరించినంతవరకూ అది ఎన్నటికీ నిశ్చలంగా ఉండలేదు. నిశ్చలంగా ఉన్నప్పుడే అవగాహన చేసుకోవటం జరుగుతుందని మనస్సు తెలుసుకున్నప్పుడే అది ఎంతో నిశ్చలంగా అవుతుంది. ఆ నిశ్చలత తెచ్చి పెట్టుకున్నది కాదు; క్రమశిక్షణ ద్వారా వచ్చినది కాదు; అది వ్యాకులంతో ఉన్న మనస్సు అవగాహన చేసుకోగల ప్రశాంతత కాదు.

మానసిక ప్రశాంతతని కోరే చాలా మంది మనుషులు మామూలు జీవితాన్ని త్యజించి, ఒక పల్లెకో, ఒక మఠానికో, పర్వతాలకో వెళ్ళిపోతారు; లేదా, ఏవో కొన్ని భావాల్ని పట్టుకునో, నమ్మకాన్ని కప్పుకునో తమకి ఇబ్బంది కలిగించే జనానికి దూరంగా వెళ్ళిపోతారు. ఆ విధమైన ఏకాంతవాసం మానసిక నిశ్చలత కాదు. ఏదో ఒక భావంలో దూరి కూర్చోవటం వల్లనో, జీవితాన్ని సంక్లిష్టం చేసే మనుషుల్ని తప్పించుకుని దూరంగా ఉండటం వల్లనో మానసిక నిశ్చలత రాదు. పోగు చేసుకోవటం, ప్రత్యేకత నేర్పరచుకునే ప్రక్రియ లేనప్పుడూ, సంబంధం యొక్క యావత్ప్రక్రియనీ సంపూర్ణంగా అవగాహన చేసుకున్నప్పుడూ మానసిక నిశ్చలత సిద్ధిస్తుంది. ప్రోగు చేయటం అనే ప్రక్రియ మనస్సుని పాతదిగా చేస్తుంది. మనస్సు కొత్తగా ఉన్నప్పుడే, స్వచ్ఛంగా ఉన్నప్పుడే, సంచిత ప్రవృత్తి సమసిపోయినప్పుడే, మానసిక ప్రశాంతత కలుగుతుంది. అటువంటి మనస్సు మృత మనస్సు కాదు. అతి చురుకుగా ఉంటుంది. నిశ్చలంగా ఉన్న మనస్సే ఎంతో చురుకుగా ఉంటుంది. కానీ, మీరు దాన్ని పరిశోధించినట్లయితే, ప్రగాఢంగా పరిశీలించినట్లయితే అటువంటి ప్రశాంతతలో ఎటువంటి ఆలోచనా ప్రదర్శితం కాదని గమనిస్తారు. ఆలోచన అన్ని స్థాయిల్లోనూ జ్ఞాపకానికి ప్రతిక్రియే నన్నది స్పష్టం. ఆలోచన ఎన్నటికీ సృజనాత్మకమైన స్థితిలో ఉండదు. సృజనాత్మకతని వ్యక్తం చెయ్యగలదు గాని, స్వయంగా సృజనాత్మకంగా ఉండలేదు. నిశ్శబ్దంగా ఉన్నప్పుడు, దేనికీ ఫలితం కానటువంటి మానసిక ప్రశాంతత ఏర్పడినప్పుడు, ఆ ప్రశాంతతలో ఒకవిధమైన అసాధారణ కార్యకలాపం, ఒక అసాధారణ క్రియ జరగటం చూస్తాం. అటువంటిదాన్ని

వ్యాకులపడే మనస్సు ఎన్నటికీ తెలుసుకోలేదు. ఆ ప్రశాంతతలో సూత్రీకరణం ఉండదు, భావం ఉండదు, జ్ఞాపకం ఉండదు. ఆ నిశ్చలస్థితి 'నేను' యొక్క మొత్తం ప్రక్రియని సంపూర్ణంగా అవగాహన చేసుకున్నప్పుడు మాత్రమే అనుభవించ గలిగిన సృజనాత్మక స్థితి. లేకపోతే, నిశ్చలతకి అర్థం లేదు. దేనికీ ఫలితం కానటువంటి ఆ నిశ్చలతలోనే అనంతమైనదీ, కాలానికి అతీతమైనటువంటిదీ ఆవిష్కారమవుతుంది.

★★★★

36. జీవితానికి అర్థం

ప్రశ్న: మనం జీవిస్తున్నాం, కాని ఎందుకో తెలియదు. మాలో చాలా మందికి జీవితం అర్థరహితంగా కనిపిస్తోంది. మన జీవితానికి అర్థం, ప్రయోజనం ఏమిటో చెప్పగలరా?

కృష్ణమూర్తి: ఇప్పుడీ ప్రశ్న మీరెందుకు అడుగుతున్నారు? జీవితానికి అర్థం, జీవితానికున్న ప్రయోజనం ఏమిటో చెప్పమని మీరు నన్నెందుకు అడుగుతున్నారు? జీవితానికి ఒక అర్థం ఉంటుందా, ఒక ప్రయోజనం ఉంటుందా? అసలు జీవించటమే దాని ప్రయోజనం కాదా? దానికున్న అర్థం అదే కదా? ఇంకా ఏం కావాలి? మన జీవితంతో మనం తీవ్రమైన అసంతృప్తి చెందటం వల్లా, జీవితం ఎంతో శూన్యంగా అనిపించటం వల్లా, చౌకబారుగా ఉండటం వల్లా, చేసిందే చేస్తూ విసుగుచెంది ఉండటం వల్ల, మనకి ఇంకా ఏదో కావాలనీ, ఈ చేస్తున్న దానికన్న అతీతమైన దేదో కావాలనీ కోరుకుంటాం. మన దైనందిన జీవితం కేవలం శూన్యమై, మొద్దుబారి పోయి, అర్థరహితమై, విసుగు పుట్టిస్తూ, భరించలేనంత తెలివి తక్కువగా తయారవటం వల్ల, జీవితానికి సంపూర్ణమైన అర్థం ఉండి తీరాలనుకుంటాం. అందుచేతే మీరీ ప్రశ్న అడుగుతున్నారు. నిండుగా జీవిస్తున్న మనిషి, నిశ్చయంగా, ఉన్నవాటిని ఉన్నట్లుగా చూసి, తనకున్న దానితో సంతృప్తిపడే మనిషి గందరగోళంలో పడడు. అతనికి అంతా స్పష్టంగానే ఉంటుంది. అందువల్ల, జీవితం యొక్క ప్రయోజనం ఏమిటని అతను ప్రశ్నించడు. అతనికి జీవించటమే మొదలూ, తుదీ. మనకున్న కష్టం ఏమిటంటే, మన జీవితం శూన్యంగా ఉంది కనుక, జీవితానికో ప్రయోజనాన్ని కనుక్కొని, దాని కోసం పాటు పడాలనుకుంటాం. అటువంటి ప్రయోజనం జీవితంలో వాస్తవికంగా కాక, కేవలం ఊహా మాత్రంగానే ఉంటుంది. అవివేకంగా, మందకొడిగా ఉన్న మనస్సూ, శూన్య హృదయం ఉన్న మనిషి తన జీవితాన్ని ఒక ప్రయోజనం ప్రకారం గడిపితే, ఆ ప్రయోజనం కూడా శూన్యమే అవుతుంది. కాబట్టి, మన ఆశయం జీవితాన్ని సంపూర్ణంగా చేసుకోవటమే, అంటే, ధనం మొదలైనవాటితోగాక, అంతర్గతంగా సంపూర్ణం చేసుకోవటం -

సంపూర్ణంగా అనటంలో నిగూఢమైనది ఏమీలేదు. జీవితానికి ప్రయోజనం ఆనందంగా ఉండటం, జీవితానికి ప్రయోజనం దేవుని సాక్షాత్కరింపజేసుకోవటం, అని మీరనటమూ, దేవుని కనుక్కోవాలనే కోరికా జీవితం నుంచి తప్పించుకోవటానికే. మీ దేవుడు తెలిసిన విషయమే, మీకు తెలిసినదానివైపుకే మీరు పోగలరు; దేవుడని మీరు చెప్పేదానికి మెట్లు కట్టినట్లయితే, నిశ్చయంగా అది దైవం కాదు. వాస్తవాన్ని జీవించటం ద్వారానే తెలుసుకోగలరుగానీ, తప్పించుకోవటం వల్లకాదు. మీరు జీవితానికి ప్రయోజనాన్ని కోరటం వల్ల మీరు వాస్తవంగా తప్పించుకుంటున్నారుగాని, జీవితం అంటే ఏమిటో అవగాహన చేసుకోవటం లేదు. జీవితం అంటే సంబంధం; జీవితం సంబంధంలోని కార్యకలాపం. సంబంధాన్ని నేను అవగాహన చేసుకోనప్పుడు, లేదా, సంబంధం గందరగోళంగా ఉన్నప్పుడు. అప్పుడే జీవితానికి అర్థం ఏమిటో సంపూర్ణంగా తెలుసుకోవాలని కోరతాను. మన జీవితాలు అంత శూన్యంగా ఎందుకున్నాయి? మనం అంత ఒంటరిగా, అంత నిస్పృహతో ఎందుకున్నాం? మన లోపలికి మనం ఎప్పుడూ చూసుకోకపోవడం వల్లా, మనల్ని మనం ఎప్పుడూ అవగాహన చేసుకోకపోవటం వల్లా మనకి తెలిసినదంతా ఈ జీవితమే అనీ, అందువల్ల ఈ జీవితాన్ని పూర్తిగా, పరిపూర్ణంగా అవగాహన చేసుకోవలసి ఉందనీ, మనం ఎప్పుడూ చిత్తశుద్ధితో అంగీకరించం. మన నుంచి మనం పారిపోవటమే మన కిష్టం. అందుచేతనే, సంబంధంతో నిమిత్తం లేనటువంటి జీవితం యొక్క ప్రయోజనాన్ని మనం తెలుసుకోవాలనుకుంటాం. మన కార్యకలాపాల్ని అంటే మనుషులతోనూ, ఆస్తితోనూ, నమ్మకాలతోనూ, భావాలతోనూ మనకి ఉన్న సంబంధాన్ని అవగాహన చేసుకోవటం ప్రారంభించటంతోటే, ఆ సంబంధం దానంతటదే ప్రతిఫలాన్ని తెస్తుందని తెలుసుకుంటాం. మీరు దానికోసం వెతకక్కర్లేదు. అలా చేస్తే ప్రేమకోసం వెతికినట్లే. ప్రేమని వెతికి పట్టుకోగలరా? అది కృషి చేసి సాధించగలిగినది కాదు. మీరు ప్రేమని సంబంధంలోనే తెలుసుకోగలరు కాని, సంబంధానికి అవతల కాదు. మనకి ప్రేమ లేదు కనుకనే జీవితానికి ప్రయోజనాన్ని కోరతాం. ప్రేమ ఉన్నప్పుడు - అదే అనంతమైనది కనుక - దైవం కోసం అన్వేషణ ఉండదు, ప్రేమేదైవం కనుక.

మన మనస్సులు సాంకేతిక విధానాలతోనూ, మూఢవిశ్వాసాల్ని జపించటం తోనూ నిండి ఉన్నాయి కనుకనే, మన జీవితాలు అంత శూన్యమైపోయాయి. అందుచేతనే, బాహ్యంగా, మనకి అవతలగా జీవితానికో ప్రయోజనం కోసం వెతుకుతూ ఉంటాం. జీవితం యొక్క ప్రయోజనాన్ని కనుక్కోవటానికి ఒక ద్వారం గుండా వెళ్లాలి - మనకి మనమే - ఆ ద్వారం. చేతనంగానో, అచేతనంగానో ఉన్నవాటిని, సహజంగా అవి ఉన్నవి ఉన్నట్లుగా చూడటానికి ఇష్టంలేక తప్పించుకుంటాం. అందుచేత, అవతల ఎక్కడో మనకోసం ఒక ద్వారాన్ని తెరవమని దేవుని కోరుకుంటాం. ప్రేమించనివారే జీవితం యొక్క ప్రయోజనం గురించి ప్రశ్నిస్తారు. ప్రేమ, చర్యలోనే, అంటే, సంబంధంలోనే దొరుకుతుంది.

★★★★

37. మనస్సులోని గందరగోళం

ప్రశ్న: మీ ప్రసంగాలన్నింటినీ విన్నాను. మీ పుస్తకాలన్నీ చదివాను. ఎంతో చిత్తశుద్ధితో అడుగుతున్నాను - మీరు చెప్పినట్లు ఆలోచన అంతా ఆగిపోయి, జ్ఞానం అంతా అణగారిపోయి, జ్ఞాపకం అంతా పోయాక. ఇక జీవితానికి ప్రయోజనం ఏం ఉంటుంది? అటువంటి స్థితికీ - మీ ఉద్దేశంలో అదేమిటయినప్పటికీ - మనం జీవిస్తున్న ప్రపంచానికీ మధ్య ఎటువంటి సంబంధం ఉందంటారు? అటువంటి స్థితికీ, మనం గడిపే విషాదకరమైన, బాధాకరమైన బ్రతుక్కీ ఏమిటి సంబంధం?

కృష్ణమూర్తి: జ్ఞానం మొత్తం లేనప్పుడూ, గుర్తించేవాడు లేనప్పుడూ మాత్రమే ఉండే స్థితి ఏమిటో, ఆ స్థితికీ దైనందిన కార్యకలాపాలతో, దైనందిన వ్యవహారాలతో నిండిన మన ప్రపంచానికీ ఉన్న సంబంధం ఏమిటో తెలుసుకోవాలని కోరుతున్నాం. ఇప్పుడు మన జీవితం ఎలా ఉందో మనకి బాగా తెలుసు - బాధాకరంగా, నిరంతరం భయానకంగా, ఏదీ శాశ్వతం కాకుండా ఉంటోంది. ఇంతకుముందు చెప్పిన స్థితికీ, దీనికీ ఏమిటి సంబంధం అన్నది మనం తెలుసుకోవాలనుకుంటున్నాం. మన జ్ఞానం, జ్ఞాపకాలూ లేనట్లయితే, జీవితానికి ప్రయోజనం ఏమిటో తెలుసుకోవాలనుకుంటున్నాం.

ఇప్పుడు మనకి తెలిసినంత వరకు జీవితానికి ఉన్న ప్రయోజనం ఏమిటి? - సిద్ధాంతరీత్యా కాదు, వాస్తవంగా. మన దైనందిన జీవితం యొక్క ప్రయోజనం ఏమిటి? కేవలం జీవించటమే - కాదా? - దానిలో ఉన్న దుఃఖంతో, విషాదంతో, గందరగోళంతో, యుద్ధాలతో, వినాశంతో, అన్నిటితో కలిసి జీవించటమే. మనం సిద్ధాంతాల్ని కనిపెట్టవచ్చు. ''ఇలా ఉండకూడదు, అలా ఉండాలి'' అని చెప్పవచ్చు. కానీ, అవన్నీ సిద్ధాంతాలే, వాస్తవాలు కాదు. మనకి తెలిసినదల్లా, గందరగోళం, బాధ, కష్టం, అంతులేని వైరాలు. నిజంగా మనం తెలుసుకుంటున్నట్లయితే - ఇవన్నీ ఎలా వస్తున్నాయో మనకి తెలుసు కూడా - ప్రతిదినం, ప్రతిక్షణం ఒకరినొకరు నాశనం చేసుకోవటం, స్వార్థంతో ఒకరినొకరు వ్యక్తిగతంగానూ, సామూహికంగానూ దోపిడీ చేయటం - ఇదే మన జీవితానికి ప్రయోజనం అయింది. మన ఒంటరితనంలో, మన దుఃఖంలో ఇతరుల్ని ఉపయోగించుకోవటానికి ప్రయత్నిస్తాం. వినోదాల ద్వారా, దేవుళ్లద్వారా, జ్ఞానం ద్వారా, అన్నిరకాల నమ్మకాల ద్వారా, ఐక్యత చెందటం ద్వారా మనల్ని మనం తప్పించుకోవటానికి ప్రయత్నిస్తాం. అదే ఇప్పుడు మనం చేతనంగానూ, అచేతనంగానూ జీవిస్తున్న విధానం - అదే మన జీవితానికి ప్రయోజనం అయింది. కానీ, గందరగోళం, కూడబెట్టుకోవటం లేనటువంటి ప్రయోజనం ఏదైనా, ఇంతకన్న ప్రగాఢమైనదీ, విస్తృతమైనదీ, ఇంతకన్న

అతీతంగా ఏదైనా ఉందా? అటువంటి కృషిలేని స్థితికీ, మన దైనందిన జీవితానికీ ఏమైనా సంబంధం ఉందా?

దానికీ, మన జీవితానికీ ఏ సంబంధమూ లేదు నిశ్చయంగా. ఎలా ఉండగలదు? నా మనస్సు గందరగోళంలో ఉంటూ, అమితమైన వేదనని అనుభవిస్తూ, ఒంటరితనంతో బాధపడుతున్నట్లయితే, దానితో ఏమీ నిమిత్తంలేనిదానితో సంబంధం ఎలా ఉంటుంది? సత్యానికి అసత్యంతోనూ, భ్రమతోనూ ఎలా సంబంధం ఉంటుంది? మనం ఆ విషయాన్ని అంగీకరించటానికి ఇష్టపడం. ఎందుచేతనంటే, మన ఆశ, మన గందరగోళం ఇంకా ఏదో గొప్పదీ, ఉన్నతమైనదీ మనకి సంబంధించినది ఉందని నమ్మేటట్లు చేస్తాయి. మన నిరుత్సాహంలో సత్యాన్ని అన్వేషిస్తాం. దాన్ని కనిపెట్టినప్పుడు మన నిరుత్సాహం మాయమవుతుందని ఆశిస్తాం.

కనుక, గందరగోళంలో ఉన్న మనస్సు, దుఃఖభూయిష్టమై ఉన్న మనస్సు, తన శూన్యతనీ, తన ఒంటరితనాన్నీ తెలుసుకుని ఉన్న మనస్సు తనతో నిమిత్తం లేనిదాన్ని, తనకి అవతల ఉన్నదాన్ని ఎన్నటికీ కనుక్కోలేదు. గందరగోళానికీ, దుఃఖానికీ కారణాల్ని తొలగించినప్పుడే, లేదా వాటిని అవగాహన చేసుకున్నప్పుడే, మనస్సుకి అతీతమైనది సంభవించగలదు. నేను చెబుతున్నదీ, మాట్లాడుతున్నదీ అంతా, మనల్ని మనం ఎలా అవగాహన చేసుకోవటం అన్న విషయమే. ఎందుచేతనంటే, స్వీయజ్ఞానం లేనిదే - ఆ వేరేది ఉండదు. వేరేది భ్రమ మాత్రమే. మన యావత్ప్రక్రియనీ అనుక్షణం మనం అవగాహన చేసుకోగలిగినట్లయితే, మన గందరగోళాన్ని మనం తొలిగించుకున్నప్పుడు ఆ వేరేది సంభవమవుతుందని గమనిస్తాం. అప్పుడు దాన్ని అనుభవం పొందటం దీనికి సంబంధించి ఉంటుంది. అంతేగాని, ఇది మాత్రం దానితో ఎన్నడూ సంబంధం పెట్టుకోలేదు. తెరకివతల వైపున చీకట్లో ఉన్నప్పుడు, వెలుగుని గాని, స్వేచ్ఛనిగాని అనుభవించటం ఎలా సాధ్యమవుతుంది? కానీ, ఒక్కసారి సత్యం యొక్క అనుభూతి కలిగినట్లయితే, అప్పుడు మనం జీవిస్తున్న ఈ ప్రస్తుత ప్రపంచంతో సంబంధం ఏర్పరుచుకోగలం.

ప్రేమ ఎలా ఉంటుందో మనం ఎన్నడూ తెలుసుకోనట్లయితే, నిరంతరం సంఘర్షణ, దుఃఖం, పోరాటం తప్ప మరేమీ తెలియకుండా ఉన్నట్లయితే, దీనికి ఏవిధమైన సంబంధమూ లేని ప్రేమని ఎలా అనుభవం పొందగలం? కానీ, ఒక్కసారి మనం దాన్ని అనుభవించినప్పుడు దీనితోగల సంబంధాన్ని తెలుసుకోవటానికి తాపత్రయపడం. అప్పుడు ప్రేమ, వివేకం పని చేస్తాయి. కానీ, ఆ స్థితిని అనుభవించటానికి ముందు, మొత్తం జ్ఞానం, కూడబెట్టిన జ్ఞాపకాలూ, స్వీయకేంద్రిత కార్యకలాపాలూ, అన్నీ ఆగిపోవాలి. అప్పుడు మనస్సు ఎటువంటి అనుభూతుల్నీ ప్రదర్శించలేదు. అప్పుడు దాన్ని అనుభవం పొందటంతో, ఈ లోకంలో చర్య జరుగుతుంది.

మనస్సులో కేంద్రీకృతమైన కార్యకలాపానికి అతీతంగా ఉండటమే జీవితానికి ప్రయోజనం. ఆ స్థితిని, మన పరిమితికి అందని ఆ స్థితిని అనుభవించినప్పుడు, ఆ

అనుభవించటమే అంతర్గత విప్లవాన్ని తెస్తుంది. అప్పుడు ప్రేమ ఉన్నట్లయితే, ఎటువంటి సాంఘిక సమస్యా ఉండదు. ప్రేమ ఉన్నప్పుడు ఎటువంటి సమస్యా ఉండదు. ప్రేమించటం ఎలాగో మనం ఎరుగం కనుకనే, సాంఘిక సమస్యలూ, ఆ సమస్యల్ని పరిష్కరించటానికి తత్త్వశాస్త్రాలూ బయలుదేరాయి. ఈ సమస్యల్ని ఏ శాస్త్రమూ, ఏ విధానమూ - వామపక్షానిది గాని, దక్షిణపక్షానిది గాని, మధ్యదిగాని ఎన్నటికీ పరిష్కరించలేదు. స్వీయ ప్రేరితం కానటువంటి ఆ స్థితిని మనం అనుభవించగలిగినప్పుడే, మన గందరగోళం, మన దుస్థితి, మన ఆత్మవినాశం - అన్నీ పరిష్కారం కాగలవు.

★★★★

38. పరివర్తన

ప్రశ్న: పరివర్తన అంటే మీ ఉద్దేశంలో ఏమిటి?

కృష్ణమూర్తి: సమూలవిప్లవం వచ్చి తీరాలన్నది స్పష్టం. ప్రపంచ సంక్షోభానికి అది అవసరం. మన జీవితాలు దాన్ని కోరుతున్నాయి. మన దైనందిన సంఘటనలూ, మన వ్యవహారాలూ, ఆందోళనలూ దాన్ని కోరుతున్నాయి. మన చుట్టూ ఉన్న ప్రతీదీ శిథిలమైపోయింది కనుక, ప్రధానమైన, సమూల విప్లవం రావాలి. పైకి సక్రమంగా ఉన్నట్లు కనిపించవచ్చు. వాస్తవానికి, నెమ్మదిగా క్షీణించి నశిస్తోంది. వినాశతరంగం నిరంతరం జీవన తరంగాన్ని అధిగమిస్తోంది.

కనుక, విప్లవం వచ్చి తీరాలి - కానీ, ఒక భావం మీద ఆధారపడిన విప్లవం కాదు. అటువంటి విప్లవం అంటే భావం కొనసాగుతూ ఉండటమే గాని, సమూల పరివర్తన కాదు. ఒక భావం మీద ఆధారపడిన విప్లవం రక్తపాతానికీ, విచ్ఛిన్నతకీ, అరాజకత్వానికీ కారకమవుతుంది. అరాజకత్వంలోంచి సక్రమ స్థితిని నెలకొల్పలేరు. కావాలని అరాజకత్వాన్ని తెచ్చి, అందులోంచి సక్రమస్థితిని సృష్టించాలని ఆశించలేరు. గందరగోళం లోంచి సక్రమ స్థితిని సృష్టించటానికి దైవ నియుక్తులు కారు మీరు. సక్రమ స్థితిని నెలకొల్పటానికి మరింత గందరగోళాన్ని సృష్టించాలనుకునేవారు తప్పు మార్గంలో ఆలోచిస్తున్నారు. తాత్కాలికంగా అధికారం వారి చేతులికి చిక్కింది కాబట్టి సక్రమ స్థితిని నెలకొల్పే మార్గాలన్నీ వారికి తెలుసునని వారనుకుంటున్నారు. ఈ మహావిపత్తుని చూస్తున్నప్పుడు - నిరంతరంగా మళ్ళీమళ్ళీ వచ్చే యుద్ధాలూ, వర్గాల మధ్యా, మనుషుల మధ్యా అంతులేని సంఘర్షణా, దారుణమైన ఆర్థిక, సాంఘిక అసమానతలూ, శక్తి యుక్తుల్లో అసమానతలూ, ఎంతో హాయిగా, నిశ్చింతగా ఉన్నవాళ్ళకీ, ద్వేషం, సంఘర్షణ, దుస్థితుల్లో చిక్కుకున్న వాళ్ళకీ మధ్యనున్న అఖాతం - ఇదంతా చూశాక విప్లవం వచ్చితీరాలి, సంపూర్ణ పరివర్తన వచ్చి తీరాలి - రావద్దా?

ఈ పరివర్తన, ఈ సమూల విప్లవం ఎప్పుడో చివరికి రావలిసినదా, లేక , క్షణక్షణం రావలిసినదా? ఎప్పుడో ఆఖరున రావటమే మనకి ''ఇష్టం'', ఎందుకంటే ఇంకా ఎప్పుడోలే అనుకుంటే ఎంతో సులభం మనకి. ఎప్పుడో చివరికి పరివర్తన చెందుతాం , ఎప్పుడో చివరికి ఆనందంగా ఉంటాం. ఎప్పుడో చివరికి సత్యాన్ని దర్శిస్తాం. ఈ లోపున ఇలాగే కొనసాగిద్దాం. ఈ విధంగా భవిష్యత్తు గురించే ఆలోచిస్తూ ఉండే మనస్సు వర్తమానంలో ఎన్నటికీ పనిచేయలేదు, నిశ్చయంగా. కనుక, అటువంటి మనస్సు పరివర్తనని కోరటం లేదు. అది పరివర్తనని కేవలం తప్పించుకుంటోందంతే. పరివర్తన అంటే మన ఉద్దేశంలో ఏమిటి?

పరివర్తన భవిష్యత్తులో జరిగేది కాదు. అది ఎన్నటికీ భవిష్యత్తులో సంభవించలేదు. అది 'ఇప్పుడే', అనుక్షణం జరగవలసినదే. కనుక, పరివర్తన అంటే మన ఉద్దేశం ఏమిటి? నిశ్చయంగా, అదెంతో సులభమైనదే. అసత్యాన్ని అసత్యంగానూ, సత్యాన్ని సత్యంగానూ చూడటం. అసత్యంలోని సత్యాన్ని చూడటం, సత్యమని అనుకుంటున్నదాంట్లోని అసత్యాన్ని చూడటం. అసత్యాన్ని అసత్యంగానూ, సత్యాన్ని సత్యంగానూ చూడటమే పరివర్తన. ఎందుచేతనంటే, దేన్నైనా మీరు సత్యమని స్పష్టంగా చూసినప్పుడు ఆ సత్యమే స్వేచ్ఛని కలిగిస్తుంది. దేన్నైనా అసత్యమని చూసి తెలుసుకున్నప్పుడు ఆ అసత్యమైనది వాడిపోతుంది. సంస్కారవిధులు కేవలం నిరర్థకమైన పునశ్చరణలే అని గుర్తించినప్పుడు, దానిలోని సత్యాన్ని మీరు చూసినప్పుడు దాన్ని సమర్థించటానికి మీరు ప్రయత్నించకుండా ఉన్నప్పుడు పరివర్తన కలుగుతుంది - కలగదా? ఎందుచేతనంటే, ఒక బంధం వదిలి పోతుంది. వర్గవిభేదం కృత్రిమమైనదనీ, అది సంఘర్షణని సృష్టిస్తుందనీ, దుస్థితిని సృష్టిస్తుందనీ, మనుషుల్ని విభజిస్తుందనీ - ఆ సత్యాన్ని చూసినప్పుడు, ఆ సత్యమే విముక్తి కలిగిస్తుంది. సత్యాన్ని గ్రహించటమే పరివర్తన - కాదా? మన చుట్టూ అసత్యమైన దెంతో ఆవరించి ఉండటం వల్ల, ఆ అసత్యాన్ని అనుక్షణం చూసి గ్రహించటమే పరివర్తన. సత్యం పోగుచేసుకునేది కాదు. అది అనుక్షణం ఉంటుంది. పోగుచేయబడేది, సంచితమయేది జ్ఞాపకం. ఆ జ్ఞాపకం ద్వారా సత్యాన్ని కనుక్కోవటం సాధ్యంకాదు. ఎందువల్లనంటే, జ్ఞాపకం కాలంతో ముడిపడి ఉంటుంది. కాలం అంటే గతం, వర్తమానం, భవిష్యత్తూ. కొనసాగుతూ ఉండే కాలం అనంతమైన దాన్ని ఆవిష్కరించలేదు. అనంతంగా ఉండటం అంటే కొనసాగుతూ ఉండటం కాదు. స్థిరంగా కొనసాగేది అనంతమైనది కాదు. అనంతమైనది ఈ క్షణంలో ఉంటుంది. అనంతమైనది ఇప్పుడు ఉన్నదానిలో ఉంటుంది. ఇప్పుడున్నది గతం యొక్క ప్రతిబింబం కాదు. వర్తమానం ద్వారా భవిష్యత్తులోకి కొనసాగే గతమూ కాదు.

ముందెప్పుడో పరివర్తన కలుగుతుందని ఆకాంక్షించే మనస్సు, పరివర్తనని చరమాశయంగా తలపోసే మనస్సు ఎన్నటికీ సత్యాన్ని తెలుసుకోలేదు. ఎందువల్లనంటే, సత్యం అనుక్షణం సంభవించేదీ ఎప్పటికప్పుడు కొత్తగా కనిపెట్టవల్సినదీను. సంచితం

చేయటం ద్వారా కనిపెట్టడం జరగదు. పాత బరువు మిమ్మల్ని అణచివేస్తూంటే, కొత్తదాన్ని ఎలా కనిపెట్టగలరు? ఆ బరువు అంతమైనప్పుడే మీరు కొత్తదాన్ని కనిపెట్టగలుగుతారు. కొత్తదాన్ని, అనంతమైనదాన్ని, ఇప్పుడు, అనుక్షణం కనిపెట్టడానికి అసాధారణమైన అప్రమత్తత ఉన్న మనస్సు, ఫలితాన్ని కాంక్షించని మనస్సు, ఏదో ''అవటానికి'', ప్రయత్నిస్తూండని మనస్సు అవసరం. ఏదో ''అవుతున్నటు'' వంటి మనస్సు సంతృప్తిలో ఉన్న సంపూర్ణమైన ఆనందాన్ని ఎన్నటికీ తెలుసుకోలేదు. సంతృప్తి అంటే స్వయం సంతృప్తికాదు. ఫలితాన్ని సాధించిన తృప్తికాదు; ఉన్నస్థితిలో ఉన్న సత్యాన్నీ, ఉన్నదాని లోని అసత్యాన్నీ మనస్సు చూసినప్పుడు కలిగే సంతృప్తి. ఆ సత్యాన్ని అవగాహన చేసుకోవటం క్షణక్షణం జరుగుతుంది. ఆ క్షణానికి మాటల రూపాన్నిచ్చినట్లయితే అవగాహన చేసుకోవటం ఆలస్యమై పోతుంది.

పరివర్తన ఒక పర్యవసానం కాదు, ఒక ఫలితం కాదు. పరివర్తన ఫలితంకాదు. ఫలితం అన్నప్పుడు ఒక శేషం, ఒక కారణం, ఒక పరిణామం ఉంటాయి. కారణం ఉన్నప్పుడు పరిణామం ఉండి తీరుతుంది. ఆ పరిణామం మీరు పరివర్తన పొందాలనే మీ కోరిక ఫలితమే. పరివర్తన పొందాలని మీరు కోరుకున్నప్పుడు ''అవటం'' అనే ధోరణిలోనే మీరు ఆలోచిస్తున్నారు. ''అవుతున్నది'' ''ఉన్నదాన్ని'' ఎన్నడూ తెలుసుకోలేరు. సత్యం క్షణక్షణం ''ఉంటున్నది''. కొనసాగే ఆనందం ఆనందం కాదు. ఆనందం కాలరహితమైన అస్తిత్వస్థితి. ఆ కాలరహితమైన స్థితి విపరీతమైన అసంతృప్తి ఉన్నప్పుడే వస్తుంది - తప్పించుకోవటానికి మార్గం తెలుసుకున్న అసంతృప్తి కాదు - ఆ అసంతృప్తికి మార్గాంతరం ఉండదు; తప్పించుకోలేదు; కోరిక ఫలించాలని అనుకోవటం ఉండదింక. అప్పుడే, ఆ ఉధృతమైన అసంతృప్తి ఉన్న ఆ స్థితిలోనే సత్యం సంభవమవుతుంది. ఆ సత్యాన్ని కొనటం, అమ్మటం కుదరదు, పునశ్చరణ చేయటం కుదరదు; పుస్తకాల్లో పట్టుకోవటం కుదరదు. దాన్ని క్షణక్షణం కనుక్కోవలసివస్తుంది - చిరునవ్వులో, కన్నీటి బిందువులో, రాలిపోయిన ఆకులో, మెదిలే ఆలోచనల్లో, నిండు ప్రేమలో ఉంటుంది.

ప్రేమ సత్యానికి భిన్నమైనది కాదు. కాలం రూపంలో ఉండే ఆలోచనా ప్రక్రియ పూర్తిగా ఆగిపోయిన స్థితే ప్రేమ. ప్రేమ ఉన్నచోటే పరివర్తన జరుగుతుంది. ప్రేమలేనిదే మౌలిక విప్లవానికి అర్థంలేదు. అలా అయితే, మౌలిక విప్లవం కేవలం విధ్వంసం, వినాశం, అంతకంతకి మరీమరీ పెరిగిపోయే యాతన అవుతుంది. ప్రేమ ఉన్నచోట విప్లవం ఉంటుంది. ఎందుచేతనంటే, ప్రేమ అంటే క్షణక్షణానికీ జరిగే పరివర్తన కనుక.

★★★★